अर्ध दशक

'यम्पी यस्सी' दिलेल्या प्रत्येकासाठी ....

मिलिंद महांगडे

मेहता पब्लिशिंग हाऊस

Email : production@mehtapublishinghouse.com
Website : www.mehtapublishinghouse.com

- *या पुस्तकातील लेखकाची मते, घटना, वर्णने ही त्या लेखकाची असून त्याच्याशी प्रकाशक सहमत असतीलच असे नाही.*

ARDHADASHAK by MILIND MAHANGADE

अर्धदशक : मिलिंद महांगडे / कादंबरी

Email : author@mehtapublishinghouse.com
मराठी पुस्तक प्रकाशनाचे हक्क : मेहता पब्लिशिंग हाऊस, पुणे.

प्रकाशक : सुनील अनिल मेहता, मेहता पब्लिशिंग हाऊस,
१९४१ सदाशिव पेठ, माडीवाले कॉलनी, पुणे – ३०.

मुद्रक : ट्रिनिटी ॲकॅडमी फॉर कॉर्पोरेट ट्रेनिंग लिमिटेड, नऱ्हे, पुणे – ४१.

मुखपृष्ठ : संदीप नंद्याळकर

प्रकाशनकाल : फेब्रुवारी, २०२०

किंमत : ₹ ४५०

P Book ISBN 9789353174163
E Book ISBN 9789353174170
E Books available on : play.google.com/store/books
www.amazon.in
books.apple.com

टीप- *या कादंबरीतील सर्व घटना व पात्रे काल्पनिक आहेत. त्यांचा वास्तविक जीवनाशी कोणताही संबंध नाही. असल्यास तो योगायोग समजावा.*

१

मोहननं आपली गाडी पार्किंगमध्ये पार्क केली. गाडी लॉक करून तो लिफ्टकडे वळला. लिफ्टच्या बाजूला बसलेल्या वॉचमननं उठून त्याला सलाम केला. उत्तरादाखल मोहननं त्याच्याकडे बघून स्मित केलं. लिफ्ट ग्राउंड फ्लोअरवर यायला वेळ लागणार होता. त्यानं आपला मोबाइल खिशातून काढला आणि व्हॉट्स-अपवर नजर टाकली. वेगवेगळ्या ग्रुपवर भरमसाट मेसेजेस येऊन पडलेले होते. सगळे मेसेजेस वाचणं काही शक्य नव्हतं. त्यानं एक धावती नजर सर्व ग्रुपवरून फिरवली आणि एका नवीन तयार झालेल्या ग्रुपवर त्याची नजर खिळून राहिली: 'Pune Boys'. इतक्यात लिफ्ट ग्राउंड फ्लोअरवर आली. तो आत शिरला. लिफ्ट वर जाऊ लागली. त्यानं त्या नवीन तयार झालेल्या ग्रुपकडे पाहिलं.

Raghu Jadhav created Group 'Pune Boys'

Raghu Jadhav added you

Raghu Jadhav added Gautam Kamble

Raghu Jadhav added Ajay Narakhede

Raghu Jadhav added Baban Gavit

Raghu Jadhav added Shridhar Modak

- *Raghu*
Hello friends... lekanno visarlaat kaay?

- *Gautam*
Hi Raghya.. kasa aahes Bhaavaa?

- *Ajay*
Hi Raghu... Thanks for creating this group and adding me..

- *Raghu*

Gautya, mi majet..tu kasa aahes Ajay?

- *Ajay*

Gr8 Gautam, kuthe aahes sadhya?

- *Gautam*

Mi parabhanila aahe..

- *Raghu*

Good..Are pan bhakiche kuthe aahet? Chala hajeri lava..

- *Baban*

Hi Raghu...mi hajar zalo barka..

- *Raghu*

Are baap re! Mothe saheb aale...sahebanche swagat..

- *Baban*

Bas ka bhau...saheb mhanun paraka karta ka?

- *Raghu*

Aata sahebanna saheb mhananar naahi tar kaay?

- *Shridhar*

Majhihi upasthiti aahe bara ka!

- *Raghu*

Are waa..! Modaka..kasa aahes.. ajun tasach gol aahes kaay?

- *Shridhar*

Ho ..pan aata motha gol zaloy...ha ha ha ha

- *Gautam*

Ha ha ha ha...aapli gaychhap sodlis ka kay?

- *Shridhar*

Ho re..bayko mule sodavi lagali...pan adhun madhun malato

- *Raghu*

Ha ha lay bhari...

मोहन बराच वेळ नवीन तयार झालेल्या त्या व्हॉट्स-अपच्या ग्रुपकडे अनिमिष नजरेनं पाहत होता. एका मागोमाग एक असे मेसेजेस येतच होते. बऱ्याच दिवसांनी, नव्हे वर्षांनी सगळी मंडळी जमली होती, एकत्र आली होती. त्यामुळे कोण कुठे... काय करतो... कसं चालू आहे... वगैरे विचारपूस सुरू होती. जुने दिवस, जुने प्रसंग आठवत होते... एकूणच नॉस्टेलजिक झाले होते सगळे. सर्व जणांनी हजेरी लावली होती. आता फक्त मोहनच बाकी राहिला होता. पण का कुणास ठाऊक; त्याला या ग्रुपवर हजेरी लावावी, असं वाटतच नव्हतं. कशाला लावायची हजेरी? त्या आठवणी आता पुन्हा नकोत. त्यानं मनातल्या मनात विचार केला आणि फोन बंद केला. नवव्या फ्लोअरवर लिफ्ट थांबली. दरवाज्यावरची बेल वाजवली. थोड्या वेळात बायकोनं हसऱ्या चेहऱ्यानं दार उघडलं. तो आत आला. एका मागोमाग एक मेसेजेस येत होते आणि प्रत्येक मेसेजगणीक त्याचा मोबाइल वाजत होता. हा ग्रुप एग्झिट करू या का? मोहन थोडा अस्वस्थ झाला. त्याच्या मनात द्वंद्व सुरू झालं. शेवटी न राहवून त्यानं मोबाइल पुन्हा चालू केला. फाटक्या पोत्यातून दाणे पडावेत तसे ग्रुपवर पटापट मेसेज पडत होते. पुन्हा मागे जाऊन त्यानं राहिलेले मेसेज वाचले...

\- *Raghu*
Aaplya sagalya lokanni hajeri lavali kaa? kon rahila?

\- *Gautam*
Are Mohan Rahila.. Mohnya, kuthe aahes bhaavaaa?

\- *Raghu*
Mohan, bhava... aahes kuthe?

\- *Ajay*
Jago mohan pyare...jago

\- *Shridhar*
Are man mohana -- re mohana...

सगळ्यांनी मोहनच्या नावाचा गजर चालवला होता. आयला, काय वैताग आहे! पण ते आपल्याला इतकं विचारताहेत तर जास्त भाव खाणंही योग्य नाही. शेवटी कंटाळून त्यानं एक स्माइली आणि Hajar अशी पोस्ट टाकली. सगळ्यांनी

त्याचं ग्रुपवर स्वागत केलं. कुणी फुलांचे गुच्छ पाठवले, कुणी टाळ्या वाजवल्या, कुणी नमस्कार केला..त्याला हे सगळं नको वाटत होतं. गेली कित्येक वर्षं तो या आठवणी मोठ्या कष्टांनी विसरला होता. पाण्यात बुडालेलं प्रेत फुगून वर येऊन तरंगावं, तशा त्या आठवणी पुन्हा त्याच्या मनाच्या कोपऱ्यातून वर येऊ लागल्या. माधववाडा, अमृततुल्य चहा, विजय टॉकीज, जिजामाता अभ्यासिका, एबीसी हे सगळे त्याच्याभोवती फेर धरून नाचत आहेत, असं त्याला वाटू लागलं. तो डोकं धरून बसला. मोबाइलचा मेसेज टोन अविरत वाजत होता. त्यानं पुन्हा मेसेजेस वाचले. त्याला अस्वस्थ वाटू लागलं. बायकोनं त्याला त्याचं कारण विचारलं, पण त्यानं काही सांगितलं नाही. काहीही न बोलता तो आतल्या रूममध्ये गेला.

- Raghu

Mitranno, aajacha divas khup mahatvacha aahe. aathva kaay te..

- Gautam

Kaay re?

- Ajay

Naahi aathavat..

- Raghu

Are kaay lekhanno, evdha pan aathvat naay tumhala?

- Baban

Naay re baba, sang, haralo..

रघू जे विचारत होता, त्याबद्दल मोहनला माहीत होतं. बाकी कुणाला माहीत असो वा नसो, आजचा दिवस त्याच्या चांगलाच लक्षात होता.

- Raghu

Are yaar! kasali pore aahat tumhi...? 10 varshapurvi aajchyach divashi aapan sagale punyat bhetlo hoto...

रघूनं सांगायच्या आधीच मोहन १० वर्षं मागे गेला... त्याच्या कानात कडाडून वाजणाऱ्या टाळ्यांचा आवाज घुमू लागला...

माझ्या विद्यार्थी मित्रांनो... आज आपण इथे मोठ्या संख्येने उपस्थित आहात.

हा हॉल संपूर्ण भरलेला आहे. मागेही आपले काही विद्यार्थिमित्र उभे आहेत. हा आहे खरा तुमचा दिवस... आज आपल्यातूनच अधिकारी झालेले आपलेच मित्र-मैत्रिणी तुमच्यासमोर आहेत, त्यांचा हा कौतुक सोहळा. एक शिक्षक म्हणून माझी मान आज अभिमानाने उंचावली आहे. मागच्या राज्यसेवेच्या परीक्षेत आपल्या क्लासचे १८ जण क्लास वनसाठी आणि ४५ जण क्लास टू म्हणून सिलेक्ट झालेले आहेत. दर वर्षीप्रमाणे हा आलेख नवनवीन उच्चांक गाठत आहे. आपल्या ॲकॅडमीला जवळपास दहा वर्षे पूर्ण झालीत. तुम्ही माझ्यावर आणि या ॲकॅडमीवर जो विश्वास दाखवलात, त्यासाठी मी आपल्या सर्वांचा ऋणी आहे. आज हा आपला कौतुक सोहळा तर आहेच; पण आणखी महत्त्वाचं कारण आहे. पुढच्या महिन्यात राज्यसेवेची मोठी ॲड येणार आहे. त्यात २००च्या वर क्लास वनच्या जागा आहेत. मित्रांनो, या स्पर्धापरीक्षा, एमपीएससी, यूपीएससी अशा असतात की एका रात्रीत रंकाचा राव करतात. माणसाचं आयुष्य पालटवून टाकतात. एक रिझल्ट लागतो आणि नोकरी मिळवण्यासाठी धडपडत असलेला विद्यार्थी अचानकपणे मोठा अधिकारी होतो. सामान्य मुलाचं एका अधिकाऱ्यात रूपांतर करण्याची ही जादूची कांडी आहे; पण ही जादूची कांडी वश होणे तितकेसे सोपे नव्हे. त्यासाठी हवे आहेत अथक परिश्रम, चिकाटी आणि बुद्धी! त्याहून महत्त्वाचे म्हणजे मार्गदर्शन! आणि त्यासाठीच तर आम्ही आहोत. अधिकारी होण्याचे तुमचे स्वप्न आम्ही पूर्ण करू; फक्त आम्हाला तुमची कष्ट करण्याची तयारी हवी आहे. आम्ही सांगितलेल्या मार्गावर तुम्ही चाललात तर यश हमखास तुमच्या पायाशी लोळण घेईल, यात शंका नाही. वादळात सापडलेल्या बोटींना जसा दीपस्तंभाच्या मार्गदर्शनाचा प्रकाश असतो, तसेच आम्ही तुमच्यासाठी दीपस्तंभाचे काम करू. आता आणखी कसला विचार करायचा? झोकून द्या स्वतःला आणि इतिहास घडवा...'' ॲकॅडमीच्या सरनाईक सरांच्या या दमदार भाषणावर समोर बसलेल्या सर्व विद्यार्थ्यांनी कडाडून टाळ्या वाजवल्या. शेकडो विद्यार्थी सरांचं भाषण ऐकण्यासाठी जमले होते. त्यात मध्यभागी कुठेतरी मोहनही बसलेला होता. सरांच्या भाषणाचा त्याच्यावर चांगलाच परिणाम झालेला दिसला; कारण तो हात उंचावून टाळ्या वाजवत होता. ॲकॅडमीच्या सरांच्या भाषणानंतर समोर बसलेल्या यशस्वी विद्यार्थ्यांची जे आता नुकतेच अधिकारी झाले होते त्यांची भाषणे झाली. बहुतेक सर्व जण मध्यमवर्गीय कुटुंबातून आलेले होते, पण आता कोणी डेप्युटी कलेक्टर, कुणी तहसीलदार, कुणी डीवायएसपी झालेले होते. समोर बसलेले ते अधिकारी वयाने मोहनपेक्षा फार फार तर दोन-तीन वर्षं मोठे होते. त्यांना एक प्रकारचं वलय प्राप्त झालं होतं. आजूबाजूला बसलेल्या त्याच्यासारख्याच तमाम विद्यार्थ्यांवर त्याची नजर फिरली. सर्व जण समोरच्या सिलेक्ट झालेल्या विद्यार्थ्यांचं भाषण ऐकण्यात गुंगून गेले होते.

प्रत्येक जण स्वतःला त्या समोरच्या मुलांमध्ये पाहत होता. अधिकारी होणे हे कुणाच्या आई-वडिलांचे स्वप्न होते, तर कुणाला स्वतःला सिद्ध करायचे होते, कुणाला प्रशासनात जाऊन आपल्या कामाचा ठसा उमटवायचा होता, तर कुणाला स्वतःचे आणि घराण्याचे नाव करायचे होते. प्रत्येकाच्या डोळ्यांत त्याला स्वप्ने दिसत होती, समोरचे जे सिलेक्ट झाले होते ती मुलं अगदी सर्वसामान्य मुलं होती. त्यांच्या बोलण्यात अगदी सहजता होती, बरेच जण आपल्या अनुभवांबद्दल साध्या बोलीभाषेत बोलत होते; त्यामुळे ते ऐकायला मजा येत होती. बोलता बोलता कुणी भावुक होत होते, कुणी घेतलेल्या कष्टांचे, केलेल्या अभ्यासाचे वर्णन करत होते. काही जण पोटतिडकीने बोलत होते. सिलेक्ट झालेला किंवा झालेली प्रत्येक जण समोरच्या विद्यार्थ्यांना आपल्या यशाची गाथाच ऐकवत होते आणि जमलेली मुलंही भारावून ते सर्व ऐकत होते.

ऐकता ऐकता मोहनलाही डेप्युटी कलेक्टर झाल्यासारखं वाटू लागलं; डेप्युटी कलेक्टर झाल्यावर तो घरी आला, आईवडिलांच्या चेहऱ्यावर आनंद मावत नव्हता. आईच्या डोळ्यांतून आनंदाश्रू ओघळत होते. मित्र तर वेडेच व्हायचे बाकी राहिले होते. 'हा कसला डोंबलाचा अधिकारी होतोय...' असा विचार करणारे आणि सहसा त्याला जमेत न धरणारे जवळचे नातेवाईक त्याचे कौतुक करत होते. अचानक वाजणाऱ्या टाळ्यांनी तो भानावर आला. समोरच्या तहसीलदार झालेल्या मुलीचं भाषण संपलं होतं. बराच वेळ जोरजोरात टाळ्या वाजत राहिल्या. लहानश्या खेड्यातून आलेल्या त्या मुलीच्या घरात वीज नव्हती. रॉकेलच्या दिव्याच्या प्रकाशात तिने अभ्यास केला आणि हे भव्य यश मिळवलं होतं त्यामुळे तिचं विशेष कौतुक झालं. 'एखादी मुलगी एवढ्या हालाखीत अभ्यास करू शकते तर आपण का नाही? ठरलं तर मग! आपण सरांचा क्लास लावायचा, आणि एक-दोन वर्षांत क्लास वनची पोस्ट काढून दाखवायचीच! आपण जास्त हुशार नाही, पण अगदीच नापास होणाऱ्यातलेही नाही. मघाशी नाही का एका डेप्युटी कलेक्टर झालेल्या मुलाने सांगितलं होतं की त्याला दहावीला फक्त ४५% टक्के होते, पण त्याने मेहनतीने अभ्यास करून शेवटी हे यश मिळवलं. त्याच्या मानाने तर आपण ठीकच आहोत. आपल्याला दहावीला ८१% मार्क्स होते. म्हणजे त्याच्याएवढी मेहनत आपण केली तर आपण डेप्युटी कलेक्टरच काय तर ... आयएएससुद्धा होऊ शकतो....' मनातल्या मनात चाललेला विचार त्याला आणखीनच पटू लागला. आता माघार नाहीच! काहीही झालं तरी आपण सरनाईक सरांचा क्लास लावायचा आणि क्लास वन व्हायचंच!

२

" क्लास लावायचाय? आणि तेही पुण्याला जाऊन?" मोहनच्या वडिलांनी असं विचारलं की जणूकाही तो चंद्रावर जायला निघाला होता.

"हो, आज मी सरनाईक सरांच्या लेक्चरला जाऊन आलो. तुम्ही पण यायला हवे होतात. काय माहोल होता तिथं! सरांच्या बरोबर माझ्याच वयाची डेप्युटी कलेक्टर, डीवायएसपी, तहसीलदार झालेली मुलं-मुली बसली होती. त्यांचा कौतुक सोहळा होता..." मोहन उत्साहात सांगत होता. त्याचे वडील फक्त त्याचं ऐकत राहिले. तसं बघायला गेलं तर मोहन हा मध्यमवर्गीय कुटुंबातला मुलगा! सर्वसामान्य कुटुंब... जे जास्त गरीबही नाही आणि जास्त श्रीमंतही नाही. त्याचे वडील एका प्रायव्हेट कंपनीत कामाला होते. त्याला भावंडं कुणी नव्हतं, त्यामुळे एकुलत्या एका मुलाची तशी इच्छाच असेल तर त्याला मोडता घालणे त्यांना जमेना, आणि तो परीक्षेसाठी क्लास लावायचं म्हणतोय म्हणजे काही वाईट काम तर नाही. त्याच्या वयाची बरीच मुलं वाया गेलेली त्यांनी त्यांच्या डोळ्यांनी पाहिली होती, पण तरीही घरापासून लांब पुण्याला जाऊन क्लास लावणं, हे काही त्यांना रुचलं नव्हतं.

मोहनचे काका सरकारी नोकरीत कुठल्याशा डिपार्टमेंटला जुनिअर क्लार्क होते. क्लास वन अधिकाऱ्यांचा रुबाब, त्यांचा तामझाम ते पाहत आले होते. ते त्याला नेहमी सांगायचे, "मोहन, आपल्याला डायरेक्ट यूपीएससीच करायचंय, इंजिनिअरिंग-मेडिकलमध्ये काही दम नाही, तू जर एखादा मोठा अधिकारी झालास तर असले दहा इंजिनिअर आणि डॉक्टर खिशात घेऊन फिरशील. कमावलं नाहीस तरी चालेल; आम्ही पोसू तुला, पण एखादी परीक्षा काढ बाबा! घराण्याचं नाव तरी होईल. मग मी सगळ्यांना ओरडून सांगीन- माझा पुतण्या आयएएस, आयपीएस झालाय! मग आपण कोणाचंच ऐकणार नाय..." वगैरे वगैरे शब्दांचं बाळकडू त्याला शाळेत असल्यापासूनच मिळालेलं होतं आणि काल जेव्हा सरनाईक सरांचं भाषण ऐकलं, तेव्हा कधी काळी मनात पेरलेल्या बीजाला अंकुर फुटल्यासारखे त्याला वाटले.

“इथं राहून कर की तुला अभ्यास काय करायचाय तो? पुण्यालाच कशाला जायला पाहिजे?” मोहनच्या वडिलांनी पुन्हा एकदा प्रयत्न करून पाहिला.

“बाबा, अहो सरनाईक सरांचा क्लास फक्त पुण्यातच आहे. बाकी इतर ठिकाणी क्लास आहेत; पण त्यांच्या क्लासची सर दुसऱ्या कुठल्याच क्लासला येणार नाही... आणि मुख्य म्हणजे ॲटमोस्फिअर! इथं घरी बसून तो अभ्यास होत नाही. त्याला तसं ॲटमोस्फिअर लागतं. पुण्यात कसं सर्व जण तेच करतात. मग त्या वातावरणात आपण पण आपोआप अभ्यास करायला लागतो, आणि मला तर वाटतं की एक-दोन वर्षांत मी कुठली ना कुठली तरी पोस्ट काढीनच!” मोहनचं उत्तर आत्मविश्वासानं भरलेलं होतं, त्यामुळे त्याच्या वडिलांना पुढे काही बोलताच आलं नाही.

“बरं, ठीक आहे. कधीपासून जाणार आहेस?” त्यांनी विचारलं.

“पुढच्याच आठवड्यात... ! क्लास लगेच सुरू होणार आहेत.”

“तुझे बाकीचे मित्र पण आहेत का?” मोहनच्या आईनं भाजी निवडता निवडता विचारलं.

“नाही, इथले कुणी नाहीत आणि मित्र नाहीत तेच बरं आहे, फुकटचा टाइमपास होईल... मी तिथं अभ्यासासाठी जाणार आहे आई...” मोहन चांगलाच पेटला होता. आता त्याला क्लास आणि पुणे याव्यतिरिक्त दुसरं काही दिसत नव्हतं. सरनाईक सरांचं भाषण तर अगदी त्याच्या मनावर कोरलं होतं. ‘तुमची परिश्रम करायची तयारी असेल तर आमच्या मार्गदर्शनाखाली आम्ही तुमचं अधिकारी होण्याचं स्वप्न नक्की पूर्ण करू’

बास! आता एकच लक्ष्य! अभ्यास एके अभ्यास!

३

टिंग...टिंग... वाजणाऱ्या मोबाइलच्या मेसेज टोनने मोहन भानावर आला. ग्रुपवर धडाधड मेसेज पडत होते.

- *Raghu*

Aapala punyatala Madhav wada aathavtoy ka? Sadashiv peth?

- *Ajay*

Yes.. how can we forget it...

- *Gautam*

Lay bhari...Ek nambar Bhawa...

- *Raghu*

Shewde mama ajun aahet ka tithe?

- *Shridhar*

Ho, te khuthe janar? bhari manus...

- *Baban*

And our Room Partners?

- *Ajay*

Yes, our seniors ... Chaugule sir & Bhosale sir..

- *Gautam*

Chaugule sir kuthe ahet? Any contact?

- *Raghu*

Nop...no contact...

- *Gautam*

Mohan la maahit asel.. kay mohan?

''नाव काय रे तुझं?'' दाढी वाढवलेल्या, अंगावर बनियन, घरात घालायच्या ट्रॅकपँटवरच्या आणि वयाने मोठा वाटणाऱ्या एका मुलाने मोहनला विचारलं. त्याच्या डोळ्यांवर चश्मा होता, डोक्यावरचे कुरळे केस मधेमधे पांढरे झाले होते. मोहन सदाशिव पेठेतल्या माधववाड्यात ज्या रूमवर राहणार होता, त्या रूममध्ये आधीपासूनच तो सीनिअर मुलगा राहत होता.

''मोहन... मोहन निकम...''

''राज्यसेवेच्या अभ्यासाला का?'' त्याच्याशी हात मिळवत त्या दाढीवाल्या मुलानं विचारलं.

''हो, नवीन ॲड येणार आहे ना...''

''कुठला आहेस तू?''

''बदलापूर, ठाणे''

''ठाण्या-मुंबईत क्लासेस आहेत की, मग पुण्यातच का?''

''इथं अभ्यासाचं वातावरण चांगलं आहे... आणि इथले क्लासेस चांगले आहेत, म्हणून.''

''एमपीएससीच का करायचंय?'' समोरच्या त्या दाढीवाल्या मुलानं तर परीक्षेआधीच मोहनचा इंटरव्ह्यू घ्यायला सुरुवात केली होती.

''अं.. चांगली पोस्ट काढायचीय, क्लास वन...'' जे सुचेल ते उत्तर त्यानं दिलं. त्यावर तो दाढीवाला मुलगा समजुतीनं हसला. त्याच्या त्या हसण्याच्या अर्थ मोहनला कळला नाही; परंतु समोरच्या त्या मुलामध्ये एक प्रकारची उदासीनता त्याला जाणवली. त्यानं आपलं रूमभर पसरलेलं सामान, पुस्तकं एका कोपऱ्यात एकत्र केलं. मोहनची नजर रूमच्या भिंतीवर पडली. कुठे गणिताची सूत्रं लिहिलेली, कुठे इतिहासाच्या सनावळी असलेल्या कागदांचे चार्ट्स, एका भिंतीवर भारताचा मोठा नकाशा, त्याच्या बाजूला महाराष्ट्राचा नकाशा, असं बरंचसं साहित्य चिकटलेलं होतं, म्हणजे नुसतं उभं राहून त्याने ते सर्व वाचलं असतं तरी परीक्षेचा १०-२० टक्के अभ्यास त्याचा तसाच झाला असता. रूम हवेशीर होती. पहिल्या मजल्यावर! मागे लहानशी गॅलरी. तिथे एक मोडकी खुर्ची आणि काही वापरण्यात नसलेलं साहित्य पडलेलं. त्याची रूम कोपऱ्यातली असल्याने ९० अंशाच्या कोनात दोन लहान लहान खिडक्या होत्या आणि त्या खिडक्यांना लागूनच बेड होते. त्यातल्या दुसऱ्या बेडवर त्यानं आपल्या सामानाच्या बॅग्ज ठेवल्या, आणि तो पुन्हा बाहेरच्या व्हरांड्यात आला. समोरची 'माधववाडा' लिहिलेली जुनाट पाटी लक्ष वेधून घेत

होती. काही ठिकाणी त्याच्यावरचा रंग उडालेला होता. हा माधववाडा म्हणजे इंग्रजी एल अक्षरासारखा होता. बिल्डिंगच्या समोर थोडी मोकळी जागा, त्यावर सिमेंटचा कोबा केला होता. बाजूला बाइक्स, सायकली लावण्यासाठी पत्र्याची शेड होती. बिल्डिंगच्या समोर रस्त्याच्या दिशेला एक पिंपळाचा पारसुद्धा होता. मावळतीची किरणे त्या झाडांच्या पानांतून डोकावत असल्यासारखी वाटत होती. मुख्य रस्त्यापासून थोडं आतल्या गल्लीत असल्यानं बाहेरच्या गाड्यांचे, त्यांच्या हॉर्नचे आवाज कमी येत होते. एकूणच शांत, आणि अभ्यासाला पोषक असं तिथलं वातावरण होतं. माधववाड्यात एकूण अठरा खोल्या होत्या. सर्वच्या सर्व फक्त बॅचलर मुलांसाठी होत्या. मग त्यात कुणी बँकेत नोकरी करणारे, प्रोफेशनल कॉलेजला शिकत असलेली मुलं होती. पण ती मोजकीच! एमपीएससीचा अभ्यास करणाऱ्या मुलांची संख्या मात्र जास्त होती. रूमची व्यवस्था बघणारे शेवडेमामा वर आले. पांढरा शर्ट आणि लेंग्यावर नीळ दिल्याचे डाग जागोजागी दिसत होते. डोक्यावर गांधी टोपी, डाव्या हाताच्या तळव्यात उजव्या हाताच्या तर्जनीने तंबाखू मळत त्यांनी विचारलं, "ही तुमची रूम, आवडली का न्हाई? नायतर एक आनकी तिकडं संडासाच्या बाजूलाबी हाये, तीबी दाकावतो... नमस्कार ओ चौगुले मास्तर." शेवटचं वाक्य आतल्या त्याच्या रूम पार्टनरला उद्देशून होतं. त्यांनीही आतून नमस्कार केला.

"नाही, नको, हीच बरी आहे. मी इथेच राहीन," मोहन म्हणाला.

"आओ तुमी लवकर आला म्हणून बरं! आता दोन-चार दिसात रायलेल्या सगळ्या रूम जानार बघा.. यम्पिसीची ॲड आली नव्हं?" शेवडेमामांना हीसुद्धा माहिती होती, याचं मोहनला आश्चर्य वाटलं. "या हिकडं, हिथं बातरूम आणि संडास .. तीन रूम मिळून दोन हायेत... तुमची गाडी बिडी हाये का?"

"नाही."

"नाय, आस्ती तर खाली पार्किंग हाये, पन त्याचे वेगळे पैशे हायेत म्हणून इचारलं..."

"भाडं किती रूमचं?"

"१२०० रुपय मह्यना, आत्ता देताय का नंतर यु? तशी काय घाई नाय..."

"उद्या दिले तर चालतील का? आता सगळी बॅग उघडावी लागेल..."

"काय बी प्राब्लेम नाय. मी हितच अस्तु. ते बगा, तिकडं माजी रूम हाये, बरं तुमच्या जेवनाचं कसं?" शेवडेमामा आपुलकीनं विचारत होते ते पाहून मोहनला जरा बरं वाटलं.

"तुमच्या ओळखीत आहे का कोणी... खानावळ किंवा मेस?"

"खानावळ हाये, मेस हाये, डब्बेवाले बी हायेत..." त्यांनी एकी एक, दुरके दोनच्या चालीवर सगळं मेनूकार्डच समोर ठेवलं.

"घरगुती खानावळ असली तर बरी, आणि जवळ पाहिजे," मोहन म्हणाला.

"हाये की! हिथं जवळच हाये, थोपटेपाटलाची खानावळ. तुमी म्हनत असाल तर सांगून येतो त्याला..."

"जेवण बरं असतं ना पण?"

"आओ येक नंबर! बोटं चाटत बसाल. पण कसं असतंय की माणसाला शिरीखंड पुरी जरी रोज दिली तरी त्याचा कदीतरी कटाळा येतुच, कटाळा आला की दुसरी मेस बगायची, कवा कवा डबा लावून बगायचा. तेवडाच चवीत फरक! काय?" डोळा मारत शेवडेमामा म्हणाले.

"बरं, सांगा त्यांना, उद्यापासून येतो म्हणून सांगा आणि भाड्याचे पैसेही उद्याच देतो तुम्हाला." बरं म्हणून शेवडेमामा निघून गेले. मोहन पुन्हा रूममध्ये आला. त्याचा दाढीवाला रूमपार्टनर त्याची इकडेतिकडे पडलेली पुस्तकं खाटेखाली व्यवस्थित रचून ठेवत होता. त्यातली बरीचशी एमपीएससीची पुस्तकं होती. काहीतरी विचारायचं म्हणून मोहननं त्याला विचारलं, "तुम्ही पण एमपीएससीचा अभ्यास करता का?" त्यावर त्यानं एकदा मोहनकडे वळून पाहिलं आणि मानेनंच 'हो' म्हणाला.

"तुम्ही क्लास लावलात का कुठला?" मोहननं पुन्हा विचारलं. क्लासचं नाव काढल्यावर तो जरा घुटमळला. "नाही." त्यानं तुटक उत्तर दिलं. त्याच्या अशा या उत्तरानंतर त्याला आणखी काय विचारावं? मधे जीवघेणी शांतता पसरली.

"नाव काय म्हणालात तुम्ही?" मोहननं पुन्हा एकदा प्रयत्न करून पाहिला.

"मी अजून माझं नाव सांगितलंच नाही तुला..." त्यानं त्याला शब्दात पकडलं

"ओह! हो का?"

"मी दत्तात्रय चौघुले..." त्यानं चेहऱ्यावर हास्य आणत शेकहॅण्डसाठी हात पुढे केला. याआधी कधी परीक्षा दिली आहे का? की पहिलीच आहे?" त्यानं विचारलं

"हो, पहिलीच परीक्षा आहे. म्हणून तर सरनाईक सरांचा क्लास लावलाय.."

"वा! सरनाईकचा क्लास का? छान!" तो नाकावर घसरलेला डोळ्यांवरचा चश्मा नीट करत म्हणाला. त्याच्या बोलण्यात स्तुतीपेक्षा उपरोध जास्त असावा असं मोहनला वाटून गेलं."

"कधीपासून सुरू होत आहेत क्लास?"

"परवापासून ... सकाळची बॅच आहे. नऊ ते बारा"

"छान ! बरं, तू एकटा आहेस की तुझे कोणी मित्र वगैरे आहेत तुझ्याबरोबर? असतील तर त्यांना इकडे घेऊन यायचं नाही..." बोलता बोलता त्याचा स्वर कडक झाला.

"नाही माझे कोणी मित्र नाहीत इथे... पण असं का म्हणालात?"

"आधीपासून मित्र असले की तुम्ही गप्पा मारत बसणार, टाइमपास करणार, वेळ फुकट घालवणार, तुमचा आणि इतरांचाही! त्यामुळे मित्र वगैरे नसले तर चांगलंच! एक लक्षात ठेव, इथे फक्त आणि फक्त अभ्यास करायचा. तू माझ्यापेक्षा लहान आहेस आणि सिन्सियर वाटतोस म्हणून तुला सांगतो. बाकी तुझी मर्जी!"

"हो बरोबर आहे तुमचं! मीही फक्त अभ्यास करायलाच आलोय. मी नाही करणार टाइमपास! बरं तुम्ही चहा घेणार का?इथे जवळच असेल तर चहा घेऊन येऊ... म्हणजे तुमची हरकत नसेल तर!"

"मी चहा घेत नाही. पण तुला हवं असेल तर सोबत येतो.." म्हणत तो उठला आणि खुंटीवर लटकवलेला शर्ट काढून घातला. ते दोघे रूमच्या दरवाज्याला नुसती कडी लावून निघाले.

"सर, रूम लॉक करू या का?" आत त्याचं सामान आणि पैसे असल्यामुळे मोहननं त्याला विचारलं. "टेन्शन नको घेऊ.. कोणी काही चोरणार नाही... इथे चोरी होत नाही.., चल!" म्हणत तो बेफिकिरीनं पुढे चालू लागला. मोहनलाही मग त्याच्या मागून जाण्यावाचून गत्यंतर उरलं नाही.

ते दोघे माधववाड्यापासून जवळच असलेल्या एका 'अमृततुल्य चहा' च्या टपरीवर गेले. समोरचा माणूस उकळत असलेला चहा घोटण्याचं काम करत होता. त्याच्या स्टोव्हचा भडभडता आवाज रस्त्यावरच्या तुरळक रहदारीच्या आवाजात मिसळत होता. संध्याकाळ असल्यानं बाकीची काही मुले चहाच्या प्रतीक्षेत होती. ते सर्व जण कसला ना कसला अभ्यास करणारे होते, कारण त्यांच्या प्रत्येकाच्या हातात पुस्तकं होती. काही जण घोळक्यानं उभे होते. त्यांची अभ्यासावर चर्चा चालू होती. इथे आल्यापासून मोहनला प्रत्येक जण अभ्यासाविषयीच बोलत असलेला, किंवा त्याचसंबंधी चर्चा करत असलेला दिसत होता. हेच ते परीक्षेचं वातावरण! ज्याच्यासाठी तो इथे आला होता, ते त्याच्यासमोर होतं. मोहनला एकदम मस्त वाटू लागलं. लहान मुलांना जत्रेत आल्यावर वाटतं तसं. ते टपरीजवळ पोहोचले. त्याच्या बरोबरच्या दाढीवाल्या सीनिअरला पाहताच चहावाल्यानं त्याला हात केला, "नमस्कार चौगुले साहेब! कसं काय चाललंय?"

"काय नाय बाबा, दोन चहा दे."

"पाच मिनटांत देतो बघा... तयारच होतोय."

त्याच्या बरोबर आलेल्या सीनिअरनं आधी चहा घेणार नाही म्हणून सांगितलं होतं; पण आता मात्र त्यानं दोन चहाची ऑडर दिलेली पाहून मोहनला जरा गंमतच वाटली. समोरच्या चहावाल्यानं आणखी दोन-तीनदा चहाची स्टीलची पळी उकळत्या

चहातून फिरवली. पळीत आलेला थोडासा चहा त्यानं तळहातावर घेऊन चाखला. चवीबद्दल समाधान झाल्यावर तो ताटात मांडलेल्या काचेच्या ग्लासांमध्ये भरून देऊ लागला. वाफाळता चहा घेऊन दोघं बाजूला जाऊन उभे राहिले. मोहननं चहाचा एक घोट घेतला आणि पहिल्या घोटातच त्याची मधुर चव जिभेवर सर्वत्र पसरली. त्याला अमृततुल्य चहा का म्हणतात याचं उत्तर त्याला मिळालं. प्रवासाचा सर्व शीण गेल्यासारखा त्याला वाटलं.

"छान आहे चहा..." मोहन आणखी एक घोट घेत म्हणाला.

"हं... मी नेहमी ठरवतो की चहा बंद करायचा, पण इथं आलं की घेतल्याशिवाय राहवत नाही." चहाची चव होतीच तशी ! चहा घेता घेता त्याची नजर माधववाड्याकडे गेली. मुख्य रस्त्यापासून तो थोड्या आतल्या बाजूला होता. समोर दुकानांची रांग असल्यानं त्याचा थोडासाच भाग इथून दिसत होता. रस्त्यावर तशी फारशी रहदारीही नव्हती. सदाशिव पेठ म्हणजे एमपीएससीच्या अभ्यासाची तयारी करणाऱ्या मुलांचं मुख्य राहण्याचं ठिकाण होतं. काही मुलं नवी पेठ आणि नारायण पेठेतसुद्धा राहत होती, पण इथल्यापेक्षा कमीच! चहा संपवून मोहन त्याचे पैसे देणार इतक्यात सीनिअर चौगुलेंनी त्याचा हात पकडला, "थांब! पहिलाच दिवस आहे. तुझा आजचा चहा माझ्याकडून!" म्हणत त्यांनी पैसे दिले. दोघे पुन्हा रूमवर आले. दाराची कडी होती तशीच आहे हे पाहिल्यावर त्याच्या जिवात जीव आला. दोघे आत गेले. काहीही न बोलता सीनिअर चौगुले सरळ आपल्या बेडपाशी गेले. एक पुस्तक काढलं आणि वाचत बसले. रूममध्ये शिरल्या शिरल्या अशी कोणती जादू झाली की पाच मिनिटांपूर्वी गप्पा मारत चहा प्यायलेले ते दोघे एकदम अनोळखी झाले.

४

गाडीचा हॉर्न ऐकून मोहन रूमबाहेर आला. खाली पांढऱ्या रंगाची टाटा सुमो गाडी उभी होती. त्यातून एक त्याच्याच वयाचा उंच, सडपातळ मुलगा आणि अर्ध्या डोक्यावर टक्कल पडलेले त्याचे वडील असे दोघे बाहेर आले. त्यांनी सबंध वाडा एकदा न्याहाळला. इतक्यात शेवडेमामा धावत धावत त्यांच्यापाशी आले. त्यांच्या अगत्यानं बोलण्यावरून ते त्यांना ओळखत असावेत आणि गाडीवरून कोणी मोठी व्यक्ती असावी असा अंदाज मोहनला आला. शेवडेमामा त्या दोघांना रूम दाखवण्यासाठी वर घेऊन आले. त्या मुलानं जीन्स आणि टी-शर्ट घातलेला होता. उभट चेहरा, कुरळे केस, बाकदार नाक, दोन्ही भुवया एकमेकांना जोडलेल्या, डोळ्यांवर बारीक काड्यांचा चश्मा असा तो मुलगा आणि त्याचे वडील मोहनच्या बाजूच्या रूममध्ये आले.

''साहेब तुम्ही बोल्लात तशी रूम तयार करून ठिवलीय.'' असं म्हणून शेवडे मामांनी रूम उघडली. आत एकच बेड होता.

''पपा, मी एकटा नै राहणार या रूममध्ये... बोअर होऊन जैल मला.'' तो तरुण म्हणाला.

''अरे बेटा, पण अभ्यास चांगला होईल ना रे.. म्हणून तर ही एक रूम घेतली...''

''नै.. शेवडेमामा अजून एक बेड लावा. मला चालेल, आणि पप्पा, डिस्कशन करून पण अभ्यास चांगला होऊन जातो.'' तो मुलगा ऐकायला तयार नव्हता. त्याच्या बोलीभाषेत खानदेशचा हेल जाणवत होता. त्याच्या वडिलांनी त्याला बराच वेळ समजवलं; पण त्याचा काही फायदा झाला नाही. नाइलाजानं शेवडेमामांना रूम होती तशी करून द्यावी लागली. साधारणतः पालक मुलांना ज्या सूचना देतात त्या देऊन ते त्यांच्या टाटा सुमो गाडीतून निघून गेले. त्यांना निरोप देऊन तो पुन्हा आपल्या रूममध्ये जाणार इतक्यात मोहनची आणि त्याची नजरानजर झाली. तो समजुतीनं हसला. मोहननंही त्याला प्रतिसाद दिला. त्याच्या शेजारच्या रूममध्ये हा नवीन मुलगा राहणार होता. तो त्याच्या रूममध्ये गेला आणि त्यानं दार लावून

घेतलं. मोहन रूममध्ये येऊन बसतो न बसतो तोच शेवडेमामा आणखी दोन जणांना घेऊन त्यांच्या रूमवर आले.

"हे तुमचे रूमपार्टनर, झाली तुमची रूम फुल्ल!" एखादं महत्त्वाचं काम संपवून हुश्श करावं तसं शेवडेमामा म्हणाले. मोहननं त्यांच्याकडे पाहिलं. त्यातला एक सहा फूट ऊंच, गव्हाळ वर्ण, बारीक केस, भेदक डोळे आणि कपाळावर डाव्या बाजूला चार पाच टाके पडल्याची खूण उठून दिसत होती. "मी रघुनाथ जाधव ..." त्यानं शेकहॅण्डसाठी हात पुढे केला, तसा मोहननंही हात मिळवला. दुसरा जो होता तो रंगानं सावळा, राठ केस, पाणीदार डोळे, बसकं नाक, गोल वाटोळा चेहरा, त्यानंही शेकहॅण्डसाठी हात पुढे केला, "गौतम कांबळे."

"मोहन निकम..." आलेले दोघे कुठल्या तरी सुधारगृहातून सुटून आलेले वाटत होते. त्यातल्या गौतम कांबळेचा राकट चेहरा तर एखाद्या गुंडासारखाच वाटत होता. नवीन आलेले हे दोघे नक्की अभ्यास करायला आलेत की दरोडा टाकायला, असा प्रश्न त्या दोघांकडे पाहून पडत होता. त्या दोघांनी आपापले बेड पकडले. मोहन त्या दोघांच्या आधी आल्यामुळे खिडकीशेजारचा चांगला बेड त्याला मिळाला होता. बाकीच्या दोघांना आता कसलाही चॉइस नसल्याने मिळेल तिथे त्यांनी आपलं सामान टाकलं. माधववाड्यात एका कोपऱ्यात त्यांची रूम होती आणि ती इतर रूम्सच्या मानानं मोठी असल्यानं त्यात चार बेडची व्यवस्था करण्यात आली होती. इतर रूम्स फक्त दोन बेड्सच्या होत्या. सीनिअर चौगुलेंनी एकदा त्या दोघांकडे पाहिलं आणि नंतर पुन्हा पुस्तकात डोकं घातलं. मोहनचं त्या दोघांशी जुजबी बोलणं झालं त्यावरून रघुनाथ हा साताऱ्याचा आणि गौतम हा कोल्हापूरचा होता, हे समजलं. दोघंही बोलघेवडे दिसत होते. थोड्याच वेळात त्या तिघांची चांगलीच गट्टी जमली आणि ते गप्पा मारू लागले. त्यांच्यात चौथे सीनिअर चौगुले आहेत आणि ते मन लावून काहीतरी वाचण्याचा, अभ्यास करण्याचा प्रयत्न करत आहेत, हे त्या तिघांच्या ध्यानी आलंच नाही. शेवटी सीनिअर चौगुलेंनी न राहवून एकदा त्यांच्याकडे पाहिलं., "तुम्ही तिघे जरा बाहेर जाऊन बोललात तरी चालेल. असंही आता जेवणाची वेळ होत आली आहे. निवांत जेवण करून या." "सॉरी चौगुले सर... आमच्या लक्षातच आलं नाही, सॉरी बरं का! हे चौगुले सर..." मोहननं त्या दोघांना सीनिअर चौगुलेंची ओळख करून दिली. त्यांनी एकमेकांशी लांबूनच नमस्कार चमत्कार केले. पण नमस्कार करतानाही 'आता निघा' अशा अर्थाचा चेहरा सीनिअर चौगुलेंनी केलेला दिसला. मोहन त्या दोघांना घेऊन बाहेर पडला.

"आयला, कोणे ते रांडीचं?" गौतमने पायऱ्या उतरत विचारलं.

"अरे ते इथले सीनिअर आहेत, आधीपासून राहत आहेत, अभ्यास करत होते

रे ते, आपल्यामुळे डिस्टर्ब झालं असेल''

''डिस्टर्ब झालं तर ह्याला सांग म्हनावं.'' गौतम शरीराच्या मध्यभागी बोट दाखवत म्हणाला. ''आरं आसं काय करतूय? झालं असाल त्याला डिष्टब... आपन पन तेच कराया आलुय, बरं जाऊ द्या, जेवाय कुटं जायचं ते बोला, लय भुका लागल्यात.'' रघूनं मध्यस्थी केली. तिघंही हॉटेलच्या शोधात निघाले.

''हिथं एक हॉटेल होतं, येक नंबर बगा! ती गल्ली आठवायलोय...'' इकडे तिकडे बघत गौतम शोधक नजरेनं फिरू लागला. ते दोन गल्लया सोडून त्या हॉटेलपाशी येऊन पोहोचले. ''तांबडा-पांढरा, आयला हे कसलं नाव आहे हॉटेलचं?'' मोहनला गंमत वाटली.

''काटा किर्रर .. ! भावा जेवून बघ! आन मग बोल...'' तिघंही आत शिरले. गौतम तर अगदी आपल्या स्वतःच्या गावात आल्यासारखा वावरत होता. त्यांनी तीन मटण थाळींची ऑर्डर दिली. तांबडा-पांढरा या रश्श्याच्या नावावरून हॉटेलला दिलेलं हे नाव अतिशय कल्पक होतं आणि तो रस्सा होताही अप्रतिम!

''तुम्ही दोघे एकमेकांना आधीपासून ओळखत होतात का?'' भाकरीचा तुकडा तोडता तोडता मोहननं दोघांना विचारलं.

''नाय रं, हिथं आत्ता ओळख झाली आमची, बाहेरच्या टपरीवर. ह्यो गायछाप घेत होता आन् मी छोटा गोल्डफ्लेक...'' रघू म्हणाला.

''हो, म्हनलं आपलाच भाऊबंद दिसायलाय..'' गौतम त्याला टाळी देत म्हणाला. अवगुणी माणसं लवकर एकमेकांचे चांगले मित्र बनतात. मोहनच्या कॉलेजच्या ग्रुपमध्येही अशी काही मुलं होती. आधी मोहन कसलंही व्यसन करत नव्हता. मित्र अधूनमधून त्याला सिगारेटचा झुरका किंवा तंबाखूचा बार भरण्याबाबत सांगायचे, पण तो नकार देत राहिला. पण नंतर त्यांच्या संगतीत राहून अधूनमधून सिगारेट फुंकण्यास त्यानं सुरुवात केली होती. त्याची मैत्रीण शलाकाला मात्र हे आवडत नसल्यानं त्यानं ते व्यसन सोडूनही दिलं होतं. पण तिनंच त्याला सोडून दिल्यामुळे तिच्यासाठी सिगारेट सोडल्याचं त्याला वाईट वाटू लागलं. आता पुन्हा त्याला सिगारेट ओढणारा मित्र भेटल्यामुळे त्याचं मन दोलायमान झालं, पण दुसऱ्याच क्षणी त्यानं स्वतःला सावरलं. आपण अभ्यास करायला आलोय, उगाच सुटलेल्या वाईट सवयी लावण्यात अर्थ नाही.

''राज्यसेवेची ॲड आलीय यार..'' मोहन विषय बदलत म्हणाला.

''हो राव, आतापर्यंतची सगळ्यात मोठ्ठी ॲड हाये.''

''भावा लय भारी चान्स आलाय.. आशी ॲड परत येनार नाय, ४० डीवायएसपी, ४५ डीसी!''

''तुला काय व्हायचंय?'' गौतमनं रघूला विचारलं.

आपली तर एकच पोश्ट हाये, डीवायएसपी!''

''डीवायएसपी? का रे?''

''माझे दोन भाऊ पीएसआय हायेत; ते म्हन्ले, 'बाबा कायबी हो; पण पीएसआय होऊ नको. कुत्रं विचारत नाही, डायरेक्ट डीवायएसपी झाला पायजेल...''

''होशील... होशील... आणि गौतम तू?'' मोहननं विचारलं.

''हे काय विचारनं झालं का? डीसी... ! सगळ्यात मोठी तर तीच पोश्ट आहे... पण आपल्याला तहसीलदार झालं तरीबी चालतंय''

''चला, म्हणजे दोन डीसी आणि एक डीवायएसपीच्या पोस्ट्स इथंच बुक झाल्या.'' मोहन गमतीनं म्हणाला आणि दोघांनी हसून त्याला दाद दिली.

''डीसी, डीवायएसपी तर होऊच रे, पन त्याआधी तांबडा-पांढरा वरपू...'' म्हणत त्यांनी पांढऱ्या रश्याची पाचवी वाटी तोंडाला लावली.

५

आज क्लासचा पहिला दिवस. मोहन क्लासच्या गेटसमोर उभा होता. काही मुलं हातात अभ्यासाची पुस्तकं घेऊन कोंडाळं करून गप्पा मारत उभी होती. काही जण लगबगीनं क्लासमध्ये जात होते. काही जण अभ्यासाविषयी चर्चा करत होते. ते वातावरण पाहून मोहनला एकदम मस्त वाटून गेलं. त्याची नजर क्लासच्या भिंतींवर लावलेल्या फ्लेक्स बोर्डवर गेली. तिथे मागच्या परीक्षेत यशस्वी झालेल्या मुला-मुलींचे फोटो ओळीनं लावलेले. त्यांच्या फोटोखाली त्यांचं नाव आणि त्यांनी मिळवलेलं पद लिहिलेलं होतं. एके दिवशी आपलाही फोटो इथं लागेल. मनोमन तो उत्साही झाला. त्याला हुरूप आला. मोहन आणि गौतम एकाच बॅचला होते. सकाळी नऊ ते बारा. रघू मात्र दुपारच्या बॅचला होता. मोहनच्या बॅचला खानदेशचा तो श्रीमंत मुलगाही होता. पन्नास जणांची एक बॅच याप्रमाणे तीन बॅच होत्या. मुलांपेक्षा मुलींची संख्या जरा कमी होती. राज्यसेवा पूर्व परीक्षेसाठी तीन महिन्यांचा कालावधी होता. त्यामध्ये पूर्व परीक्षेचा अभ्यास दोन महिन्यांत उरकायचा, त्यानंतर रिव्हिजन आणि चार मॉक टेस्ट्स असा कार्यक्रम आखण्यात आला होता. नोट्स आणि काही निवडक पुस्तके त्यांना क्लासमधूनच देण्यात येणार होती. त्यासाठी वेगळे पैसेही मोजायला लागणार होते. पूर्व परीक्षेच्या क्लासची फी सहा हजार रुपये होती, इतर नोट्स वगैरेचा खर्च पकडून जवळपास ८ ते १० हजार जातील, असं वाटू लागलं.

पहिल्याच दिवशी सरनाईक सर त्यांच्या वर्गावर आले. केसांचा व्यवस्थित भांग पाडलेला, स्टार्च केलेला पांढरा सुती शर्ट, डोळ्यांवर चश्मा, जाड मिश्या आणि चेहऱ्यावर प्रसन्न हास्य, यांमुळे त्यांचं भारदस्त व्यक्तिमत्त्व उठून दिसत होतं. ते वर्गात आले आणि सर्व जण उठून उभे राहिले. "बसा,बसा.. आज तुमचा पहिला दिवस! आज तुम्ही सगळा अभ्यासक्रम आणि आपले वेळापत्रक समजून घ्या. आपल्या हातात तीन महिने आहेत. या तीन महिन्यांतला मिनिट अन् मिनिट महत्त्वाचा आहे. ही अशी वेळ तुमच्या आयुष्यात पुन्हा कधीही येणार नाही. खूप मोठी ॲड आह. क्लास वनच्या खूप पोस्ट्स आहेत. असं समजा की ही तुमची

शेवटची परीक्षा आहे. दुसरा कसलाच विचार मनात आणू नका, आणि उद्यापासून जोरात अभ्यासाला लागा.. ऑल द बेस्ट!''

''थँक यू सर!'' सर्व जण एकसुरात म्हणाले. क्लासच्या सरांना बारीक आवाजात काही सूचना देऊन सरनाईक सर निघून गेले. त्यानंतर क्लासच्या सरांनी त्यांना नोट्स वाटल्या आणि वेळापत्रक समजावून सांगितलं. नोट्सना रॉकेल झेरॉक्सचा वास होता. तो मोहनला खूप आवडायचा. वेगवेगळ्या विषयांच्या नोट्स मुलांकडे जमा झाल्या. काही अभ्यासू मुलांनी तर लगेच ते वाचायलाही सुरुवात केली. 'मिनिट अन् मिनिट महत्त्वाचा आहे,' सरांच्या वाक्याचा त्यांच्यावर चांगलाच परिणाम झालेला दिसत होता. आपणही वेळ वाया घालवून चालणार नाही, लगेच त्यानं मनाशी स्वतःचं वेळापत्रक तयार करायला घेतलं. आणि ते नोट्सच्या मागच्या कोऱ्या पानावर तो लिहू लागला.

सकाळी ६.०० उठणे
सकाळी ७.०० पर्यंत आवरणे, अंघोळ वगैरे
सकाळी ७.३० ते ८.३० पेपर वाचन
सकाळी ९.०० ते १२.०० क्लास
दुपारी १.०० ते १.३० जेवण
दुपारी २.०० ते ४.०० इतिहास/भूगोल
दुपारी ४.०० ते ६.०० राज्यशास्त्र/अर्थशास्त्र
संध्याकाळी ६.०० ते ७.०० चहा/थोडा आराम
संध्याकाळी ७.३० ते ८.३० विज्ञान
रात्री ८.३० ते ९.३० जेवण
रात्री १०.०० ते १२.०० गणित/बुद्धिमत्ता चाचणी
रात्री १२.०० ते १.०० उजळणी

मोहन हे सगळं लिहीत असताना गौतम ते पाहत होता, ''हे काय करायलास? वेळापत्रक?''

''हं, आता उद्यापासून ह्याच्यानुसार अभ्यास करणार.'' मोहन आत्मविश्वासानं म्हणाला. त्यावर गौतम मिस्कीलपणे हसला.

''काय झालं रे? असा का हसतोस?''

''बघू किती दिवस पाळतूस ते...'' त्याच्या आत्मविश्वासाला सुरुंग लावत गौतम हसत हसत म्हणाला. ''आरं, आन् हे काय लिहिलंय? ६.०० वाजता - उठणे..? पण नक्की काय?'' असं विचारून खें खें हसायला लागला. मोहननं त्याच्याकडे दुर्लक्ष केलं. शाळेतला पहिला दिवस असल्यासारखं त्याला वाटत होतं. सर्व क्लासवरून एकदा त्यानं नजर फिरवली, प्रत्येक जण नोट्स बघण्यात

गढून गेला होता.

"छे... आयला एक बी धड नाय... " गौतम स्वतःशीच पुटपुटला.

"काय? काय धड नाही"

"पोरी रे...! क्लासमधी एकबी पोरगी धड नाय..."

"आयला गौतम, तू अभ्यासाला आलाय का पोरी पटवायला?"

"तसं नाय भावा, जरा आपला विरंगुळा!" त्याच्या या उत्तरावर काय बोलावं ते मोहनला कळेना. तो तर कॉलेजला आल्यासारखा वागत होता. त्याच्यात काही सिरियसनेस दिसत नव्हता. त्याच्यापासून लांब राहणंच योग्य! नायतर हा स्वतः अभ्यास करायचा नाही आणि आपल्यालाही करू द्यायचा नाही... आपली क्लासमधली बसायची जागा बदलली पाहिजे, दुसऱ्या कुणाबरोबरही चालेल; पण गौतम नको! मोहननं मनाशी पक्कं ठरवलं. आज पहिलाच दिवस असल्यानं जुजबी माहिती देऊन क्लास सोडून देण्यात आला. ते दोघं बाहेर आले तेव्हा खानदेशचा, त्यांच्या शेजारी राहणारा मुलगा त्यांच्यापाशी आला.

"तुम्ही दोघं माधववाड्यात राहता ना? काल पाह्यलं मी..." तो म्हणाला.

"हो बहुतेक तुझ्या बाजूलाच रूम आहे आमची.." मोहन म्हणाला.

"मी अजय नारखेडे." त्यानं हात पुढे केला. त्यांनीही त्यांची नावं सांगून त्याच्याशी हात मिळवला.

"क्लास बरा वाटतो, नै का?"

"हां... आताशी तर पह्यला दिवस हाये. चांगलं शिकवाय पायजे..." गौतम म्हणाला.

"आपण क्लासनंतर एकत्र अभ्यास करू, चालेल का?" अजयनं विचारलं.

"हो, चालेल की, डिस्कशन करू. पण शिकवणारे जास्त वयाचे वाटत नाहीत... नाही का?" मोहननं शंका उपस्थित केली.

"आरं, ती अभ्यास करनारी पोरंच हायेत... सीनिअर! फक्त त्यांचा अभ्यास जास्त वर्षं झालाय. यम्पि एस्सी लय तंगवती भावांनो! झालं तर खटक्याव बोट अन् जाग्याव पलटी! नायतर लटकत्यात अशी वर्षानुवर्षं... ही ती लटकलेलीच पोरं दिसायलीत, आता जास्त अभ्यास झाल्यामुळं मग शिकवायलीत क्लासमधनं." गौतम म्हणाला. इतकी वर्षं अभ्यास करूनही त्यातली बरीचशी मुलं कुठल्याही पदासाठी निवडली गेली नव्हती. त्यामुळे आपला निवडलेला मार्ग योग्य की अयोग्य? मोहन असा विचार करत असतानाच मंद सुगंधाचा दरवळ शेजारून गेला. यांत्रिकपणे तिघांच्याही माना त्या दिशेला वळल्या.

"आयला, कसला कंडा माल हाये..." गौतमचे डोळे चमकले.

"नई रे भौ... त्या टीचर आहेत. मेन्सला मराठी शिकवतात... " अजय

दबक्या आवाजात म्हणाला. "काय सांगायलायस? टीचर? संतूर साबन लावतीय का काय?" गौतम कधी काय बोलेल सांगता येत नाही. मोहन त्यांच्या पाठमोऱ्या आकृतीकडे पाहत होता. गोरा वर्ण त्यांच्या उघड्या पाठीवरून दिसत होता. साडी अगदी चोपून नेसली होती. त्यामुळे निसर्गतःच असलेलं शरीराचं वळण डोळ्यात भरत होतं. चालणं लयीत, त्यामुळे भरपूर केशसंभार चालताना त्याच लयीत हलत होता. त्यात खोचलेलं लहानसं गुलाबाचं फूल स्वतःच्याच अहंकारात असल्यासारखं वाटत होतं. कानावर चश्म्याच्या बारीक काड्या दिसत होत्या. मोहननं त्यांचा चेहरा पाहिला नाही, पण तो दिसला असता तर बरं झालं असतं, असं त्याला वाटलं.

"आयला, डोळ्यांची दिवाळी हाये." गौतम मान वळवून बघत होता.

"चला गौतमराव, मान मोडेल आता" मोहन त्याला खेचू लागला.

"चल रे भौ... सरनाईक सर काय बोलले माहीत आहे नं? एक मिनिट न् मिनिट महत्त्वाचा आहे." तिघंही माधववाड्यापाशी आले तेव्हा रघू क्लासला जायला निघाला होता. त्याची दुपारची बॅच होती.

"अरे, इतक्या लवकर आलात?" त्यानं आश्चर्यानं विचारलं.

"हो, नोट्स वाटल्या आणि वेळापत्रकाविषयी माहिती दिली... उद्यापासून खरा क्लास!"

"मग आम्हाला पण तेच सांगतील.. चल, मी जातो, आमच्या क्लासची वेळ झाली." म्हणत तो निघाला. तिघं गेटमधून आत शिरले तेव्हा एक काळासा मुलगा शेवडेमामांबरोबर बोलत असलेला त्यांना दिसला.

"मामा, बघा जरा, एखादी जागा शिल्लक असेल तर," तो मुलगा म्हणाला.

"आरं नाय रं बाबा, सगळ्या रूम फुल्ल झाल्यात. काल परवा आला अस्तास तर मिळाली अस्ती.. तू दुसरीकडं बग कुटंतरी... " शेवडेमामांनी हात वर केले.

"मला उशीर झाला ओ जरा, सगडीकडी पाहून आलोय, कुठंच जागा नै हो.. माझी सगडी मेहनत वाया जैल हो.. बघा प्लीज." तो मुलगा विनवण्या करत होता.

"ओ मामा, काय झालं हो?" गौतमनं आत शिरता शिरता विचारलं.

"आओ, ह्यो पोरगा नंदुरबारवरनं आलाय म्हणतोय, अभ्यासाला. पन आता आपल्याकडं जागाच न्हाई तर ठिवायचं कुटं ह्याला? तेच सांगतोया मगाधरनं..."

समोरचा तो मुलगा अंगानं अगदीच किरकोळ होता. वर्ण सावळा, सावळा कसला काळाच, केस विस्कटलेले, अंगावरचे कपडे चुरगळलेले होते. पायात स्लीपर... हातात एक काळी जुनी बॅग... तीही काही ठिकाणी फाटलेली... त्यातून आतले कपडे दिसत होते. तो मुलगा अत्यंत गरीब असल्याचं त्याच्या पेहेरावावरून दिसत होतं.

"अभ्यासाला आलाय का?" गौतमनं विचारलं

"हो, फक्त तीन महिने..." तो मुलगा म्हणाला.

"का? तीन महिनेच का? " मोहननं आश्चर्यानं विचारलं.

"राज्यसेवेची पूर्व परीक्षा झाली की जाईन मी..." तो मुलगा दीनवाणे म्हणाला.

"फक्त तीन महिनेच राहशील?" अजयनं विचारलं. त्यावर तो 'हो' म्हणाला.

"मामा, मग याला माझ्या रूममध्ये राहू द्या," अजय शेवडेमामांना म्हणाला.

"आओ पन, साहेब चिडतील माझ्यावर..." शेवडेमामांपुढे धर्मसंकट उभं राहिल्यासारखा चेहरा त्यांनी केला.

"मी सांगीन पप्पांना... तुम्ही काही काडजी करू नका," अजय म्हणाला. त्या खोलीत अजय एकटाच राहत होता. तो मुलगा आल्यानं काही अडचण होणार नव्हती; झाली तर अभ्यासात मदतच होणार होती. आणखी काही जुजबी प्रश्न त्यानं त्याला विचारले. आणि मग त्यानं त्याला रूममध्ये राहायला घ्यायचं ठरवलं.

"बगा बरं का... तुम्ही सांगताय म्हनून मी करतोय हे... उद्या सायेब काय बोलले तर तुम्ही सांगा त्यांना." शेवडेमामांना हे अवघड जागचं दुखणं वाटू लागलं.

"मी बोललो ना, तुम्ही काळजी नका करू.. मी सांगीन...," अजय त्यांना दिलासा देत म्हणाला. आता शेवडेमामांपुढे पर्याय उरला नाही. ते सगळे त्याला घेऊन अजयच्या रूममध्ये आले.

"अरे, पण आम्ही तुझं नावच विचारलं नाही...," मोहन म्हणाला.

"मी बबन गावित, नंदुरबारहून आलोय..," तो म्हणाला.

"बरं पण फक्त तीन मैने राहून अभ्यास कस्काय होईल? आणि पुढं काय करशील मग?" अजयनं विचारलं

"मी परत जैन.. माझी परिस्थिती नई जास्त दिवस राह्यची.. मी धुडयाला जॉब करतो. घरी वडील आणि दोन लहान बहिणी आहेत. वडील सालदार म्हणून एकाच्या शेतात काम करतात. त्यामुडे मग मी पण काम करता करता शिकलो आणि बाहेरून बीए झालो. वडिलांना आता काम जमत नाही, मग मीच घराचा सगडा खर्च भागवतो." आता या तीन महिन्यांनी तो पुन्हा आपल्या गावी निघून जाणार होता. त्याची परिस्थिती हलाखीची दिसत होती. सगळ्यांना त्याची दया आली.

"मग तू कोणता क्लास लावला आहेस?" मोहननं विचारलं

"कसला क्लास ओ... माझ्याकडे फक्त राहायचे आणि जेवणाचे पैसे आहेत... मी रूमवरच अभ्यास करणार आहे." बबन म्हणाला.

"काय? मग कशाला आला रे पुण्यात, येवढ्या लांब..." गौतम म्हणाला.

"इथं परीक्षेचं वातावरण चांगलं आहे. आमच्या कॉलेजचे एक सर आहेत, त्यांनी मला इथे यायला सांगितलं. थोडी पैशाची मदत पण केली. मुलांमध्ये राहून चांगला अभ्यास होईल म्हणाले म्हणून आलो."

"बरोबर भौ, वातावरणाचा परिणाम तर होतोच! म्हणून तर मी धुडे सोडून इथे आलो अभ्यासाला"

"तुम्ही धुड्याचे आहात का? मग बरं झालं. मी नंदुरबारचा आहे, शहादा तालुका.." बबनला शेजारच्या जिल्ह्यातला मुलगा रूमपार्टनर म्हणून मिळाल्यामुळे साहजिकच आनंद झालेला दिसला. "दोघेही ळ ला ड म्हननारे एकत्र राहनार त्यामुळं त्यांचं चांगलंच पटनार." गौतम हळूच मोहनच्या कानात म्हणाला. पण त्याचा आवाज त्यांना ऐकू जाईल इतका हळू होता. त्यामुळे त्या दोघांनी ते ऐकलंच!

"बरं झालं, चला, म्हणजे बबन तुझी सोय झाली..." मोहन काहीतरी म्हणायचं म्हणून म्हणाला. अजयच्या रूममधला रिकामा बेड कदाचित बबनच्याच नशिबात होता.

६

दुपारी तीन वाजता रघू गाणी गात, नाचतच रूममध्ये शिरला. त्या वेळी मोहन आणि गौतम मिळालेल्या नोट्स चाळत बसले होते. सीनिअर चौगुले त्यांच्या टेबलसमोर बसून वाचत बसले होते. शांत दुपार होती, ती त्याच्या आवाजानं भंग पावली

"शू ऽऽऽ.... काय झालं रे नाचायला?" मोहननं त्याला थांबवत विचारलं. सीनिअर चौगुलेंचा त्रासिक चेहरा त्यानं आधीच पाहिला होता. वातावरण पाहून रघूच्या आवाजाची पातळीही लगेच खाली आली.

"का नाचायलायस रे?" गौतमनं दबक्या आवाजात विचारलं.

"आरं मी बॅच बदलली..."

"बॅच बदललीस? मग कुठली घेतलीस?" मोहननं विचारलं.

"तुमची!"

"का?"

"एकटं बसून लय कटाळा आला. आन पोरं बी बरुबर न्हाईत. म्हनलं तुमच्या बॅचमधी कसं तुम्ही दोघं हायेत. कसंतरी सरांना पटवलं आनि तुमची बॅच मागून घेतली." एखादी गमतीदार गोष्ट सांगावी तसा रघू म्हणाला.

"काय सांगायलायस! एक नंबर काम केलंस भावा!" गौतमच्या चेहऱ्यावर आनंद मावत नव्हता. मोहननं मनातल्या मनात डोक्याला हात लावला. 'घरचं झालं थोडं अन् व्याह्यानं धाडलं घोडं' अशी गत झाली. आता हे दोघं वैताग आणणार, अभ्यासाचं काय होईल देव जाणे! मोहन त्या चिंतेत असतानाच सीनिअर चौगुले त्यांच्या जागेवरून उठले आणि काहीही न बोलता पुस्तक घेऊन बाहेर निघून गेले.

"अरे, ए.. जरा शांत बसा ना... किमान रूममध्ये तरी गप्पा मारू नका.. चौगुले सरांना डिस्टर्ब झालं बहुतेक!" मोहनला ते बाहेर निघून गेल्यामुळे अपराधीपणाची जाणीव झाली. पण त्या दोघांनी तिकडे लक्षच दिलं नाही. कुंभमेळ्यात बिछडलेल्या भावांसारखे एकमेकांना मिठ्या मारायला लागले. मोहन बाहेर आला. सीनिअर चौगुले खाली पिंपळाच्या पारावर जाऊन पुस्तक वाचत बसलेले त्याला दिसले.

त्याला एकदम कसंतरीच झालं. तोही त्यांच्या मागोमाग तिथे आला.

"चौगुले सर, तुम्ही इथे का येऊन बसलात? वर चला." मोहन अडखळत म्हणाला. त्यावर त्यांनी त्रासिक चेहऱ्यानं त्याच्याकडे पाहिलं आणि पुन्हा पुस्तकात डोकं घातलं. "सॉरी सर, मी त्या दोघांना समजावून सांगतो. यापुढे रूममध्ये गोंधळ होणार नाही," तो पुन्हा म्हणाला.

"प्लीज, तू कुणाला काही सांगू नकोस. त्यानं काहीही फरक पडणार नाही. तू फक्त तुझा अभ्यास कर. या दोघांच्या नादी लागू नकोस. एवढंच सांगतो."

"हो बरोबर आहे तुमचं. पण तुम्ही वर आपल्या रूममध्ये चला," मोहन म्हणाला.

"नको, आणि असंही मी आता रूममध्ये अभ्यास करणार नाहीच! एक अभ्यासिका शोधून काढलीय. तिथेच जाऊन दिवसभर बसणार... ना तुमचा मला त्रास, ना माझा तुम्हाला! मी रात्री झोपायलाच येईन रूमवर..."

"असं का म्हणताय तुम्ही? मी त्यांच्या वतीनं सॉरी म्हणतो." मोहन समजावणीच्या सुरात म्हणाला. सीनिअर चौगुले आधी वैतागले; पण नंतर लगेच त्यांनी आपल्या चेहऱ्यावरचे भाव बदलले, "अरे, तसं नाही. हे मी आधीच ठरवलं होतं. आता चार जण रूममध्ये राहणार म्हटल्यावर त्रास हा होणारच! हे गृहीतच धरून चाललो होतो मी. त्यामुळे तुझ्या मित्रांचा मला राग आला वगैरे असं काही नाही. पण तुला एक गोष्ट सांगतो- त्यांच्याकडे बघून असं वाटतं की ते अभ्यासाच्या बाबतीत फारसे सिरियस दिसत नाहीत. ही तुमची कॉलेजची वर्षं नाहीत की तुम्ही बिनधास्त कसंही वागावं. आता तुम्ही कॉलेज सोडून एका निर्दयी जगात आले आहात- जिथं कोणी कुणाला विचारत नाही. खाली पडलेल्याला चिरडून पुढे जातात. त्यात आपण सर्व जण स्पर्धा परीक्षांचा अभ्यास करतोय, म्हणजे इथं जीवघेणी स्पर्धा आहे हे तर मान्य करावंच लागेल. इथं प्रत्येक जण दुसऱ्याला मागे कसं टाकता येईल हाच विचार करत असतो. ही एक रेस आहे. तुम्ही जोरात पळाला नाहीत, तर तुम्ही हरणार हे नक्की! तू अजून लहान आहेस. माझे काळ्याचे पांढरे झाले इथं. स्पर्धा परीक्षा काय चीज आहे हे तुला माहीत नाही. हळूहळू माहीत होईल. पण यांच्यासारखा टाइमपास करत राहिलास तर वेळ कसा निघून जाईल, तुझं तुलाही कळणार नाही. इथं एकदा माणूस रखडला ना, तर तो कुठलाच उरत नाही. ना घर का ना घाट का! तुला म्हणून सांगतो, बिलकूल वेळ वाया घालवू नकोस." असं म्हणून सीनिअर चौगुले पारावरून उठले. त्यांनी मोहनच्या खांद्यावर हात ठेवला. "विचार कर," म्हणत ते निघून गेले. मोहन तसाच निःशब्द उभा राहिला. सीनिअर चौगुले जे बोलले त्यानं तो आतून हलून गेला होता. त्यांच्या अनुभवाचे बोल त्यांनी सांगितले. पहिल्या दिवसापासून तो

त्यांना भेटला तेव्हाच त्याला त्यांच्यात एक प्रकारचं औदासीन्य दिसलं होतं. कदाचित सतत येणाऱ्या अपयशामुळे त्यांना ते आलं असावं. पण तरीही ते मन लावून अभ्यास करायचं काम इमानेइतबारे करत होते आणि त्यांना जो त्रास झाला तो मोहनला होऊ नये, अशी त्यांची प्रामाणिक इच्छा दिसत होती. वर रूममधून आवाज आला तसं त्यानं वर पाहिलं. रघू आणि गौतमचा गाण्याचा आवाज त्याच्या कानांवर पडला.

"ये दोस्ती हम नही छोडेंगे...
छोडेंगे दम मगर, तेरा साथ ना छोडेंगे .. "

७

रात्रभर मोहन विचार करत राहिला. त्याला झोपच येईना. सीनिअर चौगुले जे म्हणाले ते त्याच्या कानात घुमत राहिलं. 'इथं एखादा माणूस रखडला ना की तो कुठलाही उरत नाही. ना घर का ना घाट का...' आपल्याला समजावण्याच्या प्रयत्नात ते स्वतःचंच नैराश्य मांडत नसावेत ना? मोहनच्या डोक्यात विचार आला. ते बरीच वर्षं इथं राहिले असावेत; परंतु नशिबानं त्यांना योग्य ती साथ दिली नसावी. त्यामुळे ते एकलकोंडे व चिडचिडे झाले असावेत. परंतु त्यांच्याकडून शिकण्यासारखं बरंच आहे. मुख्य म्हणजे त्यांना परीक्षांचा अनुभव आहे. आणि त्याचा आपल्याला उपयोग करून घेता येईल. त्याचा फायदा करून घेता आला पाहिजे. या रघ्या आणि गौत्याच्या नादाला लागलो तर आपलं काही खरं नाही. विचार करता करता मोहनला कधी झोप लागली, ते कळलं नाही. सकाळी त्याला उशिराच जाग आली. जाग आल्या आल्या त्यानं घड्याळात पाहिलं. साडेसात झाले होते. तो खडबडून जागा झाला. उठून बसला, समोर पाहिलं तर गौतम छद्मीपणे त्याच्याकडे बघून हसत होता.

"पह्यल्याच दिवशी वेळापत्रक बोंबललं दिसतंय." पेपर वाचता वाचता एक टोमणा त्यानं मोहनला मारलाच! त्याच्याकडे दुर्लक्ष करून मोहन तडकाफडकी उठला. पटापट सगळं आवरलं. तोपर्यंत क्लासला जायची वेळ झाली. सीनिअर चौगुले रूममध्ये नव्हते. ते सकाळी लवकरच अभ्यासिकेत निघून गेले होते. रघू, गौतम, मोहन आणि शेजारच्या रूममधला अजय अशी 'चौकडी' क्लासला जायला निघाली.

"काल एका मानसानं मोठ्या तोऱ्यात वेळापत्रक बनवलं आन् पह्यल्याच दिवशी ते कोलमडलं." गौतम रघूला सांगत होता. मोहन त्यावर काही बोलला नाही. तो त्याच्याच विचारात चालला होता. त्यानं विचार केला की आपण त्यांच्याशी जास्त बोललो नाही तर ते आपोआपच आपल्याशी कमी बोलतील. तो शांत राहिला. क्लासमध्येही तो दोघांपासून दूर बसला. पहिला तास इतिहासाचा होता. त्याच्या आवडीचा! पूर्व परीक्षेला भारताच्या स्वातंत्र्याच्या इतिहासाचा अभ्यासक्रम

होता. १८५७ ते १९४७ या कालखंडाचा. सरांनी १८५७चा उठाव, त्याची कारणं, परिणाम या गोष्टी शिकवल्या. इतिहासासाठी जयसिंगराव पवार यांचं पुस्तक प्रसिद्ध होतं. ते वाचायला सांगितलं. त्यानंतर भूगोलाचा तास सुरू झाला. महाराष्ट्राचा भूगोल अभ्यासाला होता. पहिल्याच दिवशी मन लावून लक्ष दिल्यानं त्याला बऱ्यापैकी शिकवलेलं कळलं, त्यामुळे त्याला थोडं बरं वाटू लागलं. एकदम अबोला नको म्हणून क्लास सुटल्यावर तो गौतम आणि रघूजवळ गेला. "चला, भूक लागली. लवकर जाऊ रूमवर."

"सकाळ काय झालं व्हतं रं तुला? लय गप गप होतास... आमच्याशी बोल्ला पन नाईस." रघू म्हणाला.

"नाही रे, विचार करत होतो जरा."

"रागावलायस का आमच्यावर?" गौतमनं विचारलं.

"नाय रे बाबा, तुमच्यावर कशाला रागावू?"

"सकाळ तुला चिडवलं त्याचा राग आला आसंल."

"हो, राग तर आलाय. पण तुझा नाही, तर स्वतःचाच राग आला होता."

"जाऊ दे लेका! तू बी काय मनाला लावून घेतूयास." रघूनं त्याच्या पाठीवर थाप मारली.

"काय रे भौ, काय चालंलय?" अजयनं मागून येत खांद्यावर हात टाकत विचारलं.

"नाय रे, काय नाय."

"अरे, तुम्हाला एक खतरनाक गोष्ट सांगायचीच राहिली..." अजय म्हणाला. त्यावर सगळ्यांनी उत्सुकतेनं काय म्हणून विचारलं.

"अरे, माझा तो नवीन रूमपार्टनर नै का, बबन... त्याच्यामुडे अटॅकच आला असता मला काल!"

"का रे? काय केलं त्यानं?" मोहननं विचारलं.

"अरे भौ, जाम घाबरून गेलो मी काल, त्याचं काय झालं... काल रात्री मी झोपलो बर्का. मध्यरात्री कधीतरी मला कसला तरी मंत्र वगैरे पुटपुटल्याचा आवाज येऊ लागला. मी विचार केला सालं, इतक्या रात्री कोण पूजा करू राह्यलंय? डोडे उघडून बघतो तर हा पठ्ठ्या रॉकेलच्या दिव्यासमोर बसून मागेपुढे डुलत होता नि कैतरी बडबडतही होता."

"काय सांगायलायस?" गौतमचे डोळे आश्चर्यानं मोठे झाले.

"हो न भौ... माझी तर अशी तंतरली! म्हणलं, आयला कुठल्या जारन-मारन करणाऱ्याला आपला रूमपार्टनर करून घेतला, नसती उपाधी!"

"मग रे?"

“एकतर आधीच मी झोपेत होतो. त्यात हे असं बघितलं, माझ्या तोंडून तर शब्दच फुटेना. शिरशिरीच भरली नं माझ्या अंगात!”

“आयला, उठून दोन कानाखाली हानायच्या ना त्याच्या.... एकतर राह्यला जागा दिली न हे असले धंदे?” रघू चिडून म्हणाला.

“अरे नई रे बाबा... तसं कै नव्हतं नं पण, मी नीट पाह्यलं तर हा पठठ्या समोर पुस्तक ठेऊन अभ्यास करत होता.” कपाळावर हात मारून घेत अजय म्हणाला. त्यावर सगळे जण जोरजोरात हसू लागले.

“आयला येड्या डोक्याचंच दिसतयं हे!” गौतम हसत म्हणाला.

“नायतर काय? पण तो रात्री अभ्यास का करत होता? आणि तेही दिव्याच्या प्रकाशात?” मोहननं विचारलं.

“अरे, त्या शॉकमधून सावरल्यावर मी विचारलं ना त्याला, तर म्हणे मला अशीच सवय आहे, तो रात्रीच अभ्यास करतो...”

“आयला भारीच राव!” सर्वांना आता बबनबद्दल कुतूहल वाटू लागलं.

“मला तर असं वाटून राह्यलं की पठ्ठ्या प्री परीक्षा पास होऊन जैल.” अजय म्हणाला.

“बरोबर आहे यार! रात्री कसं सर्व वातावरण शांत असतं. अभ्याससुद्धा चांगला होत असेल,” मोहन म्हणाला.

“आपन पन करनार आता उद्यापासनं, रात्रीचा अभ्यास!” रघूनं विडा उचलला.

“मी पन...” आता रघूनं विडा उचलला म्हटल्यावर गौतमला बारीकशी सुपारी तरी उचलावी लागलीच! पण त्याच्या म्हणण्यात तेवढा जोश दिसला नाही.

“ज्याला जसा जमतोय तसा अभ्यास करा, पण करा बाबा. आजचा दिवस तर गेला. विचार करा एक दिवस कमी झाला अभ्यासाचा...!” निर्वाणीचा इशारा दिल्यासारखा मोहन म्हणाला.

“हो रे भाऊ, आपण आता थेट रूमवर जाऊ, जेवून घेऊ आणि लगेच अभ्यासाला लागू.” अजय घाई करू लागला.

“बबन आजूनबी अभ्यास करत आसंल? ” रघू म्हणाला.

“भावा, मला तर त्याचंच बरोबर वाटाय लागलंय.” गौतम कसला तरी विचार करत म्हणाला.

“कस्काय?”

“मला सांगा, आपल्याला क्लासला जान्या येन्यात किती वेळ जातुय? जवळपास नाय म्हनलं तर एक तास... हा एक तास आपण फुकट घालवायलोय. या एका तासात आपण शाट काय वाचत नाय. म्हंजे फुकटच गेला ना तास... त्या एका तासात बबनचा आपल्यापेक्षा जास्त अभ्यास होनार. हाय का नाय?”

गौतमनं फुकट जाणाऱ्या वेळेचं गणित मांडून सगळ्यांच्याच डोक्यात किडा सोडून दिला.

"पॉइंटे ... सालं क्लास लावून चूक त नाय केली आपण?"

"गबसा रे... क्लासच्या पह्यल्याच दिवशी नाट नका लावू." रघू सगळ्यांवर खेकसला. सगळे रूमकडे निघाले. पण प्रत्येकाच्या डोक्यात आता तोच विचार सुरू होता. बबननं त्याच्या कृतीतून दाखवलं होतं की तो इतरांपेक्षा जास्त अभ्यास करू शकतो. सीनिअर चौगुले कालच मोहनला स्पर्धेविषयी म्हणाले होते. ही खरंच जीवघेणी स्पर्धा होती. इथे प्रत्येक जण स्वतः पुढे कसं जाता येईल, हेच पाहत होता. स्वतः पुढे जाणं म्हणजे अप्रत्यक्षपणे दुसऱ्याला मागे टाकणंच होय आणि प्रत्येक जण त्यासाठीच प्रयत्न करत होता. मोहनला आता त्याचा प्रत्यय येऊ लागला. आपण अविरत फिरणाऱ्या मोठ्या गोल चाकात अडकलोय, असं त्याला वाटलं. त्या चाकात टिकून राहायचं असेल तर धावावंच लागणार, ऊर फुटेपर्यंत! नाहीतर आपण इतरांपेक्षा मागे पडू. मग वेळ, पैसे फुकट जाणार, आणि मुख्य म्हणजे मोठी संधी आपल्या हातून जाईल. नाही... नाही... आपण वेळ बिलकूल वाया घालवता कामा नये. कोणीही बोलत नव्हतं; पण थोड्याफार फरकानं प्रत्येकाच्या डोक्यात हेच विचारचक्र फिरत होतं. सगळे माधववाड्यापाशी आले. अजयच्या रूमवर जाताना प्रत्येकाच्या डोक्यात बबनचाच विचार होता. बबन अजूनही पुस्तक समोर ठेवून अभ्यास करत असेल, असं प्रत्येकाला वाटत होतं. अजयनं दार उघडलं आणि समोर पाहतात तो बबन तंगड्या वर करून ढाराढूर झोपलेला!

८

संध्याकाळी मोहन, गौतम आणि रघू समोरच्या अमृततुल्य चहाच्या टपरीवर गेले. दुपारी वेळेच्या गणिताच्या विचारामुळे आणि टेन्शनमुळे चांगला अभ्यास झाला होता. गौतमला एका जागी जास्त वेळ बसून अभ्यास करता येत नव्हता. थोडा वेळ झाला की तो चुळबुळ करायला लागायचा. गौतम मग त्याच्या उशीखाली ठेवलेली गायछाप काढायचा आणि गॅलरीत जाऊन तंबाखू मळत पाच-दहा मिनिटे टाइमपास करायचा. त्याचं बघून मग रघूचंही अभ्यासातून लक्ष उडायचं. मग तोही आपली छोटी गोल्डफ्लेक पेटवायचा, आणि गॅलरीत जाऊन धूर काढत बसायचा. त्यांच्या या कार्यक्रमामुळे मोहनच्या अभ्यासात कधीकधी व्यत्यय यायचा. तसं बघायला गेलं तर मोहनलाही एके ठिकाणी जास्त वेळ बसून अभ्यास करायची सवय नव्हती. पण त्यानं मनात पक्कं ठरवलं होतं की, या जागेवरून उठायचं नाही. असं करता करता संध्याकाळ झाली आणि पहिल्याच दिवशी चांगला अभ्यास झाल्यामुळे आता थोडं माइंड फ्रेश करायला ते चहाच्या टपरीवर आले होते. 'माइंड फ्रेश करणं' ही रघूची संकल्पना! थोडा अभ्यास झाला की त्याला लगेच माइंड फ्रेश करायला लागायचं. मग तो सिगारेटचा झुरका ओढून यायचा.

''तीन च्या द्या.'' गौतमनं ऑर्डर दिली. हातात चहाचे ग्लास घेऊन तिघे बाजूला उभं राहून बोलू लागले.

''चांगला अभ्यास झाला नाही?'' मोहन म्हणाला.

''हो, पन इतुकासा अभ्यास उपयोगाचा नाही. पोरं पंधरा पंधरा-सोळा सोळा तास अभ्यास करत्यात.'' रघू चहाचा घोट घेत म्हणाला. त्याच्या एका हातात त्याची छोटी गोल्डफ्लेक पेटलेली होतीच! झुरका घेऊन तो वर हवेत धूर सोडत होता.

''तू वर का सोडतूस रं धूर?'' गौतमनं मध्येच विचारलं.

''धूर कसा सोडतात त्यावर मानसाचा स्वभाव कळतो, आसं मी वाचलं होतं कुटंतरी.''

"म्हणजे?"

"म्हंजे तू जर खाली बघून धूर सोडत असशील तर तू कसल्या तरी चिंतेत हायेस आणि तू वर धूर सोडत असशील तर तुझा स्वभाव स्वप्नाळू हाये..."

"म्हणजे तू स्वप्नाळू हायेस?" गौतमनं गमतीनं विचारलं.

"आता मला तशी सवय हाय त्याला मी काय करू...?"

"आयला, कायबी फेकायलंय." गौतम त्याची खेचू लागला. त्यांचा एकमेकांना चिडवण्याचा कार्यक्रम सुरू झाला. ते असेच नेहमी भरकटत जात. त्यांना पुन्हा मूळ विषयावर आणण्यासाठी मोहन त्या दोघांच्या मध्ये पडला, "बास रे! टाइमपास नका करू. आपल्याला खूप अभ्यास करायचा आहे... चला."

"माझं ठरलंय... आजपासून मी बबनसारखा रात्रीचा अभ्यास करनार... रात्री कसं सगळं शांत असतं... रेटून अभ्यास हुईल." रघू सिगारेटचा धूर वर हवेत सोडत म्हणाला.

"काय सांगायलाय? चालतंय की, मी पन करीन की मग..." गौतम म्हणाला.

"तू पन कर की मोहन्या आमच्याबरोबर अभ्यास... तिघं बी करू. मस्त अभ्यास हुईल," रघू म्हणाला.

"नाय रे बाबा, मला नाही जमणार रात्री जागायला. जास्तीत जास्त एक वाजेपर्यंत केला तर करीन."

"काय लेका! एवढंसं जमंना तुला?" रघू त्याची कीव करू लागला.

"हो बाबा, नाही जमत. तुम्ही दोघं आहात ना... करा की मग. मी कशाला पाहिजे? अभ्यास करनार आहात का टाइमपास?" मोहन गमतीनं म्हणाला.

"ए रघ्या, जाऊ दे, आपण दोघं करू." दोघांनी ठरवलं होतं. नुसत्या विचारानंच त्यांना स्फुरण चढल्यासारखं वाटत होतं. चहा पिऊन तिघंही पुन्हा माधववाड्याकडे निघाले.

"आरं थांब. रात्रीच्या जागण्याची सोय तर करू दे..." म्हणत गौतम बाजूच्या पानटपरीवर गेला. गायछाप आणि चुन्याच्या दोन-दोन पुड्या घेतल्या. मग रघूनंही त्याचं खाद्य छोटी गोल्डफ्लेक घेतली. सगळी जय्यत तयारी झाली. रात्रीच्या जेवणानंतर मोहन लगेच अभ्यासाला बसला. त्यानं इतिहासाचं पुस्तक अर्धं संपवलं होतं. इतिहास तसा त्याच्या आवडीचा विषय असल्यानं त्यानं मनापासून ते सर्व वाचलं होतं आणि बऱ्याचशा गोष्टी त्याच्या लक्षातही राहिल्या होत्या. आज मनासारखा अभ्यास झाल्यामुळे त्याला बरं वाटत होतं. सीनिअर चौगुले जेवण करून रूमवर आले आणि कुणाशी न बोलता टेबलवर पडलेली दोन पुस्तकं घेऊन बाहेर पडले. ते अभ्यासिकेत जाऊन वाचन करणार होते. रात्री खूप उशिरापर्यंत अभ्यास करून ते कधी रूमवर यायचे आणि सकाळी लवकर केव्हा जायचे,

मोहनला कळायचंसुद्धा नाही. ते रात्रीचे फक्त पाच तास झोप घेत असावेत, असा त्यानं अंदाज केला. इकडे रघू आणि गौतमची रात्री जागण्याची तयारी सुरू झाली. रात्री कसं जागायचं... कसा अभ्यास करायचा... झोप आली तर काय करायचं... याचं प्लॅनिंग करण्यात त्यांनी आख्खी संध्याकाळ घालवली होती. दोघांच्या चर्चेतून असं निष्पन्न झालं की जेवल्यानंतरचे पुढचे दोन तास जर व्यवस्थित जागे राहिलो तर पूर्ण जागू शकू . त्या दृष्टीनं त्यांनी उपाययोजना करायला सुरुवात केली. रघूनं भकाभक तीन सिगारेट्स एकामागोमाग एक फुंकल्या. एखाद्या मायथॉलॉजिकल सीरिअलमधल्या राक्षसासारखे त्याचे डोळे लालेलाल झाले. गौतमनंही तंबाखूचा डबलबार मळला. खालचा ओठ आणि दातांच्या मधल्या भागात तो भरला. त्यानं इतकी तंबाखू तोंडात भरली की तो हनुमानासारखा दिसायला लागला. त्या दोघांचे असले अवतार बघून मोहनला लंका दहनला निघालेल्या हनुमानाची आणि अशोक वनातल्या राक्षसाची आठवण झाली. त्या प्रकाराचं त्याला जाम हसू येत होतं; पण मोठ्या कष्टांनी त्यानं ते दाबून धरलं. मुख्य अभ्यास राहिला बाजूला आणि यांची ही वेगळीच नाटकं सुरू झाली होती. इतकी तयारी करण्यात त्यांनी संध्याकाळपासूनचा सर्व वेळ फुकट घालवला होता. त्यांच्यासाठी आता अभ्यास महत्त्वाचा नव्हता, तर रात्रीचं जागणं महत्त्वाचं झालं होतं. मोहननं पुस्तकात डोकं घातलं. त्यांच्या या नुसत्या तयारीत रात्रीचे ११ वाजून गेले. सगळ्या गोष्टी करून झाल्यावर आता पुस्तक घेऊन अभ्यासाला कुठे बसावं, याची चाचपणी सुरू झाली. खुर्चीत बसून अभ्यास करावा की बेडवर बसून करावा, याबाबत दोघे साशंक होते. शेवटी रघूनं बेड आणि गौतमनं खुर्ची पकडली. दोघांनी निमूटपणे आपापली पुस्तकं उघडली आणि वाचन सुरू केलं. पहिली पंधरा-वीस मिनिटं त्यांची चुळबुळ सुरू होती. त्यानंतर मात्र कुणीही काही बोलेना की कसला आवाज करेना. या दोघांची अभ्यासात चांगलीच तंद्री लागली की काय, हे पाहण्यासाठी मोहननं पुस्तकातून डोकं वर काढलं अन् पाहतो तर रघूच्या तोंडावर पुस्तक आणि गौतमचं पुस्तकावर तोंड अशा अवस्थेत दोघांच्याही विकेट्स पडल्या होत्या.

९

दुसऱ्या दिवशी क्लास सुटल्यावर चौकडी रस्त्यानं निघाली. टळटळीत ऊन पडलं होतं. क्लासपासून माधववाडा खरंतर १५ मिनिटांच्या अंतरावर होता. पण रमतगमत गेलं तर २०-२५ मिनिटे लागायची. दुपारी सर्वत्र शांतता होती. तुरळक वाहनं रस्त्यावरून धावत होती. दुपारी जवळजवळ सर्वच दुकानदार वामकुक्षी घेत पडलेले असावेत; कारण त्याच्या दुकानांची अर्ध्यावर आलेली शटर्स याची साक्ष देत होती.

"आज खूप झोप येऊन राहिली होती मला क्लासमध्ये," अजय म्हणाला.

"का रे? जागरण केलंस का काल?" मोहननं विचारलं.

"नै रे. नेहमीप्रमाणे १२ला झोपलो. काय सालं कडत नाही का झोप येऊन राहिली ती!"

"तुझं सोड, काल आमच्याकडे रात्रभर अभ्यास चालला होता." मोहननं टोमणा मारला.

"काय बोल्तो? तुम्ही तिघं?"

"नाय रे... मला जागरणं झेपत नाहीत. मी आपला १ला झोपलो."

"ए रांडच्या मोहन्या." गौतम मध्येच पिसाळला. त्यावर मोहन जोरजोरात हसू लागला. "अरे काल या दोघांनी ठरवलं की फुल्ल नाइट मारायची... अर्ध्या तासात लुडकले! " मोहननं हसत अजयला टाळी दिली. दोघंही त्यांची खेचू लागले.

"हसा रे हसा उंडग्यांनो! एक दिवस झोपलो म्हणून काय झालं? आता आज रात्रीपासनं बघा कसा अभ्यास करतो ते. काय रघू भावा?" रघूकडे बघत गौतम म्हणाला.

"नको तिच्यायला... आपण आपला दिवसाचाच अभ्यास करू. ती जागरणं नकोत न फागरणं नको. फालतू टाईमपास झाला; वरनं तोंडाची आग झाली सिगारेटी फुकुन ते वेगळंच !" रघू वैतागला. "जेणो काम तेनो थाय, दुजा करे सो गोता खाय. माझा रूमपार्टनर मात्र खतरनाक आहे या बाबतीत... फुल्ल नाइट मारतो आणि सकाळी सहा वाजता झोपतो," अजय म्हणाला.

“मानलं पायजेल त्याला बाबा, एवढा कसला स्टॅमिना रं? कसली जडीबुटी खातो का काय?”

“काय माहीत? त्यालाच विचार.” गप्पा मारता मारता चौकडी माधववाड्यात येऊन पोहोचली. त्यांनी पाहिलं बबन गॅलरीत उभा राहून मधल्या बोटाने दात घासत होता.

“आता उठायलायस होय?” गौतमनं विचारलं.

“हो, क्लास सुटला तुमचा?”

“हो, बबन लेका रात्री कितीला झोपतूस?” रघूनं त्याला विचारलं.

“रात्री नाही, पहाटे पाच-साडेपाचला झोपून जातो.”

“बबन यार एक गोष्ट सांग, तू सांगितलंस की तू धुळ्याला जॉब करत होतास. मग रात्री एवढं जागून अभ्यास कसा काय करतोस?” सगळ्यांनाच पडलेला प्रश्न मोहनने त्याला विचारला

“मला सवय आहे रात्री जागायची. नाइट वॉचमॅनचं काम करतो ना मी, त्यामुळे.”

“आरं तिच्या मायला...! असं हाये व्हय! तरीच म्हनलं इतका कसा जागतूस. कर बाबा चांगला अभ्यास कर रातचा, आमचा एक दिवस फुकाट गेला त्यात.” रघू म्हणाला. त्यावर मोहन आणि अजय हसू लागले. इतक्यात अजयला मागून कुणीतरी आवाज दिला. सर्व जण त्या दिशेला पाहू लागले. मागून एक जीन्स, टी-शर्ट घातलेला, वयानं थोडा मोठा वाटणारा मुलगा लगबगीनं चालत येत होता. त्याच्या चेहऱ्यावर प्रसन्न हास्य होतं. हातात दोन पुस्तकं, डोळ्यांवर चश्मा, केस व्यवस्थित तेल लावून विंचरलेले, त्यातले काही पांढरे केस मधूनच डोकावत होते. तो मुलगा त्यांच्याजवळ आला.

“ अरे, भोसले सर! कसे आहात? काय म्हणताय?” अजयनं विचारलं.

“तुझ्या दादाचा फोन आला होता. म्हणाला की तू इथं अभ्यासाला आलायस, म्हणून म्हटलं तुला भेटावं ”

“हो दादा बोलला होता मला. तुम्ही दोघं एकत्र राहत होता ना?”

“हो, ती काय, तिकडे पलीकडची रूम... तुझा दादा मागच्या ॲडला डीसी झाला आणि आम्ही मात्र इंटरव्ह्यूमधूनच बाहेर पडलो.” गमतीदार गोष्ट सांगावी तसे ते म्हणाले.

“ओह, हार्ड लक!”

“ये तो चलता रहता है... एमपीएससी आहे ही...तिला जेव्हा वाटेल तेव्हाच ती प्रसन्न होणार,” हसत हसत ते म्हणाले.

“ मानलं पाहिजे सर तुमच्या पेशन्सना.” मोहन म्हणाला.

“इथं त्याचाच उपयोग होतो. अभ्यासानंतर तर त्याचीच मदत होते.” प्रसन्न चेहऱ्यानं सीनिअर भोसले म्हणाले, “बरं हा तुमचा ग्रुप आहे वाटतं.. चांगला अभ्यास करा. काही अडलं तर बिनधास्त विचारा, अगदी अर्ध्या रात्रीसुद्धा! मी पलीकडे त्या रूममध्ये राहतो. अभ्यासाला जोर लावा. मी असं ऐकलंय की या ॲडनंतर एमपीएससी सिलॅबस बदलणार आहे. म्हणजे जुन्या अभ्यासक्रमाची ही शेवटची ॲड असणार आहे. तेव्हा चांगला अभ्यास करा. सर्वांना ऑल द बेस्ट!” “थँक यू!” सर्व जण एकसुरात म्हणाले. सीनिअर भोसले सर्वांचा निरोप घेऊन तडक निघाले. त्यांच्याकडे पाहून मोहनला अतिशय प्रसन्न वाटलं. अचानक त्याला त्याचे रूमपार्टनर सीनिअर चौगुले आठवले. तेसुद्धा वयानं यांच्याएवढेच असतील. दोघंही एमपीएससीच्या वारीत बरीच वर्षं चालत असतील; पण दोघांच्या दृष्टिकोनात जमीन-अस्मानाचा फरक होता. सीनिअर चौगुले सतत चिंतेत, अभ्यासाच्या ओझ्याखाली असल्यासारखे वाटायचे; पण सीनिअर भोसले मात्र तसे नव्हते. त्यांनाही कदाचित टेन्शन असेल, पण चेहऱ्यावर मात्र दिसायचं नाही. हसतमुख चेहरा होता त्यांचा! सीनिअर चौगुले स्वतःच्याच कोशात असल्यासारखे अन् सीनिअर भोसले मात्र खुशालचेंडू होते. आयुष्य तेच, पण दृष्टिकोन वेगळा! शेवटी दृष्टिकोन महत्त्वाचा!

१०

आज रविवार होता. क्लासला सुट्टी होती. मोहनला सकाळी नेहमीपेक्षा जरा लवकरच जाग आली. सुट्टीच्या दिवशी नेहमीच लवकर जाग येते. पण क्लासला सुट्टी असली तरी अभ्यासाला मात्र सुट्टी नव्हती. आज पूर्ण वेळ रूमवरच अभ्यास करावा लागणार होता. अनायसे लवकर उठला होताच त्यामुळे पटापट उरकून तो अभ्यासाला बसला. इतिहास संपत आला होता. १९१९चा मॉन्टेग्यू चेम्सफोर्ड कायदा वाचणं चालू होतं. १८५८चा इंग्लंडच्या राणीचा जाहीरनामा, १९०९चा मोर्ले मिंटो कायदा, १९३५चा भारतीय स्वातंत्र्याचा कायदा, इतिहासातले हे कायदे आणि त्यांची कलमं हा फारच कंटाळवाणा भाग होता, पण तितकाच महत्त्वाचा! त्यावर आजतागायत भरपूर प्रश्न विचारले गेले होते. त्यामुळे कंटाळवाणं असलं तरी मार्क्स मिळवण्यासाठी ते लक्ष देऊन वाचणं गरजेचं होतं. मोहनला खासकरून आवडायचा तो सशस्त्र क्रांतीचा उठाव ! काय थ्रिल होतं त्यात! आपोआप शहारे यायचे अंगावर. चापेकर बंधू, खुदिराम बोस, सावरकर, अनंत कान्हेरे, भगतसिंग, राजगुरू, सुखदेव, चंद्रशेखर आझाद, मदनलाल धिंग्रा, सूर्यसेन हे आणि त्यांच्यासारख्या कित्येकांच्या जाज्वल्य देशाभिमानाने आणि अतुल्य साहसाने त्याला स्फुरण चढल्यासारखं वाटायचं. पुस्तकात पिस्तुलं लपवून आणणं, बॉम्ब तयार करून फोडणं, जुलमी इंग्रज अधिकाऱ्यांना यमसदनी पाठवणं, आणि देशासाठी हसत हसत फासावर जाणं, काय वेडे लोक होते ते! देशप्रेमापुढे त्यांना ना काही दिसत होतं, ना काही सुचत होतं. तो काळच मंतरलेला होता. अर्ज, विनंत्या करून आणि नुसती आंदोलनं करून हे इंग्रज सरकार ऐकणार नाही, हे पटल्यामुळे त्या काळच्या तरुण रक्तानं हा रक्तरंजित मार्ग अवलंबला होता. एकूणच एखादी थरारक गोष्ट वाचावी तसं त्यानं ते प्रकरण वाचून काढलं. त्याचं प्रकरण वाचून संपलं इतक्यात रघूच्या घड्याळाचा गजर वाजला. घड्याळात सकाळचे साडेसात वाजले होते. सकाळच्या साडेसात वाजता उठायलाही गजर! बाजूच्या बेडवरच्या चादरीतून फक्त एक हात बाहेर आला आणि त्यानं कोकलणाऱ्या एखाद्या लहान मुलाला धपाटा घालावा तसा घड्याळाच्या गजराच्या बटणावर धपाटा घातला. ते शांत झालं. यांत्रिकपणे हात

आला तसाच चादरीत लुप्त झाला.

"ए रघ्या, ऊठ की ! साडेसात वाजले." मोहन त्याला उठवायचा प्रयत्न करू लागला.

"५ मिनिटं... ५ मिनिटं... " एखाद्या गुहेतून यावा तसा चादरीतून आवाज आला. त्यानं गौतमच्या बेडवर नजर टाकली. एखादं प्रेत पडावं तसा तो बेडवर आडवा पसरला होता. त्यालाही मोहननं उठवायचा प्रयत्न करून पाहिला.

"झोपू दे की, आज रयवार हाये... अभ्यासाला आराम आज... थोडा वेळ..." तोही झोपेत बडबडल्यासारखा करू लागला. त्यांना उठवण्याचे प्रयत्न मोहननं सोडून दिले. त्याला चहाची तलफ लागली. तेव्हढ्यात सीनिअर चौगुलेही त्यांचं आवरून अभ्यासिकेत जायला निघाले होते.

"सर, चहा घ्यायचा का?" मोहननं त्यांना अडवत विचारलं. मनगटावरच्या घड्याळात बघत थोडा विचार करून त्यांनी होकारार्थी मान डोलावली. मोहनला चहाचा पार्टनर मिळाला अन् तो लगेच त्यांच्यासोबत जायला निघाला. समोरच्या चहाच्या टपरीवर पोहोचल्यानंतर नेहमीप्रमाणे चहावाल्यानं सीनिअर चौगुलेंना नमस्कार केला आणि दोन वाफाळणारे ग्लास त्यांच्या हातात दिले. सुंदर सकाळ होती. हवेत आल्हाददायक थंडी आणि हातात अमृततुल्य चहाचे ग्लास! यापेक्षा दिवसाची सुंदर सुरुवात कोणती असावी?

"मग, सुरू झाला की नाही अभ्यास?" सीनिअर चौगुलेंनी विचारलं.

"हो, पहिला इतिहास घेतलाय वाचायला. "

"गुड, तसे बरेच जण इतिहासानंच सुरुवात करतात. इंटरेस्टिंग वाटतं वाचायला. पण नंतर अर्थशास्त्र , राज्यशास्त्र हे बोरिंग विषय येतात," सीनिअर चौगुले चहाचा घोट घेत म्हणाले. "भूगोल तसा बरा आहे. आणि हो, बुद्धिमत्ता चाचणीचा अभ्यास रोज न चुकता करत जा आणि करंट अफेअर्ससुद्धा रोज करावं लागतं." सीनिअर चौगुले नेहमीपेक्षा बरंच बोलत असल्याचं मोहनच्या लक्षात आलं. ते बऱ्याच गोष्टी समजावून सांगत होते. कोणत्या विषयाचा अभ्यास कसा करायचा, किती करायचा, वगैरे, वगैरे. मोहन फक्त ऐकत होता आणि त्यांच्या म्हणण्याला दुजोरा देत होता. दोघांचेही चहा संपले. त्यांनी पैसे देण्याआधीच मोहननं घाई करून चहावाल्याला पैसे देऊनही टाकले. "तुमचा तर सगळा अभ्यास झाला असेल ना सर?" चहावाल्याकडून उरलेले सुट्टे पैसे घेत मोहननं विचारलं.

"सगळा अभ्यास कधीच होत नसतो, तसा झाला असता तर मी तुला इथे दिसलो नसतो. जाऊ दे, मी निघतो. मला उशीर झालाय. अभ्यासिकेत लवकर जाऊन जागा पकडावी लागते, नाहीतर जागा मिळत नाही. चल बाय, चहाबद्दल थँक्स!" म्हणत झपाझप पावलं टाकीत ते निघून गेले. ते नजरेआड होईपर्यंत मोहन

त्यांच्याकडे पाहत राहिला. या माणसाला आत खोलवर कसलं तरी दुःख आहे. मोहनची त्यांच्याशी जास्त दिवसांची ओळख नव्हती, पण त्याला तसं नेहमीच जाणवत आलं होतं. एखादा प्रेमभंग झालेला माणूस ज्याप्रमाणे वागेल, तसे सीनिअर चौगुले वागत होते. प्रेमभंगावरून अचानक त्याला शलाकाची आठवण झाली. तिची आठवण आल्यानं त्याला एकदम कसंतरीच वाटायला लागलं. जखमेवरची खपली काढल्यासारखं!

"शलाका, प्लीज माझं ऐकून तरी घे..."

"काय ऐकायचंय तुझं? मला कंटाळा आलाय. मला नाही वाटत आपल्या दोघांचं पुढे काही होईल म्हणून..."

"अगं, पण असं का वाटतंय तुला?"

"मला राह्यचंच नाही इथे... मी स्टेट्सला जाणार आहे. माझ्या खूप अपेक्षा आहेत, महत्त्वाकांक्षा आहेत, त्या इथं राहून नाही पूर्ण होणार, मला रिसर्च करायचाय, आणि त्यासाठीच मी बाहेर चाललेय."

"पण तू मला एका शब्दानंही आधी बोलली नाहीस कधी..."

"मला माहीत होतं तू असंच बोलणार... तू कधीच समजून घेत नाहीस मला."

"बरं सॉरी.. तू कर ना रिसर्च, बाहेर जा... माझं काही म्हणणं नाही. पण हे असं अचानक तोडून नको टाकूस... प्लीज."

"सॉरी मोहन, कदाचित मी यूएसलाच सेटल व्हायचा विचार करतेय... बाय..."

पीऽऽऽ पी जोरदार वाजणाऱ्या हॉर्ननं मोहन दचकून भानावर आला. त्याच्या लक्षात आलं की तो रस्त्याच्या मधोमध उभा होता. गाडीवाला त्याच्या नावानं काहीतरी बडबडत होता. ते त्याला कळलं. 'सॉरी ...सॉरी...' म्हणत तो रस्त्यातून बाजूला झाला. पण मनातून शलाकाचा विचार जाईना. प्रेम करताना काय झालं होतं तिच्या महत्त्वाकांक्षांना? तीन वर्षांचं अफेअर कुऱ्हाडीचा घाव घालून तोडावं तसं तोडलं तिनं... आपला जराही विचार केला नाही. तिच्यासारख्या मुली फक्त आणि फक्त स्वतःचाच विचार करतात... आत्मकेंद्री.. तिच्याशिवाय तिला दुसरं काही दिसायचंच नाही. आपणच बऱ्याच वेळा पडती बाजू घ्यायची, हॅट साला ! बरं झालं गेली ते! जे झालं ते चांगलंच झालं.. तीही सुटली नि आपणही ... मोहन त्याच्याच विचारात चालला होता. माधववाड्यात शिरता शिरता त्याला एक हाक ऐकू आली.

"हॅलो ड्रीमी बॉय .. कसल्या एवढ्या विचारात होतास...?" त्यानं पाहिलं तर समोर सीनिअर भोसले ब्रश करता करता त्याला विचारत होते.

"नाही, काही नाही." त्यानं चेहऱ्यावर खोटं हास्य आणलं.

"अभ्यासाचा विचार तर नक्कीच करत नव्हतास, एम आय राईट?" सीनिअर भोसलेंना मनातलं ओळखता येतं की काय? त्यानं हसून वेळ मारून नेली.

"बिचाऱ्याची गाडी मोडली असतीस..." ते गमतीदार चेहरा करून हसायला लागले. मोहनही त्या हास्यात सामील झाला. "आज रविवार असून लवकर उठलास?"

"हो, जाग आली लवकर."

"बाकीचे पंटर उठले की नाही?"

"उठत आहेत हळूहळू."

"दमले असतील बिचारे, अभ्यास करून." त्यांनी गमतीदार चेहरा केला. ते बोलत असताना त्याच्या शेजारच्या संडासातून एक मुलगा आपले विधी उरकून बाहेर आला. "अरे काय रे विन्या... किती वेळ? कसला हिशेब करत होतास आत?" भोसले त्याच्यावर खोटं खोटं खेकसले.

"बास का सर! जरा शांततेत बसलो होतो, तुम्हाला बघवलं नाही."

" दुसऱ्याचा विचार करा रे जरा..," गमतीने ते म्हणाले. "चला दुसरा कोणी जायच्या आत मी जातो." म्हणत ते आत पळालेही! सीनिअर भोसलेंच्या गमतीदार स्वभावामुळे आणि त्यांच्याशी बोलल्यामुळे शलाकाचा विचार त्याच्या डोक्यातून निघून गेला. मन रमवायला इतर गोष्टी आहेत म्हणून बरं आहे, नाहीतर माणूस तोच तोच विचार करून वेडा झाला असता. आणि आता तर विचार करायलाही वेळ नव्हता. राज्यसेवेची पूर्व परीक्षा अडीच महिन्यात होती.

११

दुसऱ्या दिवशी 'चौकडी' क्लासला जायला निघाली. क्लासला जाताना मात्र सगळे एकत्र जात असल्यानं अभ्यासाव्यतिरिक्त इकडच्या तिकडच्या गप्पा जास्त होत होत्या. झोपायची वेळ सोडून इतर सर्व वेळ अभ्यास चालू होता. कधीकधी तर स्वप्नात पण पुस्तक वाचतोय असं दिसायचं. २४ तास डोक्यात तोच विचार, तोच ध्यास! त्यामुळे क्लासला जाताना मंडळी अभ्यासाचा विषय सोडून बाकीच्या गप्पा मारायची. आताही एक आवडीचा विषय चालू होता, मुलींचा!

"आपल्या क्लासमधी एक बी पोरगी धड नाय... सगळ्या ढपच्या हायेत..." गौतम तोंड वाकडं करत म्हणाला.

"आपला क्लास एमपीएससीचा आहे. हवाई सुंदरीच्या प्रशिक्षणाचा नई काई." अजय म्हणाला.

"हो राव, आपल्या क्लासला असलाच गाळ मिळनार," रघू म्हणाला.

"क्लासमधल्या मुलीसुद्धा आपल्याबद्दल असाच विचार करत असतील तर?" मोहननं गुगली टाकली. त्यात तिघांच्याही विकेट्स पडल्या.

"हॅट, आयला आपन काय कमी देखने हाय का? हा रघ्या बघ, टॉल डार्क हॅण्डसम का काय म्हनत्यात तसा दिसायलाय का नाही?"

"आणि गौत्या तर कवट्या महांकाळच्या मानसागत दिसतुया."

"आयला रघ्या, मी तुझी स्तुती केली तुझी आन् तू माझीच मारायलायस?"

"आरं मी पण स्तुतीच केली तुझी..." म्हणत रघू हसायला लागला. अशीच चर्चा, खेचाखेची चालू असतानाच गौतम एकदम शू ऽऽऽ शूऽऽऽ करत दबक्या आवाजात सगळ्यांनाच शांत राहायला सांगू लागला.

"काय झालं रं गाबड्या?" रघू त्याच्यावर खेकसला

"समोर, उजवीकडंऽ हळूच बगा... सगळ्यांनी येकदम बगू नका रांडेच्यांनो..." मघाच्या दबक्या आवाजातच तो सर्वांवर खेकसला. सर्वांनी मग आळीपाळीने तिकडे पाहिलं. रघूच्या तोंडून बारीकशी शीळसुद्धा गेली. अजय आणि मोहनही डोळ्यांची पापणी न लवता पाहू लागले. गौतमचे तर डोळेच बाहेर पडतील की

काय, असं वाटू लागलं. डोळ्याला सोनेरी काड्यांचा चश्मा लावलेल्या गोऱ्या वर्णाच्या मेन्सला मराठी शिकवणाऱ्या करमरकर मॅडम रस्त्याच्या पलीकडून चालत येत होत्या. उजव्या हातात छातीशी पुस्तके धरलेली होती. नाकासमोर चालणे या वाक्प्रचाराचं तंतोतंत पालन त्या करत होत्या. त्यांची साडी नेसायची पद्धतसुध्दा आकर्षक होती. ती मुळातच थोडी खाली नेसल्याने अंगचे वळण आणि गौर वर्ण नजरेत भरत होते. उभट चेहरेपट्टी, सुरईसारखा नितळ गळा, मध्यम बांधा सुंदर दिसत होता. वय फारतर ३० वर्षांचे असेल, त्याच्या आतच! मोहन भान हरपून त्यांच्याकडे पाहत राहिला. मराठीच्या त्या मॅडमना तो आज प्रथमच पाहत होता. मागे एकदा त्यानं त्यांना पाठमोरं पाहिलं होतं, पण आज त्यांचा सुंदर चेहरा त्याला दिसला. रघू आणि गौतम उगाच त्यांची स्तुती करत नव्हते, त्या होत्याच तशा! त्या चौकडीच्या समोरून निघून गेल्या आणि सर्वांनी अडकलेले श्वास सोडले.

"प्री पास व्हायला पायजेल बाबा... आता असा अभ्यास करतो की एका झटक्यात प्री पास!" रघूनं त्याचा निर्धार बोलून दाखवला.

"सही ना भौ."

"पण रघ्या तू मेन्सला पास व्हायचा नाइस."

"का रं बांडगुळ्या?"

"आरं मेन्सला असल्या मॅडम असल्यावर कसला डोंबलाचा अभ्यास होतूय..." टाळी देण्यासाठी गौतमनं हात वर केला.

"अरे यार, पण त्या फक्त मराठी शिकवतात ना?" मोहननं विचारलं.

"काय का असंना, पन त्यांच्या क्लासला बसण्यासाठी आपन प्री पास होनार हे नक्की!"

"मला वाटतं की पोरं याच ईर्ष्येनं प्री पास करत असतील." मोहनच्या टोमण्यावर सर्व जण हसले.

क्लासमध्ये आज अर्थशास्त्राचा पहिला तास होता. थोडंसं कंटाळवाणंच वाटत होतं. समोरचे सर आर्थिक वृद्धी आणि आर्थिक विकास या विषयावर बोलत होते. मोहननं थोडा वेळा लक्ष देऊन ऐकण्याचा प्रयत्न केला; पण थोड्याच वेळात ते त्याच्या डोक्यावरून जाऊ लागलं. सर नोट्समध्ये दिलेल्या व्याख्या, त्याची उदाहरणं जशीच्या तशी वाचून दाखवत होते. आधीच बोअरिंग विषय आणि त्यात एका सुरात चाललेलं सरांचं बोलणं यामुळे एकतर मोहनला झोप येऊ लागली. महत्प्रयासानं त्यानं डोळे उघडे ठेवले होते. डोळ्यांवरची झोप उडावी म्हणून त्यानं थोडं आजूबाजूला पाहिलं तर सर्व जण लक्षपूर्वक लेक्चर ऐकत असल्याचं त्याला दिसलं. आपण एकटेच आहोत, ज्याला अशी झोप येतेय.. असं झोपून चालणार नाही.. लक्ष दे मोहन, लक्ष दे.. तो पुन्हा सरांचं शिकवणं लक्षपूर्वक ऐकण्याचा

प्रयत्न करू लागला. पण थोड्या वेळातच पुन्हा त्याची एकाग्रता भंग पावली. विषयावरून आणि सरांच्या बोलण्यावरून त्याचं लक्ष उडालं. मघाचा करमरकर मॅडम दिसल्याचा प्रसंग त्याच्या डोळ्यांसमोर उभा राहिला. समोरच्या फळ्यावर त्याला आता मॅडमचा चेहरा दिसू लागला. काय नितळ सौंदर्य होतं ते! गरम तव्यावर लोण्याचा गोळा ठेवल्यावर त्याची जी अवस्था होईल तीच त्याच्या हृदयाची झाली होती. त्यांच्या वागण्यात, दिसण्यात आक्षेपार्ह असं काही नव्हतं, पण प्रथमदर्शनी त्यांच्याकडे पाहिल्यावर मोहनला वेगळीच जाणीव झाली. पूर्वी तो शलाकाबरोबर प्रेमात होता त्या वेळीही झाली नव्हती तशी काहीतरी वेगळी जाणीव! शलाकाकडे बघून कधीच अशी जाणीव त्याला झाली नव्हती. जबरदस्त आकर्षणातून कदाचित ती निर्माण झाली असावी. हृदयाचा ठोका चुकवण्याची ताकद त्या जाणिवेत होती. तो त्याच विचारात असताना, क्लासमध्ये अचानक काहीतरी वेगळं घडल्याची जाणीव त्याला झाली. समोरच्या बेंचवरची काही मुलं मागे तोंड करून त्याच्याकडे बघू लागले. पलीकडच्या काही मुलीही त्याच्याकडे बघू लागल्या.

"हॅलो,तूच ! अरे लक्ष कुठे आहे तुझं?'' पाठोपाठ सरांचा प्रश्न बॉंबगोळ्यासारखा त्याच्यावर आदळला. आणि त्याच्याही नकळत तो उभा राहिला. गोंधळून त्यांच्याकडे पाहू लागला.

"अरे, लक्ष दे रे.. महत्त्वाचा विषय आहे हा ...कन्सेप्ट समजले नाहीत तर पुढंच काही समजणार नाही... बस खाली.'' सर समजावणीच्या सुरात म्हणाले.

"सॉरी सर...'' म्हणत मोहन निमूटपणे खाली बसला.

"हां, तर आपण कुठे होतो? भारताच्या अर्थव्यवस्थेसमोरील आव्हाने.. कुठली कुठली आहेत? पहिलं म्हणजे लोकसंख्या! दुसरं- दारिद्र्य... तिसरं - बेकारी...; सर बेकारीबद्दल माहिती देऊ लागले. बेकारीची संकल्पना, बेकारीचे प्रकार, कारणे, परिणाम... मघाशी झालेल्या हल्ल्यामुळे मोहन आता कान देऊन ऐकू लागला.

"अच्छा, तर मला आता वेगवेगळ्या प्रकारच्या बेकारांची उदाहरणं सांगा.. हंगामी बेकारी?''

कोणीतरी उठून सांगितलं, "सर, कोरडवाहू पिके घेणारा शेतकरी.''

"बरोब्बर! आता चक्रीय बेरोजगारी?''

"सर, कामगार... मंदीमध्ये कामगारांना कामावरून काढून टाकलं जातं.'' वर्गात पहिल्या बाकावर बसलेल्या मुलीने उत्तर दिलं.

"व्हेरी गुड... आता सांगा सुशिक्षित बेरोजगारी?''

"वर्गात बसलेले आम्ही सर्व जण...'' यांत्रिकपणे उठून मोहननं उत्तर दिलं.

दोन सेकंद सरांना काहीच सुचलं नाही. सगळा वर्ग तोंडात मारल्यासारखा त्याच्याकडे पाहू लागला. वर्गात एक विचित्रशी शांतता पसरली. थोड्याच वेळापूर्वी ज्याला सरांनी वर्गात लक्ष नसल्याबद्दल सुनावलं होतं, त्यानंच आता त्यांची आणि सर्व वर्गाची बोलती बंद केली होती. कुशलतेनं विषय बदलत सरांनी पुढचं शिकवायला घेतलं. पण आता ना त्यांचं शिकवण्याकडे लक्ष होतं, ना वर्गातल्या मुलांचं शिकण्याकडे! थोड्या वेळातच क्लास सुटला. मोहनच्या अनपेक्षित उत्तरानं अनेकांच्या मनात प्रश्न निर्माण झाले. क्लासमध्ये बसलेली सर्व मुलं ही सुशिक्षित बेकारीचे मूर्तिमंत उदाहरणच होती. आता सर्व जण अभ्यास करत असल्यामुळे कोणीच काही काम करत नव्हतं. अर्थार्जन कोणीच करत नव्हतं. अर्थार्जनाच्या नेमकी उलट क्रिया सध्या सर्व मुलांची चालू होती. ते पैसे कमावण्याऐवजी क्लासची फी भरून उलट खर्चच करत होते. म्हणजे तसं बघायला गेलं तर सुशिक्षित बेकारांपेक्षा पुढची पायरी क्लासच्या स्पर्धा परीक्षांचा अभ्यास करणाऱ्या मुलांची होती. क्लास सुटल्यावर 'चौकडी' निमूटपणे रूमकडे निघाली. आपल्याला काम नाही ही गोष्ट खरी आहे; पण आपण सुशिक्षित बेकार! प्रत्येकाच्या मनात हा विचार भुंग्यासारखा पोखरत होता. ते शांतपणे चालत असताना मागून कुणीतरी हाक मारत असल्याचं त्यांना जाणवलं. सगळ्यांनी मागे वळून पाहिलं तर एक जाडासा गोरा मुलगा आपली क्लासची बॅग सावरत घाईघाईनं त्यांच्या दिशेनं येत होता. मोहननं त्याच्याकडे पाहिल्यावर त्यानं हात उंचावून थांबण्याचा इशारा करून धापा टाकत तो त्यांच्यापर्यंत येऊन पोहोचला.

"काय उदाहरण दिलंस मित्रा! कानफटात मारलीस सगळ्यांच्या..." तो मोहनकडे कुतूहलानं बघत म्हणाला, " मी श्रीधर... श्रीधर मोडक" त्यानं हात पुढे केला. मोहननंही मग हात मिळवला. त्यानं जवळ जवळ प्रत्येकाला आपलं नाव सांगून स्वतःची ओळख करून दिली. त्याच्या बोलण्यात स्वच्छ उच्चार आणि पुणेरी झाक दिसत होती. तो होताही पुण्याचाच! त्याचे आई-वडील दोघंही बँकेत सर्व्हिसला होते. त्यामुळे तो लहानपणापासून पाळणाघरात वाढला. पुण्यातच बीएससी केलं आणि मग इतरांप्रमाणे त्यानंही एमपीएससीसाठी सरनाईक सरांचा क्लास लावला. घर जवळ असल्यानं तो घरूनच येऊन जाऊन करत असे. श्रीधरचा जबडा लोखंडाचा बनवला असल्याप्रमाणे तो अविरत बडबड करत होता. तो त्याच्याबद्दल आणि त्याच्या कुटुंबाबद्दल सांगत होता जे ऐकण्यात चौकडीपैकी कुणालाही रस नव्हता. त्याची अखंड बडबड चालू होती. आणि ते ऐकणं गौतमला मात्र असह्य झालं. त्यानं श्रीधरला थांबण्याची खूण केली आणि तो त्याच्याजवळ जाऊन आजूबाजूला आणि मागे पुढे निरखून पाहिल्यासारखं करू लागला.

"काय रे? काय झालं? काय शोधतो आहेस?"

“तुझं बटान कुठंय रं?” शोधता शोधता गौतम विचारत होता.

“बटण? कसलं बटण?” श्रीधरला काही कळेना.

“तू बंद पडायचं बटान.. किती चावायलास? कानातनं रक्त याया लागलं...,” गौतम म्हणाला आणि सगळे स्फोट झाल्यासारखे हसू लागले. श्रीधर गोंधळून गेला. पण नंतर लक्षात आल्यावर तोही त्यांच्या हास्यात सामील झाला.

“मस्त आहात तुम्ही सगळे.. मला आवडलं.. मला तुमच्यात घ्याल? माझ्याशी दोस्ती कराल का?” त्यानं सगळ्यांकडे आशेनं पाहिलं. मैत्री ही आपोआप होत असते. असं कुणी कुणाला विचारून मैत्री करत नाही. पण श्रीधर औपचारिक वागत होता. अशा औपचारिक मैत्रीची चौकडीतल्या कुणाला सवय नव्हती.

“काय लेका, हे काय इचारनं झालं का?” म्हणत रघूनं मिठी मारली. “आयला एकदम मऊ मऊ हायेस की लेका... गुबगुबीत...,” रघू गमतीनं म्हणाला.

“मला बगू मला बगू” करत गौतमही त्यांच्यात सामील झाला. दोन मिनिटांपूर्वी ते एकमेकांना ओळखतही नव्हते आणि आता मात्र मागच्या जन्माची ओळख असल्यासारखे एकमेकांना मिठ्या मारायला लागले.

“आपण आता या क्षणापासून मित्र झालो.” श्रीधरनं पुन्हा औपचारिकपणे घोषणा करून टाकली. त्याला एकदम कृतकृत्य झाल्यासारखं वाटू लागलं.

“चल, च्या मारू... नव्या दोस्तीचं शेलिब्रेशन.” म्हणत गौतमनं त्याच्या खांद्यावर हात टाकला आणि ओढतच बाजूच्या टपरीवर त्याला घेऊन जाऊ लागला.

“अरे, गौत्या, काय करू राह्यला? ही का वेळे का चहा प्यायची? जेवायला जाऊ डायरेक्ट.. चल रे श्रीधर तू पण चल.” अजयनं दोघांनाही मागे खेचलं.

“आरं पन शेलिब्रेशन तर व्हायलाच पायजेल,” म्हणत रघूही दुसऱ्या बाजूनं त्यांना ओढू लागला. शेवटी टळटळीत उन्हात उभं राहून गरम चहा प्यायचा कार्यक्रम पार पडलाच! चौकडीत आता एक आणखी मेम्बर ॲड झाला होता.

१२

क्लासेस नियमितपणे सुरू झाले होते. आठवड्यातले सहा दिवस मुलं क्लासमध्ये अभ्यास करायची. रविवारी सुट्टी होती. परंतु ती क्लासला, अभ्यासाला नाही. अभ्यास हा २४ तास डोक्यात होता. जागे असले तर पुस्तक हातात अणि झोपलं तर ते स्वप्नात... अशी गत झाली. इतिहास, भूगोल, राज्यशास्त्र, अर्थशास्त्र, विज्ञान, चालू घडामोडी, बुद्धिमत्ता चाचणी हे विषय फेर धरून आजूबाजूला नाचत आहेत, असं मोहनला कधीकधी वाटे. हळूहळू अभ्यासाचा आवाका त्याच्या लक्षात यायला लागला. त्याचबरोबर सीनिअर भोसले आणि सीनिअर चौगुले यांचं मार्गदर्शन तर होतंच! अभ्यास किती करतो, यापेक्षा तो कसा करतो, याला महत्त्व होतं. 'काय वाचावं त्यापेक्षा काय वाचू नये हे ज्याला कळतं तोच पास होतो.' सीनिअर भोसलेंचं हे वाक्य मोहनच्या चांगलंच लक्षात राहिलं होतं. परीक्षेत येणारे प्रश्न, मागच्या वर्षीच्या प्रश्नपत्रिका यांचा प्रथम अभ्यास करून मग अभ्यासाची दिशा ठरवायची होती. सर्व जण आपापाल्या परीनं स्पर्धेत उतरले होते. प्रत्येकाची अभ्यास करायची पद्धत वेगळी होती, वेळा वेगळ्या होत्या. चिंतन, मनन करायची पद्धत वेगळी होती. थोडक्यात काय, तर अभ्यास, अभ्यास आणि फक्त अभ्यास चालू होता. मोहनला कधीकधी वाटे, की आपण मॅरेथॉनच्या शर्यतीत धावतोय. प्रत्येकाला ती शेवटची लाइन दिसतेय, तिथे पोहोचायचंय; पण तिथे पोहोचणं तेव्हढं सोपं नाही. पल्ला खूप लांबचा आहे. तिथे सातत्य हवं, मुख्य म्हणजे चिकाटी! ती नसेल तर शर्यत पूर्ण करणं केवळ अशक्य! सीनिअर चौगुले तर म्हणायचे 'घोड्याच्या डोळ्यांना जशी झापडं बांधतात ना तसं आहे हे,' इथं बाकीच्या प्रलोभनांना बळी पडू नये म्हणून झापडं बांधल्यासारखं राहायचं आणि नुसतं धावायचं. ऊर फुटेपर्यंत धावायचं, कधी ना कधी जिंकणारच! पण ही मॅरेथॉनपेक्षा अडथळ्याची शर्यत जास्त असावी. कारण पूर्व परीक्षा, मुख्य परीक्षा आणि इंटरव्ह्यू हे तीन मुख्य अडथळे होते. त्यातल्या एका अडथळ्यात जरी विद्यार्थी अडकला तरी पुन्हा पहिल्यापासून सुरुवात करायची होती. पहिल्या आणि दुसऱ्या अडथळ्यात अडकणारे भरपूर होते. अभ्यासाचं सातत्य राखलं तर हे दोन

अडथळे पार करता येऊ शकत होते; परंतु तिसरा अडथळा मुख्य होता, इंटरव्ह्यू! तिथे अडकलं तर खूप दुःख होतं; कारण पुन्हा पहिल्यापासून सुरुवात करावी लागत असे आणि असे भोग भोगलेले दोन जण तर त्याला समोर दिसत होते. सीनिअर चौगुले आणि सीनिअर भोसले...! दोघांनी जवळपास तीन-तीन चार-चार वेळा इंटरव्ह्यू दिले होते. पण नशीब काही त्यांना साथ देत नव्हतं. या टप्प्यावर अपयश येणं आणि ते पचवणं किती अवघड हे त्या दोघांकडे बघून कळत होतं. दुश्मनाच्याही वाट्याला असं काही येऊ नये, असं मोहनला वाटे. पण या तीन अडथळ्यांपेक्षा आणखी काही अडथळे परीक्षेच्या आधीच तयार झालेले होते. ज्याचा त्याने आधी विचारसुद्धा केला नव्हता.

"मला सांग, पूर्ण स्वातंत्र्याचा ठराव कोणत्या अधिवेशनात झाला?"

"अं... मला नाय माहीत... तू सांग."

"लाहोर अधिवेशन... हा हा हा.." मधलाच कुठला तरी अवघड प्रश्न विचारून उत्तर सांगणारा सगळा अभ्यास झाल्याच्या आविर्भावात तोरा मिरवायचा. पण त्याचं गर्वहरण करण्यासाठी लगेच दुसरा पहिल्याला त्यानं वाचलेल्या एखाद्या विषयाचा अवघड प्रश्न विचारायचा. ज्याचं उत्तर पहिल्याला यायचं नाही. मग दुसरा तशाच पद्धतीनं हसायचा. हे असं मध्ये मध्ये चालू होतं. अशा प्रकारची प्रश्नमंजूषा रघू आणि गौतम सुरू करत. एकमेकांवर प्रश्नांचे तोफगोळे टाकत आणि शेवटी दोघंही रक्तबंबाळ होत. दमून मग आपापल्या विरंगुळ्याकडे वळत. रघू सिगारेट पेटवी आणि गौतम तंबाखू मळे. धूर सोडत आणि पिचकाऱ्या मारत अभ्यास किती अवघड आहे, या विषयावर गोलमेज परिषदा भरत आणि आपल्या चालू अभ्यासाविषयी चिंता व्यक्त करत बसत. त्या दोघांच्या एक एक कानाखाली मारून त्यांना अभ्यासाला बसवावं असं मोहनला प्रकर्षानं वाटे. फालतू चर्चेत ते इतका वेळ वाया घालवत होते; पण त्याच्याही नकळत कधीकधी तो त्यांच्या चर्चेत सहभागी होई. मग त्यांच्याप्रमाणेच त्यालाही अभ्यासाचं दडपण जाणवू लागे. ते म्हणतात ना, ढवळ्या शेजारी बांधला पवळ्या; वाण नाही पण गुण लागला, असं व्हायचं... तोही मग त्यांच्यासारखा चिंताक्रांत होत असे. टेन्शन आलं की व्हायचा तोही अभ्यास होत नसे. सीनिअर चौगुलेंच्या टेबलवर एक चित्र चिटकवलेलं होतं. एव्हरेस्ट चढणारा गिर्यारोहक...! समोर उंच शिखर दिसतंय आणि गिर्यारोहक ते नेटानं चढतोय, असं चित्र होतं आणि खाली लिहिलं होतं ूपी ेग हद ेंटूंलू ंदे प्ंदिं. अगदी खरं होतं ते! राज्यसेवेचा अभ्यास करणं म्हणजे एव्हरेस्ट चढण्यासारखंच होतं. सीनिअर चौगुलेंचं टेबल तसं वेगवेगळ्या स्फूर्तिदायक वाक्यांनी भरलेलं होतं. त्यांतलं असंच एक वाक्य होतं जे मोहनला वेगळीच जाणीव करून द्यायचं.... "हेही दिवस जातील." ते वाक्य दिसलं की त्याला सीनिअर चौगुले

समोर असल्यासारखे वाटायचे. त्यांचा तो सततचा गंभीर चेहरा डोळ्यांसमोर आला की तो अधिक अस्वस्थ होत असे. कदाचित या वाक्याच्या भरवशावर ते इतके दिवस पुण्यात तग धरून असावेत, असं मोहनला वाटे. शब्दांमध्ये किती ताकद असू शकते, याचा प्रत्यय त्याला हे वाक्य पाहून यायचा. कारण त्याला स्वतःलासुद्धा अशा प्रकारची वाक्यं वाचून उत्साहित झाल्यासारखं वाटत असे. अभ्यासासाठी नवी उमेद मिळे, आव्हानं पेलण्याची ताकद मिळे आणि अपयशाला सामोरं जाण्याचीसुद्धा! मोहन सीनिअर चौगुलेंच्या टेबलपाशी उभा होता. त्यांच्या टेबलवरून नजर फिरवत असताना पुस्तकांच्या वर कोपऱ्यात एक बारीकशी जुनी डायरी त्याच्या नजरेला पडली. ती त्यांची पर्सनल डायरी असावी असं त्याला वाटलं. बघू या का? पण तसं करणं योग्य होईल का? कुणाची अशी पर्सनल डायरी वाचायची नसते, हे त्याला समजत होतं. पण शेवटी त्यात काय असेल हे पाहण्याची तीव्र इच्छा त्याला दाबून धरता आली नाही. त्यानं बाकीच्या कुणाचं लक्ष नाही हे पाहून हळूच त्यांची डायरी उघडली. त्यात काही चारोळ्या, काही कविता, शायरी सीनिअर चौगुलेंनी आपल्या सुंदर हस्ताक्षरात लिहिलेल्या होत्या. सीनिअर चौगुलेंचा हा गुण त्याला माहीतच नव्हता. त्याला त्या कविता आणि शायरी वाचायचा मोह झाला.

रूठा हूँ आज इस कदर । मैने यहां क्या पाया है।
जहान्नुम में जगह कम थी । जिंदगी यही पें जाया है।

मधल्याच कुठल्या तरी पानावर ही शायरी लिहिली होती. त्यात खूप दर्द होता असं मोहनला वाटून गेलं. त्यानं आणखी एक-दोन पानं उलटली. एक छानशी मराठी कविता त्याच्या नजरेस पडली. कवितेचं शीर्षक होतं.. 'मी एकटा'

उधाणलेला समुद्र
रोरावता वारा
लाटांचे तांडव चाले
अन प्रतिकूल आसमंत सारा

दिशांचे ढळले तारे
घोंघावती वडवानल रौद्र
उदरी तयास घेण्या
आसुसला हा समुद्र

कडाडली विद्युल्लता
लख्खं प्रकाश चोहीकडे
पाठोपाठ ऐकू येती
नभांचे चौघडे

विरत चालला हा
दिपगृहाचा प्रकाश
अंधारून आले
निळेभोर आकाश

नाव डळमळे
शीडही तुटले
आप्तेष्ट म्हणविती असे
तेही मागे हटले

उरले न काही
ह्या वैराण आयुष्यात
आता मी एकटाच
आता मी एकटाच.....

वाह! काय सुंदर कविता आहे! सीनिअर चौगुले इतकी सुंदर कविता करू शकतात हे त्यांच्याकडे बघून कुणालाच खरं वाटणार नाही. ती कविता वाचून त्याच्या अंगावर शहारे आले. त्यानं आणखी एक पान उलटलं. त्यावर एक शायरी लिहिलेली दिसली.

सुना है टुटते तारें से कुछ मांगो तो मिलता है।
जो खुद टूट रहा हो वो दर्द के अलावा क्या दे सकता है ।

वा! सही... पुढच्या एका पानावर एक उर्दूमिश्रित हिंदी चारोळी लिहिलेली होती-

सपनों कें टुटने कि बात
रोज सी हो गयी है।
जैसे रात कि चांदनी
सोज सी हो गयी है।

बाप रे! काय हे? सीनिअर चौगुले तर मोठे कवी आहेत. तो आणखीही पुढे वाचणार होता पण तेवढ्यात गौतम म्हणाला, " काय वाचायलायस रं? नोट्स हायेत का कुठल्या?"

मोहननं त्वरेनं ती डायरी मिटवली आणि पुस्तकांच्या गठ्ठ्यात कुणालाही कळणार नाही अशी आत सरकवली. सीनिअर चौगुलेंची कविता आणि शायरीची डायरी गौतम आणि रघूला सापडू नये आणि आपण ती त्यांना न कळवता वाचली हे त्यांनाही कळू नये, असं त्याला वाटून गेलं. "नाय रे, एक पुस्तक शोधत होतो.. बरं मला सांग, राजाजी योजनेत काय तरतुदी होत्या?" त्या दोघांचं लक्ष दुसरीकडे वळवण्यासाठी त्यानं विचारलं. दोघंही त्या विचारात गढून गेले. मोहन चौगुलेंच्या टेबलपासून दूर झाला. सीनिअर चौगुले म्हणजे एकदम खतरनाकच आहेत! काय भारी भारी कविता आणि शायरी लिहिलेल्या आहेत... वा! एकदा त्यांचा चांगला मूड बघून विचारलं पाहिजे... मोहन विचारात असतानाच गौतम म्हणाला, "सांग बाबा, आमी नाय वाचलं आजून ते..."

"मी तरी कुठं वाचलंय अजून .. असंच गमतीत विचारलं...." म्हणत त्याने त्याला टाळी दिली. त्याला जे साध्य करायचं होते ते त्या प्रश्नाने झालं होतं. त्यांचा विचार करत त्याने आपलं अभ्यासाचं पुस्तक उघडलं.

१३

राज्यसेवेचे पूर्व परीक्षेचे फॉर्म भरण्याची तारीख आयोगाच्या वेबसाइटवर झळकली आणि पोस्ट ऑफिसात फॉर्म घेण्यासाठी रांगा लागल्या. राज्यसेवेच्या फॉर्मचं एक मोठं आकाशी रंगाचं बुकलेट मिळे. त्याच्या शेवटी फॉर्म जोडलेला असे. तो काळ्या शाईच्या बॉलपेनने भरावयाचा होता. सर्वांनी नवीन बॉलपेन विकत घेतले. रघू आणि गौतम तर त्या बॉलपेनलाच नमस्कार करायला लागले. पहिलाच फॉर्म ते या बॉलपेननं भरणार होते, आणि तसं पाया पडल्यानं परीक्षा सुरळीत पार पडून चांगली पोस्ट मिळावी, या हेतूनं त्यांचा हा आटापिटा चालला होता. फॉर्ममध्ये बरीच माहिती भरावी लागणार होती आणि ती भरताना काही चुका होऊ नयेत म्हणून दुपारच्या वेळेत शांततेत सर्वांनी एकत्र बसून फॉर्म भरायचा असं ठरलं. श्रीधरसुद्धा माधव वाड्यात फॉर्म भरायला येणार होता. दुपारी सगळे जमले. सर्वांनी फॉर्म्स कढले आणि गणपती बाप्पा .. मोरया! म्हणत फॉर्म भरायला घेतला. मोहनप्रमाणे बाकीचेही पहिल्यांदाच फॉर्म भरत होते त्यामुळे प्रत्येक जण काळजीपूर्वक फॉर्म भरू लागला. कुठलाही रकाना भरायच्या आधी प्रत्येक जण किमान इतर दोन जणांचा फॉर्म बघून घेई, त्यानंतरच तो रकाना भरे. सर्वांचा फॉर्म भरून झाला. आता शेवटी अर्जदाराची सही तेवढी बाकी राहिली होती. ती करणार तेवढ्यात रघू जोरजोरात हसायला लागला. काय झालं? म्हणून विचारलं तर आणखीन जोरात हसायला लागला. बराच वेळ त्याचं हसणं थांबेना. सगळे त्याच्याकडे बघत बसले. थोड्या वेळाने हसणं थांबवत त्यानं गौतमचा फॉर्म घेतला आणि सगळ्यांच्या समोर धरला. गौतमनं फॉर्म बघून भरण्याच्या नादात आपल्या नावाऐवजी रघूचंच नाव लिहिलं होतं. ते त्याच्याही लक्षात आलं नाही. ते बघून सर्व जण हसू लागले. अविश्वासानं गौतमनं आपला फॉर्म बघितला आणि त्यालाही त्याची चूक कळली. बारीक तोंड करून बसला! मग कुणीतरी त्याला पोस्ट ऑफिसमधून फॉर्म आणून भरायचा सल्ला दिला तेव्हा धावत जाऊन पुन्हा फॉर्म घेऊन आला आणि मग कुणाकडे न बघता निमूटपणे फॉर्म भरू लागला. मोहनचा सर्व फॉर्म भरून झाला होता. आता फक्त शेवटची सही बाकी राहिली होती. त्यानं मनातल्या मनात देवाचं

नाव घेतलं आणि सही केली. काही क्षण तो त्या सहीकडे पाहत राहिला. दिलेल्या त्या लहानशा चौकोनातच सही करायची असल्यानं मनासारखी सही जमली नव्हती. त्याचं मन थोडं खट्टू झालं. सर्वांचे फॉर्म्स भरून झाले. ते पाकिटात टाकून सर्व जण पोस्ट ऑफिसात जाऊन देऊन आले.

"चला, आपले फॉर्म तर भरून झाले आज! मस्त भारी वाटू राह्यलं." अजय म्हणाला.

"हो लेका! परीक्षा आगदी तोंडावर आल्यागत वाटाय लागली."

"हं... आणि आपला अभ्यास पण झाला नाही अजून."

"आता खरं टेन्शन यायलंयसं वाटायलंय..."

"म्हणून टेन्शनमध्ये तू रघूचं नाव लिहिलंस?" मोहन गमतीनं म्हणाला. त्यावर सगळे हसले आणि त्याला चिडवायला लागले.

"आयला, होतं असं कदी कदी..." म्हणून त्यानं आपली गायछाप काढली. सर्व जण गप्पा मारत गौतमची खेचत माधववाड्यावर आले. रूममध्ये आल्यावर वातावरण एकदम पालटलं. आजच फॉर्म भरून आलेले असल्यानं मुलं गंभीर होऊन अभ्यासाला लागली. यद्धाचे जसे पडघम वाजतात, तसे परीक्षेचे पडघम मुलांच्या मनात वाजू लागले, आता दोन महिन्यांनी पूर्व परीक्षा घेतली जाणार होती. रेस सुरू झाली होती. आता तरी सर्व जण शर्यतीच्या सुरुवातीच्या रेषेच्या आत असल्याचं दिसत होतं; परंतु कोण किती पाण्यात आहे, हे कोणालाच माहीत नव्हतं. निमूटपणे प्रत्येकानं पुस्तक उघडलं आणि त्यात डोकं घातलं.

मोहनन राज्यशास्त्र हा विषय वाचायला घेतला. त्यात सर्वप्रथम राज्यघटना अभ्यासाला होती. राज्यघटनेची पाश्वर्भूमी, त्याची निर्मिती त्यात सहभागी असलेले नेते, त्यांचे योगदान हे वाचताना मोहनचे लक्ष एका असामान्य व्यक्तिमत्त्वावर गेले. भारतीय राज्यघटनेचे शिल्पकार डॉक्टर बाबासाहेब आंबेडकर! घटनेच्या निर्मितीत त्यांचा सिंहाचा वाटा होता. अशी घटना जी आज आपल्या जीवनाचा आधार आहे तिच्या निर्मितीत बाबासाहेबांनी दोन वर्षं अकरा महिने आणि अठरा दिवस खर्ची घातले आणि राज्यघटना निर्मितीचे शिवधनुष्य त्यांच्या समर्थ खांद्यावर पेलले. इतिहास आणि समाजसुधारक वाचतानाही त्यांच्या महान कार्याची ओळख मोहनला झाली होती. त्यांची समृद्ध ग्रंथसंपदा, अर्थशास्त्राचा गाढा अभ्यास, मूकनायक, बहिष्कृत भारतासारखी वर्तमानपत्रं हे सारं एका माणसानं केलेलं कार्य हतबुद्ध करणारं होतं. गौतमनं त्याच्या टेबलवर बाबासाहेबांचा लहान फोटो ठेवला होता. रोज सकाळी तयारी झाल्यावर तो मनोभावे त्या फोटोला नमस्कार करी. आई-वडिलांपेक्षा आणि इतर कुठल्याही देवापेक्षा बाबासाहेबांवर त्याची नितांत श्रद्धा होती. तो त्यांना देवासमान मानत असे आणि होतंही खरंच! ते नुसते सामान्य मानव

नव्हते, तर कित्येक शतके गरिबीत पिचलेल्या आणि आत्मसन्मान हरवून बसलेल्या दलितांचे उद्धारकर्ते होते. कुणा सामान्य माणसाचे हे कार्य नव्हे! डॉक्टर बाबासाहेब आंबेडकर हे समाजसुधारक म्हणून प्रत्येक भारतीयाला माहीत आहेत; पण त्यांच्या या महान कार्याची ओळख राज्यसेवेच्या अभ्यासामुळे मोहनला झाली होती.

"यार गौत्या, तुला बाबासाहेबांबद्दल काय वाटतं?" विचारांच्या नादात मोहननं विचारलं.

"काय वाटतं म्हंजी?"

"अरे, म्हणजे तू त्यांचा फोटो टेबलवर ठेवलास म्हणून विचारलं..."

"बाबासाहेब म्हंजी माझं दैवत! ते होते म्हनून मी आज तुमच्याबरोबर बसू शकतूय."

"खरंच रे ! मी आता राज्यघटनेची निर्मिती वाचतोय... किती अभ्यासू माणूस होता यार! केवढं महान कार्य आहे त्यांचं... मोठा माणूस!" मोहन म्हणाला. त्यावर गौतम भारावल्यासारखा त्याच्याकडे पाहू लागला.

"नुसता मोठा मानूस नाई, तर देवमानूस हाये आमच्यासाठी!" गौतमचा कंठ दाटून आला. इतक्या दिवसांत प्रथमच त्याला भावुक होताना मोहन पाहत होता. खरंतर ते त्याच्या रांगड्या अवताराला शोभून दिसत नव्हतं, पण गौतमची ही बाजू पाहून त्याला नवल वाटलं.

"गौत्या यार, तू सेंटी झालायकी."

"हं, होतो थोडासा तसा... तुला सांगतो मोहन, तुम्ही शेरात रानाऱ्या लोकांला ह्या गोष्टी तितक्या जानवत नसतील, पन गावात परिस्थिती आजून बी तशीच हायेल. आजबी आमची घरं गावाभाईर हैत. आजूनबी आमी मागास हाउत.. आमच्यातली काही शिकली, मोठी झाली. बाबासाहेबांसारख्या देवमानसामुळं आम्ही निदान जराशा चांगल्या परिस्थितीत यायलोय. माझ्या वडलांच्या लहानपनी गावात जायचं म्हनलं तरी आमचे लोक धा येळा इचार करायचे... शिवाशिव पाळणं नुकतंच बंद झालं व्हतं; पण जनरीत काय सुटत नव्हती. कित्येक शतकं आमच्यावर अन्याय झाला, आन आजूनबी चालूच हाय."

"पन लेका गौत्या आता लय बदल झालाय... पह्यल्यासारखं आता नाय राह्यलं..." रघू मध्येच म्हणाला.

"थोडीफार बदलली आसंल... पन आजून म्हनावी तशी बरोबरी नाय."

"असं का म्हणतोयस तू? आता फरक पडलाय, सगळीकडे समानता आलीय." मोहन म्हणाला.

"समानता? बरं मला सांग, तू कोनेस?"

"कोणेस म्हणजे? मी मोहन आहे."

“तसं नाय ,तू जातीनं कोनेस?”

“मी मराठा आहे,” मोहन मराठा वर जोर देत म्हणाला.

“बग, हेच! तुला तुझ्या जातीचा अभिमान हाय, बराबर का नाय?”

“अभिमान तर आहेच, पण त्यात काय एवढं?”

“तुला तुझ्या जातीचा अभिमान आहे कारन त्यांनी पूर्वी जी कामं केलीत ती अभिमान वाटावी अशी हायेत म्हणून... जर तुझ्या पूर्वजांनी रस्ते झाडनं, मैला साफ करनं, मेलेली जनावरं वढून नेनं आसली कामं केली आस्ती तर तू तेवढ्या अभिमानानं मराठा म्हणवून घेतलं असतंस का?” गौतमनं मांडलेल्या मुद्द्यावर मोहन आणि रघू दोघंही निःशब्द झाले.

“आरं पन तू आसं का इचार करतुया.. कुठला इशय कुठं न्हेऊन ठिवलास.” रघू काहीतरी बोलायचं म्हणून म्हणाला.

“आता का? आता का? बरं ते जाऊ दे, पूर्वीची जशी कामानुसार जातीची विभागनी झाली व्हती तशी आता उलट केली तर तुम्ही मराठे, बामन लोक आमच्यासारखा मैला साफ करायची कामं कराल का?” गौतम अचूक मारा करत होता. त्याच्या प्रश्नांना दोघांकडे उत्तर नव्हतं.

“गौत्या, तुझं म्हननं बरुबर हाये... हे बग आपन चर्चा करतूय... तू एकदम पर्सनली घिऊ नको, बाबासाहेबांबद्दल मलाही लय आदर हाये... पन तुला आसं वाटत नाय का की तुमच्यातल्या काही लोकांनी त्याचा गैरफायदा घेतला... अ‍ॅट्रॉसिटीचा गैरवापर केला बऱ्याच जनांनी.” रघू म्हणाला.

“हे बग, काही ठिकानी झालं बी आसंल तसं, जे लोक आसं वागत असतील त्यानला बाबासाहेब कळलेच न्हाईत आसं मी मानतो... पन हे सगळं समाजात समानता यावी यासाठीच केलेलं होतं ना? कुणावर अन्याय होऊ नये हीच त्यांची इच्छा होती...”

“बरोबर आहे... पण हे कधी संपेल?”

“मला नाय वाटत लवकर संपल म्हनून... त्याला अजून किती शतकं जातील देव जाणे... जातीपातीचं राजकारण असंच चालू राहनार... जोपर्यंत जनता शानी होत नाय तोपर्यंत.”

“सगळं समजत असून बी लोक तसंच वागत्यात.”

“अरे हे एवढं भावनिक असतं की सारासार विचार करणं बाजूलाच राहतं. उद्या कुणीतरी पुतळ्याची विटंबना करतं आणि मग लोकांच्या भावना दुखावतात, मग दोन समाजात तेढ निर्माण होते, हे असंच चालू राहणार.”

“आपल्याला शाळेत एक धडा व्हता, ‘महापुरुषांचा पराभव’ नावाचा. आटवतंय का?”

“हो, महापुरुषांचा पराभव त्यांच्या अनुयायांमुळे होतो... अगदी बरोबर! कुठल्याही महापुरुषाला असं वाटेल का की दुसऱ्याचा अपमान व्हावा? हे सगळं त्यांच्या अनुयायांमुळे होतं.”

“जाऊ द्या, आपल्याला अभ्यास करायचाय, आणि पोश्ट काडायचीय... बाकी काय विचार करून फायदा नाय... आपण आपल्या परीनी चांगलं वागायचा प्रयत्न करू.”

“आरं पन आपन गप अब्यास करत व्हतो, मग हे कुनी काडलं मधीच?”

“हा...हा... मोन्या, ह्याला काय काम नव्हतं...” मोहन पुस्तक घेऊन बाहेर पळाला.

१४

सीनिअर भोसलेंच्या रूमवर रात्रीची डिस्कशन्स सुरू झाली. रात्रीच्या जेवणानंतर सगळे जमायचे. दररोज वेगळा विषय चालायचा. दोन-तीन तासांच्या डिस्कशनमध्ये तो विषय संपवून टाकत असत. रात्रीच्या डिस्कशनचे आणखी एक कारण होते, ते म्हणजे झोप! जेवणानंतर झोप येऊन अभ्यासात व्यत्यय येऊ नये म्हणून हा सगळा खटाटोप... खरंतर सीनिअर भोसलेंना या डिस्कशनची बिलकूल गरज नव्हती. पण ठेवणीतल्या वस्तू जशा घासून पुसून ठेवाव्यात, तसे ते आपल्या अभ्यासाची नियमितपणे उजळणी करत असत. 'अभ्यास हा वाइनसारखा असतो, जितका जुना होत जाईल तितका चांगला' असं ते म्हणायचे. सुरुवातीला अजय, मोहन, रघू आणि गौतम त्यांच्याकडे डिस्कशनला जात असत. त्यांचे सगळे विषय एकेकदा वाचून झाले होते. सीनिअर भोसले म्हणायचे की डिस्कशनमुळे विषय लवकर समजण्यास मदत होते. तुम्ही तो वाचला नसला तरी चर्चेतून जे कानावर पडतं त्यातून पुढे तो विषय वाचताना त्याचे संदर्भ आपोआप समजत जातात आणि विषय पक्का होत जातो. चौकडीप्रमाणे वाड्यातली आणखीही काही मुलं रात्री भजनाला जमावीत तशी जमत असत. त्यात वाद्यं म्हणजे पुस्तकं आणि भजनीबुवा म्हणजे सीनिअर भोसले! त्यांच्या रूमबाहेर चपलांची गर्दी होत असे. बारीकशा रूममध्ये कुणी खुर्च्यांवर, कुणी बेडवर, कुणी खाली फरशीवर जशी जागा मिळेल तसे दाटीवाटी करून बसत. डिस्कशन असताना बऱ्याच वेळा विषयांतरसुद्धा होई, पण लगेच सीनिअर भोसले इकडेतिकडे चरत बागडणारी मेंढरं वळवून आणावीत तशी मूळ विषयाकडे वळवत. चौकडीप्रमाणे बबनही रोज न चुकता येत असे. तो काही न बोलता दोन तास केवळ चर्चा ऐकत राही. त्याच्या चेहऱ्यावरून त्याला काही कळत असेल की नसेल, याचा अंदाज येत नसे. डिस्कशन संपल्यानंतर आणि रात्री सर्व जण झोपल्यावर त्याचा अभ्यास सुरू होत असे. नेहमीप्रमाणे आजही तो रात्रीचा अभ्यासाला बसणार होता. उद्या रविवार असल्याने क्लासला सुट्टी होती. तेव्हा मोहन त्याला म्हणाला, "मीही तुझ्याबरोबर बसू का अभ्यासाला? तुला चालेल का?" त्यावर बबनला आनंद झालेला दिसला. "चालेल नं भाऊ,

असं का विचारून राह्यला? डिस्कशन झाल्यावर बसू रात्री...'' तो म्हणाला. मोहनला रात्री अभ्यास होतो का ते पाहायचं होतं आणि बबन कसा अभ्यास करतो, त्याची अभ्यासाची पद्धत कशी आहे, हेही त्याला पाहायचं होतं. तसा बबन प्रामाणिक मुलगा होता. आधीच तो कुणाच्या अध्यातमध्यात नसे. तो भला आणि त्याचा अभ्यास भला. स्वभावानं शांत असल्यामुळे तसाही त्याचा कधी आवाज नसायचा. त्यात तो रात्री जागून अभ्यास करायचा आणि दिवसा झोपायचा त्यामुळे तो रूमबाहेरसुद्धा कुणाला दिसायचा नाही. अशा प्रकारे माधववाड्यात अभ्यास करणारा तो एकमेव मुलगा होता. रात्रीच्या डिस्कशननंतर दोघे अजयच्या रूममध्ये आले. त्यांच्याबरोबर अजयही थोडा वेळ वाचत बसला, मग रात्री १२.३० वाजता त्याला झोप यायला लागली. झोप ही संसर्गजन्य असते आणि कंटाळवाणं काम असतं, त्या वेळी तर तिचा संसर्ग लगेच होतो. अजय झोपल्यामुळे मोहनलासुद्धा थोडं आडवं व्हावंसं वाटलं, पण लगेच स्वतःला सावरलं. आता आडवे झालो तर आपण झोपून जाऊ... त्यानं बबनकडे पाहिलं, तो पुस्तक समोर ठेवून मागेपुढे डुलत अभ्यास करतच होता.

''किती वेळ जागतोस रे?'' तारवटलेल्या डोळ्यांनी मोहननं विचारलं.

''फार नै... तीन-चार वाजेपर्यंत... एखादवेडेस मूड लागला तर पाच कधी सहा...''

''खतरनाक आहेस तू! झोप कशी येत नाही तुला?''

''सवय झालीय... दिवस आणि रात्र उलट झालंय माझ्यासाठी''

''मला तर झोप यायला लागली यार... तू काय करतोस झोप आल्यावर?''

''उठतो, थोडा चालतो, तोंडावर पाणी मारतो...'' त्याचं ऐकून मोहन उठला आणि तोंडावर पाणी मारून आला.

''हां... आता जरा बरं वाटतंय.. तुझा तर सगळा अभ्यास झाला असेल ना?'' मोहननं विचारलं.

''एकेकदा वाचून झालंय तसं. पण माझ्याच्यानं लगेच लक्षात राहात नै... तीन-चारदा वाचावं लागतं तेव्हा कुठे थोडं लक्षात राहतं,'' बबन बाजूला ठेवलेल्या बाटलीतलं पाणी पीत म्हणाला.

''तीन-चारदा? म्हणजे तू सगळे विषय तीन-चारदा वाचणार?'' मोहननं आश्चर्यानं विचारलं.

''हो नं... पर्यायच नै ना मला... कदाचित आणखी जास्त वेडा वाचावं लागेल.''

''तुला दहावीला किती मार्क्स होते?'' मोहननं गाडी वेगळ्याच वाटेवर नेली. दहावीला मिळालेले मार्क्स सर्वसाधारण हुशारी मोजण्याचं एकक असतं, अशी

त्याची समजूत होती.

"दहावीला बरे होते ७२%, पण बारावीला कमी आले... तुला?"

"मला ८१% होते."

"भारीच ना भौ! हुशार आहेस न मग तू... तू तर ईजी पास होऊन जाशील प्री."

"हं.. पण माझं अजून मनासारखं वाचून झालं नाही रे... ते अर्थशास्त्र वैताग आहे सालं ..."

"हो नं... मलाही ते बिलकूल कडत नै.. खूप वेडा वाचलं की कडतं थोडं थोडं." बबनची ळ ला ड म्हणण्याची सवय आता मोहनच्या लक्षात राहिली होती.

"आमचे एक सर होते, म्हणजे अजून आहेत... सोनखरे नावाचे.. ते नेहमी म्हणायचे, 'कठोर परिश्रमांस पर्याय नाही, तुम्ही जितके कष्ट कराल तितकं गोड फड मिडेल.' माझी परिस्थिती चांगली नव्हती; पण शिकायची जिद्द पाहून सरांनी मला पैशांची मदत केली. आताही त्यांनीच पुण्याला येताना मला पैसे दिले. मी नको म्हणत असतानाही... तुला सांगतो मोहन, मला माझ्या घरच्यांसाठी नाही, तर सोनखरे सरांसाठी पोस्ट काढायचीय, मग ती कुठली का असेना. त्यांचे खूप उपकार आहेत माझ्यावर." बबन भान हरपून बोलत होता. जणूकाही सोनखरे सर समोर दिसत होते. "माझं गावं नंदुरबार जिल्ह्याच्या शहादा तालुक्यातलं... गाव कसलं लहानसा पाडा आहे तो. तुला सांगू, आमच्या घरात अजून लाइट नै. मी रॉकेलच्या दिव्यावरच अभ्यास करायचो... तशी सवयच लागून राहिली मला! माहा बाप शेतमजूर आहे. त्याला शिक्षणाचं महत्त्व सरांनीच पटवलं. त्याच्या ऐपतीप्रमाणे त्यानं मला दहावीपर्यंत शिकवलं. पण पुढे जमेना. मग मीच काम करून शिकलो. बी.ए. झालो, सरांनीही मदत केली. आज ते नसते तर मी इथे नसतो." बबन अजूनही त्याच्याच विचारात असल्यासारखा बोलत होता. आज पहिल्यांदाच तो एवढं बोलला होता. त्याची ती कहाणी ऐकून तर मोहनची झोपच उडाली. ज्या मुलाच्या घरी अद्याप वीज नाही, जो एका खूप लांबच्या दुर्गम भागात राहतो, त्यानं स्वबळावर इथपर्यंत मजल मारली आणि त्याची पुढे जाण्याची धडपड अजूनही चालूच आहे. तो केवळ तीन महिन्यांसाठी पुण्यात अभ्यासाला आला होता. राज्यसेवेची प्री परीक्षा झाली की तो पुन्हा निघून जाणार होता. आणि धुळ्याला जॉब करणार होता. इतके कष्ट करून आणि हलाखीच्या परिस्थितीत राहून त्याला दहावीला मिळालेले ७२% आपल्यासारख्या शहरात सर्व सुखसोयी उपभोगून मिळवलेल्या ८१%पेक्षा नक्कीच जास्त आहेत. मोहन त्याच्याकडे कुतूहलानं पाहत होता. बबन समजुतीनं हसला. दोघांनी मग पुस्तकात डोकी घातली.

१५

सीनिअर भोसलेंच्या रूमवर डिस्कशनसाठी जेव्हा सगळे जमले तेव्हा तिथे एक नवा चेहरा सगळ्यांना दिसला. सावळा वर्ण, बसकं नाक, जाड भुवया, तेल लावून व्यवस्थित बसवलेले केस- त्यांतले काही केस पांढरे झालेले, उंची बेताचीच! वयानं थोडे जास्त वाटत होते, कदाचित सीनिअर भोसलेंच्याच वयाचे असतील. एकूणच आकर्षण वाटणारं असं काही नव्हतं त्यांच्यात... पण घातलेले कपडे मात्र चांगले दिसत होते. फॉर्मल शर्ट-पँट, व्यवस्थित इन केलेला.. ते सीनिअर भोसलेंच्या बाजूला बसले होते; त्यामुळे साहजिकच त्यांच्याकडे लक्ष जात होतं. ते आणि सीनिअर भोसले हळू आवाजात काहीतरी बोलत होते. मधूनच एकमेकांना टाळीही देत असल्याचं सगळ्यांनी पाहिलं. सगळे जमले, भोसलेंनीच मग त्यांची ओळख करून दिली.

"आले का सगळे? बरं, हे श्रीयुत रविकांत गावडे, माझे जुने रूम पार्टनर होते, आता नायब तहसीलदार आहेत..." ते असं म्हणाले आणि श्रीकृष्णानं विश्वरूप दर्शन दाखवल्यावर पार्थाचा चेहरा जसा होईल तसा सगळ्यांचा झाला. समोरच्या व्यक्तीला अचानक एक वेगळं वलय प्राप्त झाल्यासारखं वाटू लागलं. सगळे त्यांच्याकडे भक्तिभावानं पाहू लागले.

"आणि आनंदाची गोष्ट म्हणजे ते आता आपल्यात परीक्षा होईपर्यंत राहणार आहेत. आपल्याबरोबर अभ्यास करणार आहेत. त्यांनी कसा अभ्यास केला... काय काय वाचलं... त्यांना कोणकोणत्या अडचणी आल्या... हे सर्व ते सांगतीलच! त्यांच्या अनुभवाचा आपल्याला फायदा होणार आहे. त्यांचं मार्गदर्शन लाभणार आहे. त्यामुळे तसं बघायला गेलं तर आपण सर्व जण खूपच सुदैवी आहोत." सीनिअर भोसलेंनी रविकांत गावडे सरांची ओळख कम आपलं छोटेखानी भाषण संपवलं. सर्व जण आता रविकांत गावडेंकडे पाहत होते. समोरचा नायब तहसीलदार झालेला माणूस कसा बोलतो, याची उत्सुकता प्रत्येकाला लागून राहिली. मोठमोठे वक्ते बोलायला सुरुवात करताना जसा थोडा पॉज घेतात, तसं त्यांनी केलं आणि बोलायला सुरुवात केली.

"आताच आपल्या सीनिअर भोसलेंनी माझ्यावर जी स्तुतिसुमनं उधळली, त्याबद्दल मी त्यांचा आभारी आहे. पण मी काही कोणी मोठा नाही. तुमच्यातलाच आहे. फरक इतकाच की मी सिलेक्ट झालोय आणि तुम्ही अभ्यास करताय... आपल्या दोघांमध्ये एकच गोष्ट आहे ती म्हणजे परीक्षा. त्याला पार केलं की तुम्हीही अधिकारी बनाल... आणि मी इथे आलोय ते अधिकारी म्हणून नाही, तर तुमच्यासारखाच एक परीक्षार्थी म्हणून. मीही फॉर्म भरलाय आणि मीही तुमच्याबरोबर परीक्षा देणार आहे. त्यामुळे आपण सगळे एकाच लेव्हलला आहोत. तेव्हा अभ्यास करताना काही जरी अडलं तरी निःसंकोचपणे विचारा... शंका मनात ठेवू नका... ... सर्वांना ऑल द बेस्ट..." एखाद्या आवडत्या नेत्याचं दमदार भाषण संपल्यावर त्याच्या कार्यकर्त्यांनी ज्या उत्साहात टाळ्या वाजवाव्यात, त्याच उत्साहात डिस्कशनसाठी जमलेल्या पोरांनी टाळ्या वाजवल्या.

"हा गावडे साहेबांचा मोठेपणा आहे...", सीनिअर भोसले म्हणाले.

"नाही सर... मी खरंच बोलतोय..." नायब तहसीलदार गावडे म्हणाले. ते सीनिअर भोसलेंना सर म्हणाले होते. म्हणजे गावडे सीनिअर भोसलेंना ज्युनिअर असावेत की काय अशी शंका मोहनला आली. तसं नायब तहसीलदार गावडेंचं वय जास्त वाटत नव्हतं. मोहन त्याच्या विचारात असताना कुणीतरी विचारलं, "सर, पोस्ट मिळाल्यानंतर कसं वाटतं?" म्हटला तर बालिश आणि म्हटला तर महत्त्वाचा असा प्रश्न बबननं विचारला होता.

"मस्त... एकदम भारी." गावडेंनी हवेत तरंगल्याचा अभिनय करत उत्तर दिलं.

"सर तुम्ही कितव्या अटेम्प्टमध्ये पास झालात?" कुणीतरी विचारलं. त्यावर क्षणाचाही विलंब न लावता ते म्हणाले, "पहिल्याच!" त्यांच्या या उत्तरावर जमलेल्या मंडळीचा त्यांच्याकडे पाहण्याचा दृष्टिकोन आणखीनच बदलला. समोरची व्यक्ती नक्कीच हुशार आहे, यावर कुणाचच दुमत राहिलं नाही. त्यांच्या प्रती असलेल्या भक्तिभावात आणखी वाढ झाली. कोणीतरी पुन्हा विचारलं, "सर, तुम्ही किती वर्षं अभ्यास केला होता?"

"तसा अभ्यास तर मी आतासुद्धा करतोय ...अभ्यास कधी थांबत नाही. तो चालूच राहतो. एकदा सिलेक्ट झालात तरी पुन्हापुन्हा करावासा वाटतो. आता मी नायब तहसीलदार आहे, पण मी आता तहसीलदार किंवा डेप्युटी कलेक्टर या पदासाठी अभ्यास करणार आहे. त्यामुळे आता तुम्ही या क्षेत्रात आलात तेव्हा किती वर्षं अभ्यास करणार आहात, ते तुम्हीही सांगू शकत नाही."

"सर, तुम्ही परीक्षेला बसले, आणि सिलेक्ट झाले तर तुम्ही एक जागा वाया घालवायले...असं तुम्हाला वाटत नाही का?" गौतमनं विचारलेला प्रश्न थेट

बाणासारखा सुटला. दोन सेकंद नायब तहसीलदार गावडेंनी त्याच्याकडे पाहिलं. त्यांच्या चेहऱ्यावर 'हा कोण दीड शहाणा?' असे भाव होते.

"ही स्पर्धापरीक्षा आहे मित्रा! युद्धात, प्रेमात आणि स्पर्धा परीक्षेत सारं काही माफ असतं... इथे कोणीही कोणाचा विचार करत नाही... मला सांग, या ॲडला जागा किती आहेत?" त्यांनी प्रतिप्रश्न केला.

"सगळ्या मिळून २७०."

"आणि फॉर्म किती मुलं भरतात हे माहीत आहे का तुला?"

"नाही..."

"जवळजवळ, दीड ते दोन लाख मुलं फॉर्म भरतात." ते लाख या शब्दावर जोर देत म्हणाले. मग जर दोन लाखांत फक्त २५०-३०० जागा जर भरणार असतील तर बाकीच्या मुलांचं काय? त्यांना पुन्हा प्रयत्न करावाच लागणार... आणि जागा वाया जाण्याचा प्रश्नच नाही," त्या पुन्हा पुढच्या ॲडमध्ये समाविष्ट केल्या जातात." नायब तहसीलदार गावडे म्हणाले.

"अरे गौतम, गावडेसाहेब म्हणतात ते बरोबर आहे... आणि शेवटी ही स्पर्धा आहे, त्यात कुणीही कितीही वेळा परीक्षा देऊ शकतो. आपण स्वतः त्या क्षमतेचे होणे गरजेचे आहे. तर आणि तरच आपला निभाव लागू शकतो... अन्यथा नाही." सीनिअर भोसले म्हणाले.

"तसं नाय सर, तुम्ही मगाशी म्हनाले ना, काही शंका आसंल तर मनात ठिऊ नका, म्हनून विचारलं." गौतमच्या उत्तरावर सगळे लोक हसले. वातावरण हलकं झालं. आणखी इकडच्या तिकडच्या गप्पा सुरू झाल्या. काही अभ्यासू मुलं टाइमपास होतोय असं वाटून उठून आपापल्या रूमकडे जाऊ लागली. ते पाहून सीनिअर भोसलेही म्हणाले, "आजच्या दिवस डिस्कशनला सुट्टी! रूमवर अभ्यास केला तरी चालेल." मग सगळेच उठले. रघू, मोहन आणि गौतम आपल्या रूममध्ये आले.

"लयच शान्या बोड्याचं दिसतंय हे रांडीचं गावडे...", गौतम म्हणाला.

"व्हय रं, लय राग आलेला वाटत होता त्याला!" रघूनं री ओढली.

"खरं आहे, मलाही तो माणूस फारसा आवडला नाही...", मोहन म्हणाला.

"हा पोश्टचा माज आहे गड्यांनो... त्यो आता नायब तहसीलदार आहे. तवा तेवडा माज असनारच..." रघू म्हणाला.

"नायब तहसीलदार हायेल तर इकडं कशाला आलाय काशी करायला... मी तर आता काही विचारनार नाय त्या शान्याला... नापास झालो तरी चालंल." गौतम भलताच भडकला होता.

"त्याला कशाला विचारायला जातोस, आपले सीनिअर भोसले आहेत की...

त्यांना विचार ना..'' मोहननं तोडगा काढला.

''हा... बरोबर! त्यांलाच विचारील मी...'', गौतम म्हणाला. एखादा माणूस भेटल्या भेटल्या जसं आपलासा वाटू शकतो, तसा एखादा डोक्यातही जाऊ शकतो. नायब तहसीलदार गावडे हे दुसऱ्या प्रकारातले होते.

१६

रात्री बराच वेळ मोहन वाचत बसला होता. गौतम आणि रघू थोडा वेळ बसले. मग त्यांना झोप यायला लागली. त्या दोघांची झोप संसर्गजन्य आहे. एकाला त्याची बाधा झाली की दुसऱ्याला लगेच होते. एक पेंगायला लागला की दुसराही डोलायला लागतो. आताही दोघांना तसंच व्हायला लागलं. मग गौतमनं तंबाखूची पुडी काढली. ते बघून रघूनंही आपली सिगारेट पेटवली. थोडा वेळ दोघं मागच्या गॅलरीमध्ये जाऊन गप्पा मारू लागले. गप्पांचा आवाज येऊ नये व मोहनला अभ्यासात अडथळा येऊ नये म्हणून त्यांनी गॅलरीचं दार ओढून घेतलं. तरी मोहनला गौतमचा आवाज अधूनमधून येत होता. सीनिअर चौगुले अभ्यासिकेत जायचे, तेव्हा मोहन बहुतेक वेळा झोपलेलाच असायचा. त्यामुळे त्यांचं संभाषणच खुंटल्यासारखं झालं होतं. आज सीनिअर चौगुलेंचा विचार अचानक त्याच्या डोक्यात आला अन् त्यानं ठरवलं की आज ते रूमवर परत येईपर्यंत अभ्यास करायचा, मग कितीही वाजले तरी चालतील ! ते जितके उशिरा येतील तितका त्याचा अभ्यास जास्त होणार होता, म्हणून तो आनंदी मनानं अभ्यास करू लागला. गौतम आणि रघूला त्यांच्या तंबाखू आणि सिगारेटची साथ जास्त वेळ वाचवू शकली नाही. त्या दोघांची गाडी घाटाला लागली. मोहन एकटाच उरला. थोडी झोप येईल असं त्याला वाटू लागलं तेव्हा तो उठून थोडा वेळ बाहेर गेला. थंड वारा चेहऱ्यावर आला अन् त्याला थोडं बरं वाटलं. रात्रही बरीच झाली होती. समोरच्या पिंपळाच्या मंद पानांची सळसळ ऐकू येत होती. बाहेर विशेष अशी कोणती हालचाल दिसत नव्हती. चुकून एखादं वाहन रस्त्यानं भरधाव जात होतं. रस्त्यावरच्या कुत्र्यांचा भुंकण्याचा आवाज दुरून येत होता. माधववाड्यात दोन-तीन रूम्सचे लाइट लागलेले दिसत होते. म्हणजे काही मुलं अजूनही अभ्यास करत होती. परीक्षा जसजशी जवळ येईल, तसतशी रात्री जागणाऱ्यांची संख्याही वाढत जाणार होती. त्यानं अजयच्या रूमकडे पाहिलं; तिथे त्याला उजेड दिसला नाही. बबन आज लवकर झोपला की काय? त्याच्या मनात विचार आला. त्यानं घड्याळात पाहिलं, रात्रीचे दीड वाजले होते. सीनिअर चौगुले अजूनही रूमवर आले

नव्हते. ते किती वर्ष अभ्यास करत असावेत? आणि त्याच सातत्यानं करत असूनही त्यांना अद्याप यश मिळालं नव्हतं. एखादा माणूस इतक्या सातत्यानं तीच तीच गोष्ट कशी काय करू शकतो? त्यांचा विचार करता करता अचानक त्याची नजर समोरच्या रस्त्यावर गेली. हातात पुस्तकं धरून झपाझप पावलं टाकीत सीनिअर चौगुले येताना त्याला दिसले. त्यानं पुन्हा घड्याळात पाहिलं, पावणे दोन झाले होते.

"अरे, तू अजून जागा आहेस? वा... अभ्यास जोरात चालू आहे वाटतं..." ते प्रसन्न चेहऱ्यानं म्हणाले.

"तुमचीच वाट बघत होतो..."

"माझी? का रे?"

"नाही खास काही नाही... सहजच!"

" बरं... अभ्यास चालू आहे ना नीट? काही अडचण?"

"नाही.. काही नाही... चांगला चाललाय... तुम्ही रोज या वेळेस येता परत?"

"हो... दीड वाजेपर्यंत वाचतो... मग निघतो..." ते पुस्तकं टेबलवर ठेवत म्हणाले.

"आणि सकाळी?"

"सकाळी ६ला जातो."

"बाप रे म्हणजे... किती तास झाले? सहा न् सहा बारा आणि एक वाजेपर्यंत सात म्हणजे बारा न् सात.. एकोणीस?" हिशेब केल्यावर जो आकडा आला त्याबद्दल त्याला आश्चर्य वाटलं.

"एवढं नाही रे... मध्ये नाश्ता, जेवण.. परत संध्याकाळचा चहा त्यात वेळ जातो." चौगुले अंगातला शर्ट हँगरला लावत म्हणाले.

"त्यात असा किती वेळ जाणार आहे? नाही म्हटलं तरी तुम्ही सोळा तासांच्यावर अभ्यास करता सर!"

"हो बहुतेक... बरं ते सोड, तुझं सगळं वाचून झालं का? कन्सेप्ट क्लीअर झाले का सगळे?"

"हो झालंय बऱ्यापैकी वाचून. तुमचं कितवं रीडिंग चालू आहे?"

"मी किती वेळा वाचलं असेल ते मलाही सांगता येणार नाही..." ते हसऱ्या चेहऱ्यानं म्हणाले.

"बोअर होत नाही का सर, सारखं तेच तेच वाचून?"

"तुला काय वाटतं, मला हे आवडतं म्हणून सारखं सारखं वाचतो?" ते गमतीदार चेहरा करून म्हणाले.

"हं.. मला तर आत्ताच कंटाळा आलाय..."

“अं हं.. असं कंटाळा करून कसं चालेल? आता तर तुझी नुकतीच सुरुवात झालीय... बरं ते जाऊ दे..तुमच डिस्कशन कसं चालू आहे? आज काय काय डिस्कस झालं..”

“आज काहीच झालं नाही... भोसले सरांचे एक नायब तहसीलदार मित्र आले आहेत, अभ्यासाला... त्यांच्याशी थोडा वेळ बोलणं झालं...”

“नायब तहसीलदार? कोण, तो गावड्या का?” सीनिअर चौगुलेंनी तुच्छतेनं विचारलं.

“हो तुम्ही ओळखता त्यांना?”

“हं... चांगलाच! ” ते आपला बिछाना व्यवस्थित करत म्हणाले.

“पण मला कळलं नाही की अशी अभ्यास करायला त्यांना इतके दिवस सुट्टी कशी मिळाली?”

“त्याला काय.. तो काहीही करील.. झोलर आहे तो...”

“आम्हालाही थोडे गर्विष्ठ वाटले ते...” मोहननं त्यांना दुजोरा दिला.

“हं... जाऊ दे... मला झोप आलीय... गुड नाइट..” म्हणत ते बिछान्यावर आडवे झालेदेखील.. आणि पांघरूण घेऊन झोपलेही!

“ओके, गुड नाइट ..” म्हणत मग मोहननं ट्यूबलाइट बंद केली. अंधार अंगावर आल्यासारखा वाटला. थोडा वेळ त्याला काहीच दिसलं नाही. खिडकीतून रस्त्यावरच्या दिव्यांचा मंद प्रकाश समोरच्या भिंतीवर पडला होता. त्यात पिंपळाच्या पानांच्या धूसर सावल्या मिसळून गेल्या होत्या. हळूहळू त्याला रूममधल्या वस्तू स्पष्टपणे दिसू लागल्या. अंधारात नीट पाहण्यासाठी थोडा वेळ जाऊ द्यावा लागतो. तो तसा गेला की मग हळूहळू सगळं दिसू लागतं. सीनिअर चौगुले याआधी कोणत्याही व्यक्तीबद्दल इतक्या तुसडेपणानं बोललेले मोहनला आठवत नव्हतं. नायब तहसीलदार गावडेंच्या उल्लेखानं ते वैतागले होते. कदाचित जुनं काहीतरी असावं, असं मोहनला प्रकर्षानं जाणवलं. सीनिअर चौगुलेंचा मूड बघून त्यांना खरं काय ते विचारायला पाहिजे... अंधारात पाहण्यासाठी जसा थोडा वेळ जाऊ द्यावा लागतो, तसा थोडा वेळ जाऊ द्यावा लागणार होता. विचार करता करता त्याला कधी झोप लागली ते कळलंच नाही.

१७

पुस्तकं, नोट्स, क्लास, अभ्यास, डिस्कशन, परीक्षा... हे जणू षड्रिपू आहेत असं वाटत असे. पण त्यांच्याशिवाय काही पर्याय नव्हता. सर्व जण स्पर्धा परीक्षांच्या अभ्यासासाठीच तर पुण्यात आले होते. या षड्रिपूंशी मैत्री केल्याशिवाय गत्यंतर नव्हतं. मग अभ्यास करून दमले-भागलेले जीव विरंगुळा शोधत. काही जणांना दररोज विरंगुळा लागे, तर काही जण आठवड्यातून एकदा रिफ्रेश होत असत. दिवसभर क्लास, अभ्यास करून दमल्यावर काही जण संध्याकाळी लक्ष्मी रोडवर फिरायला जात. तिथे चकचकीत दुकानांमधल्या वस्तू बघून मन प्रसन्न होत असे, तर काही जण चालत्या बोलत्या आकर्षक गोष्टींकडे बघून आनंदित होत असत. लक्ष्मी रोडवर संध्याकाळी चांगले चेहरे दिसायचे, त्यामुळे मग बरीच मंडळी कंटाळा आला की लक्ष्मी रोडवर एक चक्कर टाकून यायची. रघू आणि गौतम तर रोज न चुकता संध्याकाळचे अर्धा तास लक्ष्मी रोडवर जायचे. ते दोघं एकवेळ क्लासला दांडी मारतील, पण लक्ष्मी रोड काही चुकायचा नाही. कंटाळा आला की मोहनही त्यांच्यासोबत जायचा. मग त्याला त्याच्या कॉलेजचे दिवस आठवायचे. त्या वेळी लेक्चर्स बुडवून असाच टवाळक्या करत तो हिंडत असे. रघू आणि गौतमचं सतत बर्ड वॉचिंग चालू असायचं.

“ती हिरवी साडी बघ.”

“तुझ्या डाव्या हाताला ती कुरळ्या केसांची मस्त आहे...”

“ती बर्फी बघ... अहाहा...” वगैरे वगैरे ... बारीक आवाजात रनिंग कॉमेंट्री चालूच असायची. असेच एकदा तिघे पाय आणि मन मोकळं करायला लक्ष्मी रोडवर आले.

“परवा मी झेड ब्रिजवर गेल्तो... काय आयटम असत्यात तिथं...!” रघू म्हणाला.

“पन त्या काय एकट्या नसत्यात, त्यांचे नवरेबी असत्यात की त्यांच्याबरोबर... त्यापेक्षा इथं निदान चांगले चेहरे तरी दिसायलेत.” गौतम म्हणाला.

“नाही, हे बाकी बरोबर आहे... मला पण इथचं फिरायला आवडतं...”, मोहन

म्हणाला.

"आयला मोन्या तू पन? आमी तुला लय सब्य समजत व्हतो." रघू आश्चर्यानं म्हणाला. गौतमसुद्धा त्याच्याकडे बघत होता.

"मग काय? मला पण काही भावना आहेत की नाही... मी काय वरून पडलो नाही..." दोघे मोहनकडे बघत असतानाच मोहन दबक्या आवाजात म्हणाला, "माझ्याकडे काय बघताय, तिकडे तुमच्या डावीकडे आकाशी रंगाच्या ड्रेसकडे बघा..." दोघांनी तिकडे बघितलं आणि डोळ्यांना समाधान देणारं दृश्य पाहून घेतलं.

"तुझी टेस्ट तशी काय वाईट नाय... लय भारी." डोळे मिचकावून बघून रघूनं त्याला टाळी दिली. बोलता बोलता त्यांच्या लक्षात आलं की ते दोघंच पुढे आले आहेत. गौतम त्यांच्यामध्ये नव्हता. गौतम कुठे राहिला? इकडेतिकडे बघितलं तर तो एका कपड्यांच्या दुकानासमोरच्या काचेपलीकडे लावलेल्या जीन्स आणि टी-शर्टकडे निरखून बघत होता.

"काय रे? एवढं काय बघतोय?" मोहननं विचारलं.

"मला नवी कापडं आवडत्यात, बघाया आणि घालाया, राज्यसेवेतनं पोष्ट काढली ना की मी इतके कपडे घेनार की बास... सगळीकडं कपडेच कपडे!" त्याच्या डोळ्यांत चमक दिसली.

"आयला कुणाचं काय तर कुणाचं काय. इकडं आमचं काय चाल्लंय आन ह्याचं काय चाल्लंय." रघू गमतीत म्हणाला.

"आता आवडत्यात मला नवी कापडं तर तुझ्या का पोटात दुखायलंय रं?" दोघांची जुंपली. ती तशी नेहमीच कोणत्या ना कोणत्या कारणानं जुंपतच असायची. थोडा वेळ असंच चालू असताना मोहनला एक गमतीदार गोष्ट दिसली. श्रीधर मोडक तुळशीबागेकडे चालला होता. तुळशीबागेत बायकांच्या उपयोगाच्या सर्व वस्तू मिळतात आणि तेही स्वस्त दरात. त्यामुळे बायका तिकडे गर्दी करतात. आजूबाजूच्या दुकानांमध्ये फिरणाऱ्या बायका, तरुण मुली न्याहाळत तो फिरत होता.

"अरे, तो बघा मोदक, कुठं फिरतोय बघा.. तुळशीबागेत याचं काय काम?" मोहन त्या दोघांना दाखवत म्हणाला. आपलं भांडण विसरून दोघेही तिकडे आश्चर्यानं बघू लागले.

"आयला, हे गाबडं इकडं कुटं उंडारतंय.. आभ्यासाच्या नावानं बोंब आणि इकडं बगा कसं जत्रंत आल्यागत फिरतंय..."

"आपण त्याचा पाठलाग करू... आन् हे खुळं कुटं जातंय, काय करतंय ते बगू..." गौतमच्या सूचनेनुसार तिघंही त्याच्या लक्षात येणार नाही असा पाठलाग

करू लागले. श्रीधरला कुठंही जायची घाई दिसत नव्हती. त्याला काही खरेदीही करायची दिसत नव्हती. बागेत फेरफटका मारावा तसा तो संथ गतीनं फिरत होता. मानेचा व्यायाम करावा तसा त्याची मान कधी इकडे तर कधी तिकडे फिरत होती. तुळशीबागेतल्या गल्ल्यांमध्ये रमत गमत तो फिरत होता.

"आरं हा काय प्रदर्शन बगितल्यागत फिरायलाय... चला त्याला धरू. बाया बगत फिरतोय बगा." गौतमला श्रीधरबाबत आश्चर्य वाटत होतं आणि तो सारखं सारखं ते व्यक्त करत होता.

"बगू दे की... तुझ्याका पोटात दुकतंय रं?" रघू त्याच्यावर घसरला.

"आरं पन मी ह्याला लय सब्य समजत होतो, आन हा आसं का करायलाय?"

"म्हणजे आपण सब्य नाय आसं म्हनायचं का तुला?" रघूनं त्याला शब्दात पकडलं.

"ए खुळ्या, डोक्यावं पडलाय का तू?" गौतम चिडक्या स्वरात म्हणाला.

"अरे, गप बसा रे जरा भांडताय काय नवरा-बायकोसारखे.. चला, आपण त्याला 'रंगे हाथ' पकडू आणि त्याला लुबाडू... त्याच्याकडून आईस्क्रीमची पार्टी घेऊ," मोहन म्हणाला.

"हां हां .. चला, आज मज्जा येनार... मोदकाकडून आईस्क्रीम मिळनार..." दोघंही चेकाळले. इकडे श्रीधरला याची काहीच कल्पना नव्हती. तो मस्त त्याच्याच नादात फिरत होता.

"एक काम करू, आपण पुढच्या गल्लीतून जाऊ आणि फिरून येऊन त्याच्या समोर प्रकट होऊ. त्याला पकडल्यावर त्याचा चेहरा बघण्यासारखा होईल." ठरवून ते लगेच दुसऱ्या बाजूने गेले आणि समोरून श्रीधरच्या पुढे चालत आले. त्या तिघांना बघून तर श्रीधर उडालाच.

"अरे... तुम्ही तिघं इथे काय करताय?" त्याचा सानुनासिक प्रश्न आलाच.

"आमचं सोड... तू हितं काय करायलायस? बाया बगाय येतुस व्हय रं?" गौतम हा असा माणूस आहे की ज्याला कुजबुजायचं म्हणलं तरी ते आजूबाजूच्या दहा लोकांना कळतं. इथंही तेच झालं. आजूबाजूचे विक्रेते आणि बायका, मुली त्यांच्याकडे विचित्र नजरेनं पाहू लागले. प्रसंगावधान राखून ते चौघं तिथून निसटले.

"चल, पैसं काढ, आमाला आयसक्रीम पायजेल." रघू त्याच्या पँटचे खिसे चापसत म्हणाला.

"पैसे काढ काय पैसे काढ...? माझ्याकडे नाहीत पैसे बियसे."

"आता काढतूस का हितंच बोंबलू? की हा मानूस बाया बघाया तुळशीबागेत फिरतु म्हनून... आन उद्या क्लासमधी बी सांगीन सगळ्यान्नी..." गौतमनं धमकी दिली तसा श्रीधरनं त्याच्या पाकिटाला हात घातला. "ए भल्या माणसा, असे

वेडझवे चाळे करू नकोस... चल आधी इथून ... आणि कुठला फ्लेवर पायजे ते बोल...'' गौतमच्या फालतू धमकीलाही श्रीधर भलताच घाबरला होता. त्यानं सगळ्यांना आईसक्रीम घेऊन दिलं. रघू आणि गौतम तर कधी न मिळाल्यासारखे त्याच्यावर तुटून पडले.

''काय मस्त वाटतंय रे आयसक्रीम ...! ...''

''गिळा साल्यांनो, फुकटचं मिळालंय तर गिळा...'' आईसक्रीम खातानाही एखादं कडू औषध खावं तसा चेहरा करून श्रीधर म्हणाला. त्याचा तसा चेहरा बघून रघू आणि गौतमला तर असुरी आनंद मिळत होता. खरंतर श्रीधर मुळातच महाकंजूष माणूस, लहानपणापासून एकलकोंडा वाढलेला. श्रीधर त्याच्या जाडेपणामुळे शाळेत इतरांच्या चेष्टेचा विषय होता. कॉलेजमध्येही काही वेगळं वातावरण नव्हतं. मित्र होते, पण जवळचे असे कोणी नव्हते. जिवलग म्हणता येईल असे तर कोणीच नव्हते. सगळे कामापुरते! चौकडीशी त्यानं स्वतःहून ओळख करून घेतली, तेव्हा त्याच्या अपेक्षेपेक्षा जास्त त्याचं स्वागत झालं. स्वार्थ असा कोणाच्याच मनी नव्हता. गौतम आणि रघूनं तर त्याला पहिल्या भेटीत मिठीच मारली होती. त्या मिठीमुळेच तो आतून विरघळला होता. खरे मित्र काय असतात याची पहिल्यांदा जाणीव त्याला झाली. या चौकडीत आला की त्याला बरं वाटे. तो फारसा विचार करत नसे... बिनधास्त वागे... आताही त्याला तिघे भेटले त्याचा आनंदच झाला होता. गंमत वाटत होती.

''मग? कशी वाटली तुळशीबाग?'' आईसक्रीम खाता खाता त्यानंच विचारलं. चेहऱ्यावर मिस्कील भाव दाटले होते.

''येक नंबर! लेका तू बी छुपा रुस्तम निगालास की!'' रघू म्हणाला. त्यावर तो पुरुषसुलभ लाजला.

''भावा धुरळाच! ... लय भारी जागा हाय ती.'' गौतमही चेकाळला होता.

''तू इथं येतोस रोज फिरायला?'' मोहननं विचारलं.

''नाय रे.. असंच आलो होतो, जरा काम होतं म्हणून...''

''हो का...आ...आ...'' करत गौतम त्याला आणखी चिडवू लागला. त्याला आणखीनच गंमत वाटून हसू यायला लागलं.

''अरे तिकडे बघा, काळ्या साडीत...पाठ किती नितळ आहे...'' मोहननं सगळ्यांना दाखवलं. तिची पाठ बघता बघता हातातलं आईसक्रीम वितळून हातांवरून खाली गळू लागलं होतं.

१८

श्रीधर मोडक चौकडीत नव्यानं सामील झाला होता. सुशिक्षित बेकारीच्या मोहननं दिलेल्या उदाहरणावरून तो जास्तच प्रभावित झाला होता. सगळ्यांशी त्याची मैत्री झाली होती, पण त्याची जास्त गट्टी जमली ती गौतमशी! त्याचं वागणं. बोलणं श्रीधरला आवडायचं. गौतम तर त्याला त्याच्या गोल शरीरयष्टीमुळे मोदक म्हणायचा आणि त्याला ते आवडायचंही ! त्याचं मोदक हे नाव सगळ्यांच्या तोंडी बसलं होतं. श्रीधर मोडक हा तिथलाच म्हणजे पुण्याचाच होता. तो घरूनच क्लासला येत असे. अधूनमधून तो माधववाड्यातही येऊ लागला. त्याचे आई आणि वडील दोघंही बँकेत नोकरीला होते. त्यामुळे तो घरी एकटाच असे. तसं सुखवस्तू कुटुंब असल्यानं त्याला कशाची कमी नव्हती. चौकडीत सामील झाल्यावर आणि गौतमच्या संपर्कात आल्यावर त्याला एक सवय लागली ती म्हणजे तंबाखूची! पांढरपेशी लोकांना ही असली हलकी व्यसनं नसतात. पण जास्त संरक्षित वातावरणात वाढल्यानं तो त्या वातावरणाला कंटाळला होता. मुक्त जगावं, मन मानेल ते करावं, असं त्याला नेहमी वाटे. हवं ते करण्याची एकमेव जागा म्हणजे चौकडी आणि त्यातल्या त्यात गौतम! त्यामुळे चहात साखर मिसळावी तसा तो चौकडीत मिसळून गेला.

क्लास सुटल्यावर सगळे माधववाड्यावर परतले. दुपारचा एक-दीड तास माधववाडा निपचित पडलेला असे. बाकी इतर वेळेत तो रात्रीही जागाच असे. कुठल्या न कुठल्या रूममध्ये लाइट लागलेले असत. मुलांच्या अभ्यास करण्याच्या वेळा ठरलेल्या होत्या. त्यानुसार त्यात सहसा खंड पडत नसे. फक्त दुपारच्या जेवणानंतरचा एक-दोन तासांचा कालावधी त्याला अपवाद असे. त्यात मात्र न चुकता सर्व जण झोप घेत आणि त्या वेळेत कुणीही कसलीही गडबड केलेली चालत नसे. तसा अलिखित नियमच होता आणि सर्व जण तो पाळत असत. दुसऱ्याला त्रास होणार नाही याची जो तो आपापल्या परीनं काळजी घेई. श्रीधर आज माधववाड्यात आला होता. तो गौतमच्या बेडवर आडवा झाला होता. जेवण झाल्यानं रघू आणि मोहनसुद्धा आपापल्या बेडवर आडवे झाले होते. गौतम आणि

श्रीधर दुसऱ्यांना त्रास होणार नाही अशा बारीक आवाजात बोलत बसले होते. मोहनलाही काही खास झोप अशी येत नव्हती. तो डोळे मिटून झोपेची आराधना करू लागला. त्या दोघांच्या बोलण्यातला काही संवाद त्याच्या कानावर पडत होता.

"आरं भावा, ते तुजे आई-वडील हायेत. त्यांचा राग करून कसं चालंल..."

"राग म्हणजे तसा राग नाही रे, पण मला त्यांच्याबद्दल फारसं काही वाटत नाही म्हणजे तू जसं आई-वडिलांसाठी पोस्ट काढणार म्हणालास ना, तसं मला काही वाटत नाही."

" पन का? तुला आसं आचानक का वाटायलंय मधीच?"

"अचानक नाही रे, मी लहानपणापासून एकटाच वाढलोय. आई नोकरी करत असल्यानं पाळणाघरात राहायचो. मग थोडा मोठा झालो आणि घरीच एकटा राहायला लागलो. कधीकधी एकटं राहायची खूप भीती वाटायची. मग मी स्वतःशीच बोलायला लागलो. मोठमोठ्यानं. कधीकधी आरशासमोर बसून बोलायचो. खूप कंटाळा यायचा एकटं राहायचा."

"आरं, पण संध्याकाळी येतच आसंल ना आईबाबा... मग तवा बोलायचं की काय बोलायचंय ते..."

"संध्याकाळी? हं ... संध्याकाळी ते दोघे आले तरी ऑफिसचं कसलं तरी काम घेऊन यायचे. तुला सांगतो, अक्षरशः कर्फ्यू लागल्यासारखं वातावरण असायचं आमच्याकडे... कुणीच कुणाशी बोलत नसायचं. मी काही बोलायला गेलो तर माझ्याशी धड बोलायचे नाहीत. लगेच अभ्यासाला बसवायचे. त्यांना माझ्याबद्दल फारसं काही वाटलंच नाही कधी!"

"खुळा हाईस का काय? एकुलता एक पोरगा तू! आणि तुझ्यासाठीच करायलेत ना सगळं?"

"नुसता पैसा पुरवला म्हणजे झालं का सगळं? मला त्यांची सोबत हवी होती रे... माझे काही प्रॉब्लेम्स असायचे... ते मी कुणाबरोबर शेअर करणार? मला कुणीच नव्हतं समजून घ्यायला.... मला आठवतंय, एकदा दुपारचा शाळेतून घरी येत होतो, आमच्या बिल्डिंगच्या गेटमधून येताना मला आमच्या घराची खिडकी उघडी दिसली. मला इतका आनंद झाला म्हणून सांगू, मला वाटलं आई घरी असेल. मी धावत धावत जिने चढून वर गेलो अन् पाहतो तर आमच्या कामवाल्या बाई होत्या. त्यांना उशीर झाल्यानं दुपारी कामाला आल्या होत्या. गौत्या तुला सांगतो, असा मूड गेला माझा आणि वाईटही खूप वाटलं.. वाटलं किती दुर्दैवी आहोत आपण. आई असूनही ती आपल्या वाट्याला नाही..." असं म्हणून त्याचा कंठ एकदम दाटून आला आणि त्याच्या डोळयांत पाणी आलं.

"आरं खुळा हायस का काय? रडायलास का? जाऊ दे रं... होतं असं कदी

कदी... चालायचंच!'' गौतम जमेल तसं त्याचं सांत्वन करत होता.

''तू कधी लहानपणापासून एकटा राह्यला नाहीस, तुला नाही कळणार गौत्या, जाऊ दे,'' श्रीधर म्हणाला

''काय म्हंतोस भावा, दोस्ताला कळनार नाय तर कुनाला...? माझं म्हननं येवडंच हाये की तू लय इचार करू नको. त्यानं तुलाच त्रास होईल... घे, डबल मळू का तुझ्यासाठी?'' गौतम तंबाखूची पुडी काढत म्हणाला.

''मळ च्या मारी...'' '' म्हणत श्रीधर डोळे पुसत हसू लागला.

''हांऽऽऽ आत्ता कसं... रडताना चांगला दिसत न्हाईस.. हसल्यावर कसा मोदकासारखा दिसतुस.. गोल गट्टम!'' गौतम त्याचा खांदा थोपटत म्हणाला. नुसता डोळे मिटून पडला असल्यानं मोहनला त्या दोघांचं बोलण ऐकायला आलं. त्यालाही श्रीधरची दया आली. श्रीधरसारखी कितीतरी मुलं असतील ज्यांना आपलं संपूर्ण बालपण पाळणाघरात काढावं लागलं असेल आणि अजूनही किती जण तसे काढत असतील. पालकांना का कळत नाही की मुलांना त्यांचा पैसा नको तर त्यांचा सहवास हवा असतो. पण जास्त पैसे हवेत म्हणून नवरा-बायको दोघंही नोकरी करतात. मुलं आई-बापाविनाच वाढतात. कधीकधी पर्याय नसतो; त्यामुळे हे सगळं मनावर दगड ठेवून करावं लागतं. मुलांना वाढताना बघणं हीसद्धा एक प्रकारची मौज असते, त्याला कुठंतरी असे पालक मुकत असतात. छोट्या छोट्या गोष्टीतून आनंद घेणं आपण सोडलं आहे; किंबहुना आपल्या ते लक्षातच राहत नाही. खूप पैसा मिळवणं आणि तो म्हातारपणासाठी जपून ठेवणं, यातच माणसाचं आयुष्य निघून जातं. आणि याच गैरसमजात माणसं आयुष्य जगायचंच विसरून जातात.

१९

संध्याकाळची वेळ म्हणजे अभ्यासातून थोडासा ब्रेक घेण्याची वेळ असे. दुपारी जेवणानंतर एक-दीड तासाच्या वामकुक्षीनंतर मुलं पुन्हा अभ्यासाला बसत ते संध्याकाळी सहा वाजेपर्यंत! मग रघूच्या भाषेत थोडं माइंड फ्रेश करायला, चहा प्यायला मुलं अमृततुल्य चहाच्या टपरीवर जात. हा कार्यक्रम जवळजवळ रोज न चुकता घडे त्यामुळे टपरीवाल्यालाही रोजचे चेहरे पाठ झालेले असत. एखादा चहा प्यायला आला नाही तर तो इतरांकडे त्याची चौकशी करी. आधी चहावाल्याला मुलांची नावं माहीत नव्हती. तो सर्वांना साहेब म्हणूनच संबोधी. पण नंतर नंतर कांबळे साहेब, जाधव साहेब, निकम साहेब अशी आवर्जून नावं घेत असे. एक तिऱ्हाईत चहावाला आपल्याला नावानिशी ओळखतो, ही अभ्यास करणाऱ्या मुलांसाठी त्यांचा अहम् सुखावणारी गोष्ट असे. मुलं त्यामुळे त्याच्याकडे न चुकता जात, आणि त्याच्या चहाची चवही चांगलीच असायची. त्याच टपरीवर वेगवेगळे विषय निघत, पण जास्त करून अभ्यासाच्याच चर्चा जास्त असत. सध्या कोण कोण, काय काय अभ्यास करतं हे न विचारताही हातातल्या पुस्तकांवरून, नोट्सवरून लगेच लक्षात येई. मग कुणी आपल्याला न समजलेला एखादा विषयाचा मुद्दा समजून घेई, बाजारात आलेल्या अनेक नवीन पुस्तकांचं दर्शन आणि माहितीही बऱ्याच वेळा त्या टपरीवर मिळे. बाकीच्या मुलांचा अभ्यास कुठवर आलाय ते कळत असे, मग त्या शर्यतीत आपण कुठे आहोत याचीही जाणीव होई आणि मग अभ्यासाला जोरदार चालना मिळत असे. असाच एका संध्याकाळी मोहन अमृततुल्य चहाच्या टपरीवर जायला निघाला, गौतम आणि रघूही तयार झाले. तिघे निघाले असताना सीनिअर भोसलेंच्या रूममधून आवाज आला,

"काय रे? चहा प्यायला जाताय का?" नायब तहसीलदार गावडेंनी विचारलं. मोहन 'हो' म्हणाला. "थांबा, मी पण येतो..." म्हणत ते शर्ट घालायला उठले.

"आयला ह्यो कशाला येतूय... !" रघू दबक्या आवाजात म्हणाला.

"आपण कुठं बोलावलंय त्याला, तोच येतोय...", मोहनही त्याच आवाजात म्हणाला

"रघ्या , चल आपण लक्ष्मी रोडला जाऊ, ह्या रांड्याबरुबर तर आपण च्या पिनार नाय." असं म्हणून गौतम रघूला खेचू लागला. रघूही मग पडत्या फळाची आज्ञा म्हणून त्याच्या सोबत निघाला.

"साल्यांनो, मला एकटं टाकून जाताय? थांबा, रघू तू तरी थांब..."

"तुलाच लय खाज ना, च्या प्यायला जातूय सांगायची! मर आता... चल रघ्या." म्हणत ते दोघे निघूनही गेले. गावडे जरी नायब तहसीलदार असले तरी त्यांच्या बढाईखोर आणि आत्मप्रौढी स्वभावामुळे बरेच जण त्यांच्यापासून लांब राहायचे. रघू आणि गौतमच्या तर ते पहिल्या दिवसापासूनच डोक्यात गेले होते. त्यामुळे 'चहा प्यायला जाताय का?' या प्रश्नावर होकार देऊन मोहन नेमका कात्रीत सापडला. आता नाहीही म्हणता येत नव्हतं. त्यानं मनातल्या मनात कपाळावर हात मारला. नायब तहसीलदार गावडे तोंडाला पावडर लावून केस विंचरून बाहेर आले, "अरे , तू एकटाच! बाकीचे कुठे गेले?" त्यांनी आश्चर्यानं विचारलं. 'तुमच्यामुळे गेले ते' मोहनच्या अगदी तोंडावर आलं होतं, पण "त्यांना लक्ष्मी रोडवर काहीतरी काम आहे म्हणून गेले. " असं तो म्हणाला.

"बरं, जाऊ दे.. तू चल.. बाकी कसा चालू आहे अभ्यास?" गावडेंनी विचारलं "चांगला चाललाय..."

"वाचून झालं का सगळं?"

"नाही, अजून अर्थशास्त्र आणि विज्ञान राहिलंय..."

"अरे या वेळेपर्यंत तर सगळं वाचून व्हायला हवं होतं... मी अभ्यास करत असताना पूर्व परीक्षेच्या आधी दोन महिने माझे सगळे विषय दोनदा वाचून झाले होते.... कसं कवर करणार तू आता...? तुला थोडं सिरीयस व्हायला लागेल, नाहीतर काही खरं नाही. मी इथं अभ्यास करत होतो त्या वेळी ..." ना. त. गावडेंनी स्वतःचेच गोडवे गायला सुरुवात केली. कुठल्या लफड्यात अडकलो असं मोहनला वाटून गेलं. पण आता पर्याय नव्हता. गावडे अथकपणे बडबडत होते, 'मी असं केलं, तसं केलं, अमुक पुस्तक वाचून काढली, तमुक परीक्षा दिल्या...' मोहनचं तिकडे लक्षच नव्हतं. कधी एकदा चहा पिऊन येतोय असं त्याला झालं. दोघं टपरीवर गेले. तिथे गेल्या गेल्या चहावाल्यानं त्यांना आदरानं नमस्कार केला. त्यांना लगेच बसायला छोटं स्टूल दिलं, पाणी दिलं. अशी बडदास्त फक्त पोस्ट होल्डर लोकांची राखली जाते. हाच फरक आहे सामान्य अभ्यास करणाऱ्या मुलांमध्ये आणि पोस्ट मिळालेल्या अधिकाऱ्यांमध्ये! चहावाल्यानं त्यांना आणि मोहनला प्रथम प्राधान्यानं चहा दिला. बाकीची मुलं काहीशा असूयेनं आणि काहीशा रागानंच आपल्याकडे आणि गावडेंकडे बघत आहेत, असं मोहनला वाटलं. इकडे गावडेंना कुणाशी काही घेणं देणं नसल्यासारखे ते आपल्याच नादात बडबडत होते.

मोहनला आता त्याचा कंटाळा यायला लागला. कुणीतरी येऊन आपली सुटका करावी, असं त्याला प्रकर्षानं वाटू लागलं. इतक्यात त्याला समोरून सीनिअर चौगुले येताना दिसले. अशोकवनात कैदेत असलेल्या सीतेला हनुमानाला पाहून जेवढा झाला नसेल, त्यापेक्षा कितीतरी आनंद त्याला सीनिअर चौगुलेंना पाहून झाला.

"या सर, चहा घेणार ना.." त्यानं हसतच त्यांचं स्वागत केलं. तेही प्रसन्न हसले.

"तू दिलास तर घेणार." चौगुले आज चांगल्या मूडमध्ये दिसत होते. ते बाजूच्या बाकड्यावर बसायला जाणार इतक्यात त्यांना गावडे दिसले. झटका लागल्यासारखे ते तिथून बाजूला झाले आणि दुसऱ्या बाजूला येऊन उभे राहिले. दोन चुंबकाचे सजातीय ध्रुव एकमेकांजवळ आल्यावर जसे एकमेकांपासून दूर जातात, तसं काहीसं झालं. मोहनच्या नजरेतून ते निसटलं नाही. त्या दोघांमधून विस्तवही जात नव्हता. सीनिअर चौगुले आल्यावर गावडेही थोडे विचलित झाल्यासारखे वाटले. इतक्यात माधववाड्यातील कोणीतरी गावडेंच्या जवळ आलं आणि त्यांच्याशी बोलू लागलं. गावडेही मग त्यांच्याशी बोलू लागले. बरं झालं! सुटका झाली.. मोहन सीनिअर चौगुलेंशी बोलू लागला.

"काय झालं सर? काही टेन्शन आहे का?"

"नाही... काही नाही... असंच! "

"गावडेंना बघून तुमचा मूड बदलला. काय झालंय सर? मागे पण तुम्ही त्यांच्याबद्दल रागाने बोलत होतात. काय झालंय तुमच्या दोघांमध्ये ? प्लीज सर, सांगा ना."

"काही नाही रे... इथं सांगण्यासारख्या नाहीत या गोष्टी..." ते टाळत म्हणाले.

"ठीक आहे... रूमवर जाऊ... तिथे कोणी नाही... पण सांगा सर, बोलल्यानं मन हलकं होतं." मोहन म्हणाला आणि सीनिअर चौगुले विचारात पडले. इतक्यात "मोहन, मी जरा लक्ष्मी रोडला जातो... चहाचे पैसे दिलेत मी..." गावडे कुणाबरोबर तरी जात म्हणाले.

"मी दिले असते सर...," मोहन उपचारादाखल म्हणाला. त्याला हात करून ते निघून गेले. मोहन आणि सीनिअर चौगुले त्यांच्या रूमवर आले. ते त्यांच्या टेबलपाशी शांतपणे बसले. मोहन त्यांच्या बोलण्याची वाट पाहत होता. थोडा वेळ घेऊन त्यांनी बोलायला सुरुवात केली, "खरंतर मी तुला काही सांगणार नव्हतो, पण यात लपवण्यासारखं काही नाही. तुमच्या आधीच्या मुलांना हे सर्व माहीत आहे. त्यामुळे तुझ्यापासून लपवण्यात काही पॉइंट नाही. मी नाही तर वाड्यातलं

कोणीही सीनिअर तुला हे सांगू शकेल... तुझा प्रेमावर विश्वास आहे का?'' बोलता बोलता त्यांनी अचानक प्रश्न केला.

"अं... आहे...'' त्याच्या उत्तरावर ते उदासवाणे हसले.

"माझाही होता आधी. पण आता नाही. प्रेम बिम सगळं झूट आहे. बकवास! ती सोयीनुसार करण्याची गोष्ट आहे. तुमच्याकडे काही नसेल तर तुम्हाला प्रेम करायचाही अधिकार नाही. त्यामुळे आयुष्यात काहीतरी मिळवावं लागतं, पैसा,मान, प्रतिष्ठा...या गोष्टी असतील तर तुम्हाला आपोआप प्रेम मिळतं...,'' सीनिअर चौगुले शून्यात बघत म्हणाले. त्यांनी आपलं मन मोकळं करणं गरजेचं आहे असं मोहनला वाटत होतं. पण आता गौत्या आणि रघू परत यायला नकोत, नाहीतर चौगुले बोलणार नाहीत. त्यामुळे ही दोघं लगेच येऊ नयेत अशी तो प्रार्थना करू लागला.

"तीन-चार वर्षांपूर्वी मला एक मुलगी आवडायची. तिलाही मी आवडायचो बहुतेक! तिच्या नजरेतून दिसायचं ते...पण आम्ही कधी त्या बाबतीत बोललो नाही एकमेकांशी! ग्रुपमधल्या बाकीच्यांनाही आमच्या दोघांबद्दल कल्पना होती. ती इथंच पुण्यात होती अभ्यासाला. आमचा ग्रुप होता अभ्यासाचा. त्यात हा गावडेही होता. एक नंबर चालू माणूस! माझं अन् त्याचं जास्त पटायचं नाही. तो स्वतःला जाम शहाणा समजायचा. तो इतका हुशार नव्हता आणि ते त्यालाही माहीत होतं. त्यामुळे त्यानं एक आयडिया केली. त्याच्या ओळखीच्या डॉक्टरकडून फिजिकल हँडिकॅपचं सर्टिफिकेट घेतलं आणि त्या कॅटॅगरीमधून त्यानं परीक्षा दिली. राज्यसेवेचा शेवटचा रिझल्ट लागला. माझं सिलेक्शन झालं नाही; तिचं मात्र झालं. मग हळूहळू तिचं भेटणं, बोलणं कमी होत गेलं. ती मला टाळायला लागली. मला काहीच कळेना. आधीच सिलेक्शन झालं नव्हतं म्हणून फ्रस्ट्रेट झालो होतो, त्यात आता तीही माझ्याशी नीट बोलत नव्हती. खूप एकटं एकटं वाटायला लागलं होतं. शेवटी तिला एकदा भेटलो, आणि विचारलं. ती म्हणाली की तिचं लग्न ठरलंय... मी विचारलं कुणाशी, तर तिनं गावडेचं नाव घेतलं. मग माझ्या डोक्यात प्रकाश पडला. राज्यसेवेच्या त्याच परीक्षेत गावडे नायब तहसीलदार झाला होता. सिलेक्शन झाल्याच्या दुसऱ्याच दिवशी त्यानं तिला लग्नाबद्दल विचारलं आणि ती लगेच त्याला हो म्हणाली. मी पुढे तिला काहीच विचारलं नाही. त्याच पावली मागे फिरलो. पुढचा एक आठवडा कसा गेला, मी काय केलं, कसा जगलो, माझं मलाच कळलं नाही. एक वेळ तर अशी आली की वाटलं आपला जगून तरी काय उपयोग; सगळं संपल्यासारखं वाटत होतं. तुला खोटं वाटेल पण मी आत्महत्येचाही प्रयत्न करून पाहिला; पण त्या क्षणी हिम्मत झाली नाही. स्वतःचा खूप राग आला. वाटलं, सालं गांडू आहोत आपण! आपल्यात एवढी पण हिम्मत नाही. मग पडून

राहिलो तसाच कितीतरी दिवस... काहीच न करता. निर्जीव झालो होतो मी. पण मग राज्यसेवेची नवीन ॲड आली आणि मी पुन्हा अभ्यासाला लागलो. मग हळूहळू विचार करता करता मला लक्षात आलं की तिनं मला न निवडता त्या गावडेला निवडलं त्यात तिचं काय चुकलं? ती तिच्या भविष्याचा विचार तर करणारच! शिवाय, आपल्या स्पर्धापरीक्षांची शाश्वती तर साक्षात परमेश्वरही देऊ शकत नाही. तिनं माझ्यामागे तिची फरपट का करून घ्यावी? मग मी तिचा विचार करणं सोडून दिलं. पण हा गावड्या परत इथं अभ्यासाला आला आणि परत मला हे सगळं आठवलं.''

''सर काय बोलायचं तेच कळत नाही... खूप विचित्र आहे हे...'' त्यांची ही कहाणी ऐकून मोहनला खूप निराश झाल्यासारखं वाटलं.

''जाऊ दे ज्याचं त्याचं नशीब... माझ्या नशिबात जे आहे ते मला भोगलंच पाहिजे...''

''या ॲडला तर तुम्ही क्लास वन असाल सर, डेप्युटी कलेक्टर... मला खात्री आहे.''

''बघू... पण तुला सांगतो ना, की आता काही वाटत नाही. जे होईल ते मला मान्य असेल... चला मी निघतो, अभ्यासिकेतली जागा जायची माझी..'' म्हणत ते उठले आणि निघाले. मोहन सुन्न होऊन बघत राहिला. त्यांच्या मनाची झालेली अवस्था तो चांगल्या प्रकारे समजू शकत होता. ज्या वेळी शलाका त्याला सोडून गेली, तेव्हाही त्याची अवस्था अशीच झाली होती. खरंच, जगात विशुद्ध प्रेम नसेल का कुठे?

२०

हा हा म्हणता राज्यसेवेची पूर्वपरीक्षा पंधरा दिवसांवर येऊन ठेपली. बहुतेक जणांना त्यांचं हॉलतिकीट पोस्टानं आलंही. अजय आणि मोहनचा नंबर एकाच शाळेत आला होता. बाकीचे आजूबाजूच्या शाळांमध्ये होते. परीक्षेचं हॉलतिकीट आलं आणि परीक्षा एकदम उंबऱ्याशी येऊन ठेपल्याची जाणीव सगळ्यांना झाली. युद्धाचे पडघम वाजतात तसे परीक्षेचे पडघम मुलांच्या मनामध्ये वाजू लागले. आता परीक्षेचे अंतर कमी राहिल्यानं अभ्यासाचा वेग आणि वेळ आपोआप वाढला. माधववाड्यात रात्र रात्र ट्यूबलाइट्स जळू लागल्या. जो बघावं तो अभ्यासाच्या चिंतेत, त्याच नादात फिरू लागला. मुलांचं एकमेकांशी बोलणं कमी झालं. बोललं तरी कामापुरतं. फालतू टाइमपास तर उरलाच नाही. रघू आणि गौतमही मन लावून अभ्यास करू लागले. त्यांचा तंबाखू आणि सिगारेटचा खर्च वाढू लागला. मुलं आपापल्या पद्धतीनं आळीपाळीनं जागरणं करून अभ्यास करू लागली. घड्याळाचे गजर वेळीअवेळी वाजू लागले. अंघोळ, प्रातर्विधी हा सकाळीच करायचा कार्यक्रम उरला नाही; जेव्हा वेळ मिळेल आणि बाथरूम रिकामं असेल तेव्हा तो उरकला जाऊ लागला. पिंपळाच्या पारावर गप्पा मारत बसणारी मुलं तिथे पुस्तकं घेऊन एकमेकांकडे पाठ करून बसू लागली. चहाची टपरी, मेस, नाश्त्याची ठिकाणं इथं इतर गोष्टींपेक्षा अभ्यासाचा विषय जास्तीत जास्त चर्चिला जाऊ लागला. मेसमध्ये जेवणासाठी वेळ जातो म्हणून मग डबे मागवले जाऊ लागले. अप्पा बळवंत चौकात मुलांच्या फेऱ्या वाढू लागल्या. कुठे नवीन पुस्तकं, नोट्स, चालू घडामोडींवर नवीन पुस्तकं बाजारात आली असली तर त्याचा शोध घेतला जाऊ लागला. काही जण तर दिवस दिवस रूममधून बाहेर पडेनासे झाले. संध्याकाळी नेहमी लक्ष्मी रोडवर फिरणारी मुलं आता दिसेनाशी झाली. विजय टॉकीज ओस पडू लागलं. अशा रीतीनं सर्व जण अभ्यासात गढून गेले. श्रीधर मोडकसुद्धा अभ्यासासाठी वाड्यावर येऊ लागला. मोहनचे सर्व विषय एकेकदा वाचून झाले होते. आता त्याची रिव्हिजन सुरू झाली होती. या उरलेल्या पंधरा दिवसांत प्रत्येक विषय दोनदा वाचून काढायचा, असा त्यानं निश्चय केला. ठरवलं ते झालंच पाहिजे; मग त्यासाठी

रात्रीची झोप कमी मिळाली तरी चालेल, असं त्यानं मनाशी पक्कं केलं. क्लासमध्ये सर्व अभ्यासक्रम शिकवून झाला होता. मुलं फक्त अभ्यासासाठी रीडिंग रूममध्ये जायची आणि काही शंका असेल तरच सरांना भेटून विचारायची. पुढच्या आठवड्यात क्लासमध्ये मॉक टेस्ट्स होणार होत्या. त्यानुसार आपला अभ्यास किती झालाय याची प्रत्येकाला कल्पना येणार होती. अभ्यासात गढून गेल्याने वेळ कसा निघून जायचा, ते कळायचं नाही. रात्री जेवणानंतरचा वेळ तर जास्तच लवकर सरत असे. पण आता मनासारखा अभ्यास होत असल्यानं मोहनला बरं वाटत होतं. बऱ्याच वेळा आपल्याला हव्या असलेल्या गोष्टी मनासारख्या घडत असल्या की त्यामागच्या घेतलेल्या कष्टांचा त्रास होत नाही. उलट, त्यामुळे आणखी हुरूप येतो आणि जास्त मन लावून ते काम केलं जातं याचा अनुभव मोहनला येत होता, त्यामुळे तो मनातून सुखावला होता. झोप कमी झाल्यानं त्याचे डोळे तारवटल्यासारखे वाटायचे; पण त्याला आता त्याची फिकीर नव्हती. येणारी पूर्वपरीक्षा हेच त्याच्या समोरचं लक्ष्य राहिलं होतं. बेभान होऊन शत्रूवर तुटून पडावं तसा तो अभ्यासावर तुटून पडला होता. इतिहास, भूगोल, राज्यशास्त्र, अर्थशास्त्र, विज्ञान यांसारख्या एकापेक्षा एक मातब्बर गनिमांचा त्यानं पाडाव केला होता. शीर धडावेगळं करावं तसं एक एक पुस्तक वाचून तो हातावेगळं करत होता. हातघाईची लढाई सुरू झाली होती. तो त्याच्या रूमपार्टनरशी पण मोजकंच बोलत होता. त्याच्यात झालेला हा बदल रघू आणि गौतमलाही बुचकाळ्यात पाडणारा होता आणि तेही त्याचं बघून गंभीरपणे अभ्यासाला लागले होते.

क्लासमध्ये मॉक टेस्ट्स झाल्या. टेस्टनंतर लगेच उत्तरं सांगण्यात आली. काही अवघड प्रश्नांवर चर्चा करण्यात आली. मॉक टेस्ट्समध्ये मोहनला समाधानकारक मार्क्स मिळाले होते. चौकडीमध्ये मोहनला सर्वांत जास्त मार्क्स होते. अजय एवढा मन लावून अभ्यास करणारा; पण त्यालाही मोहनपेक्षा कमी मार्क्स होते. रघू, गौतम, आणि श्रीधर तर स्पर्धेच्याही बाहेर होते. त्यामुळे ते भलतेच निराश झाले.

''आयला गौत्या, आपन प्री पास होऊ का रं?'' रघूनं विचारलं.

''भावा, मला बेक्कार टेन्शन याया लागलंय.''

''अरे ही फक्त मॉक टेस्ट आहे रे.. त्याचं काय एवढं टेन्शन घेताय? अजून दहा दिवस बाकी आहेत. दहा दिवसांत दुनिया इकडची तिकडे होऊ शकते.'' मोहन त्यांना समजावत म्हणाला.

''तुझं बरं हाय लेका! काय खाऊन परीक्षेला गेला व्हतास?'' रघू म्हणाला.

''हो न भाऊ.. मला वाटलं नव्हतं मोहन इतका हुशारे ते!'' आपल्यापेक्षा मोहनला जास्त मार्क्स कसे मिळाले याचं अजयला आश्चर्य वाटत होतं.

''कसला हुशार यार! मी वाचलेलं तेवढंच आलं, म्हणून मिळाले असतील

जास्त मार्क्स, त्यात काय विशेष नाय,'' मोहन म्हणाला.

''म्हंजे, तुझं सगळंच वाचून झालंय म्हन की! '' गौतम म्हणाला.

''तू तर आता आरामात प्री काढतोयस...'' अजयच्या या वाक्यामुळे मोहन मनातून सुखावला खरा, पण त्यानं तसं चेहऱ्यावर दाखवलं नाही. आज त्याचा दिवस होता. मनात एक सकारात्मक दृष्टिकोन तयार झाला. दुपारच्या जेवणानंतर तो वामकुक्षीसाठी आडवा झाला; पण त्याला झोप काही येईना. मॉक टेस्टचे मार्क्स त्याला झोपू देत नव्हते. त्याला गुदगुल्या झाल्यासारख्या होत होत्या. संपूर्ण दुपार त्याच विचारात अभ्यासाविना गेली. संध्याकाळी चहासाठी त्यानं रघू आणि गौतमला विचारलं.

''नको, मूड नाय. तू जा.'' म्हणत गौतम तंबाखू मळत गॅलरीत गेला. रघूनंही नकार दिला तेव्हा तो एकटाच निघाला. अमृततुल्य चहाच्या टपरीवर पोहोचला तेवढ्यात पलीकडून सीनिअर चौगुलेही त्याला तिथे येताना दिसले. ते पाहून मोहननं आणखी एक चहा सांगितला.

''घ्या सर,'' चहाचा ग्लास सीनिअर चौगुलेंच्या हातात देत तो म्हणाला.

''अरे वा... थँक यू. बाकी काय? कसा चाललाय अभ्यास?''

''चांगला... आज क्लासमध्ये मॉक टेस्ट झाली.''

''हो का? व्हेरी गुड.... किती मिळाले?''

''१५३.'' मोहननं अभिमानानं तो आकडा उच्चारला.

''हं... ठीक आहेत, पण अजून जास्त अभ्यास करायला हवा.'' मोहनच्या मार्कांचा त्यांच्यावर फारसा परिणाम झालेला दिसला नाही.

''पण क्लासचे सर म्हणाले की ज्यांना १४०च्या वर आहेत त्यांचे पास होण्याचे चान्सेस जास्त आहेत... आमच्या वर्गात ५-६ जणांनाच १४०च्या वर मार्क्स आहेत.''

''ते सांगतात म्हणून तू बिनधास्त राहू नको. पेपर कसाही येऊ शकतो. इतक्या वर्षांच्या अनुभवावरून सांगतोय... पेपरच्या आदल्या दिवसापर्यंत अभ्यास चालूच ठेव. ही संधी पुन्हा येणार नाही.''

''बरोबर आहे सर.''

सीनिअर चौगुले चहा संपवून निघून गेले. ते अगदी योग्य वेळेवर भेटल्याचं मोहनला जाणवलं. ते चुकीचा सल्ला कधीच देणार नाहीत, याची त्याला खात्री होती. मॉक टेस्टमधल्या मार्कांवर हुरळून न जाता आता त्यानं पुन्हा जोरात अभ्यास करायचं ठरवलं. जे काही महत्त्वाचे आणि अवघड वाटणारे टॉपिक होते, ते पुन्हापुन्हा वाचायला हवे होते. मनाशी ठरवून तो लगेच आपल्या रूमकडे वळला.

२१

आज अभ्यासाचा शेवटचा दिवस होता. मॉक टेस्ट नंतरचे दहा दिवस कसे भुर्र्रकन उडून गेले, कळलंच नाही. उद्या राज्यसेवेची पूर्वपरीक्षा होती. सकाळी ११.०० वाजता पेपर होता. नवीन मुलांसाठी रात्र थोडी सोंगे फार अशी स्थिती झाली होती. अनुभवी मुलं शांत-निवांत बसली होती. दुपारच्या जेवणानंतर मोहन सहज खाली जाऊन पिंपळाच्या पारावर जाऊन बसला. तिथे सीनिअर भोसलेही होते.

"मग? झाली का युद्धाची तयारी?"

"उरकत आलाय... अजून दोन विषय वाचले की झालं."

"तुला खरं सांगू का? आज जास्त अभ्यास करू नको, जास्त वाचलं तर जास्त गोंधळून जाशील." सीनिअर भोसले म्हणाले.

"म्हणजे, मी समजलो नाही."

"ऐक. कधीही परीक्षेच्या आदल्या दिवशी जास्त वाचन करायचं नाही. जास्तीत जास्त शांत राहायचा प्रयत्न करायचा. आदल्या दिवशी फारफार तर वर वर वाचत जायचं. आणि संध्याकाळनंतर तर पुस्तकाला हात लावायचा नाही."

"पण असं कसं करता येईल? अगदी शेवटपर्यंत वाचत राहिलं तर शेवटी वाचलेलं काहीतरी येईलच ना परीक्षेत..."

"असे किती प्रश्न येणार परीक्षेत? फार तर एक किंवा दोन... आणि त्यासाठी पॅनिक होऊन वाचत बसलास तर सोप्या प्रश्नांनाही गोंधळून जाशील आणि जे यायचं ते पण येणार नाही. परीक्षेआधी डोकं शांत असलं पाहिजे. अरे बाबा, अनुभवाचे बोल आहेत हे..." सीनिअर भोसले म्हणाले.

"चालेल सर, मी आज दुपारपर्यंत ओव्हरलुक करतो, नंतर अभ्यास बंद!"

"ये हुई ना बात! आपल्याकडे याला 'पोर्शन डिक्लेअर' असं म्हणतात. मग त्यानंतर कितीही मोह झाला तरी अभ्यासाला हात लावायचा नाही."

"ओके सर, संध्याकाळी माझा 'पोर्शन डिक्लेअर'!" दोघंही हसून आपापल्या रूममध्ये गेले. रूममधे जाऊन पाहतो तर गौतम आणि रघू समोर तीन-चार पुस्तकं

ठेवून, डोकं धरून बसलेले...

"काय रे हे? काय चाललंय?" त्यानं आश्चर्यानं विचारलं.

"आरं, ढीगभर वाचायचं राह्यलंय... आसं वाटतंय की कायच आटवायचं नाय..." रघू कपाळाला हात लावत म्हणाला.

"मलाबी लय टेन्शन याया लागलंय राव..." गौतम तंबाखूचा बार दाढेखाली ठेवत म्हणाला.

"सोडा रे, काही लोड घेऊ नका. आज फार तर संध्याकाळपर्यंत जेवढं जमतंय तेवढं वाचा. मग पोर्शन डिक्लेअर करून टाका, मग उद्या जे होईल ते होईल..."

"लय श्याना हैस... तुला काय जातंय सांगायला...! तुझं झालं आसंल सगळं वाचून, आमची दोन-तीन विषयांची रिविजन बाकी हायेल अजून... तवा गबस."

मग सीनिअर भोसले जे मघाशी म्हणाले ते मोहननं त्यांना सांगितलं, पण त्यांचा काही विश्वास बसला नाही. एवढी परीक्षा उद्यावर आलीय आणि गप बसून राहायचं म्हणजे काय? ते तसेच संध्याकाळपर्यंत वेगवेगळे विषय वाचत राहिले. मोहननं त्याला जे अवघड वाटणारे विषय एकवार वर वर बघून घेतले. संध्याकाळी साडेपाच वाजता समाधान झाल्यावर त्यानं सर्व पुस्तकं बंद केली.

"पोर्शन डिक्लेअर ! पोर्शन डिक्लेअर!" तो ओरडू लागला.

"ए गपे खुळ्या! तुझा झाला आसल तर गबस. आमाला करू दे की अब्यास." गौतम त्याच्यावर खेकसला.

"अरे, माझं ऐका..."

"तू हो भायेर आधी...!" गौतमनं त्याचं काही एक न ऐकता त्याला हाकलून लावलं. मोहन हसत हसत बाहेर आला. अजयच्या रूमवर आला. तिथंही दोघं शांतपणे वाचत बसले होते.

"बास करा रे, पुस्तकं फाडाल आता..." तो गमतीनं म्हणाला. तो असं म्हणाला आणि बबननं पुस्तक बंद केलं. "बास... मी नै वाचणार आता... जे व्हायचं ते होऊन जाऊ दे." बबन म्हणाला. अजयनं एक त्रासिक कटाक्ष दोघांकडे टाकला. 'माझं डोकं खाऊ नका, इथून निघा' असा त्याचा अर्थ होता. दोघंही निमूटपणे बाहेर पडले.

"मग झाला का अभ्यास?" मोहननं त्याला विचारलं.

"केला, जसा जमेल तसा... बघू आता उद्या काय होतंय ते..." बबन हात झाडत म्हणाला.

"हं... उद्या महत्त्वाचा दिवस आहे... चहा घ्यायचा का?" मोहननं विचारलं.

"हां ,चल घेऊ या..." इतक्या दिवसांत बबन आज प्रथमच मोहनबरोबर चहा घ्यायला येत होता. चहाच्या टपरीवर आज प्रत्येकाच्या बोलण्यात उद्याची परीक्षा

हाच विषय होता.

"उद्या या वेळी सगळे टेन्शन फ्री असतील ना?"

"हो न भौ... सगड्यांचं टेन्शन उद्या संपून जैल... आणि मी घरी जायची तयारी करत असेन," बबन म्हणाला.

"घरी? का रे लगेच...?"

"मी फक्त तीन मैनेच राहणार होतो नं... उद्या परीक्षा संपली की रात्रीच्याच गाडीने पुन्हा धुडयाला जाणार... पुन्हा काम करावं लागेल नै का?" बबन म्हणाला. मोहनला बबनच्या भेटीचा दिवस आठवला. शेवडेमामा त्याला फार तर तीन महिन्यांच्या बोलीवर राहायला द्यायला तयार झाले होते. मोहनला काय बोलावं तेच कळेना. तो नुसता त्याच्याकडे पाहत राहिला.

"अरे यार, मग नंतर तू भेटणार नाहीस आम्हाला?"

"बघू नशिबानं पास झालो तर येईन परत तीन महिन्यांसाठी!" तो हसत म्हणाला.

"मला खात्री आहे बबन... तू नक्की परत येणार..."

"तुझ्या तोंडात गोड चहा पडो..." गमतीनं म्हणत त्यानं गरमागरम चहाचा ग्लास मोहनच्या हातात दिला. दोघंही चहाचे घोट घेत समोरची रहदारी पाहत बसले.

"सायेब, उद्या राज्यसेवेची परीक्षा हाय ना?" चहावाला त्या दोघांना विचारू लागला.

"हो, पण तुम्हाला कसं माहीत?" मोहननं आश्चर्यानं विचारलं.

"म्हायती ठिवाय लागती सायेब... त्यावरच तर आमचं दुकान चालतं. आता उद्या ११.००ला पेपर हाये म्हंता तर आमीबी लवकर टपरी उघडणार... तुमाला बेश्ट ऑप लक द्याया. " चहावाला म्हणाला. मोहनला त्याची गंमत वाटली. म्हणजे परीक्षा जरी मुलांची असली तरी समाजाचे त्यांच्यावर अवलंबून असणारे कितीतरी घटक त्यात नकळतपणे असे सामील होतात, जणूकाही ही त्यांचीच परीक्षा आहे.... दोघांचा चहा पिऊन झाला. बबन चहाचे पैसे देऊ लागला तसं मोहननं त्याला बळजबरीनं अडवलं आणि त्याला पैसे देऊ दिले नाहीत.

"मेन्सला परत आला की मग चहा पाज." मोहन त्याला म्हणाला. बबनच्या चेहऱ्यावर प्रसन्न हास्याची लकेर उमटली.

२२

आजचा दिवस उजाडला तोच ताणतणाव घेऊन! इतके दिवस सर्व मुलं ज्याची वाट पाहत होते तो दिवस अखेर आला. अक्षरश: रात्रीचा दिवस करून मेहनतीनं अभ्यास केला तो याच दिवसासाठी! आजच्या परीक्षेच्या केवळ दोन तासांत मागच्या तीन-चार महिन्यांच्या मेहनतीचा कस लागणार होता. काहींच्या तर वर्षभराच्या आणि काहींच्या कितीतरी वर्षांच्या मेहनतीची परीक्षा घेतली जाणार होती. पोटात गोळा आणणारा आजचा दिवस होता. रघू पुस्तक घेऊन वाचत वाचत रूमभर फेऱ्या मारत होता. टेन्शनमुळे तर गौतम तीनदा टॉयलेटला जाऊन आला होता. आणि अजूनही त्याच्या पोटात मुरडा मारतोय, असं त्याचं म्हणणं होतं. तो चालू घडामोडींच्या पुस्तकासमोर अवघडून बसला होता.

"काय टेन्शन घेतोय रे... जे व्हायचं ते होणारच!" मोहन त्याला धीर देत म्हणाला. पण दोघांपैकी कोणीच त्याला प्रतिसाद दिला नाही. दोघंही परीक्षेच्या चिंतेत होते. तसा मोहनलाही तणाव जाणवत होता, पण काल सीनिअर भोसले जे म्हणाले त्यामुळे तो शांत राहण्याचा प्रयत्न करत होता. सर्व उरकून श्रीधर सकाळी आठ वाजताच माधववाड्यात हजर झाला. तोही टेन्शनमध्ये होता. 'परीक्षेला जाताजाता' नावाचं एक छोटंसं प्रश्नोत्तराचं पुस्तक तो घेऊन वाचत बसला होता. भस्म्या झालेला माणूस जसा खातो तसा तो पुस्तकाची पानं खात होता. बबन शांतपणे बसला होता. अजय अधूनमधून जसं आठवेल तसं पुस्तक चाळत होता. आज सीनिअर चौगुले रूममध्ये त्यांच्या बेडवर स्वस्थपणे आडवे झाले होते. ते डोळे मिटून चिंतन करत होते. एखाद्या मयताला आल्यासारखे सगळे गंभीर आणि शांत बसले होते. घड्याळाचा काटा त्याचं काम इमाने इतबारे करत होता. न थकता न थांबता तो आपला पळत होता नुसता. घड्याळात नऊचा ठोका पडला आणि सर्व जण परीक्षेसाठी बाहेर पडू लागले. परीक्षा केंद्रावर तास-दीड तास आधी जाऊन बसलं तरी चालेल; पण उशीर नको व्हायला म्हणून मंडळी वेळेआधीच निघाली. एकच केंद्र असल्यानं मोहन आणि अजय एकत्रच केंद्रावर पोहोचले. सोबत फक्त हॉलतिकीट आणि काळ्या शाईचं बॉलपेन एवढंच साहित्य घेतलं

होतं. पूर्व परीक्षा ऑब्जेक्टिव असल्यानं उत्तरपत्रिकेतील गोळे काळे करण्यावाचून दुसरं काही करायचं नव्हतं. ते दोघे परीक्षा केंद्रावर पोहोचण्याआधीही बरेच जण आले होते. काही जण गप्पा मारत होते. काही जण अजूनही पुस्तकं वाचत बसले होते; त्यात चालू घडामोडीची पुस्तकं वाचणारे जास्त होते.

"जी पोरं पहिल्यांदाच पेपर देत असतात किंवा ज्यांना अनुभव कमी असतो तीच मुलं परीक्षेच्या हॉलमध्ये जाईपर्यंत वाचत असतात" सीनिअर भोसलेंचं वाक्य त्याला आठवलं. काही जण पिकनिकला आल्यासारखे वागत होते, जणूकाही पेपरशी त्यांचं काही देणंघेणं नाही. गौतमसारख्या काहींनी जरा जास्तच टेन्शन घेतलं होतं. शाळेच्या टॉयलेटबाहेर काहींनी रांगा लावल्या होत्या. शाळेच्या इमारतीचं मुख्य गेट बंद होतं. काही गडबड होऊ नये म्हणून आत पोलिस उभे होते. बैठक व्यवस्था दर्शवणारा फलक बाजूलाच लावला होता. आपला सीट नंबर कोणत्या वर्गात आहे हे पाहायला त्या बोर्डाभोवती भलतीच गर्दी! काही जण दोनदा-तीनदा बघून खात्री करून घेत होते. काही मुलींना त्यांचे वडील आणि बायकांना त्यांचे नवरे परीक्षेसाठी सोडायला आले होते. एकूणच तणावपूर्ण वातावरण शाळेच्या आवारात झालेलं दिसत होतं. थोडा वेळ इकडे तिकडे बघण्यात गेला. त्याला एक सुंदर चेहरा झाडाखाली असलेल्या बेंचवर बसलेला दिसला. ती मुलगीही बिचारी टेन्शनमध्ये काहीतरी वाचत बसली होती. तिच्या कपाळावर आलेली केसांची एक बट, खूपच सुंदर दिसत होती. मोहन बराच वेळ तिच्याकडे पाहत राहिला. माणसाच्या मनाचं गणित त्याला कळत नव्हतं. इतक्या तणावपूर्ण वातावरणातसुद्धा त्याला हे असं काहीतरी सुचत होतं याचं त्यालाच आश्चर्य वाटलं. अखेरीस शाळेची घंटा झाली आणि इमारतीचं मुख्य गेट उघडण्यात आलं. आत जाण्यासाठी एकच गर्दी सगळ्यांची झाली. थोडी गर्दी कमी झाल्यावर मोहन आणि अजय आत गेले. आपापल्या बैठक क्रमांकानुसार वर्गात जाऊन बसले. मोहनला एकदम वेगळ्या ग्रहावर आल्यासारखं वाटू लागलं. तो बसलेला बेंच व्यवस्थित होता, तरी काही ठिकाणी त्याला खड्डे पडलेले होते. त्यामुळे उत्तरपत्रिकेतले योग्य उत्तराचे गोळे काळे करताना ती फाटण्याची शक्यता होती. त्यानं बेंचचा सपाट भाग निवडला. आधी उत्तरपत्रिका, ओएमआर शीट वाटण्यात आल्या. त्यात केवळ परीक्षेचे नाव व बैठक क्रमांक लिहून त्याखालचे योग्य नंबरचे गोळे काळे करायचे होते. या ओएमआर शीट्स कॉम्प्युटरद्वारा तपासण्यात येत असल्यानं व एका विद्यार्थ्याला केवळ एकच उत्तरपत्रिका मिळणार असल्यानं त्यातली माहिती भरताना चुका करू नयेत, अशा सूचना पर्यवेक्षक देत होते. मोहननं काळजीपूर्वक उत्तरपत्रिका भरली आणि आता तो प्रश्नपत्रिकेची वाट पाहू लागला. त्याचं लक्ष सहज शेजारच्या बेंचवरच्या मुलीच्या उत्तरपत्रिकेकडे गेलं. तिनं आपला बैठक क्रमांक व्यवस्थित

लिहिला होता; परंतु त्याखालचे गोळे काळे करण्यास चुकली होती आणि त्याची तिला कल्पनाच नव्हती. ती हाताची घडी घालून आत्मविश्वासानं बसली होती. तिनं सर्व पेपर बरोबर सोडवला आणि पैकीच्या पैकी उत्तरं बरोबर असली तरी स्वत:चा बैठक क्रमांकच चुकल्यानं तिचा पेपरच चेक होणार नव्हता. तिनं चुकीचे गोळे काळे केलेत हे सांगायची सोयही नव्हती. ती मुलगी हमखास नापास होणार! तो मनातून चुकचुकला. इतक्यात घंटा वाजली आणि पर्यवेक्षक प्रश्नपत्रिका वाटू लागले. हातात पेपर पडल्या पडल्या त्यानं पटापट पेपर सोडवायला घेतला. दोनशे प्रश्न दोन तासांत सोडवायचे होते. त्यात पन्नास प्रश्न बुद्धिमत्ता चाचणी आणि गणिताचे असल्यानं त्यानं ते शेवटी सोडवायचे ठरवले. पहिले दीडशे प्रश्न पहिल्या सव्वा तासात सोडवले, मग गणित आणि बुद्धिमत्ता चाचणीचे प्रश्न घेतले. पेपर संपायच्या पाच मिनिटं आधी वॉर्निंग बेल झाली, तेव्हा त्याचे सहा प्रश्न सोडवायचे बाकी राहिले होते. बेल झाली आणि त्याचा गोंधळ उडाला. कसेबसे दोन प्रश्न त्याला सोडवता आले. शेवटची घंटा झाली आणि सर रांगेनं पेपर गोळा करू लागले. त्यानं राहिलेले चार प्रश्न न वाचताच त्यांच्या उत्तरांचे गोळे काळे करून टाकले आणि सरांकडे पेपर दिला. सर्वांचे पेपर गोळा झाल्यावर सरांनी ते चेक केले. मग सर्वांना जायची परवानगी दिली. शेवटची घंटा झाली आणि सरांच्या हातात पेपर दिले तेव्हाच त्याचा निकाल अप्रत्यक्षरीत्या त्यात बंद झाला होता. राज्यसेवेची पहिली पूर्व परीक्षा मोहननं दिली होती आणि मनाप्रमाणे पेपर सोडवल्यानं त्याला समाधान वाटत होतं.

२३

मोहन आणि अजय माधववाड्यात पोहोचले तेव्हा जिथे बघावं तिथे मुलं आजच्या पेपरचं पोस्टमॉर्टम करण्यात गुंतलेले होते. कुणी म्हणत होतं- 'पेपर सोप्पा होता', कुणी म्हणत होतं 'पेपर सोप्पा वाटतोय; पण ट्रिकी प्रश्न जास्त होते.' काही जणांना पेपर अवघड गेला होता. काही जणांचे प्रश्न सोडवायचे राहिले होते, काही जण संपूर्ण पेपरभर गोळीबार केल्याचे सांगत होते. ... मोहन त्याच्या रूमवर आला. रघू, गौतम, श्रीधर आणि बबन सगळे मिळून पेपरची चिरफाड करत होते.

"या प्रश्नाचं उत्तर काय?"

"अर्रर्र चुकलं लेका माझं..."

"नई रे , मी सांगतो तेच बरोबरे."

माजे धा प्रश्न सोडवायचे राह्यले."

"माझे १२."

"मी तर धुरळाच केला! जे येत नाय त्या गोळ्या हानल्या."

असा सगळा गोंधळ चालू होता. त्यात मोहन आणि अजयही नकळत सामील झाले. त्यांचा हा गोंधळ चालू असताना सीनिअर चौगुले रूममध्ये आले.

"कसा गेला सर पेपर?" मोहननं विचारलं. "ठीक होता" एवढं बोलून ते जेवणासाठी बाहेर पडले. त्यांच्या उत्तरावरून त्यांना पेपर कसा गेला असावा याचा अंदाज काही मोहनला बांधता आला नाही. बाकीच्यांचा गोंधळ चालूच होता. तेवढ्यात जेवणाचे डबे आले आणि पेपर बाजूला ठेवून सगळे जेवायला बसले. पण जेवतानाही तोच विषय चालू होता. मग मेरिट किती लागेल? श्रीधरनं महत्त्वाचा प्रश्न उपस्थित केला. प्रत्येकाची वेगवेगळी मतं होती. कुणी म्हणतं होतं 'पेपर सोपा होता, मेरिट जास्त लागणार, २०० पैकी १६०-१७०च्या वर मेरिट जाणार.' कुणी म्हणत होतं 'पेपर वाटतो तितका सोपा नाही, मेरिट खाली येणार, १३०च्या वर जात नाही.' कोण काय तर कोण काय सांगत होतं. सर्वत्र गोंधळ चालला होता. मोहनला त्याचा वीट येऊ लागला. पेपरच्या मेरिटबाबत त्याच्याही

मनात कुतूहल होतंच, पण किती वेळ तीच तीच चर्चा करत बसणार? गौतम, रघू आणि श्रीधरनं तर उच्छाद मांडला होता. जेवणानंतर तिघं पुन्हा पेपर घेऊन बसले आणि उत्तरं काय असावीत याची महाचर्चा करू लागले. मोहनला त्यांची बडबड ऐकण्यावाचून काही पर्याय उरला नाही. त्यांची निरर्थक चर्चा ऐकण्यात त्याला काहीच रस उरला नव्हता. बऱ्याच सोप्या सोप्या प्रश्नांची उत्तरं तिघांनीही चुकवली होती. पण जो तो आपलंच उत्तर कसं बरोबर आहे हे दुसऱ्याला पटवून देत होता. त्यांचा असा गोंधळ चालू असताना सीनिअर चौगुले जेवण करून रूममध्ये आले. त्यांचा थोडा वेळ वामकुक्षी घेण्याचा विचार होता. पण हा गोंधळ बघता त्यांनी तो रद्द केला. ते थोडा वेळ बसले. मग कपडे बदलून पुन्हा बाहेर जाऊ लागले.

"सर, कुठे निघालात का?" मोहननं त्यांना विचारलं, त्यावर त्यांनी मानेनंच होकार दिला.

"मी पण येऊ का? मला बोअर होतंय..." त्यांनी थोडा विचार केला आणि म्हणाले, "चल." मोहन लगेच तयार झाला आणि दोघं बाहेर पडले.

" कुठे जायचं सर?"

"जाऊ कुठं तरी... वाट फुटेल तिथं..." मग मोहननं त्यांना काही विचारलं नाही. शांतपणे ते दोघे चालत होते. दुपारची वेळ होती. ऊनही होतं, पण त्याचा तितकासा त्रास होत नव्हता. बऱ्याच दिवसांनी तो असा मुक्तपणे बाहेर फिरत होता. मुख्य म्हणजे आता डोक्यात अभ्यासाचा विचार नव्हता; त्यामुळे डोकं हलकं हलकं वाटू लागलं. रस्त्यावरची काचेची दुकानं न्याहाळत दोघं चालले होते. कोणीच बोलत नव्हतं. फक्त ते सोबत चालले होते. मोहनलाही शांतता हवीच होती. बराच वेळ चालल्यानंतर ते एका बागेच्या गेटपाशी आले. बाग मोठी होती. पायाखाली सर्वत्र हिरवळ, भरपूर झाडी त्यामुळे उन्हातही तिथं थंडावा जाणवत होता. ते दोघे चालत आत आले आणि एका झाडाखाली , हिरवळीवर बसले. सीनिअर चौगुले पाय पसरून आणि हात मागे टेकवून निवांत बसले.

"प्रत्येक परीक्षा झाली की मी इथे येऊन बसतो. खूप मस्त वाटतं... हलकं हलकं झाल्यासारखं ..." सीनिअर चौगुले शून्यात बघत म्हणाले.

"हो, खरंच मस्त वाटतंय इथं. थंड ... शांत..."

"तुला माहीत आहे, मी किती वर्षं येतोय इथे?"

"नाही." मोहनच्या उत्तरावर ते उदासवाणे हसले आणि म्हणाले, "हे माझं सातवं वर्ष आहे."

"सात?" मोहन आश्चर्यानं बोलून गेला; पण नंतर सीनिअर चौगुलेंचा चेहरा पाहून त्याला आपण उगाचच अशी प्रतिक्रिया दिली असं वाटलं. अशी प्रतिक्रिया येणार याची सीनिअर चौगुलेंना कल्पना असावी. ते तसेच पुढे बोलू लागले, "इथे

आलो ना की मग मी स्वतःचाच विचार करायला लागतो. आज सात वर्षं झाली मी पुण्यात आहे; पण या घडीला माझ्या हातात काही नाही आणि हेच करत आलोय. कधीकधी वाटतं की का करतोय आपण हे? कशासाठी हे चालवलं? नुसता विचार करण्याचाचून काहीच करू शकत नाही. आणि आता मागेही फिरू शकत नाही. नैराश्य येतं फार कधीकधी...'' ते दूर कुठेतरी बघत म्हणाले. मोहनला काय बोलावं ते कळेना. तो नुसताच शांतपणे ऐकत राहिला. ''माझ्याबरोबरचे, शाळेतले, कॉलेजचे मित्र आयुष्यात सेटल झाले. बरेच जण खासगी नोकरीत लागले. जवळपास सर्वांची लग्नं झाली. काहींना मुलंही झालीत. आम्ही मात्र अजूनही अभ्यास करतोय. पुढे काय होणार माहीत नाही...''

''होईल सर, तुम्ही नक्की क्लास वन होणार आणि तेही याच अॅडला ... '' मोहन म्हणाला. त्यावर ते उदासवाणे हसले.

''असं प्रत्येक वेळी वाटत आलंय मला. त्यातच आयुष्याची सात वर्षं कशी गेली; मलाही कळलं नाही.... '' सीनिअर चौगुले हिरवळीचं गवत उपटत म्हणाले.

''नाही सर, मला असं वाटतंय की तुम्ही या वेळी नक्की पोस्ट काढणार...''

''बरं ते जाऊ दे, तुला पेपर कसा गेला?'' सीनिअर चौगुले विषय बदलत म्हणाले.

''चांगला होता. मेरिट किती लागेल सर?''

''बहुतेक १५०च्या आसपास...''

''क्लासचे सरनाईक सर तर म्हणत होते की १२०च्या आसपास लागेल... इतकं कमी?''

''अरे, हे क्लासवाले मुद्दाम कमी मेरिट लागेल असं सांगत सुटतात.... जास्तीत जास्त पोरांनी मेन्सला अॅडमिशन घ्यावी म्हणून...'' सीनिअर चौगुले बेफिकिरीनं म्हणाले.

''हो का? तरीच म्हटलं इतकं कमी मेरिट कसं लागेल...''

''तुझे किती आहेत?''

''मी चेक नाही केलं सर... चेक करायला घेतलं की टेन्शन येतं.'' मोहन म्हणाला.

''हं ... बरोबर आहे. मीही चेक करत नाही. आणि खरंतर चेक करून काही फायदा नसतोच! ज्या वेळी शेवटची बेल झाल्यावर तुम्ही पर्यवेक्षकांच्या हातात पेपर देता. तेव्हाच तुमचा रिझल्ट ठरलेला असतो. त्याला तुम्हीच काय पण देवही बदलू शकत नाही. मग उगाच चेक करून टेन्शन कशाला वाढवा.... नाही का?''

''हो, पण आपल्या रूमपार्टनर्सना कोण समजवणार? ते डोकं खात बसलेत एकमेकांचं...''

"त्या दोघांचं काही खरं नाही वाटत मला... ते काही सिरियस नाहीत अभ्यासाबद्दल."

"नाही सर, ते आहेत. अभ्यास पण करतात. पण गोंधळही करतात.... थोडासा,''' मोहन त्याच्या मित्रांची बाजू सावरत म्हणाला.

"बघू, येणारा रिझल्टच देईल सगळ्यांची उत्तरं..."

"आन्सर की केव्हा लागेल सर?"

"एक-दोन आठवड्यात लागते. बघू, त्या वेळी खरं मेरिट किती लागू शकतं ते कळेल."

"हं, मग तोपर्यंत काय करणार?"

"काय करणार म्हणजे? अभ्यास... दुसरं काय? आणि तुला सांगतो जर तुला वाटत असेल, म्हणजे तुला अंदाज असेल की तू पास होशील तर तूही वेळ वाया घालवू नकोस. लगेच मेन्सच्या तयारीला लाग... समजलं!" सीनिअर चौगुले त्याला बजावत म्हणाले.

"एवढ्या लवकर! खरंतर मी घरी जाऊन येणार होतो... बरेच दिवस गेलो नाही ना..."

"बरं, मग दोन दिवस जाऊन ये... पण आल्यावर लगेच मेन्सच्या अभ्यासाला लाग."

"हो नक्की! तुम्ही जाणार नाही का सर घरी?"

"नाही." ते तुटकपणे म्हणाले.

"का? बरेच दिवस झाले तुम्हीही घरी गेलेला नाहीत..."

"मी नाही जाणार. काय करणार घरी जाऊन? प्रत्येकाच्या नजरेत मला प्रश्नचिन्ह दिसतात... अजून किती दिवस? घरचे विचारत नाहीत; पण शेजारपाजारचे, बाकीचे नातेवाईक यांनाच आपली फालतूची काळजी असते. इतकी वर्ष पोरगा पुण्यात अभ्यास करतोय, अजून कसा काही झाला नाही? पण आता घरच्यांचाही धीर सुटत चाललाय, मला कळतंय. पण मी तरी काय करू? म्हणून मी घरी जाणंच कमी केलंय..." चौगुले सर नकारार्थी मान हलवत म्हणाले. मोहन शांत राहिला. ते एकटक खाली कुठेतरी बघत राहिले. जणूकाही ते त्यांच्या मनात चाललेल्या प्रश्नांची उत्तरं शोधत होते. थोडा वेळ असाच शांततेत गेला. मोहनला अचानक त्यांच्या डायरीची आठवण झाली. कदाचित त्यांच्या डायरीचा विषय काढला तर त्यांना बरं वाटेल म्हणून तो म्हणाला, "सर, तुम्ही कविता चांगल्या करता... कसं काय जमतं इतक्या सुंदर कविता करायला?"

अपेक्षेप्रमाणे त्यांनी चमकून मोहनकडे पाहिलं. ते काही विचारणार त्याआधीच मोहन म्हणाला, "सॉरी सर, त्या दिवशी चुकून तुमची डायरी मला सापडली. मी

काही कविता आणि शायरी वाचल्या. पण मी कुणाला दाखवली नाही ती डायरी... तशीच पुन्हा ठेवून दिली... सॉरी सर.... तुम्हाला राग आला का?''

ते तसेच एकटक खाली बघत बसले. पण नंतर म्हणाले, ''नाही... पण मी कुणाला दाखवली नाही ती डायरी... त्यात मला जसं सुचेल तसं लिहीत असतो.''

''खूप छान लिहिता सर... शायरी तर एक नंबर आहे.''

''थँक्स...''

''एक विचारू सर?''

''हं...''

''तुम्ही नेहमी दर्दभरंच का लिहिता...? म्हणजे मी ज्या काही कविता, शायरी वाचल्या त्यात खूप दुःख असल्यासारखं मला वाटलं... म्हणजे ... म्हणजे मला तसं म्हणायचं नव्हतं. पण मला तसं वाटलं खरं.'' मोहनला जरा जास्तच बोलल्यासारखं वाटलं.

सीनिअर चौगुलेंनी एकदा त्याच्याकडे पाहिलं... ''तू म्हणतोस त्यात तथ्य आहे. हो, मला असंच लिहायला आवडतं. पण अगदीच तसं काही नाही, मी काही चांगल्या मूडच्याही कविता लिहिल्या आहेत...''

''हो का? मग ऐकवा ना काहीतरी...''

''अरे, इथे?''

''हो... काय प्रॉब्लेम आहे? प्लीज सर प्लीज!''

''अरे.... पण.... '' सीनिअर चौगुले विचारात पडले. ''बरं. ठीक आहे... एक ऐकवतो, ऐक..''

छोटासा मकान हो
उसमेही सुकून हो
बस जिंदगी यू हीं गुजर जाय...
किसीसे प्यार हो
उसीपे ऐतबार हो
बस जिंदगी यू हीं गुजर जाय...

छोटासा कारोबार हो
खुशीयों की भरमार हो
बस जिंदगी यू हीं गुजर जाय...

कुछ सवाल सतातें हो
कुछ अनकहीं बातें हो
बस जिंदगी यू हीं गुजर जाय...

दिल मे बहोतसी तमन्नाऐं हो
सभी नही, पर कुछ तो पुरी हो
बस जिंदगी यू हीं गुजर जाय...

दोस्तोंमे प्यार हो
दुश्मन भी कभी यार हो
बस जिंदगी यू हीं गुजर जाय...

बेफिक्र सुबह हो
चैनसे ढलती शाम हो
बस जिंदगी यू हीं गुजर जाय...

"व्वा! क्या बात है सर! मस्त... तुम्ही खरंच चांगल्या कविता करता. तुम्ही हे तसंच चालू ठेवा सर... खूप छान आहे हे."

"तेच तर मला नकोय.... अरे या कविता, ही शायरी म्हणजे माझ्यातलं फ्रस्ट्रेशन काढण्याचं साधन आहे... आणि ते तसंच चालू ठेवू म्हणतोस? कशाला बाबा मला लटकवतोस?"

"तसं नाही सर... तुम्हाला कल्पना नाही हे किती सुंदर आहे ते..."

"चला, बराच वेळ झाला. निघायला पाहिजे आपल्याला..." म्हणत ते पँट झाडत उठले. मोहनही त्यांच्या मागून उठला. संध्याकाळ झाली होती. दोघे पुन्हा माधववाड्याच्या दिशेनं निघाले.

२४

बबन आज रात्रीच्या एसटीने निघणार होता. त्यानं हे इथं येण्याआधीच ठरवलं होतं. तो पुन्हा आपल्या गावी नंदुरबारला जाणार होता आणि मग पुन्हा आपल्या कामावर रुजू होणार होता. केवळ तीन महिन्यांसाठी तो पुण्याला अभ्यासाला आला होता. राज्यसेवेच्या पूर्व परीक्षेचा त्यानं अक्षरशः रात्रीचा दिवस करून अभ्यास केला. त्याच्या याच अभ्यासाच्या सवयीमुळे तो सर्वांच्या लक्षात राहिला होता. केवळ राहण्याचे आणि जेवणाचे पैसे त्याच्याजवळ होते. क्लास वगैरे भानगड त्याला झेपणारी नव्हती; परंतु तो अभ्यासाचे जे पुस्तक मिळेल ते वाचून काढत होता. माधववाड्यातली मुलं आणि क्लासची चौकडीही त्याला जे पुस्तक, नोट्स हवं ते पुरवत होते. अर्थात त्यांचं वाचून झाल्यावर! पण त्याची अभ्यास करण्याची वेळच अशी होती की त्याला हवं असलेलं पुस्तक किंवा नोट्स सहज उपलब्ध होत असे. त्यामुळेच त्याचा अभ्यास पूर्ण होऊन त्यानं पूर्वपरीक्षा दिली आणि आता शेवडेमामांना जे वचन दिलं होतं ते तो पाळणार होता. आजच्या रात्रीच्या ९.३०च्या बसनं तो आपलं सगळं सामान घेऊन परत आपल्या गावी जाणार होता. जाताना तो शेवडेमामांना भेटला. भाड्याचे उरलेले सर्व पैसे त्यानं दिले.

"मामा, चाल्लो बर्का... भाड्याचे पैसे त्यांच्या हातात ठेवत तो त्यांना म्हणाला,

"काय राव, असं का म्हंताय... राहा की तुमाला पायजेल तितके दिस... तुमचे रूमपार्टनर ठिवनार असतील तर मला तरी काय करायचं हाये तुमाला काडून..." ते कसनुसं तोंड करीत म्हणाले.

"तसं नै हो... मी बोल्लो होतो नं तुम्हाला... फार्फार तर तीन महिने राहीन म्हणून ... आणि मलाही जास्त दिवस राहणं परवडणार नई... कमावणारा मी एकटाच आहे. त्यामुडे मला गेलंच पाह्यजे."

"बरं... मग आता परत कवा भेट?"

"बघू, नशिबात असेल तर होईल ... चला निघू का?"

"बरं, या... वाट बघतू." म्हणत शेवडेमामांनी त्याला निरोप दिला. त्याला

सोडायला चौकडी आणि श्रीधर असे सर्व जण शिवाजीनगर बसस्टॅन्डपर्यंत आले. बसस्टॅन्डच्या फलाटावर रांगेनं गाड्या लागल्या होत्या. लोक आपापल्या गाड्यांसाठी त्या त्या फलाटावर बसून वाट बघत होते. गाड्यांची सूचना देणारा माइक अविरत चालू होता. लिमलेटच्या गोळ्या, वेफर, वडापाव विकणारे विक्रेते गाड्यांभोवती फिरत होते.

"बबन लेका, उगाच चाललायस तू.... घरी आभ्यास हुईल का तुझा?" रघूनं विचारलं.

"अभ्यासाचं काही महत्त्वाचं नै रे ! घर तर आधी चाललं पाह्यजे... मी नई गेलो तर हाल होतील. आधीच कसंबसं चाल्लंय."

"हो रे, ठीक आहे. पण आम्ही तुला कॉन्टॅक्ट कसा करायचा, रिझल्ट लागल्यावर?" श्रीधरनं विचारलं.

"मीच फोन करीन अधूनमधून... आणि अजयकडे एक नंबर दिलाय तिथला."

"तरीपण मेन्सचा अभ्यास चालू ठेव. तू पास होणार याची खात्री आहे आम्हाला." सर्वांनी अजयच्या म्हणण्याला दुजोरा दिला.

"शिवाजीनगर-शहादा बस, क्रमांक - ८१२७ फलाट क्रमांक सातवर लावण्यात आलेली आहे." माईकवरून सूचना आली.

"चला, माझी बस लागली..." बबन म्हणाला. गाडी लागली आणि बसमध्ये चढायला एकच झुंबड उडाली. बसचा दरवाजा तो किती लहान, एका वेळी एक माणूस नीट चढू शकत नाही तिथे सर्व बाजूंनी लोकांचा आत घुसण्याचा प्रयत्न चालू होता, त्यामुळे कुणालाच आत जाता येईना. लांबच्या पल्ल्याची गाडी असल्यानं गाडीला जास्त गर्दी होती. गौतमनं बबनची एक लहान बॅग गाडीच्या मधल्या खिडकीतून आतल्या सीटवर टाकली आणि त्याची जागा पकडली.

"आता मरा काय मरायचंय ते... आयला कदी यष्टीत बसायला न मिळाल्यागत करायलीत सगळी..." गौतम म्हणाला. त्यानं बॅग टाकलेली खिडकी बबनला दाखवून ठेवली. जागा पकडल्यानं बबन निवांतपणे गाडीत चढला. तो बसलेल्या खिडकीशी चौकडी आणि श्रीधर येऊन उभे राहिले. एसटी फलाटाला लागेपर्यंत कुणाला फारसं काही वाटत नव्हतं, पण आता बसमध्ये बसलेल्या बबनला पाहून जीव कासावीस व्हायला लागला. एखाद्याला निरोप देणं खरंच खूप अवघड आणि नकोशी वाटणारी गोष्ट असते. पण नाइलाजानं ते करावं लागत होतं. बबन पुन्हा भेटेल की नाही हे कुणीच सांगू शकत नव्हतं. तो जर पूर्वपरीक्षा नापास झाला तर प्रश्नच नव्हता. पण जर तो पास झाला तरी अभ्यासासाठी पुन्हा पुण्यात येईल याची खात्री इतर कुणीच काय, पण तोही देऊ शकत नव्हता, आणि ही गोष्ट त्यालाही माहीत होती. पण तोंडदेखलं हसत तो सर्वांचा निरोप घेऊ लागला. त्यालाही निरोप

घेणं अवघड जात असावं. या तीन महिन्यांच्या काळातल्या सर्व गोष्टी त्याच्या नजरेसमोरून झर्रकन तरळून गेल्या असाव्यात. त्याच्या डोळ्यांच्या कडा पाणावल्यासारख्या वाटू लागल्या. पण गौतम आणि रघूनं त्यांचे पाणचट विनोद करून त्याला हसवलं आणि वातावरणात हलकेपणा आणला.

''जा तुम्ही. उशीर होऊन जैल तुम्हाला...'' बबन म्हणाला.

''आमाला काय भाकऱ्या थापायच्यात व्हय... काय उशीर बिशीर होत नाय.'' रघू म्हणाला. तेवढ्यात ड्रायव्हर आणि कंडक्टर चढले. कंडक्टरनं डबल बेल दिली. एसटी सुरू झाली. थोडा वेळ गुरगुरल्यानंतर ती मागे मागे जाऊ लागली आणि फलाटातून बाहेर पडली. बबन हात बाहेर काढून सर्वांना टाटा करीत होता. सर्व जण हात हलवून त्याला प्रतिसाद देत होते. गाडी वळली आणि बबनचा हात दिसेनासा झाला.

२५

आता काय करायचं? पूर्वपरीक्षा तर झाली आणि एकदम पोकळीच निर्माण झाली. अडीच-तीन महिने अभ्यासात कसे गेले कळलंच नाही. आता वेळ घालवायचा कसा, असा प्रश्न दुसऱ्या दिवशी सकाळी प्रत्येकाला पडला. नेहमीच्या सवयीप्रमाणे मोहनला सकाळी सहा वाजताच जाग आली. तशी तर रात्रीही उशिरापर्यंत त्याला झोप आली नव्हती. रघू आणि गौतम मात्र अजूनही ढाराढूर झोपले होते. त्यांना परीक्षा असली काय किंवा संपली काय, काही फरक पडत नव्हता. जाग येऊनही मोहनला उठावंसं वाटत नव्हतं. तो तसाच पडून राहिला. अचानक रूमचा दरवाजा उघडून कोणीतरी आत आलं. त्यानं पाहिलं तर सीनिअर चौगुले अंघोळ उरकून येत होते.

"सर, आजही इतक्या लवकर?" त्यानं आश्चर्यानं विचारलं.

"हो, खरंतर आज उशीरच झाला. पण जास्त काही फरक पडणार नाही. आता अभ्यासिकेत जास्त गर्दी नसेल..."

"जास्त गर्दी? अहो आज तर मला वाटतं कोणीच नसेल."

"अहं... परीक्षा असो वा नसो, मुलं अभ्यास करायला येतातच..."

"म्हणजे? तुम्ही आता अभ्यासिकेत जाताय?"

"हो जाणारच! खाडा करून चालणार नाही बाबा." सीनिअर चौगुले अंगात शर्ट चढवत म्हणाले.

"तुम्ही खूपच सिरियस झालात सर..."

"सिरियस तर व्हायलाच पाहिजे"

"अहो, पण दोन-तीन दिवस आराम करा. थोडं फ्रेश व्हा आणि मग सुरुवात करा अभ्यासाला..."

"मी फ्रेशच आहे... प्रत्येक दिवस महत्त्वाचा आहे माझ्यासाठी.. त्यामुळे मला तर गेलचं पाहिजे." म्हणत त्यांनी पुस्तकं घेतली, पायात चपला सरकवल्या आणि ते निघालेही! मोहन त्यांच्याकडे बघतच राहिला. हा माणूस कोणत्या मातीचा बनलेला आहे. अभ्यासाला इतकं वाहून घेणारा माणूस तो प्रथमच पाहत होता. पूर्व

परीक्षेचा रिझल्ट काहीही येवो, पण सीनिअर चौगुलेंनी त्याआधीच राज्यसेवेच्या मुख्य परीक्षेचा अभ्यास करायला सुरुवातही केली. काल बोलता बोलता ते म्हणाले होते की, ते असा अभ्यास करणार होते की पोस्ट काढणार ही काळ्या दगडावरची रेघ! याला म्हणतात आत्मविश्वास, आणि कष्ट करण्याची प्रवृत्ती! त्याला सीनिअर चौगुलेंचं कौतुक वाटलं. तोही मग उठून तयार झाला. त्यानं एकवार पूर्वपरीक्षेचा पेपर चाळून पाहिला. लिहिलेल्या प्रश्नांच्या उत्तरांचा अंदाज घेतला. त्याची १५०च्या वर उत्तरे बरोबर येत होती. काही संदिग्ध प्रश्नांची उत्तरं त्यानं अंदाजानं लिहिली होती. त्यातलीही काही कदाचित बरोबर येतील, असा त्याला अंदाज होता. त्यामुळे मुख्य परीक्षेचा अभ्यास सुरू करायला हरकत नव्हती. क्लासमध्येही सरांनी प्रश्नपत्रिका पाहून मेरिट कमी लागेल असं सांगितलं होतं. त्यामानानं मोहनचा स्कोअर खूपच चांगला होता. त्यानं समाधानानं पेपर बंद केला आणि तसाच बेडवर पडून राहिला. पुण्यात ज्या हेतूनं तो आला होता, त्यासाठीचं पाहिलं पाऊल त्यानं यशस्वीरीत्या टाकलं होतं. आता तो पास होणार यात त्याला शंका उरली नाही. आज त्याला खूपच मस्त वाटू लागलं. अचानक त्याला घरची आठवण झाली. तीन महिने झाले तो घरी गेला नव्हता. अधूनमधून फोनवर बोलायचा, पण प्रत्यक्ष भेटण्यात आणि फोनवर बोलण्यात फरक पडतोच! त्याचा जीव कासावीस झाला. अचानकपणे त्याला होम सिकनेस जाणवू लागला. एकदम घरी जावंसं वाटू लागलं, आत्ता ताबडतोब! दोन दिवस घरी गेलो तर आपण फ्रेश होऊ आणि घरच्यांनाही बरं वाटेल. झटका लागल्यासारखा तो उठला आणि बेडखाली टाकलेली बॅग भरायला घेतली. जी मिळेल ती गाडी पकडून घरी जायचं या विचारानं त्याला एकदम हुशारल्यासारखं झालं. त्यानं पाहिलं, रघू आणि गौतम अजूनही झोपले होते. त्यानं रघूला उठवलं.

"रघू... ए रघू...ऊठ, मी जरा घरी जाऊन येतो दोन दिवस..."

"आं... काय?" तो झोपेतून डोळे चोळत उठला.

"अरे, जरा घरी जाऊन येतो म्हटलं..."

"का रे? काही प्रॉब्लेम?"

"काही नाही रे, सहज.... आल्यापासून गेलोच नाही ना म्हणून, चल."

"आरं पन इतक्या सकाळी कुठल्या गाडीनं जाशील?"

"बघू, जी मिळेल ती... चल बाय, झोप तू." म्हणत त्यानं बॅग उचलली आणि तो निघालाही.

२६

जवळपास तीन महिन्यांनी मोहन घरी आला, तेव्हा सीमेवर लढणाऱ्या सैनिकांचं व्हावं तसं त्याचं स्वागत झालं. कुणालाच सांगितल नव्हतं की तो घरी येणार आहे ते. त्यामुळे अकस्मात त्याला दारात बघून तर घरच्यांना आश्चर्याचा धक्काच बसला. आईच्या डोळ्यांत तर अश्रू ठरेनात, "किती वाळलास रे!" हे आयांचं मुलाच्या बाबतीतलं पेटंट वाक्य त्याला ऐकायला मिळालं आणि त्याला गंमत वाटली. त्याची...'मेस कशी आहे? जेवायला नसतं का पोटभर? वडा, भजी असलं बाहेरचं खात असशील, फळं मिळत नाहीत का?' वगैरे आईच्या प्रश्नांची सरबत्ती सुरू झाली.

"आई काही विचारू नकोस, झोपू दे मला आता." म्हणत तो बेडवर आडवा झाला. पण आईनं त्याला तसं झोपू दिलं नाही. लगेच गरमागरम जेवण तयार केलं, घरचं जेवण इतकं चांगलं असतं हे यापूर्वी कधी त्याला जाणवलं नव्हतं. मेस आणि डब्याच्या जेवणानं तोंडाची चव गेली होती. आज मोहन पोटभर जेवला. जेवता जेवता त्याला प्रचंड झोप आली. जेमतेम हातावर पाणी घेतलं आणि बेडवर तो आडवा झाला. बेशुद्ध पडल्यासारखा तो संध्याकाळपर्यंत झोपला. संध्याकाळी झोपेतून उठल्यावर त्याला आधी तर कळेनाच की तो कुठे आहे? त्यावर त्याला सकाळ आहे की संध्याकाळ आहे, तेही कळेना. डोळे उघडले आणि समोर आई भाजी निवडत असलेली त्याला दिसली. त्याला उठूच नये असं वाटू लागलं. पडल्या पडल्याच तो समोरचा भाजी निवडण्याचा कार्यक्रम पाहू लागला.

"अरे उठलास तू? थांब चहा करते." म्हणत आई उठली. तो तसाच पडून राहिला. आईनं गरमागरम चहाचा कप त्याच्यासमोर ठेवला. अर्धवट झोपेत असल्यासारखा तो उठला आणि समोरचा चहा चव घेऊन पिऊ लागला. चहानं त्याला जरा तरतरी आली.

"फार अभ्यास असतो का रे?" आईनं काळजीनं विचारलं. त्यावर त्यानं नुसतं 'हं' केलं. कुठेतरी शून्यात बघत तो चहा संपवू लागला. आज बऱ्याच दिवसांनी अशी झोप त्याला मिळाली होती. तीन महिने सारखा दिवसरात्र अभ्यास आणि

अभ्यासाचा विचार डोक्यात असल्यामुळे नाही म्हटलं तरी मानसिक श्रम भरपूर झाले होते. आता घरी आल्यामुळे त्याचं मन आणि शरीर दोघांनाही आराम मिळाला. संध्याकाळी बाबा घरी आले. मोहनला बघून त्यांनाही सुखद धक्का बसला. ते त्याची आस्थेनं विचारपूस करू लागले. अभ्यासाविषयी आणि परीक्षेविषयी बोलणं झालं. घरात सगळं आनंदी वातावरण होतं. दुसऱ्या दिवशी मोहन त्याच्या तिथल्या मित्रांना भेटायला गेला. त्याच्या एक-दोन मित्रांनाच जॉब मिळाला होता, तर बरेच जण अजूनही जॉबच्या शोधात इंटरव्ह्यू देत फिरत होते. त्यांच्यात मोहननं एकट्यानं हा वेगळा मार्ग निवडला होता. स्पर्धा परीक्षांचा अभ्यास म्हणजे अंधारात उडी! बसली तर बसली, नाहीतर हात-पाय मोडणार, हे जणू प्रत्येकाला माहीत होतं. या अवघड वाटेवर मोहन एकटाच निघाला होता, त्यामुळे मित्रांना त्याचं कौतुक वाटत होतं आणि त्यामुळे मोहन मनातून सुखावला होता. दोन दिवस कसे भुर्रकन उडून गेले त्यालाही कळलं नाही. अभ्यासासाठी पुन्हा पुण्याला लवकरात लवकर जाणं गरजेचं होतं. सीनिअर चौगुले म्हणाले होते की दोन दिवस राहा आणि लगेच ये, त्यानुसार तो लगेच पुण्याला जायच्या ट्रेनमध्ये बसला. घरी तो आला ते त्याच्यासाठी दोन दिवस दोन रात्रींचं हॉलिडे पॅकेज होतं. ते आता संपलं आणि तो सुट्टी संपवून पुन्हा पुण्यास निघाला होता. ट्रेन कर्जतपर्यंत पोहोचली. कर्जतला घाट चढण्यासाठी मागून जास्तीची दोन इंजिनं लावावी लागतात, त्यासाठी प्रत्येक गाडी तिथे थांबतेच! त्या मधल्या वेळेत त्यानं कर्जतचे प्रसिद्ध वडापाव घेतले. हॉर्न देऊन ट्रेन निघाली. घाटांतून आणि बोगद्यातून ट्रेन वर चढत गेली. जसजसं पुणं जवळ येऊ लागलं तसतसं घरच्या आठवणी मागे पडू लागल्या आणि माधववाड्याच्या आसपास त्याचं मन भटकू लागलं. संध्याकाळच्या सुमारास तो माधववाड्याशी पोहोचला तेव्हा रघू आणि गौतम कुठेतरी बाहेर जाण्याच्या तयारीत होते.

"आरं तू आलास? चल बॅग ठिव आन आमच्याबरोबर चल." रघू म्हणाला.

"कुठे?"

"पिच्चरला."

"कुठला आहे पिक्चर?"

"तुला काय करायचंय? चल गप." गौतमनं त्याच्या हातातली बॅग घेतली आणि त्याच्या बेडखाली सरकवली. तिघेही फिल्म बघायला निघाले. सदाशिव पेठेच्या जवळची आणि परवडणारी अशी दोन टॉकीज होती, एक विजय टॉकीज आणि छाया टॉकीज. त्यातलं छाया टॉकीज हे जवळचं आणि स्वस्त दरातलं, पण त्यात अर्धा वेळ फिल्म बघण्यात आणि अर्धा वेळ ढेकूण मारण्यात जायचा आणि त्यात कधीकधी बी ग्रेडचे सिनेमेही लागायचे. एखादा शौकीनच तिथे कधी तरी जायचा, पण तेही रात्री उशिराच्या शोला.. विजय टॉकीज छायापेक्षा महाग, पण

खिशाला परवडणारं होतं. अभ्यास करणारी मुलं शक्यतो विजयला जायची. तिघांनी तिकडे मोर्चा वळवला.

"संध्याकाळचा पिक्चर टाकू आन रातच्याला मस्तपैकी तांबडा-पांढऱ्याला जाऊ." गौतमच्या प्रस्तावाला दोघांनी आनंदानं संमती दिली. पुणे फिरायला आलेल्या पर्यटकांसारखे तिघंही जिवाचं पुणं करत हिंडत होते. सिनेमा पाहून झाल्यावर तिघंही त्यांच्या आवडत्या हॉटेलात गेले. मस्त मटण हाणलं, चार-चार वाट्या तांबड्या-पांढऱ्या रश्याचा फडशा पाडला आणि डुलत डुलत रूमवर आले.

"आगा आया आया... काय भारी जेवान झालं लेकांनो... " रघू ढेरीवरून हात फिरवत म्हणाला.

"हं.., आयला नायतर आपली ती दादाची मेस! काल कसलं वरान होतं रं... डोकंच आउट झालं माझं." गौतम बेडवर अंग टाकत म्हणाला. आणि रघू जोरजोरात हसत सुटला. मोहनला कळेना काय झालं ते... त्याने विचारलं, पण रघू जास्तच हसत सुटला. थोडा वेळ त्याचं हसणं झाल्यावर रघू म्हणाला, "आरं ह्या गाबड्यानं काल मेसमधी तमाशाच केला... जसं दादानं वरान वाडलं तसं ह्यो शर्टाची बटनं काढायां लागला....." हे सांगतानाही त्याला हसू आवरत नव्हतं.

"का रे?"

"म्हनला, उडी मारतो वरनात... डाळ शोधून काडाया. " एकदम हास्याचा स्फोट झाला. "तुला सांगतो आश्शी हासलीत पोरं! एक-दोन जनांना तर ठसका लागला जोराचा."

"आयला नाय त काय, तीन-चार दिस झाले नुसतं पानीच वाडायलाय रं... टाळकंच फिरलं माझं."

"हा हा हा... मग दादा काय म्हणाला?"

"काय म्हन्तुय रांडचा...! गप बसलान काय..."

"ते बी कोडगंच हाय रे... आपल्याला मेस बदलाय पायजे," रघू म्हणाला.

"हो बघू... मग? काय केलं दोन दिवस?" मोहननं विचारलं

"काय करनार? झोपा काढल्यान काय!" रघू म्हणाला.

"आणि गौत्या तू?"

"आरं मलाबी घरी जायचं होतं, पन ह्या रघ्यामुळं जाता आलं नाही."

"का रे?"

"त्याला घरी जायाचं नव्हतं म्हणून मलाबी थांबवून ठेवलं."

"का रे, घरी का नाही गेलास?"

"नाय रे, आसंच," रघू म्हणाला, पण तो काहीतरी सांगायचं टाळत होता हे मोहनच्या लक्षात आलं.

"असंच म्हणजे? सांग ना यार." मोहन त्याच्या पाठीच लागला. तरीही तो काही सांगेना. पण आणखी थोडंसं विचारलं तर तो सांगेल असं वाटत होतं. त्याच्या नकारात तेवढा दम नव्हता.

"सांग की उंडगीच्या .. आयला मलापन जाऊन दिलं नाईस ... मला कारन कळालंच पायजेल."गौतमही त्याच्या मागे लागला.

"आरं बाबांनो येवडं म्हत्वाचं न्हाई ते.." तो तरीही टाळत राहिला.

"आता सांगतुस का कानाखाली गड्डा काडू!"

"आरे, माझा बाप रे! इथं यायच्या आधी माझं आन् बापाचं भांडान झालं. आम्ही तीन भाऊ हे तर तुमाला आधीच सांगितलं होतं. माझे दोन्ही भाऊ अभ्यासात हुशार आणि लय सिन्सियर...! पण मी त्या दोघांच्यासारखा नव्हतो. नापास व्हायचो, घरी भांडण आनायचो, घरच्यांना लय तरास व्हायचा. त्यात माझ्या बापाला जास्त! कॉलेज संपल्यावर मी काहीच करत नव्हतो. आमचं मित्रामित्रांचं एकदा ठरलं की गोव्याला जायाचं, पन बाप म्हनला नाय जायाचं... मी म्हनलं का नाय? तर म्हनला आधी कमवाया शिक मग जा कुटं जायाचंय ते... मोठा भाऊ म्हनत होता जाऊ द्या म्हनून, पन आमचं म्हातारं ऐकलं न्हाई... मग ठरावलं! आता आपण आधी पोश्ट काढायची आन मगच घरी जायाचं! माझे दोन भाऊ पीएसआय हायेत. आता डीवायएसपी होऊनच घरी जाईन तर नावाचा रघू!"

"डीवायएसपी तर होशील रे... पण घरी न जाण्याचं काय डोक्यात घेऊन बसलास? रागाच्या भरात बोलले असतील तुझे वडील..."

"बाप तुझा हाय का माझा? मी त्याला चांगला वळखतो... तो मला नेहमीच कमी समजत आलाय. आता त्याला दाखवून देनारे की मी बी काय कमी नाय..." रघू भडकून म्हणाला. त्यावर कुणीच काही बोललं नाही. रघू रागाच्या भरात मिळेल ते पुस्तक उघडून बसला. पण तो काही वाचत असेल असं मोहनला वाटत नव्हतं. इथं प्रत्येक जण मनात काहीतरी ठरवून आला आहे. अभ्यास करणं आणि पोस्ट मिळवणं हे तर सर्वांचच ध्येय आहे. पण त्यामागची कारणं मात्र प्रत्येकाची वेगवेगळी आहेत. कुणाला घरच्यांसाठी पोस्ट काढायची होती तर कुणाला घरच्यांना दाखवून देण्यासाठी! स्वतःला सिद्ध करणं हे काही वेळा इतकं महत्त्वाचं होतं की त्यापुढे इतर कोणत्याही गोष्टी दुय्यम ठरतात... अगदी आई-बापसुद्धा!

२७

राज्यसेवा पूर्वपरीक्षेच्या एका आठवड्यानंतर लगेचच मुख्य परीक्षेचा क्लास सुरू झाला. पूर्वपरीक्षेच्या पेपरचं अवलोकन करून संभाव्य मेरिट हे कमी म्हणजेच १२०-१३०च्या दरम्यान लागू शकतं, असं क्लासच्या शिक्षकांचं म्हणणं होतं. त्यामुळे अंदाजानं तेवढं मेरिट असणाऱ्या बऱ्याच मुलांनी मेन्सच्या क्लासला ॲडमिशन घेतली. काही जणांनी अभ्यास काही वाया जात नाही, या धोरणातून कमी मेरिट असलं तरी क्लासला ॲडमिशन घेऊन ठेवली. चौकडीतले सर्व मेन्सच्या क्लासला जाऊ लागले. रघू आणि गौतमनं तर खास मराठीच्या तासाला बसण्यासाठी नाव नोंदवलं होतं. असेच काही दिवस गेले... अधूनमधून पूर्वपरीक्षेचा रिझल्ट अमुक अमुक तारखेला लागणार असल्याच्या बातम्या उठत होत्या. काही जण आयोगाच्या ऑफिसमध्ये फोन करून निकालाची तारीख मिळवली असल्याचं छातीठोकपणे सांगत होते, पण त्या त्या तारखांना निकाल काही लागला नाही. मधूनच रिझल्ट लागल्याची अफवा उठे आणि हातातली पुस्तकं टाकून मुलं सायबर कॅफेत जाऊन धडकत. परंतु आयोगाच्या साइटवर काहीच नसे. मग अफवा पसरवणाऱ्यांच्या नावानं बोंबाबोंब करत, त्याला शिव्या घालत, मंडळी पुन्हा आपल्या कामाला लागत. अशातच एके दिवशी प्रीपरीक्षेचा निकाल लागल्याची बातमी आली. नेहमीप्रमाणे अफवा असेल म्हणून काहींनी त्याकडे दुर्लक्ष केलं. पण जेव्हा सीनिअर भोसले स्वतः म्हणाले की त्यांनी सायबरमध्ये रिझल्ट बघितला, तेव्हा मात्र मग धावाधाव सुरू झाली. जी जी मुलं पास झाली होती केवळ त्यांचे बैठक क्रमांक यादीत नमूद होते. मोहनला त्याचा बैठक क्रमांक तोंडपाठ होता. रघू आणि गौतम मात्र त्यांच्या सवयीप्रमाणे हॉलतिकीट शोधायच्या कामाला लागले. अखेर त्यांना ते मिळालं आणि तिघांनी सायबरकडे कूच केलं. अजयनं आधीच जाऊन सायबरमध्ये जागा पकडली होती. सगळे तिथे जमले. एखाद्या गुप्त खजिन्याचा दरवाजा उघडावा तशी आयोगाची ती वेबसाइट उघडत गेली. रिझल्टच्या विभागात गेल्यावर त्यांना पास झालेल्या मुलांच्या बैठक क्रमांकाची यादीच समोर दिसली. पुणे केंद्राची यादी पाहता पाहता अजयला त्याचा नंबर दिसला.

“पास झालो रे भौ...” तो आनंदात ओरडला. मोहन त्याचा नंबर शोधू लागला. अजयच्या नंबरच्या दोन ओळी खालीच त्याचा नंबर त्याला दिसला. ते बघून त्याला इतका आनंद झाला की त्यानं खरोखर वर बघून देवाचे आभार मानले. आता राहिले रघू आणि गौतम! रघूनं त्याचा बैठक क्रमांक कागदावर लिहून आणला होता. बराच वेळ खाली वर स्क्रोल करून, शोधूनही त्याचा नंबर काही दिसेना. सर्चमध्ये त्याचा नंबर नव्हता. याचा अर्थ रघू प्रीपरीक्षा पास झाला नव्हता. वैतागून त्यानं हातातला पेपर फाडून टाकला. आता राहिला गौतम!

“आयला, रघ्या पास झाला नाय तर मी कसला डोंबलाचा पास व्हायलोय...! जाऊ द्या नका बगू माझा नंबर...” म्हणत तो जाऊ लागला.

“ए, पागल झाला का काय? आण तुझं हॉलतिकीट...” म्हणत अजयनं ते हिसकावून घेतलं. नंबर चेक केला नि काय आश्चर्य! गौतमचा नंबर पास होणाऱ्या मुलांच्या यादीत होता.

“गौत्या साल्या, पास झाला तू!” मोहन आनंदानं ओरडला.

“काय? डोक्यावर पडलायस काय? मी कसा पास हुईन?” त्याला खरंच वाटेना. जेव्हा अजयनं त्याला त्याचा नंबर दाखवला, तेव्हा त्याची खात्री पटली. बटाट्याएवढे डोळे करून तो कॉम्प्युटरच्या स्क्रीनकडे आणि त्याच्या हॉलतिकिटाकडे आळीपाळीनं पाहू लागला.

“आयला, टांगा पलटी घोडे फरार! खरंच की भावा.... पास झालो की मी!” तो सायबरमध्ये जोरजोरात ओरडू लागला. आजूबाजूच्या केबिनमधली मुलं बाहेर येऊन बघू लागली. सर्वांनी त्याला शांत केलं. पण त्याला आतून आनंदाच्या उकळ्या फुटत होत्या... त्या आनंदात मध्येच तो जोरात ओरडी. अजयच्या हातात आणखी एक नंबर होता. आणि पुन्हा तो नंबर चेक करू लागला.

“कुणाचा आहे तो नंबर?” मोहननं विचारलं.

“अरे बबनचा आहे हा नंबर... जाताना मला देऊन गेला होता. बघू त्याचा काय लागतोय रिझल्ट! ...अं... अरे, पास होऊन गेला न तो पण!” अजय आनंदात सांगत होता. सर्वांचे नंबर बघून झाले होते. फक्त रघू सोडून बाकी सगळे पास झाले होते. श्रीधर मोडकचा नंबर कुणाकडेच नव्हता. त्यामुळे तो जेव्हा भेटेल तेव्हा त्याचा निकाल समजणार होता. सर्व जण आनंदात सायबरबाहेर पडले. पण त्यांच्यात रघू कुठेच दिसेना. त्याला शोधत शोधत सगळी मंडळी माधववाड्यात आली, तर तो रूमवरही दिसेना. सर्व जण त्याला हाका मारू लागले. पण त्याचा कुठेच पत्ता नव्हता. सर्वांना त्याची काळजी वाटू लागली. रघू एकटाच पास झाला नव्हता; त्यामुळे त्याला वाईट वाटणं साहजिकच होतं. पण आता तो माधववाड्यात कुठेच दिसत नव्हता. त्यामुळे मंडळी थोडीशी घाबरली. दमून भागून ते पुन्हा

रूमवर आले, तर हा पठ्ठ्या मागच्या गॅलरीत बसून सिगारेटी फुंकत बसला होता.

"अरे, हा बघ इथं बसलाय." मोहननं सर्वांना सांगितलं. सर्व जण धावत गॅलरीत गेले. बघतात तो गॅलरीत सिगारेटच्या थोटकांचा खच पडला होता. त्यानं किती सिगारेट्स फुंकल्या होत्या देव जाणे! एक अनोळखी कटाक्ष त्यानं सगळ्यांकडे टाकला. त्याला काय बोलावं, त्याचं सांत्वन कसं करावं, हेच कुणाला कळेना. मग शेवटी गौतमच तंबाखू मळत त्याच्या बाजूला जाऊन उभा राहिला. रघूनं निर्विकार चेहऱ्यानं एकदा त्याच्याकडे पाहिलं आणि तो पुन्हा सिगारेटचा झुरका घ्यायला लागला. पाठोपाठ भकाभक तीन-चार झुरके मारले.

"रघ्या, जाऊ दे भावा..." रघू तिथून जायला लागला. "रघू भावा, असं का करायलायस? जाऊ दे, होतं असं कदी कदी..."

"तुला नाय कळायचं नापास झाल्याशिवाय, कसं वाटतं ते..."

"मला कळतयं रं..." गौतम आणखी पुढे बोलणार इतक्यात त्याचं बोलणं तोडून रघू म्हणाला, "तू बरा पास झालास रं बांडगुळ्या!" त्याच्या बोलण्यात असूया काठोकाठ भरलेली होती.

"झालो भावा आता चुकून, त्याला काय करनार."

"चुकून? चुकून पास झालास व्हय रं...! साल्या, कॅटॅगरी व्हती म्हणून झालास पास!" रघू फाडकन बोलून गेला, आणि त्यानं असं बोलायला नको होतं हे तिथे हजर असलेल्या प्रत्येकाला वाटलं. दोन सेकंदांनंतर अगदी त्याला स्वतःलाही! खोलीत भयाण शांतता पसरली. वातावरण अचानक गरम झाल्यासारखं वाटू लागलं. गौतमनं शांतपणे त्याच्याकडे पाहिलं. त्याच्याकडे पाहतच त्यानं मळलेली तंबाखू चिमटीत घेतली आणि दाढेखाली ठेवली. हात झाडले आणि काहीच न बोलता आपल्या बेडवर जाऊन बसला. रूममध्ये तणावपूर्ण शांतता पसरली.

"सॉरी, मला तसं म्हणायचं नव्हतं..." त्याच्या नजरेला नजर न देता रघू म्हणाला. पण गौतम त्यावर काही बोलला नाही. समोर पडलेलं पुस्तक त्यानं वाचायला घेतलं. त्यात अभ्यासाचा हेतू नसून राग लपवण्याचा मूळ हेतू होता. आता अवघड परिस्थिती निर्माण झाली. काय बोलावं हेच कुणाला सुचेना. थोडा वेळ गेल्यावर रघूच गौतमच्या जवळ गेला.

"सॉरी भावा, माझं डोकंच फिरलं होतं. काय करू? तुम्ही सगळे पास झालात आन् मी नाही ! म्हनून मग मला लय कसंतरी वाटाय लागलं... प्लीज समजून घे दादा," रघू कसनुसं तोंड करून म्हणाला. पण गौतम काहीच बोलला नाही. तो तसाच पुस्तकात डोकं घालून बसला.

"गौत्या यार, सॉरी ना बाबा... आता काय पाया पडू काय तुझ्या?" म्हणत रघू खाली वाकला. त्याचा राग अजून शांत झाला नव्हता. त्याला बाजूला सारून

गौतम बाहेर जाऊ लागला. रघूनं त्याला अडवलं.

"गौत्या, दोन मुस्काडात मार पन असं रागावून जाऊ नको." त्याचं न ऐकता गौतम पुढे जाऊ लागला, तेवढ्यात श्रीधर दरवाज्यातून आत आला.

"काय रे? काय लागला रिझल्ट? कोण कोण पास झालं? सगळेच ना?"

"तुझ काय झालं ते सांग आधी," मोहन म्हणाला.

"माझा निकाल लागला. मला माहीत होतं, माझा स्कोअर कमी होता," श्रीधर नकारार्थी मान हलवत म्हणाला.

"जाऊ दे... बेटर लक नेक्स्ट टाइम, ये बैस," अजय त्याला बसायला जागा करून देत म्हणाला

"तुम्ही तर सगळेच पास झाला असाल... काय गौत्या!" गौतम काहीच बोलला नाही.

"हो सगळी पास झालीत... मी सोडून," रघू म्हणाला.

"अरेरे, जाऊ दे... चला, कुणीतरी माझ्याबरोबर आहे..." गमतीनं श्रीधर म्हणाला, "गौत्या साल्या, कृतघ्न आहे तू! आम्हाला एकटं टाकून पुढे गेलास..."

"हो, चूकच झाली माझी ती! मी एस्सी ना... म्हनून पास झालुय... नायतर माझी काय लायकी आहे." गौतम प्रथमच बोलत होता.

"तसं नाय रे; गमतीनं म्हणालो मी." त्याच्या अशा बोलण्याचं श्रीधरला आश्चर्य वाटलं.

"गंमतीलाबी मर्यादा असत्यात."

"अरे, यार गौतम, जाऊ दे ना सॉरी म्हणालाय ना तो." मोहन समजावणीच्या सुरात म्हणाला.

"शेवटी मला माझी लायकी दाखवलीच ना!"

"अरे वेडा आहे का हा? मी तर फक्त कृतघ्न म्हणालो, आणि तुझ्या माहितीसाठी सांगतो ती काही शिवी नाही बरं का...इतका काय चिडतोयस तू?" श्रीधरला काही कळेना.

"तू गबस."

"गौत्या लेका बास की आता, काय करू म्हंजी तुझा राग जाईल?"

"हे बग, दोस्ती तुटायच्या आत मला जाऊ दे." म्हणत तो तडक बाहेर निघून गेला. सर्व जण त्याच्याकडे बघत राहिले.

"वेडझवा आहे की काय हा? मोहन मी इतकं काय बोललो रे त्याला? इतका का रागावला हा?" श्रीधरला वाटत होतं की त्याच्या बोलण्यामुळे हे सगळं घडलं. गौतम बाहेर गेला आणि सीनिअर चौगुले आत आले. ते नेहमीप्रमाणे शांत आणि स्थिरचित्त दिसत होते. सोबत आणलेली पुस्तकं त्यांनी व्यवस्थित टेबलवर ठेवली

आणि ते आपल्या बेडवर आडवे झाले. चश्मा काढला आणि डोळे मिटून स्वस्थ पडून राहिले. सीनिअर चौगुले फारसे कुणाशी बोलत नसत. पण आज पूर्वपरीक्षेचा रिझल्ट लागला, तेव्हा तरी निदान बोलतील; पण नाही. त्यांच्या वागण्यात जराही फरक पडला नव्हता. उलट, आज ते जास्तच शांत वाटत होते. ते पास झालेत की नाही, अशी शंका मोहनला आली. पण ते एवढ्या गंभीरपणे डोळे मिटून बसले होते तर त्यांना विचारणार तरी कसं? अजयनं त्याला विचारण्याबाबत खुणावलं.

"चौगुले सर..., आज प्रीचा रिझल्ट लागला." मोहन अडखळत म्हणाला.

"हो, बघून आलो मी.... तुमचं काय झालं?त्यांनी मघाच्याच निर्विकार चेहऱ्याने विचारलं.

"हो आम्ही पास झालो, पण रघूचा रिझल्ट आला नाही." रघूचा चेहरा पडला. सीनिअर चौगुलेंनी रघूकडे पाहिलं. अपराधीपणाचे भाव चेहऱ्यावर घेऊन रघू बसला होता. जगातला सर्वांत मोठा अपराध केल्यासारखा त्याचा चेहरा झाला होता.

"ठीक आहे, जाऊ दे... झालं ते झालं, आता ते काही बदलू शकत नाही, पण निराश होऊ नको. पुढच्या परीक्षेच्या अभ्यासाला सुरुवात कर. सगळं ठीक होईल. एक परीक्षा नापास झाल्यानं काही बिघडत नाही. टेन्शन घेऊ नको." त्याच्या चेहऱ्याकडे बघत सीनिअर चौगुले त्याला समजावू लागले. रघूनं कशीबशी मान हलवली.

"सर बरोबर म्हणत आहेत... एक परीक्षा पास नई झाला तर कै बिघडत नई... ही नै तर दुसरी पास होऊन जाशील..." अजय म्हणाला. त्यानंतर प्रत्येक जण त्याचं मनोधैर्य वाढवण्याचा प्रयत्न करू लागला. त्यालाही थोडासा दिलासा मिळाल्यासारखं वाटलं. शब्दांमध्ये ताकद असते याचा अनुभव तो घेत होता. मोहननंही त्याला समजावलं. पण मोहनला त्याची फार चिंता वाटत नव्हती. सीनिअर चौगुलेंचा रिझल्ट काय लागला असेल याचीच चिंता त्याला लागून राहिली होती. ते इतके शांत वाटत होते की त्यांच्या वागण्यावरून काहीच अंदाज बांधता येईना. इतर मुलं पास झाल्यावर आनंद व्यक्त करतात आणि जर नसेल तरी त्यांच्या देहबोलीवरून सहज ओळखता येत होतं की कुणाचा निकाल काय लागला आहे ते! पण सीनिअर चौगुले स्थितप्रज्ञासारखे भासत होते. एखाद्या सिद्ध पुरुषाला जसं सुख आणि दुःख समान असतात, तसं त्यांच्याकडे बघून वाटतं होतं. त्यांच्या अशा स्वभावामुळे इतर कुणी त्यांना निकालाबाबत विचारायचं धाडस केलं नव्हतं. रात्री जेवायला जाताना मोहननं त्यांना पिंपळाच्या पारापाशी गाठलंच.

"सर, तुम्ही तुमचा रिझल्ट सांगितला नाहीत." त्यानं धीर करून विचारलं.

"रिझल्टचं काय एवढं? नेहमीसारखाच लागला."

"म्हणजे?"

“पास.”

“काय? अहो मग नापास झाल्यासारखे का सांगताय?”

“या असल्या ७-८ प्रीपरीक्षा पास झालोय... त्याचं काय अप्रूप वाटणार? मुख्य परीक्षा आणि इंटरव्ह्यू जोपर्यंत सुटत नाही आणि शेवटचा निकाल मनासारखा येत नाही, तोपर्यंत या असल्या प्रीपरीक्षा पास होण्याचा आनंद काय साजरा करायचा? तुमच्यासारख्या नव्या पोरांना आनंद होणं साहजिक आहे. मलाही झाला होता, ज्या वेळी मी पहिली प्रीपरीक्षा पास झालो होतो. पण नंतर कळलं की ही नुसती पहिली पायरी आहे. हे म्हणजे छोटीशी लढाई जिंकल्यासारखं आहे. पण अजून अंतिम युद्ध बाकी आहे मित्रा!” सीनिअर चौगुले त्यांच्या मेसकडे निघून गेले. मोहननं विचार केला, माणसानं इतकंही विरक्त असू नये. त्यांच्या आयुष्यात दुसरं काही करायचं उरलं नाही, असंच त्यांच्या बोलण्यावरून वाटत होतं. उद्या जर त्यांना एखादी पोस्ट मिळालीही तरी ते फारसा आनंद दाखवणार नाहीत. त्यांच्या वागण्याचा मोहनला अर्थच कळत नव्हता.

२८

संध्याकाळी जेवल्यानंतर रूममध्ये रघू आणि गौतम समोरासमोर आले. मोहनला तर दिवार फिल्मचा अमिताभ आणि शशी कपूर समोरासमोर भेटल्याचा फील आला. आता काय होईल देव जाणे! परत शाब्दिक चकमकी घडणार, अशी चिन्हं दिसत असतानाच गौतम रघूला म्हणाला, ''तुझा नोकिया दे की, मला गेम खेळायचाय.'' रघू तर त्याच्याकडे बघतच राहिला. सकाळचा प्रसंग गौतम विसरला की काय? ''आरं दे की'' असं ऐकल्यावर भानावर येत यांत्रिकपणे त्यानं त्याचा मोबाइल गौतमला दिला. गौतम लहान मुलासारखा तो सापाचा गेम खेळत बसला. थोडा वेळ कुणीच काही बोललं नाही. मग रघूनंच सुरुवात केली, ''यार गौत्या, तू मला माफ केलंस ना?''

''माफ? कशाबद्दल?''

''आरं असं काय करतूस, सकाळच्या भांडनाचं बोलतूय मी.''

''सोड रं भावा, मी विसरलोबी.''

''सॉरी भावा, माझा तसा काय हेतू नव्हता.''

''पन तू बोललास त्यात काय चूक? बरोबर बोल्लास की!''

''बग, तू परत तिरकं बोलाय लागलास.''

''आरं नाय भावा, खरंच बोलायलोय. मला सांग ओपनचं मेरिट किती लागलं? १४४ ..आन् आमच्या कॅटॅगरीचं? १३२... मग माजे मार्क जरी तुझ्यापेक्षा कमी असले तरी मी पास झालूच ना? आन् ते कशामुळं? कॅटॅगरीमुळंच ना?'' गौतम म्हणाला त्यावर रघूला काय बोलावं तेच कळेना. इतका समजूतदारपणा त्याच्यात कसा काय आला, याचंच त्याला आश्चर्य वाटू लागलं.'' मी लय विचार केला. तू जे बोल्लास त्याचा खरंतर आदी मला लय राग आला होता. पन परत विचार केला, मी पास झालोय ते माझ्या एस्सी कॅटॅगरीमुळंच! तुझे मार्क्स माझ्यापेक्षा जास्त होते, हे मला माहीत हाये भावा...''

''जाऊ द्या आता ते, सोडा विषय!'' मोहननं मध्यस्थी केली.

''हं... बरोबरे... पन मी बी तसं बोलाय नको होतं, सॉरी परत एकदा भावा.''

"अरं, परत तसंच! सॉरी नको म्हणू बाबा, मला कळतंय सगळं पन मी असा विचार करायलोय की हे आसंच चालनार का? म्हंजी बग, पूर्वी तुमच्या लोकांनी ...मी आता 'तुमच्या लोकांनी' असं म्हनलं तर राग मानू नको. माजा मुद्दा पटवायलोय मी."

"नाय, नाय... तू बोल"

"तर पूर्वी तुमच्या लोकांनी आमच्यावर अन्याय केला. आमाला वर येऊ दिलं नाही. पन आता गंगा उलटी वाहायलीय. पन तुमच्या एक गोष्ट लक्षात आलीय का?"

"कोनती?"

"हे तुमचं...आमचं...आजून काय कमी झालं नाय बगा...आरक्षन आलं, पन त्यानं मानसा मानसातली आढी कमी झाली का? नाही... उलट जास्तच वाढायलीय... फक्त नावं तेवडी बदलली आदी तो म्हाराचा, त्यो मांगाचा, हा सुताराचा, लव्हाराचा, तो मराठ्याचा असं होतं; पन आता... त्यो एस्सी.. हा एसटी.... तो ओबीसी आसं चाल्लंय. लोक उघड उघड नाय पण दबक्या आवाजात बोलत असत्यात. आरक्षनामुळं नावं तेवडी बदलली. बाकी काय शाट फरक पडला नाय."

"अगदी खरं बोललास गौत्या... हे जातीपातीचं कधीच संपणार नाही असं वाटतंय." मोहन त्याला दुजोरा देत म्हणाला.

"आनखी त्यावर आजून सांगतो, काही ओपनचे लोक ओबीसी करून घ्यालेत... का? तर आरक्षनाचा फायदा घ्यायला. म्हंजी जर फायद्यासाठी तुम्ही खालच्या जातीचे म्हनवून घ्यायलाबी तयार असाल, तर मग ही जातपात केलीच कशाला? ही उच्च जात- ही नीच जात कशाला रं बाबांनो?" गौतम तावातावानं बोलत होता. त्याचं हे रूप प्रथमच दिसत होतं. खरंतर ही आजची सत्य परिस्थिती होती. या परिस्थितीची जाणीव सर्वांनाच असते. पण गौतमनं ती पुन्हा समोर मांडली आणि सर्व जण विचारात पडले. आपला समाज एकसंध नाही. किती जाती आणि कितीतरी पोटजाती आहेत... प्रत्येकाला आपल्या जातीचा अभिमान आणि दुसऱ्या जातीबद्दल दुजाभाव; आपोआपच त्यातूनच संघर्ष निर्माण होतो. मग त्यातूनच घडणाऱ्या दंगली आणि त्यांच्याभोवती फिरणारं घाणेरडं राजकारण! कधी संपेल हे देव जाणे!

रूममध्ये शांतता पसरली असतानाच दरवाज्यातून एक मळकी बॅग धपकन आत येऊन पडली. त्या आवाजानं तर सगळेच दचकले. ही बॅग कुठून पडली? बॅग बघितली आणि मोहन ओरडला, "अरे ही तर बबनची बॅग! " तेवढ्यात भिंतीआड लपलेला बबन हसत हसत आत आला. "आयला, बबन!" सगळ्यांनी त्याला मिठ्या मारल्या. रिझल्ट लागल्याचं अजयनं त्याला फोन करून सांगितलं

होतं. आणि 'लवकरात लवकर निघून ये 'असंही सुचवलं होतं. पण बबनचं मात्र नक्की नव्हतं. त्यानं घरी पास झाल्याच सांगितलं. सरांना जेव्हा कळलं तेव्हा ते तर जाम खूश झाले. मग त्यांनी त्याला पुन्हा पुण्याला अभ्यासासाठी जायचा सल्ला दिला. पण त्याच्या वडिलांना मात्र हे पसंत नव्हतं. कमावता माणूस असा तीन-तीन महिने पुण्याला जाऊन राहिल्यावर घर चालणार तरी कसं, या विवंचनेत ते होते, आणि थोडे नाखूशही! पण त्याच्या सरांनी पुन्हा त्यांना समजावलं आणि थोडी पैशाची मदत करून बबनला पुण्याला पाठवलं. बबननं कोणताही क्लास न लावता पहिल्याच प्रयत्नात राज्यसेवेची पूर्वपरीक्षा पार केली होती. त्यामुळे त्याचं विशेष कौतुक होतं. बबन पुन्हा पुण्याला आला आणि या आनंदात मग त्याला घेऊन चौकडी तांबड्या-पांढऱ्याला गेली. एक अडथळा तर पार झाला होता....आता आणखी दोन मुख्य अडथळे अजून बाकी होते. हौशे- नवशे-गवशे आता आपोआप स्पर्धेतून बाहेर पडले होते. परीक्षेला बसलेल्या तीन-चार लाख मुलांपैकी फक्त काही हजार मुलंच मुख्य परीक्षेसाठी निवडली गेली होती; म्हणजे ज्यांचा खरा अभ्यास झालेला होता, तेच पुढच्या मुख्य परीक्षेच्या टप्प्यात पोहोचले होते. स्पर्धा अधिक अवघड होणार होती. अधिक जीवघेणी होणार होती.

२९

मुख्य परीक्षेचे क्लासेस सुरू झाले होते. सर्वांप्रमाणे रघूनंही आधी त्यासाठी फी भरली होती. पण आता तो पूर्वपरीक्षा पास होऊ न शकल्यानं मुख्य परीक्षेचा क्लास करून काय फायदा? पण बाकीच्या मुलांनी आणि क्लासच्या सरांनीही त्याला समजावलं की मुख्य परीक्षेचा अभ्यास पुढेही उपयोगात येणारच! आणि सध्या इतर कोणत्याच परीक्षेची जाहिरात समोर नसल्यानं त्यानं हा मेन्सचा क्लास चालू ठेवावा, असं बऱ्याच सीनिअर मुलांचंही मत पडलं. शेवटी तो क्लासला जायला तयार झाला. मुख्य परीक्षेचा क्लास हा दिवसातून दोन वेळा असे. सकाळी ९ ते १२ आणि संध्याकाळी ५ ते ८. त्यामुळे मुलं दिवसभर अभ्यासात आणि क्लासमध्ये अडकून पडत. संध्याकाळचं फिरणं वगैरे जणू बंदच झालं होतं. फक्त रविवारी संध्याकाळचा क्लास नसल्यामुळे मग आठवड्यातून एकदा मुलं पाय मोकळे करायला रविवारच्या संध्याकाळी बाहेर पडायची. रात्री जेवण झाल्यावर डिस्कशन असे. त्यामुळे 'जेथे जातो तेथे, तू माझा सांगाती'प्रमाणे अभ्यास सोबतच होता. एवढंच काय, तर रूमच्या भिंती, टॉयलेटचे दरवाजे यांच्यावर गणिती सूत्रे आणि इतर विषयांचे काही महत्त्वाचे लक्षात राहण्याजोगे मुद्दे, कोष्टके लिहिलेली असत. माधववाड्यात रघू आणि आणखी तीन-चार जण सोडले तर बाकीचे बरेच जण पूर्वपरीक्षा पास झाले होते. त्यामुळे सर्वत्र मुख्य परीक्षेच्या अभ्यासाचं वातावरण होतं. मुख्य परीक्षा ही लेखी स्वरूपाची होती. त्यात सामान्य अध्ययनाचे दोन पेपर, दोन वैकल्पिक विषयांचे दोन-दोन असे चार आणि, मराठी इंग्रजी असे एकूण ८०० मार्कांची परीक्षा आणि मुलाखतीसाठी १०० मार्क्स, असा एकूण ९०० मार्कांवर निकाल लागणार होता. मुख्य परीक्षेत वैकल्पिक विषयांना खूपच महत्त्व होतं; कारण एकूण मार्क्सपैकी ४०० मार्क्स त्यातूनच मिळणार होते. साहजिकच ज्या विषयांत जास्त मार्क्स मिळू शकतात, असेच विषय मुलं निवडत. मागच्या काही वर्षांत भूगोल आणि बँकिंग हे विषय घेतलेली मुलं सर्वांत जास्त सिलेक्ट झालेली होती. दोन्ही विषय तसे सोप्पे होते आणि अभ्यासक्रमही बेताचा होता. भूगोलाची दोन-तीन पुस्तकं आणि बँकिंगची एक-दोन अशी पुस्तकं तोंडपाठ केली

की हमखास पोस्ट मिळणार, हे जणू समीकरणच झालं होतं. त्यामुळे नेहमीप्रमाणे या वर्षीही बऱ्याच मुलांनी तेच वैकल्पिक विषय घेतले होते. मोहन त्याला अपवाद नव्हता. अजयचे राज्यशास्त्र आणि इतिहास हे आवडीचे विषय होते. त्यानं तेच विषय घेतले. अजयच्या रूमवर राहणार असल्यानं बबननंही तेच विषय घेतले. गौतमचं मात्र लवकर ठरत नव्हतं. एकतर तो पास होईल याची त्यालाच खात्री नव्हती, त्यामुळे त्यानं फार पुढचा विचार केला नव्हता. पण आता कर्मधर्मसंयोगानं पास झालाच होता तर शेवटी त्यानंही मोहनप्रमाणे भूगोल आणि बँकिंग हेच विषय घेतले. त्यांच्या विषयानुसार क्लासेस सुरू झाले होते. रघूनं केवळ मराठी, इंग्रजी आणि सामान्य अध्ययनासाठी क्लास लावला होता. तो सर्वांसोबत क्लासला जाई, पण त्याचं मन काही क्लासमध्ये लागत नव्हतं. इतरांना पुढे काहीतरी करण्यासारखं होतं, पण त्याचं काय? 'गाड्याबरोबर नळ्याची यात्रा' तसं त्याला वाटत होतं. पण इलाज नव्हता. इतर कुठल्याही पोस्टची जाहिरात अद्याप आयोगामार्फत आलेली नव्हती. पूर्वपरीक्षेला पास झालेल्या इतरांची अभ्यासावरून जी चर्चा व्हायची, त्यात रघू केवळ शरीरानं असायचा; मन कुठेतरी दुसरीकडेच असायचं. पास न झाल्यामुळे त्याला त्याचं मन खात राही. सर्व जण पुढे गेलेत, आपण एकटेच मागे राहिलोय, असं त्याला सारखं वाटे. आणि हीच भावना आतून त्याचं मन कुरतडी आणि तो आणखीनच अस्वस्थ होत असे. आपण कुठून हे ओपनच्या कॅटॅगरीत जन्माला आलो! आयला, त्यापेक्षा एस्सी नाहीतरी एसटी म्हणून जन्मलो असतो तर लय बरं झालं असतं... त्यात आपलं शरीर पण चांगलंच धडधाकट आहे; कोणतंच व्यंग नाही. सालं ते असतं तरी चाललं असतं . हँडिकॅपच्या कॅटॅगरीत तरी बसलो असतो आणि पास झालो असतो... असे नाही नाही ते विचार त्याच्या मनात येत आणि तो आणखीनच निराश होई. बरं ही पूर्वपरीक्षा पास होऊ शकलो नाहा, याचं दुःख इतकंही तीव्र नव्हतं की त्याला जीव द्यावासा वाटेल. कपाळावर हात मारून घ्यावा, केस उपटावेत, स्वतःच्याच थोबाडीत मारून घ्यावं, असं त्याला वाटे. पण तसं करूनही बरं वाटत नव्हतं. तो आता एकटा एकटा राहायला लागला. सुरुवातीला क्लासला नियमितपणे यायचा; पण आता हळूहळू क्लासला दांड्या मारू लागला. आधी सिगारेटचं एक पाकीट त्याला तीन-चार दिवस पुरायचं, आता दिवसाची तीन-चार पाकिटांची राख व्हायला लागली. दाढी करणं त्यानं केव्हाच सोडून दिलं. केस कापले नाहीत. दिवस दिवस तो रूमवर नुसता पडून राही. त्याची ही अवस्था बघून गौतमलाच त्याची दया आली. "रघ्या, भावा, काय करून घ्यायलायस स्वतःचं? काय अवतार केलायस?"

"मग काय करू? माझं तर डोकंच काम करना झालंय..."

"आरं एक परीक्षा नापास झालास तर काय एज बार झालास का काय? काय

खुळ्यागत करायलायस तू पण!''

''व्हय... खुळाच हाय मी !... खुळ्यागत नापास झालोय तरी मेन्सच्या क्लासला जाऊन बसतोय... खुळ्यासारखी मेन्सची पुस्तकं वाचतोय... आजून काय खुळा व्हायचा बाकी राह्यलोय?''

''आरं तसं नाय भावा... आदी कसा व्हतास आन् आता कसा झालाया.''

''गौत्या, तुला मी तुझ्या कॅटॅगरीवरून बोललो, पण आता असं वाटतंय की मी एस्सी नायतर एसटी पायजेल होतो. निदान पास तरी झालो असतो. सॉरी भावा...''

''रघ्या भावा, आता हे कुठनं काढलंस मधीच! सोड रं... आन् कुणी कुटं जन्म घ्यायचा हे काय आपल्या हातात हाय का? आपल्या हातात काय हे; तर जोरात अभ्यास करून पोश्ट काडने... त्यामुळे आता तू या फालतू गोष्टीचा लय विचार करू नको. जोरात अभ्यासाला लाग... मी असं ऐकलंय की पुढच्या म्हयन्यात पीएसआयची मोट्ठी ॲड येणारे... जवळपास ४००-५०० जागा असनार असं पोरं बोलत होतीत.''

''मला नाय व्हायचं पीएसआय.''

''अरे तू निस्ता अभ्यास तर कर! राज्यसेवेला उपेग हुईल... अभ्यासाच्या टचमदी राहशील.''

''गौत्या, तुला वाटतं का रं, मी एखादी तरी परीक्षा पास हुईन?''

''१०१% हुशील भावा... क्लास वन होनार तू नक्की!'' गौतम त्याला म्हणाला आणि रघू विचारात पडला. थोडा वेळ काहीच बोलला नाही.

''कॉलेजला असताना आम्ही पोरं पोरं एकमेकांना विचारायचो. की तू एमपीएसी का करनार म्हणून? कुणी काय, कुणी काय सांगायचे मी गमतीनं म्हणायचो, लग्नाला चांगली पोरगी मिळावी म्हणून एमपीएसीची पोश्ट काडणार... पण आता काय होऊन बसलं बग...''

''आयला रघ्या, डोक्यावर पडलायस का? शेवटची परीक्षा नापास झाल्यासारखी काय करायलायस? आजून लय संधी हायेत. टेन्शन नको घेऊ... आणि सगळे बकवास विचार बाजूला ठेव आणि अभ्यासाला लाग. काय आभाळ नाय कोसळलं तुज्यावर...'' बरंच समजावल्यानंतर रघूला ते पटलं. गौतमनं त्याची चांगलीच शाळा घेतली आणि त्याला पुन्हा योग्य दिशेनं विचार करायला लावलं. कधीकधी काही गोष्टी कळतात पण वळत नाहीत. त्या सांगायला दुसऱ्याच कुणाची तरी गरज असते.

३०

सकाळी सकाळी अजयच्या रूममधून एक अस्फुटशी किंकाळी आली. गौतम आणि रघू अजून झोपेतून उठले नव्हते. मोहन अभ्यासाच्या तंद्रीत होता. आवाज थोडा विचित्र वाटल्यानं तो पुस्तक बंद करून आवाजाच्या दिशेनं अजयच्या रूमकडे गेला. आत पाहतो तो जागीच थबकला. त्याचा त्याच्या डोळ्यांवर विश्वास बसेना. त्याच्या बाजूला बबनही तशाच स्थितीत उभा होता.

"अरे अजय, काय रे हे?" त्याच्याकडे बघून मोहननं आश्चर्यानं विचारलं. अजयनं फक्त एकदा त्याच्याकडे पाहिलं 'काही नाही' अशा अर्थाची मान डोलावली आणि डोकं पुन्हा पुस्तकात घातलं. बबन आणि मोहन एकमेकांकडे बघू लागले. दोघांनाही काही कळेना. अजयनं त्याच्या स्वतःच्या डोक्यावरून वस्तरा फिरवला होता. बरं व्यवस्थित चमन गोटासुद्धा केला नव्हता. मध्ये मध्ये काही केस तसेच राहिले होते आणि ते एकदम विचित्र दिसत होतं. बबन सकाळी झोपेतून उठला. त्यानं हे विचित्र दृश्य पाहिलं अन् तो घाबरून ओरडला. अजयच्या डोक्यावर परिणाम झाला की काय? की अभ्यास करून डोकं फिरलं आणि त्यानं त्या भरात डोक्यावरून हवा तसा वस्तरा फिरवला असं वाटत होतं.

"अजय , हे काय केलंयस? हे असे केस कुणी कापले?" मोहननं पुन्हा त्याला विचारलं.

"मीच कापलेत हे..."

"अरे पण का? असे का कापलेत केस? असं का केलंस?"

"असेच कापलेत रे... गरम होऊ राह्यलं म्हणून." त्याच्या उत्तरावर आता काय बोलावं हेच दोघांना समजेना. इतक्यात मागून रघू आणि गौतम आले. तेही त्याच्या या अवताराकडे पाहून दचकले.

"अरं कुठल्या न्हाव्यानं कापलेत हे केस?" रघूनं विचारलं.

"त्यानंच कापलेत." मोहन म्हणाला.

"तुम्ही जा आता... मला वाचू द्या." अजयनं चांगल्या शब्दांत सगळ्यांना हाकलून लावलं. थोड्याच वेळात ही बातमी संपूर्ण माधववाड्यात पसरली. दरवेशी

अस्वल घेऊन आला की लहान मुलं जशी त्याला बघायला गर्दी करतात, तशी मुलांनी त्याच्या रूमबाहेर गर्दी केली. मग कंटाळून त्यानं दरवाजा लावून घेतला. सर्वांनाच त्याच्या या अशा वागण्याचं आश्चर्य वाटत होतं. ''अजयभाऊंनी डोक्यावर वस्तरा फिरवला म्हंता?'' शेवडेमामांनी मोहनच्या रूममध्ये येऊन चौकशी केली. सर्व जण 'हो' म्हणाले. ''आओ मग बरुबरच होईल... आज ना उद्या ते आसं करत्याल आसं वाटतच व्हतं मला!'' शेवडेमामा अगदी छातीठोकपणे सांगत होते. ते ऐकून बाकीच्यांना नवल वाटलं. ''आओ, त्यांचे मोठे भाऊ बी इथंच व्हते. आता डिप्टी कलेक्टर झालेत. त्यांनीबी आसंच केलतं, जवा ते इथं अब्यासाला होते तवा... आवं हे वळणाचं पानी हायेल त्याच वळणावर जानार... आन् मला तर वाटाय लागलंय की तेबी त्यांच्या भावासारखे डिप्टी कलेक्टर व्हनार...'' जाता जाता शेवडेमामा भविष्यवाणी करून गेले. राज्यसेवेच्या ॲडमधली एक पोस्ट तर गेलीच! असा चेहरा करून सर्व जण अभ्यासाला लागले. चांगला अभ्यास व्हावा आणि आजूबाजूच्या प्रलोभनांकडे लक्ष जाऊ नये म्हणून मुलं कसलाही उपाय करत होती. कुणी स्वतःला रूममध्ये कोंडून घेत, तर कुणी दिवसा झोपून रात्री जागून अभ्यास करत... परंतु अजयने निवडलेला मार्ग अगदीच अघोरी होता. बाहेर जाऊन टाइमपास होऊ नये म्हणून त्यानं हे विचित्र केस कापले होते.

अजय खूपच विचित्र दिसत होता. अभ्यासासाठी त्यानं हे पाऊल उचललं होतं. त्याचा हेतू चांगला होता; परंतु त्यानं पूर्ण विचार करून हा निर्णय घेतला नव्हता. अभ्यासासाठी बाहेर जाऊन टाइमपास होऊ नये म्हणून त्याने हे विचित्र केस कापले खरे, पण त्याला क्लासला जाण्यासाठी तर बाहेर पडावंच लागणार होतं. आणि याची जाणीव मोहननं त्याला करून दिली. त्यालाही ते पटलं. मग सलूनमध्ये जाऊन त्यानं व्यवस्थित चमन गोटा करून टाकला.

३१

मुख्य परीक्षेचे क्लासेस सुरू झाले होते. आज क्लासला सर्व जण हजर होते. शंभर टक्के हजेरी! मराठीचं पाहिलं लेक्चर होतं! टुरिंग टॉकिजात पडद्यावर फिल्म चालू व्हायच्या वेळी लहान लहान मुलं जशी आतुरतेनं वाट पाहत, तशी क्लासची मुलं करमरकर मॅडमची वाट पाहत होती. करमरकर मॅडम मुख्य परीक्षेला मराठी शिकवायच्या. मराठी तसा म्हटला तर सोप्पा विषय, नुसतं वाचूनदेखील समजू शकत होतं. त्यामुळे इतर विषयांच्या तासाच्या मानानं मराठीचा तास म्हणजे मेसमध्ये पंधरा दिवसांतून मिळणाऱ्या मेजवानीसारखा वाटायचा. मुलं खूश होती. आपसात गप्पा मारत बसली होती.

"कवा यायच्या रं मॅडम?" गौतमला तर धीर धरवत नव्हता.

"आवरा रे भौ याला... पुस्तक वाचत बस... ती पहिल्या बेंचवरची मुलं बघ किती अभ्यास करू राह्यली."

"ती सगळी डोक्यावर पडलीयात..."

"सब्र करो, सब्र का फल मीठा होता है..." मोहन म्हणाला.

"मला तर आतनं गुदगुल्या व्हायल्यात..."

"गौत्या, तू तर आता लहान पोरासारखं करतोयस. गप बस." मोहन त्याच्यावर खेकसला. इतक्यात मॅडम वर्गावर आल्या. फिकट गुलाबी रंगाची चोपून नेसलेली साडी, आणि त्याचा मॅचिंग ब्लाउज.... डोळ्यावर तोच बारीक सोनेरी काड्यांचा चश्मा, मॅडम नेहमीसारख्याच सुंदर दिसत होत्या. त्या आल्या तसे सर्व जण खडबडून उभे राहिले. नवचैतन्य निर्माण झाल्यासारखं वाटू लागलं.

"बसा, बसा..." मंजुळ आवाज कानी आला. मोहननं गौतमकडे पाहिलं, तो बावळटासारखा त्यांच्याकडे बघत होता. कसलीही प्रस्तावना न करता, कुणाकडे न बघता मॅडमनी थेट शिकवायला सुरुवात केली. मुलांना काही समजत असो वा नसो, सगळी मुलं त्यांच्याकडे भारावलेल्या नजरेनं पाहत होती. मॅडमना कदाचित याची सवय असावी. त्या फार इकडेतिकडे न बघता शिकवायला लागल्या. मोहन लक्षपूर्वक ऐकू लागला. मॅडम खरंच चांगलं शिकवत होत्या. खरंतर मराठीचं

व्याकरण हे शाळेत असल्यापासून मुलं शिकत आली होती. पण बारावीनंतर कॉलेजला त्याचा कधी संबंध आला नव्हता. त्यामुळे थोडंसं लक्ष दिलं तरी मागे शिकलेलं आठवत होतं. मोहनला फार कष्ट घ्यावे लागले नाहीत. थोड्याच वेळात त्याला तो टॉपिक समजला. मॅडम व्याकरणावरची वेगवेगळी उदाहरणं घेत होत्या. तेच तेच काय ऐकायचं... मोहनचं लक्ष उडालं. तो मॅडमकडे पाहू लागला. त्यांच्या शिकवण्याकडे त्याचं लक्ष उरलं नाही. तो त्यांच्याबद्दल विचार करू लागला. त्यानं जेव्हा त्यांना पहिल्यांदा पाहिलं होतं, त्या वेळी त्याचं हृदय अनियमितपणे धडधडलं होत, त्याची पुन्हा जाणीव झाली. एक अनामिक आकर्षण त्याला मॅडमबद्दल वाटत होतं. माणसाचं मन किती विचित्र असतं... ते व्यक्तीनुरूप बदलतं. दोन भिन्न प्रवृत्तीच्या माणसांबद्दल जसं आपण एकाच प्रकारचा विचार करणार नाही, तसंच मनाचं असावं. प्रेम आणि आकर्षण या दोन्ही भिन्न गोष्टी आहेत. बऱ्याच वेळा यात गल्लत होते. मोहनच्या कॉलेजच्या आयुष्यात जेव्हा शलाका त्याच्याबरोबर होती, तेव्हा तो प्रेमात होता. उदात्त वगैरे म्हणू तसलं काहीतरी.. निरपेक्ष प्रेम! ती नुसती सोबत असली तरी समर्थांच्या 'जगी सर्व सुखी असा कोण आहे?' या प्रश्नाला त्याच्याकडे नक्कीच उत्तर होतं. ते त्याच्या आयुष्यातले सर्वांत सुंदर दिवस होते. 'चॉकलेट डे'ला तिला दिलेल्या डेअरी मिल्कचा सोनेरी चंदेरी वर्ख त्यानं कॉलेज संपेपर्यंत जपून ठेवला होता. 'फ्रेंडशिप डे'चा बँड, 'रोझ डे'चा सुकलेला, काळा पडलेला गुलाब अशा तिच्या आठवणीच्या कितीतरी गोष्टी त्यानं जपून ठेवल्या होत्या... पण नंतर त्या सुकलेल्या, काळ्या पडलेल्या गुलाबासारखीच त्याच्या प्रेमाची अवस्था झाली होती. ती तिच्यापुरता विचार करून त्याला सोडून यूएसला निघून गेली होती. त्यानं तिच्यावर विशुद्ध प्रेम केलं; पण तिचं प्रेम सोयीनुसार होतं. हळूहळू त्याचा प्रेमावरचा विश्वास उडत गेला. मन निबर होत गेलं, बोथट झालं. उरल्या त्या फक्त शारीरिक गरजा... एकदा का पहिल्या प्रेमात असा अनुभव आल्यानंतर माणूस शहाणा होतो. ताकही फुंकून प्यायला लागतो आणि मुख्य म्हणजे पहिल्या प्रेमात जशी मनाची हळुवारता, कोमलता असते, ती मात्र राहत नाही. प्रेम आणि आकर्षण यांतला फरक स्पष्टपणे जाणवू लागतो. आताही मोहनला त्याची जाणीव झाली. मॅडमबद्दल त्याला आकर्षण जास्त वाटत होतं, शारीरिक आकर्षण. त्यांना पाहिल्यावर त्याच्यातला पुरुष जागा झाला होता. पण एक मन या प्रकाराला विरोध करू पाहत होतं. करतोय हा विचार योग्य नाही, याची एका बाजूला जाणीव होत होती. पण नुसत्या विचारानं कुणाला काय प्रॉब्लेम होणार? विचार हा फक्त आपल्याच मनात राहणार. आपण कुठे बोललो नाही, काही कृती केली नाही, तर त्याचा इतरांवर कसा परिणाम होईल? त्यामुळे नुसता विचार केला तर काही बिघडत नाही, अशी कारणमीमांसा दुसऱ्या

मनानं केली आणि जसा विचार करत गेला तशी ती त्याला आणखीनच बरोबर वाटू लागली. दोन मनांतलं द्वंद्व काही माणसाला नवीन नसतं; पण त्याला जे हवं असतं तेच बरोबर, अशी त्याची समजूत पक्की होते. एखाद्या स्त्रीदेहाकडे आकृष्ट होणं, ही नैसर्गिक प्रवृत्ती आहे की विकृती? कशा प्रकारे तुम्ही त्याच्याकडे पाहता, यावर हे अवलंबून आहे. परंतु या गोष्टी व्यक्तिसापेक्ष आहेत. मोहनच्या डोक्यात विचारांचं द्वंद्व सुरू झालं. पण मॅडम या आपल्या शिक्षिका आहेत. त्यांच्याविषयी असा विचार येणं हे खरोखर योग्य आहे का? पुन्हा योग्य आणि अयोग्य या व्यक्तिसापेक्ष गोष्टी आहेत. आपण कितीही विचार केला तरी या गोष्टीपासून सुटका नाही, तेव्हा जास्त विचार न करणं आणि जे होईल तसं घडू देणं, हेच योग्य, असा त्यानं निर्णय घेतला. आणि तेवढ्यात मॅडमचं लेक्चर संपलं.

"काय मस्त वाटायलंय रं... आसं वाटलं मॅडमचं लेक्चर संपूच नये..." गौतम स्वप्नात असल्यासारखा बोलत होता.

"मॅडम चांगल्या शिकवतात."

"तुझं शिकवण्याकडं लक्ष होतं व्हय?"

"हो, मग तुझं काय चाललं होतं?"

"मॅडम कश्या सुंदर दिसत होत्या, ते बगत व्हतो."

"आयला, गौत्या आवर रे तू ... अभ्यास करायला आलाय का हे असलं कायतरी टाइमपास करायला?" अजय खेकसला.

"दोन्हीबी."

"दोन्ही नाही होऊ शकत."

"मॅडमचं लग्न झालं असंल का रं?"

"तुला काय करायचंय? काहीही विचारू राह्यला तू तर..."

"आसंच रं... रघ्या, तू का बोलत नाय रं?"

"काय बोलणार... मला या सगळ्याचा कंटाळा आलाया..."

"का रं? तू तर म्हनला व्हता ना की मला मॅडमचं लेक्चर करायचंय."

"हो, पण हे आसं नव्हतं करायचं... प्री पास झाल्यावर तुमच्यासारखा क्लास करायला मला खरा आनंद झाला असता." रघूचा चेहरा पडला.

"जाऊ दे भावा... चालायचंच... " रघूचा मूड बघून मॅडमचा विषय आपोआप बंद झाला.

३२

मेन्सचे क्लासेस नियमितपणे सुरू झाले होते. अभ्यासाला हळूहळू गती मिळत होती. क्लास करून आल्यावर मुलं रूमवरही जोरदार अभ्यास करू लागली. राज्यसेवेच्या जुन्या अभ्यासक्रमाची ही शेवटची जाहिरात असल्याचं बोललं जात होतं. या परीक्षेलाच पोस्ट काढण्यासाठी सर्व जुने सिनियर्स आणि नवीन मुलं जीव तोडून अभ्यासाच्या मागे लागली होती. नवनवीन नोट्स, पुस्तकं, अप्पा बळवंत चौकात मिळत. मोहनला अर्थशास्त्रासाठी एक पुस्तक घ्यायचं असल्यानं तो क्लासमधून परस्पर तिकडेच गेला. दुपारची वेळ होती. मोहन अप्पा बळवंत चौकातून पुस्तकं घेऊन येत होता. सूर्य जमिनीशी ९० अंशाच्या कोनात थेट आपले किरणरूपी बाण सोडत होता. त्याची सावली बरोबर त्याच्या पायाशी पडली होती. टळटळीत उन्हाचा त्रास कमी व्हावा या हेतूनं मोहन झपाझप पावलं टाकत चालला होता. मुख्य रस्त्यापासून एक लहान रस्ता आतल्या बाजूनं सदाशिव पेठेकडे जात होता, तो कमी अंतराचा आणि सावलीचा असल्यानं, मोहनचे पाय आपोआप तिकडे वळले. थोडं पुढे जातो न जातो तोच समोरून मराठीच्या करमरकर मॅडम येत असलेल्या दिसल्या. मोहनच्या काळजाचा ठोका चुकला, इतका जोरात की छातीत होणारी धडधड त्याला स्पष्ट जाणवली. त्या बऱ्याच लांब होत्या तरी त्यानं त्यांना ओळखलं होतं. फुलाफुलांची पिवळ्या रंगाची साडी आणि त्याच रंगाचा ब्लाउज, उजव्या हातात नेहमीप्रमाणे छातीशी पुस्तकं धरून त्या चालल्या होत्या. 'मॅडम कुठे चालल्या असतील एवढ्या दुपारी?' मोहनच्या डोक्यात विचार आला. हळूहळू त्या जवळ येऊ लागल्या. त्यांच्याकडे एकदम एकटक बघणं त्याला अवघड गेलं असावं. त्यानं काहीतरी करायचं म्हणून घड्याळात पाहिलं, पुस्तकं नीट आहेत का उगाचच पाहू लागला. त्या दोघांमधलं अंतर पावला पावलानं कमी होत होतं, तशी मोहनची धडधड वाढू लागली. मॅडम आपल्याला ओळखतील की काय? त्याच्या मनात विचार आला. छे! त्यांच्या विषयाची फार फार तर दोन-तीन लेक्चर्स झाली असतील. इतक्या मुलांमध्ये आपल्याला पाहिलंही नसेल त्यांनी. तो त्याच्या विचारात चालत असताना अचानक

त्याला त्याच्या मागून मोटरसायकलचा जोरात आवाज आला. दोन बाइक्स त्याला जवळजवळ घासून पुढे निघाल्या. त्यानं पाहिलं तर दोन कॉलेजची मुलं भरधाव वेगानं त्यांच्या बाइक्स पळवत होते. बहुदा त्यांच्यात शर्यत लागली असावी, अशा ईर्षेनं ते गाड्या पळवत होते. मिळेल त्या जागेतून बाइक काढण्याचा प्रयत्न करू लागले. या त्यांच्या बेफिकीर चालवण्यानं करमरकर मॅडम येणाऱ्या संकटाची चाहूल लागून जागीच थबकल्या. बाइक्स जोरात त्यांच्या दिशेनं जात होत्या. काय करावं हे त्यांनाही कळलं नाही. पुढे जाण्याच्या ईर्षेनं एका बाइकवाल्यानं त्यांना कट मारण्याचा प्रयत्न केला; पण तो त्याला जमला नाही. त्याच्या गाडीच्या हँडलचा निसटता धक्का करमरकर मॅडमना लागलाच. त्यासरशी त्या रस्त्यावर बाजूलाच खणलेल्या लहानशा खड्ड्यात पाय मुरगळून पडल्या. धक्का लागल्यावर बाइकवाल्यानं पडता पडता कसंबसं स्वतःला सावरलं. पण तो मागे वळून न पाहता तसाच सुसाट पुढे निघून गेला. मॅडम खाली पडलेल्या पाहून मोहन त्या बाइकवाल्याच्या दिशेनं धावला. मॅडमना सावरावं की बाइकवाल्याला पकडावं, या संभ्रमात तो नुसताच मागून त्या बाइकवाल्याला ओरडून थांबायला सांगू लागला. पण तो मुलगा केव्हाच निघून गेला होता. त्यानं खाली पडलेल्या मॅडमना हात दिला.

"मॅडम, तुमचा हात द्या.... " त्यांच्या डाव्या हाताला खरचटलेलं दिसत होतं... हातातली पुस्तकं इकडेतिकडे विखरून पडली होती. मॅडमनी त्यांचा उजवा हात वर केला. त्यांना वर खेचून उभं करण्याच्या प्रयत्नांत तो असताना त्यांचा मुरगळलेला पाय आणखी दुखावला. त्या तशाच पुन्हा खाली वाकल्या. एक अस्फुटशी किंकाळी त्यांच्या तोंडून बाहेर पडली.

"काय झालं मॅडम... पाय दुखतोय का?" मोहननं त्यांना विचारलं. त्यांच्या चेहऱ्यावरच्या वेदनाच सर्व काही सांगत होत्या. त्यांना एकही पाऊल पुढे टाकता येईना.

"माझा पाय... माझा पाय... " त्या रडू लागल्या. मोहननं त्यांचा पाय पाहिला. थोडी सूज आल्यासारखी वाटू लागली.

"अरे देवा... मॅडम आपल्याला हॉस्पिटलला जावं लागेल. तुमचा पाय थोडा सुजलाय..." त्या सुजलेल्या पायाकडे पाहून तर त्या भीतीनं आणखीन रडू लागल्या. मोहननं त्यांना शांत करण्याचा प्रयत्न केला. आजूबाजूला पाहिलं, पण त्या आतल्या रस्त्यावर कोणीच दिसत नव्हतं. आजूबाजूचे बंद दरवाज्याचे बंगले तटस्थपणे त्यांच्याकडे पाहत उभे असल्याचं त्याला जाणवलं.

"मॅडम, तुम्ही इथे झाडाच्या सावलीत थांबा, मी रिक्षा वगैरे कुठे मिळते का ते पाहतो..." मोहन मुख्य रस्त्यावर आला. तिथेही काही वाहन मिळेना. थोडं पुढे गेल्यावर त्याला एक रिक्षा दिसली. त्याचं नशीब चांगलं म्हणून त्यानं हात

केल्यावर ती रिक्षा लगेच थांबलीही...! रिक्षा घेऊन तो मॅडम जिथे उभ्या होत्या, तिथे आला. त्यानं पाहिलं, करमरकर मॅडमचा चेहरा वेदनेनं पिळवटून गेला होता. त्वरेनं रिक्षातून उतरून त्यानं मॅडमना हात दिला. कशाबशा त्या बसल्या.

ते दोघे बसले खरे; पण मोहनला पुण्याची फारशी माहिती नव्हती. डॉक्टरकडे जायचं, पण कुठे?

"इथे कोणी ऑर्थोपेडिक डॉक्टर आहे का?" मोहननं रिक्षावाल्याला विचारलं. पण त्याला ऑर्थोपेडिक म्हणजे काय ते समजेना. हाडांचा डॉक्टर म्हटलं तेव्हा त्यानं आपोआप रिक्षा त्या दिशेला वळवली. त्यानं मॅडमकडे पाहिलं- त्या शांतपणे डोळे मिटून बसल्या होत्या. कपाळावर घाम जमा झाला होता. डाव्या हाताला थोडं खरचटलं होतं. त्या एका हातानं त्यांचा पाय धरून बसल्या होत्या. बहुतेक त्यांचा पाय खूप दुखत असावा. रिक्षा दवाखान्याजवळ थांबली. खूप दुखत असल्यानं त्यांना पाय जमिनीवर ठेवता येईना. मग शेवटी मोहननं त्यांचा एक हात आपल्या खांद्यावर ठेवायला सांगितला आणि आधारासाठी त्यानं त्यांच्या कमरेला हात लावला. लंगडत लंगडत ते दोघे आत पोहोचले.

"आताच काही सांगू शकत नाही... एक्स-रे घ्यावा लागेल." डॉक्टर म्हणाले.

"डॉक्टर, पाय खूप दुखतोय... मला सहन होत नाही..." करमरकर मॅडम कशाबशा म्हणाल्या.

"मी पेनकिलर देतो. तुम्ही थोडा वेळ स्वस्थ पडा." पेनकिलर घेऊन मॅडम थोडा वेळ पडून राहिल्या. एक्स-रे काढल्यावर कळलं की पायाच्या हाडाला काही दुखापत झालेली नाही; परंतु पायाचे लिगामेंट्स तुटले आहेत.

"पायाची जास्त हालचाल होऊ नये म्हणून क्रेप बँडेज बांधावं लागेल. १०-१२ दिवस बेडरेस्ट घ्यावी लागेल. पाय बिलकूल हलता कामा नये... ओके ...?" डॉक्टर म्हणाले. एव्हाना करमरकर मॅडमचा पाय दुखायचा कमी झाला होता. मॅडमच्या चेहऱ्यावरून वेदना कमी झाल्याचं दिसत होतं. दोघे निघाले. मोहननं रिक्षा आणली.

"मॅडम, कुठे न्यायला सांगू ?" त्यानं विचारलं.

"प्रभात रोड..," त्या म्हणाल्या. "तुमचे आभार कसे मानायचे तेच कळत नाही... तुम्ही नसता तर काय झालं असतं कुणास ठाऊक... अगदी देवासारखे धावून आलात...," मॅडम म्हणाल्या.

"आभार कसले मॅडम, त्यात माझाच स्वार्थ आहे..." मोहन म्हणाला.

"स्वार्थ? तो कसा काय?"

"तुम्ही लवकर बऱ्या झाल्या नाहीत तर आम्हाला मराठी कोण शिकवणार..." मोहन हसऱ्या चेहऱ्यानं म्हणाला.

"ओह, म्हणजे तू सरनाईक सरांच्या क्लासला आहेस?" त्यांचे डोळे आश्चर्यानं विस्फारले. करमरकर मॅडम अहो-जाहो वरून एकेरीवर आल्याचा सूक्ष्म बदल मोहनच्या लक्षात आला आणि त्यालाही ते बरं वाटलं.

"हो."

"मग दिसला कसा नाहीस कधी?" अजूनही त्यांच्या चेहऱ्यावर आश्चर्य होतं.

"ते काही माहीत नाही, पण आता मेन्सला आहे मी, दुपारच्या बॅचला... कालच तुम्ही कर्तरी आणि कर्मणी प्रयोग शिकवलात..."

"हं... बरोबर, पण सॉरी, माझ्यामुळे तुला त्रास झाला. तुझा वेळ फुकट गेला."

"सॉरी काय त्यात मॅडम, खरंतर तुमची त्यात काहीच चूक नव्हती. त्या बाइकवाल्या मुलाच्या रफ चालवण्यानं हे सगळं घडलं. सापडले पाहिजेत दोघं..." मोहनच्या बोलण्यात थोडा चिडका स्वर आला. "जाऊ दे, जे झालं ते झालं... आता परत आपल्याला ते बदलता येणार आहे का?" मॅडम म्हणाल्या. मोहननं एकदा त्यांच्याकडे पाहिलं. त्या गोऱ्या नव्हत्या, आणि सावळ्याही नव्हत्या. त्यानं नीट निरखून पाहिलं, त्यांचे केस एकाच रंगाचे नव्हते. त्यात काही बटा सोनेरी रंगाच्या होत्या. त्या कलर केलेल्या नसून निसर्गतःच असाव्यात. डोळ्यांवर बारीक सोनेरी काड्यांचा चश्मा होता. तो बघत असताना मॅडमनं त्याच्याकडे पाहिलं, आणि त्या समजुतीनं हसल्या. काहीतरी विचारायचं म्हणून मोहननं विचारलं, " तुमच्या घरी कोण कोण असतं?" त्याच्या या प्रश्नावर त्या जरा घुटमळल्या; मग म्हणाल्या, "मी एकटीच राहते..." त्यांच्या बोलण्यात थोडी नैराश्येची झाक होती, त्यामुळे मोहननं पुढे काही विचारलं नाही. इतक्यात त्यांचं घरही आलं. ती एक बिल्डिंग होती. त्यात त्या तळमजल्यावर राहत होत्या, ही त्यातल्या त्यात जमेची बाजू... हात देऊन हळुवारपणे त्यानं मॅडमना रिक्षातून उतरवलं. रूमपर्यंत नेलं. त्यानंच रूमचं कुलूप उघडून त्यांना आत आणलं. त्यांची रूम थोडी अंधारी होती. खिडक्या उघडूनही पुरेसा प्रकाश आत येत नव्हता. मॅडमनी ट्यूबलाइट लावली. भिंतीचा फिकट पिवळा रंग उजळला. रूममध्ये जास्त सामान नव्हतं. एक दिवाण, टेबल- खुर्ची, बाजूला एका लहानशा कपाटात बरीच मराठी आणि इंग्लिश पुस्तकं होती. समोर गणपतीचा फोटो होता. आत स्वयंपाकघर, त्यातही मोजकी भांडी होती. सामान कमी होतं, पण घर टापटीप ठेवलेलं होतं. सगळ्या वस्तू जागच्या जागी!

"ये, बस ना... सॉरी, मी तुला पाणीसुद्धा देऊ शकत नाही. तुला स्वतःलाच घ्यावं लागेल," त्या कसनुसं तोंड करून म्हणाल्या.

"नाही, मला नको पाणी... पण आता तुम्ही एकट्याच तर ... म्हणजे

तुम्हाला काही लागलं तर काय करणार?'' मोहननं विचारलं.

''त्याचं काही टेन्शन नाही, शेजारच्या काळे काकू आहेत. काही लागलं तर त्यांना सांगेन मी...'' त्या म्हणाल्या.

''ओके , मग ठीक आहे. काही लागलं तर सांगा मॅडम. मी येईन अधूनमधून...'' मोहन म्हणाला.

''नाही, तसं काही लागणार नाही... पण तू उगाच वेळ वाया घालवू नको.. अभ्यास कर... परीक्षा एक महिन्यावर आलीय... आणि थँक यू व्हेरी मच... या सगळ्याबद्दल...'' मॅडम कृतज्ञतापूर्वक म्हणाल्या. त्यांचा निरोप घेऊन मोहन निघाला. परतीच्या रस्त्यावरून चालताना आज जे घडलं होतं त्यावर त्याचा विश्वास बसेना. मग त्याचं मन पुन्हा मागे गेलं आणि जे काही घडलं त्याची उजळणी करू लागलं. त्याला आतून आनंदाच्या उकळ्या फुटत होत्या. ज्या करमरकर मॅडमविषयी अनेक वेळा मित्रांमध्ये नुसती चर्चा चालायची, त्याच मॅडमना आज त्यानं मदत केली होती, त्यांना जवळून न्याहाळलं होतं, त्यांना स्पर्श केला. मग अचानक त्याला आठवलं की मॅडमना सावरायच्या नादात त्याने त्यांच्या कमरेभोवती हात ठेवला होता. त्या वेळी त्याच्या मनात असा काही विचार आला नव्हता, पण आता त्याला तो स्पर्श आठवू लागला. मॅडमच्या रेशमी , मखमली कमरेचा स्पर्श ...! अचानक त्याच्या हृदयाची धडधड वाढल्याची त्याला जाणवली. त्याला एकदम हुशारल्यासारखं वाटू लागलं. रघू आणि गौतमला कळलं तर काय मजा येईल? चांगलेच जळतील आपल्यावर...! विचार करून त्याला मजा येऊ लागली. पण आज जे घडलं, ते कुठे आणि कुणालाही सांगायचं नाही असं ठरवून तो त्याच्याच नादात मस्त होऊन चालू लागला.

३३

मोहन रात्रभर करमरकर मॅडमचा विचार करत राहिला. त्याला राहून राहून दुपारच्या प्रसंगाची आठवण येत होती. त्या प्रसंगामुळे खरंतर आज त्याचा काहीच अभ्यास झाला नव्हता. त्याला आतून गुदगुल्या झाल्यासारखं वाटत होतं. मस्त वाटत होतं. रात्री झोपेत त्याला स्वप्नही तसंच पडलं. तो आणि मॅडम रिक्षातून कुठेतरी लांब चालले आहेत. कुठे ते माहीत नाही; पण रिक्षा अविरतपणे चालू आहे... अचानक मॅडम रडायला लागतात... त्यांना विचारलं तरी त्या सांगत नाहीत. नुसत्या रडत आहेत. त्यातच त्याला सकाळी कधीतरी जाग आली. उठल्यावर त्याला एकदम निराश झाल्यासारखं वाटू लागलं. तो तसाच बिछान्यात बसून रात्रीच्या स्वप्नाचा विचार करू लागला. असं स्वप्न का पडलं असेल? स्वप्नांचं काही खरं नसतं. मनी वसे ते स्वप्नी दिसे.

"आज काय आराम करायचा विचार दिस्तुय..." रघू अंघोळ करून आलेला. ओले केस पुसत तो म्हणाला.

"रात्री किती वाजता झोपलास...? नाइट मारलीस का काय त्या बबन्यासारखी...?" गौतम भूगोलाच्या पुस्तकातून डोकं वर काढत म्हणाला.

"नाय रे... खराब स्वप्न पडलं..." मोहन बोलून गेला आणि नंतर त्याच्या लक्षात आलं की आपण उगाच स्वप्नाबद्दल बोललो. अपेक्षेप्रमाणे लगेच रघूचा प्रश्न आलाच, "कसलं स्वप्न रे?"

"आपल्याला कसली स्वप्न पडणार? परीक्षेचं आणि दुसरं काय?" ऐन वेळी सुचलेल्या उत्तरामुळे मोहननं वेळ मारून नेली. त्यावर दोघे हसले. "पेपर सोडवायला बसलो आणि मला एकही प्रश्न सुटेना... आणि वेळ निघून जायला लागला. मला घामच फुटला. शेवटी अर्धा पेपर तसाच राहिला रे माझा... असलं टेन्शन आलं होतं म्हणून सांगू... !" मोहन मनात येईल ते सांगत सुटला. त्यावर दोघांच्याही मनात कसला संशय येऊ नये हीच त्याची अपेक्षा होती. अभ्यास करताना परीक्षेची स्वप्नं पडणं साहजिकच आहे, म्हणून रघू आणि गौतमनं ते हसण्यावारी नेलं. आज क्लासमध्येही त्याचं लक्ष लागेना. सारखा मॅडमचा विचार यायला लागला. 'त्या

काय करत असतील? त्यांची तब्येत बरी असेल ना? त्यांना मदत करायला शेजारचे आहेत असं त्या म्हणाल्या होत्या त्यामुळे तशी काही अडचण येईल असं वाटत नव्हतं. तरी मोहनच्या डोक्यात सारखा मॅडमचा विचार येत होता. काय करू या? क्लास सुटल्यावर प्रभात रोडला जाऊन येऊ या का?' त्याच्या डोक्यात विचार आला. अजयने विचारलं तर काय सांगणार? बघू, तो जास्त काही विचारणार नाही... त्याच्या जागी रघू किंवा गौतम असते तर शेरलॉक होम्सच्या थाटात चौकशी केली असती... त्यामुळे आपल्याला तशी काही अडचण येईल असं वाटत नाही. मोहननं विचार केला. क्लास सुटल्यावर त्यानं अजयला थोडं बाहेर जाणार असल्याबाबत सांगितलं. त्यानंही अपेक्षेप्रमाणे जास्त चौकशी केली नाही. मोहन प्रभातरोडवरच्या मॅडमच्या बिल्डिंगपाशी पोहोचला. त्याला पुन्हा एकदा छातीत धडधड जाणवली. आपण जातोय खरं, पण मॅडमना हे आवडलं नाही तर! आपण सांगू की सहज आलो होतो या भागात, म्हणून चौकशी करण्यासाठी आलो. आणि त्यांना कदाचित काही वाटणारही नाही. विचार करता करता तो मॅडमच्या बिल्डिंगपाशी येऊन पोहोचला. त्यानं पाहिलं, मॅडमच्या फ्लॅटचा दरवाजा बंद होता. जावं की न जावं या द्विधा मनःस्थितीत असतानाच मागून एक आवाज आला, ''कोण पाहिजे?'' त्यानं वळून पाहिलं. एक ४०-५० वयाच्या बाई त्याला विचारत होत्या.

''करमरकर मॅडमना भेटायला आलोय...'' तो म्हणाला. असं म्हटल्यावर त्या बाई मोहनला वरून खाली न्याहाळू लागल्या.

''तू कोण?'' संशयिताची चौकशी करावी तसं त्या बाईंनी विचारलं.

''मी... मी त्यांच्या क्लासचा विद्यार्थी... त्यांची तब्येत कशी आहे ते बघायला आलोय...''

''तब्येत...? हं...'' म्हणत फणकाऱ्यानं त्या बाई निघून गेल्या. मोहन मॅडमच्या फ्लॅटच्या दारासमोर आला. बेल वाजवली. बराच वेळ आतून काहीच हालचाल जाणवली नाही. मॅडम कदाचित आराम करत असतील, उगाच त्यांना त्रास नको द्यायला, असा विचार करून तो मागे फिरणार इतक्यात त्याला आतून भांडी पडल्याचा आवाज आला. म्हणजे मॅडम जाग्या आहेत... त्यानं पुन्हा एकदा बेल वाजवली. तरीही दार उघडलं नाही तेव्हा त्यानं दार ढकललं, तर ते उघडंच होतं. आतून कडी नव्हती. तो आत आला. त्यानं पाहिलं, खाली पडलेल्या करमरकर मॅडम खुर्चीला धरून उठण्याचा प्रयत्न करत होत्या. त्यांच्या बाजूला जमिनीवर पाण्याचा ग्लास आणि चहा सांडलेला होता.

''अहो, मॅडम, हे काय?'' तो त्यांना सावरायला धावला. आधार देऊन त्यानं त्यांना दिवाणावर बसवलं. ''लागलं नाही ना फार...'' त्यानं विचारलं. त्यावर

मानेनंच त्या नाही म्हणाल्या. ''थांबा पाणी आणतो...'' म्हणत तो आत धावला. पेल्यात पाणी आणताना त्यानं मॅडमकडे पाहिलं. त्यांच्या चेहऱ्यावर अपराधीपणाच्या भावनेची हलकीशी झलक दिसत होती. त्यात 'आपण समोरच्याला किती त्रास देणार,' हा विचार मनात येऊन तर त्या आणखी अंग चोरून बसल्या.

''हे घ्या मॅडम... आता बरं वाटतंय का?'' पाणी पिऊन झाल्यावर त्या 'हो' म्हणाल्या.

''तू इकडे कसा काय?''

''असंच आलो होतो मित्राकडे या एरियात... म्हटलं तुमची तब्येत कशी आहे ते विचारावं. '' मोहननं बिनधास्त खोटं सांगितलं. ''आता पाय बरा आहे ना?''

''हो... थोडी सूज आहे पण अजून...'' त्यांनी पायाची सूज दाखवण्यासाठी पोटरीपर्यंत गाउन वर केला ... बऱ्याच वेळानंतर मोहनच्या लक्षात आलं की मॅडम घरात घालायच्या गाउनवर आहेत. आणि त्या गडद हिरव्या रंगाच्या गाउनमध्ये त्यांचे ते नितळ संगमरवरी पाय पाहून पुन्हा एकदा त्याचं हृदय जोरानं धडधडलं. मॅडमना आपल्या नजरेतून काही वेगळं जाणवू नये म्हणून त्यानं नजर खिडकीकडे वळवली आणि तो बाहेर पाहू लागला.

''काय रे ? काय आहे बाहेर? इतकं काय बघतो आहेस?'' मॅडमनी विचारलं.

''नाही.. सहज...'' त्याला मॅडमच्या नजरेला नजर भिडवता येईना. त्याची नजर स्थिर नव्हती. मॅडमना कदाचित त्याच्या मनात काय चालू आहे ते त्याच्या नजरेतून दिसेल की काय याची भीती वाटली.

''तुझे आभार कसे मानायचे तेच कळत नाही... त्या दिवशी तू होतास म्हणून जास्त त्रास झाला नाही आणि आताही तू अगदी वेळेवर मदतीसाठी आलास...'' मॅडम म्हणाल्या.

''मॅडम, अहो त्यात आभार कसले मानताय... माझ्या जागी दुसरा कोणीही असता तर त्यानंही तेच केलं असतं.'' मोहन म्हणाला. मॅडम समजुतीनं हसल्या. थोडा वेळ जीवघेणी शांतता पसरली. इतकी की मोहनला त्याच्या श्वासांचा आवाज येऊ लागला.

''मॅडम, तुम्हाला एक विचारू?''

''बोल ना...''

''मघाशी मी तुमच्याकडे येत होतो त्या वेळी बाहेर एक बाई भेटल्या. त्यांनी मला विचारलं की कोण पाहिजे? मी तुमचं नाव सांगितलं तर फणकाऱ्यानं निघून गेल्या.'' मोहन म्हणाला. त्यावर त्यांच्या चेहऱ्यावर उदासी हास्याची एक लकेर उमटली.

''ते जाऊ दे.. तुझा अभ्यास कसा चालू आहे? वेळ बिलकूल वाया नको

घालवूस ... अशी संधी पुन्हा येणार नाही...'' मॅडम विषय बदलत म्हणाल्या.

''हो, अभ्यास चांगला चाललाय... मॅडम, घरकामाला कोणी बाई वगैरे ठेवली नाही का?''

''नाही, एकटीला कशाला हवी आहे बाई. माझं मीच करते. कधी गरजच नाही लागली.''

''पण मग या अशा अवस्थेत तुम्ही काम कशा करणार? तुम्हाला तर बेडरेस्ट घ्यायला सांगितलीय ना डॉक्टरांनी...''

''करेन तसंच जमेल तसं...'' मॅडम म्हणाल्या.

''शेजारचे कोणी मदत नाही करणार का?'' मघाच्या बाईंच्या वागण्यावरून मोहननं विचारलं.

''तसे करतात मदत, पण कसं आहे ना की जो तो आपल्या कामात असतो... त्यामुळे त्यांना कशाला त्रास द्या! म्हणून मीच काही सांगत नाही कुणाला,'' मॅडम म्हणाल्या. त्या साफ खोटं बोलत आहेत हे मोहनच्या लक्षात आलं.

''मग मॅडम तुम्हाला काही लागलं तर कसं करणार? दुसरं कोणी नातेवाईक येऊ नाही शकणार का... थोडे दिवस मदतीसाठी...'' मोहननं विचारलं. त्यावर त्या थोड्या विचारात पडल्यासारख्या वाटल्या. अचानक काहीतरी आठवल्यासारखं करून म्हणाल्या, ''हो, माझ्या बहिणीला बोलावलं आहे... ती येईल उद्या किंवा परवा...''

''ओके.... मग ठीक आहे. मग येऊ मॅडम? काही लागलं तर कळवा. माझा मोबाइल नंबर तर आहेच तुमच्याकडे...''

''हो, हो... नक्की. पण तू आता अभ्यासाकडे लक्ष दे... वेळ नको वाया घालवूस. ऑल द बेस्ट...''

''थँक्स, तुम्हीसुद्धा काळजी घ्या, येतो मी...''

३४

मोहनच्या समोर भूगोलाचं मेन्सचं पुस्तक होतं. नदीच्या खनन कार्यामुळे होणारी भूरूपे कोणकोणती आहेत, हे तो वाचत बसला होता. तो टॉपिक झाला आणि थोडा वेळ त्यानं पुस्तक बंद केलं. तो वाचलेलं आठवण्याचा प्रयत्न करू लागला. मन एकाग्र करण्याचा प्रयत्न करू लागला. थोडा वेळ त्याला काय काय वाचलं ते आठवू लागलं. पण अचानक दाणे टिपणाऱ्या कबूतरांचा थवा झटक्यात उडावा, तसं त्याचं अभ्यासातलं लक्ष उडालं. करमरकर मॅडम! त्यांनी पुन्हा त्याच्या विचारांमध्ये अनाहूतपणे प्रवेश केला. मॅडमचा ॲक्सिडेंट झाल्यानंतर आज त्यांचा पहिलाच तास होता. त्यांना बरं वाटत नसल्याचं त्यांनी क्लासमध्ये कळवलं होतं. पण खरं कारण काय आहे हे फक्त मोहनला माहीत होतं, आणि त्या कारणाचा प्रत्यक्ष साक्षीदार असल्यामुळे त्याला थोडी गंमतही वाटत होती. आज मॅडम शिकवायला आल्या नाहीत, त्यामुळे रघू आणि गौतम यांना मात्र फार वाईट वाटत होतं. कानकून परिषदेत हवामान बदलाबाबत झाली नसेल अशी मराठीच्या मागे पडत असलेल्या अभ्यासक्रमाबाबत रघू आणि गौतम यांच्यात चर्चा झाली. मॅडम आज आल्या नाहीत, मग आता मराठीच्या अभ्यासक्रमाचं कसं होईल? काल मोहन मॅडमच्या घरी जाऊन आला होता. आज त्यांची बहीण त्यांच्याकडे मदतीसाठी येणार असल्याचं त्यांनी काल सांगितल होतं. बरं झालं की कोणीतरी त्यांना मदत करायला येत आहे. नाहीतर पाय दुखावल्यामुळे रोजची कामं करणं त्यांना अवघड जाणार होतं. मोहनच्या डोक्यातून मॅडमचा विचार जाईना. त्याचं एक मन त्याला अभ्यास करण्याविषयी सूचना देत होतं आणि दुसरं मन पुन्हा प्रभात रोडला जाण्यासाठी धाव घेत होतं. दोन्ही मनांत द्वंद्व सुरू झालं होतं. काय करावं हे त्याला सुचेना. तशातच संध्याकाळ झाली. रघू आणि गौतम चहा प्यायला बाहेर निघाले होते. त्यांनी मोहनला सोबत येणार का म्हणून विचारलं; पण तो 'नाही' म्हणाला. ते दोघं निघून गेले. आता तर रूममध्ये कोणीही राहिलं नाही. थोड्याच वेळात त्याला त्या एकांताचा वैताग आला. तोही मग बाहेर पडला. कुठे जायचं हे काही निश्चित नव्हतं. पाय नेतील तिकडे तो जात राहिला. अचानक त्याला जाणवलं की

तो प्रभात रोडच्याजवळ आला आहे. हे कसं काय झालं? मॅडमचा विचार करता करता तो केव्हा प्रभात रोडवर येऊन पोहोचला त्याचं त्यालाही कळलं नाही. जाऊ या का? त्याच्या मनात पुन्हा द्वंद्व सुरू झालं. खरंतर ते द्वंद्व नव्हतंच... लोहचुंबकानं लोखंडाचे कण खेचावेत तसा तो खेचला गेला. मोहन त्यांच्या बिल्डिंगचं गेट उघडून आत गेला. आत एका बाकड्यावर तीन-चार बायका बसल्या होत्या. त्या सर्व जणी तिथल्याच रहिवासी असाव्यात, असं दिसत होतं. मोहन गेटमधून आत आला आणि सगळ्या जणींनी त्याच्याकडे प्रश्नार्थक नजरेनं पाहिलं. मोहननं त्यांच्या दिशेनं पाहिलं, त्यात तो मागच्या वेळी मॅडमच्या घरी आला होता त्या वेळी भेटलेल्या खडूस बाईसुद्धा होत्या. जास्त इकडेतिकडे न बघता तो सरळ निघाला. त्या बायका त्याच्याबद्दल कुजबुजत होत्या, हे त्याच्या नजरेतून सुटलं नाही. मॅडमच्या रूमपाशी आला. दार नेहमीप्रमाणे बंद होतं. त्यानं बेल वाजवली. थोड्या वेळानं दरवाजा उघडला गेला. समोर मॅडम एका पायावर उभ्या होत्या.

"अरे तू?" त्यांच्या या प्रश्नात थोडी आश्चर्याची झाक होती.

"हो... असाच फिरत फिरत आलो होतो या भागात, म्हटलं तुमची विचारपूस करावी..."

"मी बरी आहे आता..." मॅडम दरवाज्यात एका पायावर उभ्या राहून बोलत होत्या. जणूकाही मोहनने लगेच निघून जावं असं त्यांना वाटत होतं.

"तुमची बहीण आली का मदतीसाठी?"

"अं.. हो" पुन्हा तुटक उत्तर आलं.

"ठीक आहे... तुम्ही बऱ्या आहात ना?"

"हो, मी बरी आहे..." मॅडम म्हणाल्या. आणि त्या तशाच दारात थांबल्या. मोहनला पुढे काय बोलावं ते सुचेना. मॅडम आज थोड्या विचित्र वागत आहेत असं मोहनला वाटलं. त्या काहीतरी लपवत असाव्यात, असं त्यांच्या चेहऱ्यावरून दिसत होतं. त्या थोड्या गोंधळलेल्या दिसत होत्या. पण तसं थेट विचारणं त्याला योग्य वाटलं नाही. मॅडमचा निरोप घेऊन तो जाण्यासाठी निघाला इतक्यात आतून एक पुरुषी आवाज आला, "वसू, काय करतेस बाहेर इतका वेळ? कोण आहे?" मोहननं आत पाहिलं तर आत सरनाईक सर होते, त्याच्या क्लासचे मुख्य सर. मोहनला पाहताच बाहेर आले ते चेहऱ्यावर प्रश्नचिन्ह घेऊन! त्यांनी करमरकर मॅडमकडे पाहिलं. मॅडम गोंधळल्या. "सर, हा मोहन... आपल्याच क्लासमध्ये आहे. हा ॲक्सिडेंट झाला त्या वेळी त्यानंच मला मदत केली होती."

"ओह...! थँक्स .. तू आपल्याच क्लासला आहेस का? नाव काय तुझं?"

"हो सर, मोहन निकम..."

"छान... अरे पण तू बाहेर उभा का? आत ये ना..." सर त्याला म्हणाले.

पण ते वरवरचं बोलावणं वाटत होतं. त्या वेळी का कुणास ठाऊक त्याला आत जावंसं वाटलं नाही. मॅडमच्या चेहऱ्यावर संकोच स्पष्टपणे दिसत होता. एक विचित्रसा तणाव त्याला जाणवू लागला.

"नको सर, मी सहज इकडे आलो होतो, म्हटलं मॅडमची चौकशी करावी... मला जरा काम आहे, येतो मी... " म्हणत त्यानं निरोप घेतला. बाहेर आल्यावर त्याला सुटल्यासारखं वाटलं. क्लासचे सरनाईक सर मॅडमच्या घरी असतील याची त्याला बिलकूल कल्पना नव्हती. मॅडम नेहमीपेक्षा जरा वेगळ्या वागत होत्या. त्यांना अवघडल्यासारखं वाटत असावं बहुतेक! पण त्यांना असं का वाटावं? सर त्यांची विचारपूस करायला येणं, ही काही वेगळी गोष्ट नाही. मॅडम त्यांच्या क्लासमध्ये शिकवतात, बरीच वर्षं झाली, ते एकमेकांना चांगले ओळखत असतील. मॅडम एकट्याच राहत होत्या त्यामुळे मग त्यांना मदत म्हणून कदाचित ते आले असतील.... मोहन त्याच्याच विचारात रस्त्यानं चालला होता. मॅडम संकोचल्या चेहऱ्यानं उभ्या होत्या. मॅडमच्या बाबतीत आज त्याला ही नवीनच गोष्ट कळली होती. ती इतकीही महत्त्वाची नव्हती; पण तरीही त्याच्या डोक्यातून मॅडमचा विचार जाईना....

३५

मोहन क्लासमध्ये बसला होता. गौतम त्याच्या बाजूला बसला होता. भूगोलाचे सर समोर शिकवत होते. पृथ्वीचे अंतरंग.... सियाल.... गुटेनबर्ग विलगता... मोहो विलगता... वगैरे वगैरे मुद्दे चालू होते. सरांनी फळ्यावर ते दर्शवणारी आकृतीही काढली होती. मोहनला ते ऐकण्यात रस वाटू लागला. तो लक्षपूर्वक ते ऐकत होता. शिकण्यात त्याचं मंन लागलेलं असतानाच अचानक त्याचा फोन व्हायब्रेट झाला. त्यानं बघितलं करमरकर मॅडमचा फोन! त्याचा त्याच्या डोळ्यांवर विश्वास बसेना. मॅडम त्याला कधी फोन करतील अशी त्याला कल्पनाच नव्हती. पण तितकंच काहीतरी महत्त्वाचं असणार, मॅडम उगाचच फोन करणार नाहीत... काय झालं असावं..? काही इमर्जन्सी तर नसेल ना? मॅडमना काही होत तर नसेल ना? मागे मॅडमना भेटून सहा-सात दिवस उलटून गेले होते. या काळात काय झालं असेल? पुढचा मागचा काही विचार न करता वर्ग चालू असताना तो तत्काळ तसाच उभा राहिला. सरांनी त्याच्याकडे पाहिलं, सरांनी विचारायच्या आधीच तो म्हणाला, "सर, माझ्या पोटात दुखतंय खूप... मी रूमवर जातो..." सरांनीही जास्त काही विचारलं नाही... त्यांनी मानेनंच होकार दिला. त्याच्या बाजूला बसलेल्या गौतमनं त्याच्याकडे आश्चर्यानं पाहिलं. आता तर बरा होता आणि अचानक काय झालं? "मी येऊ का?" त्यानं विचारलं. मोहनचं त्याच्याकडे लक्षच नव्हतं. त्यानं तडक आपली बॅग उचलली आणि तो वर्गाबाहेर पडला. तोपर्यंत फोन कट झाला होता. बाहेर आल्या आल्या त्यानं मॅडमचा नंबर लावला. आधी पूर्ण रिंग झाली तरी फोन उचलला नाही. मोहनला आता चिंता वाटू लागली. त्यानं पुन्हा त्यांचा नंबर डायल केला. या वेळी मात्र पलीकडून फोन उचलला गेला.

"हॅलो मॅडम, फोन केला होतात का? काय झालं?"

"अरे हो... काही नाही...चुकून लागला."

"चुकून कसा लागेल? मॅडम, प्लीज काय झालंय ते सांगा... बरं वाटत नाही का तुम्हाला? नाहीतर मी घरी येतो तुमच्या..."

"अरे तसं काही महत्त्वाचं काम नव्हतं."

"काय काम होतं ते तरी सांगा..."

"मला हॉस्पिटलला जायचं होतं, मी तुला फोन केला आणि लक्षात आलं की तू क्लासला असशील म्हणून; मग फोन कट केला"

"तुम्ही आता कुठे आहात?"

"मी घरीच आहे... आता निघते आहे हॉस्पिटलला..."

"मॅडम, तुम्ही घरीच थांबा... मी येतो १० मिनिटांत..."

"अरे पण तुझा क्लास?"

"मी नाही गेलो क्लासला .... मी येतोय मॅडम..."' म्हणत त्यानं फोन कट केला. पुढच्या १० मिनिटांत तो मॅडमच्या घरी पोहोचला. पुन्हा रिक्षा मिळायला वेळ लागेल म्हणून त्यानं तीच थांबवली. मॅडम तयारच होत्या. त्यानं त्यांना हात देऊन रिक्षात बसवलं. दोघं हॉस्पिटलला गेले. डॉक्टरांनी पाय तपासला. बँडेज काढलं. पण तरीही 'काळजी घ्यावी लागेल' असं सांगितलं. पायावर जास्त ताण येता कामा नये... जास्त वेळ उभं राहायचं नाही वगैरे वगैरे बजावलं. गोळ्या लिहून दिल्या.... दोघं पुन्हा निघाले. मॅडम अजूनही लंगडत चालत होत्या. त्यांचा पाय अजूनही म्हणावा तितका बरा झालेला नव्हता. हॉस्पिटलबाहेर गेटवर येऊन दोघं रिक्षासाठी उभे राहिले. बराच वेळ रिक्षा मिळेना म्हणून मग मोहन रिक्षा आणायला पुढच्या नाक्यावर निघाला. नाक्यावरून रिक्षा घेऊन तो आला अन् पाहिलं तर मॅडमच्या समोर एक पांढरी शुभ्र गाडी येऊन थांबली. त्यातून सरनाईक सर उतरले. त्यांना बघून मॅडम चांगल्याच गोंधळल्या. "अरे, वसू तू इथं कशी काय आलीस?" त्यांनी विचारलं.

"डॉक्टरांकडे आले होते ... पाय दाखवायला..."

"काय म्हणाले डॉक्टर? बरा आहे ना पाय आता?"

"हो... .पाय बरा आहे... पण अजून त्यावर ताण देऊ नका असं म्हणाले." मोहन रिक्षा घेऊन आला. त्याला बघून सरांना नवल वाटलं. "अरे, तूही आहेस का?"

"हो..मॅडमचा फोन आला होता... म्हणून मग त्यांच्यासोबत आलो..." मोहनने बोलता बोलता मॅडमकडे पाहिलं- त्यांनी डोक्याला हात लावलेला त्याला दिसला. म्हणजे आपण नको ते बोलून बसलो आहोत याची जाणीव त्याला लगेचच झाली.

"मॅडम तुम्ही मला सांगितलं नाहीत... नाहीतर मी गाडी पाठवली असती... किंवा मी स्वत: आलो असतो..."

"तसं नाही सर, तुम्ही कामात बिझी असता, तुम्हाला कशाला उगाच त्रास म्हणून नाही सांगितलं."

"त्रास? यात काय त्रास आलाय?"

"सर, हे इतकं काही महत्त्वाचं नव्हतं म्हणूनच तुम्हाला सांगितलं नाही."

"पण मग तुम्ही इथवर आलात कसे?"

"मोहननं रिक्षा आणली होती."

"बरं.... ठीक आहे.... मी सोडतो तुला. बस गाडीत..." त्यांनी गाडीचा दरवाजा उघडला. मॅडम पुन्हा गोंधळल्या. तिकडे मोहननं रिक्षा आणली होती आणि इकडे सरनाईक सर त्यांना त्यांच्या गाडीत बसायला सांगत होते.

"मॅडम, मी जातो ही रिक्षा घेऊन... तुम्ही सरांबरोबर जा...," मॅडमची द्विधा मनःस्थिती ओळखून मोहन म्हणाला. फारसा विचार न करता मॅडम सरांच्या गाडीत बसल्या. गाडी निघून गेली.

गाडीच्या उडणाऱ्या धुराळ्याप्रमाणे विचारांचा धुराळा उडाला. तो जसा मॅडमबद्दल विचार करत होता तसा जास्तच गोंधळात पडत होता. बास झाला विचार! आता ना मॅडमचा विचार करायचा, ना त्या सरांचा! आपण भले आणि आपला अभ्यास भला! असंही एका महिन्यानं मुख्य परीक्षा आहे. मुलं रात्रीचा दिवस करून १५-१५ तास अभ्यास करत आहेत, आणि आपण इथं काय करतोय? तर लोकांना हॉस्पिटलला नेतोय, समाजसेवा करतोय... का करतोय हे आपण? काही मागचा पुढचा विचार न करता त्यांच्या मदतीला धावून गेलो... आपला क्लास सुरू होता. महत्त्वाचा टॉपिक सुरू होता. अभ्यासात मनही लागलं होतं. अचानक मॅडमचा फोन आला आणि आपलं क्लासमधून लक्षच उडालं? आपल्याला मॅडम आवडायला लागल्यात का? हो, कदाचित असेलही... असेलही नाही आहेच! मॅडम आवडायला लागल्यात, तर पुढे काय? पुढे त्याला काहीच सुचेना. विचार करून करून डोकं दुखू लागलं. तो रूमवर आला. टेबलवर पुस्तकं आणि मोबाइल ठेवला आणि बेडवर त्यानं आपलं अंग टाकून दिलं. थोडा वेळ झाला असेल नसेल तेवढ्यात मुलांचा आवाज यायला लागला. क्लास सुटला होता बहुतेक. त्यानं डोळे मिटून घेतले. गौतम रूमवर आला.

"मोहन, कसा आहे रे भावा... तब्येत बरी नाय का काय? डॉक्टरकडं जायचं का?"

"नाही, नको... आता बरा आहे मी..."

"अंगावर काढू नको बरं का... मेन्सला घोटाळा करशील नायतर..."

"काय झालं रे भौ?" अजयनं विचारलं.

"अरे पोटात दुखायलंय त्याच्या..."

"काय सांगतो! ए चल दवाखान्यात जाऊ..." तो झोपलेल्या मोहनचा हात ओढत म्हणाला.

“गोळ्या खाल्ल्यात रे मी... आता बरं वाटतंय...” मोहन त्याला टाळत म्हणाला. तेवढ्यात त्याचा फोन वाजला.

“आरं, कोणीतरी मॅड फोन करतोय तुला...” गौतम गमतीनं त्याच्या फोनकडे बघत म्हणाला.

“काय? आण इकडे...” म्हणत मोहननं बेडवरून टुणकन उडी मारली. त्याच्या हातातला फोन हिसकावून घेत घाईघाईनं तो बाहेर गेला. अजय आणि गौतम तर त्याच्याकडे बघतच राहिले. रूमपासून लांब जाऊन त्यानं फोन घेतला. “हां मॅडम बोला...”

“सॉरी मोहन, मला सरांबरोबर जावं लागलं...”

“अहो मॅडम, सॉरी कशासाठी? उलट, बरं झालं की तुम्ही कारनं गेलात... रिक्षापेक्षा कार केव्हाही चांगलीच!”

“नाही, तसं नाही... तू माझ्यासाठी एवढा धावत आलास आणि मी साधं तुला ‘थँक यू’सुद्धा नाही म्हटलं...”

“ठीक आहे... तुम्ही बऱ्या झालात की मला पार्टी द्या...” मोहन एकदम बोलून गेला, आणि मग त्याला जाणवलं की आपण खूपच पुढचं बोललो.

“पार्टी ना... नक्की! मी बरी झाली की लगेच!” पलीकडून मॅडम उत्साहात म्हणाल्या. ते ऐकून मोहनला थोडं हायसं वाटलं.

“सर काही बोलले का तुम्हाला?”

“नाही... काही नाही... का रे?”

“नाही, सहज विचारलं... त्यांना तुम्ही असं न सांगता आलेलं आवडलं नव्हतं बहुतेक...”

“हं... जाऊ दे... चल मी ठेवते फोन...”

“ठीक आहे... पण मॅडम तुम्हाला कधीही वाटेल तेव्हा फोन करा... संकोच करू नका प्लीज...”

“हो...हो... नक्की... चल ठेवते फोन बाय...”

“बाय...” मोहनने फोन ठेवला आणि उड्या मारत मारत येताना त्याला अजय आणि गौतमनं बघितलं. एकदम पुन्हा पोटात दुखत असल्याचा अभिनय करत तो त्या दोघांच्या मधून गेला. दोघे त्याच्या या वागण्याकडे आश्चर्यानं पाहू लागले.

रात्री मोहनला लवकर झोप लागेना. सीनिअर चौगुलेही अभ्यासिकेतून दीड वाजता परत आले, तेव्हाही तो नुसता डोळे मिटून पडला होता. ते येऊन लाइट बंद करून झोपले. लाइट बंद झाला आणि इकडे मोहनचे डोळे बटण दाबल्यासारखे उघडले. तो नुसता बिछान्यात पडला होता. अभ्यासाचे विचार त्याच्या डोक्यात नव्हते. तो मॅडमबाबत विचार करू लागला. मॅडम आहेतच तशा...! क्लासला

येणाऱ्या प्रत्येक नॉर्मल मुलाला त्यांच्याबद्दल सुप्त असं आकर्षण असेलच! त्या बाजूनं गेल्या की मंद सुगंध दरवळतो. त्याला असं वाटलं की त्या नेहमीच आपल्या आजूबाजूला असाव्यात. मंद सुगंधाचा दरवळ असाच जवळ असावा. आताही त्याला तो सुगंध जाणवला. त्यानं श्वास भरून तो घेतला. मग त्याला तो ॲक्सिडेंटचा दिवस आठवला. आधार देण्यासाठी मॅडमच्या तलम, ताशीव, कमनीय कमरेभोवती त्याचा हात. मागे एकदा त्यांची विचारपूस करायला गेला असता त्या घरात घालायच्या गाउनवर होत्या, त्या वेळीही त्यांचे शुभ्र पाय त्याचं मन विचलित होण्यास कारणीभूत झाले होते. वळवाचा पाऊस येण्याआधी आभाळ जसं जलदगती काळ्या ढगांनी व्यापून जातं, तसं त्याचं मन या सगळ्या आठवणींनी भरून गेलं. मध्येच लपकन वीज चमकावी तसं त्याचं हृदय हलकेच विक्षिप्त धडाडलं. बंद डोळ्यांसमोर आता त्याला करमरकर मॅडम दिसू लागल्या, त्यांच्या त्या गर्द हिरव्या गाउनमध्ये...मोकळे सोडलेले केस, त्यांनी एका बाजूला फिरवून घेतले. ते करताना सुरईसारख्या मानेला दिलेला हलकासा झटका त्याच्या हृदयाला लहानशी कळ द्यायला पुरेसा होता. डोळ्यांवरचा सोनेरी काड्यांचा चश्मा केव्हाच दूर झालेला होता. मदिरेची नशा अधिक की त्यांच्या डोळ्यांची हा प्रश्न पडावा इतके त्यांचे डोळे नशीले वाटत होते. त्या एकटक त्याच्याकडे बघत होत्या. तहानलेले ओठ काहीतरी बोलण्याच्या प्रयत्नांत एकमेकांपासून अलगद विलग झाले. मॅडम त्याच्या जवळ आल्या. त्यांनी मुरगळलेला पाय दाखवण्यासाठी त्यांचा गाउन थोडासा वर केला. मोहनच्या हृदयाची गती तीव्र झाली. त्यांनी त्याचा हात पकडला आणि हलकेच आपल्या मुरगळलेल्या पायावर ठेवला. थंड शिरशिरी त्याच्या शरीरातून दौडत गेली. नंतर त्या लाटा वेगानं यायला लागल्या. त्यानं त्यांच्या संगमरवरी पायावर बोटे फिरवायला सुरुवात केली. तशाच लाटा कदाचित मॅडमच्या शरीरात निर्माण झाल्या असाव्यात, कारण डोळे ऊर्ध्व होऊन त्यांच्या तहानलेल्या ओठांतून हलकासा सस्कार आत गेला. त्या सस्काराबरोबर 'मोहऽऽऽन' असा सावकाश हुंकार हळुवार तरंगत बाहेर आला. मोहन त्यांच्या जवळ गेला. मॅडमचे डोळे बंद होते. तो एकटक त्यांच्या बंद डोळ्यांकडे पाहू लागला. ती कवाडं उघडण्याची वाट पाहू लागला. अखेर ती कवाडं किलकिली होत उघडली. त्याला इतका जवळ आलेला पाहून त्यांच्या श्वासांची लय तुटली. ते अनियमित झाले. तहानलेले ओठ व्याकूळ झाले होते. येऊ घातलेल्या सरींची ते आतुरतेनं वाट पाहत होते. अधीर झाले होते... मोहनला ती व्याकुळता जाणवली. तो आणखी जवळ आला आणि त्यानं त्यांच्या ओठांवर आपले ओठ अलगद टेकवले. एकमेकांत मिसळले. अमृताचे घटच्या घट प्यावेत तसं मोहनला वाटलं. हळूहळू त्या दोघांमधले सर्व अनावश्यक अडसर दूर झाले. दोघेही आता एक झाले होते. मोहन

आत आत जात राहिला. सुखाची परमावधी त्यांनी गाठली. तो रिता होत होता आणि त्या आनंदाच्या अत्युच्च क्षणी मॅडमच्या ओठांतून आलेल्या समाधानाच्या हुंकारानं मोहन भानावर आला. त्याने डोळे उघडले. समोर काळोख होता. खिडकीतून येणाऱ्या प्रकाशात पिंपळाच्या पानांच्या सावल्यांची धूसर सळसळ तेवढी त्याला दिसत होती.

३६

मोहन, रघू आणि गौतम संध्याकाळी माइंड फ्रेश करायला बाहेर पडले. लक्ष्मी रोडवर फिरून कंटाळा आला. मग ते झेड ब्रिजकडे वळले. झेड ब्रिज हा प्रेमीयुगुलांचं जमण्याचं ठिकाण. त्यावर बाइकचा आडोसा करून बरीच जोडपी बसलेली असत... या झेड ब्रिजवर फिरणं गौतमला आवडत नसे, तो तिथे यायलाही तयार नव्हता. पण रघू आणि मोहन त्याला खेचत घेऊन आले.

"आयला, कशाला रे आनलं मला हिकडं... दुसऱ्यांनी आनलेल्या पोरी बघायला काय मजा येती का काय?" गौतम वैतागून म्हणाला.

"अरे, तसं नाही रे.. सारखं सारखं ते लक्ष्मी रोडवर फिरून कंटाळा आलाय, म्हणून म्हटलं जर मोकळ्या हवेत फिरू."

"आन् जरा बरे चेहरे तरी दिसत्यात..." रघू म्हणाला.

"पन क्वीनबरोबर कवर बी अस्तोय की, त्याचं काय?"

"तू कव्हरकडं कशाला बघूतय...?"

"बाबा, कवर मजबूत असलं तर क्वीनकडं बघायची हिम्मत हुईल का?" गौतमच्या बोलण्यात तथ्य होतं. तिघेही जास्त इकडंतिकडं न बघता हळूहळू पुढे निघाले. कॉलेजची मुलं-मुली फुटपाथवर बाजूला गाड्या लावून एकमेकांना चिकटून बसली होती. त्यांचं गुलुगुलु बोलणं चालू होतं. मजा-मस्ती चालू होती. त्यातल्या मुलांचं काहीतरी, मुख्यत: चावट बोलणं आणि मुलींनी लाडिकपणे त्यांना मारणं, लाजून हसणं असं सगळं चालू होतं. प्रत्येक जोडपं आपल्याच धुंदीत होतं.

आजूबाजूला काय चालू आहे याची त्यांना तमा नव्हती. ते त्यांच्याच एका सुंदर विश्वात गुरफटून गेले होते. मोहनला शलाकाची आठवण झाली. कॉलेजला असताना तिच्याबरोबर असा कितीतरी वेळ त्यानं घालवला होता. ती बरोबर असताना वेळ कसा निघून जायचा, त्याचं त्यालाही कळायचं नाही.

"आयला, ही पोरं-पोरी एकमेकांशी काय एवढं बोलत असतील रं?" गौतमच्या प्रश्नानं तो भानावर आला.

"का? तू असा कधी बसला नाय का?" मोहननं विचारलं. त्यावर त्यानं

नुसतं चॅक केलं. "काय? तू खरंच कुणी पटवली नाहीस काय?"

"माझ्या थोबाडाकडं बघून तुला वाटतं का कुनी पोरगी मला लाइन दील...!" "आयला असं काय नसतं... आता ते बघ... माझ्या डाव्या हाताला कोपऱ्यात, ती पोरगी बघ कशी अन् ते पोरगं बघ कसलं काळुंद्र आहे... आहे का नाय? रघ्या मला सांग, त्या काळ्यापेक्षा आपला गौत्या चांगला दिसतो की नाय?"

"हो लेका, गौत्या त्याच्यापेक्षा शंभर पटींनी चांगला दिस्तुय..." रघूनंही त्याला दुजोरा दिला. पण त्याला गंमत वाटत होती.

"ए गपा, मला उगाच हरबऱ्यावर चढवू नका..."

"आरं नाय बाबा, खरं तेच सांगतूय...! डोक्यावं पडलईस का काय?"

"नाय तं काय! अरे, पोरी पटवायला चांगलंच दिसलं पाहिजे असं कुठे नसतं, हो की नाय रघ्या?"

"मंग काय... !"

"मंग काय, काय मंग काय? तू किती पटवल्यास रं!" गौतम रघूवर घसरला.

"लय... रगड पटवल्यात."

"लय शाना हैस... बोलात बोल हाय का तुझ्या... मागंच मला बोललास की आपन अशेच सुक्के मरनार का म्हणून..."

"कधी रं?"

"मागं नाय का तुला लय नैराश्य आलं व्हतं प्री नापास झालास, आन् मला तस बोललास की रं!"

"ते मी असंच बोल्लो..."

"गप शान्या... म्हंजी तू पण माझ्यासारखाच हायेस.... पन मोन्या कसा शेरात रानरा... स्टायली मारनारा... त्यानी लय पोरी फिरवल्या असनार..."

"नाय रे बाबा... मी पण तुमच्यासारखाच आहे..."

"गऽऽऽ बस... आमाला नको शिकवू... गप सांग..."

"लय नाय... एकच!"

"काय सांगायलायस... शिरीयस होती का टायमपास..."

"जाऊ दे ना यार... कशाला नको त्या आठवणी!"

"मोहन, सांग की लेका...," रघूही म्हणाला. मग मोहन थोडा विचारात पडला.

"बरं... सिरीयस होतं.. शलाका नाव तिचं... कॉलेजची तीन वर्षं आम्ही बरोबर होतो. पण मग नंतर ती यूएसला गेली आणि आमचं तुटलं..."

"अर्रर्रर्र..... मग तू का नाय गेला यूएसला?"

"मला तुमच्याबरोबर असं झेड ब्रिजला फिरायचं होतं ना, म्हणून नाय

गेलो...'' मोहन गमतीनं म्हणाला. त्यावर दोघं हसले.

''आपन पन असल्या क्षेत्रात आलोय की तिथं मौजमजा, तरुनपनातला दंगा, प्रेम हे सगळं वर्ज्य आहे... हिथं फक्त मान खाली घालून अभ्यास करायचा... घोड्याला जशी झापडं असत्यात तशी दोनी डोळ्यांला झापडं लावायची... अन् तसंच जगायचं. एखाद्या ऋषीच्या तपश्चर्येसारखं! मग आजूबाजूच्या ह्या रंभा-मेनका कितीही नाचल्या तरी त्यांच्याकडं लक्ष द्याचं नाही...'' रघूच्या बोलण्यात निराशा स्पष्ट दिसत होती.

''आता त्याला काय करू शकतो...?''

''लहानपनापासनं माज्या तर डोक्यात हेच घुसवलंय की आपल्याला हेच आनी हेच करायचंय... मग आपोआपच मानुस तसं वागायला लागतो... मन मारून जगायला शिकतो... फर्स्ट स्टडी, देन बॉडी, देन लेडी ही आमची शिकवन!''

''मी तर कधी विचारही केला नव्हता की मी कधी असा अभ्यास करेन आणि त्यासाठी असा क्लास लावेन...''

''म्हंजी? तुला अधिकारी व्हायचं नव्हतं?''

''नाही... मला कला क्षेत्रात काहीतरी करायचं होतं, पण सगळीच गणितं चुकत गेली. तुम्हाला बोललो ना, शलाकाबरोबर ब्रेक-अप झालं आणि काय करायचं तेच सुचेना आणि मांजा तुटलेल्या पतंगासारखा दिशाहीन झालो. मग शेवटी काय करायचं म्हणून मग या स्पर्धा परीक्षेकडे वळलो.''

''हेच,.... हेच बेकार आहे या परीक्षेत... आपल्याला पायजे त्या गोष्टी करता येत न्हाईत...'' रघूनं दुजोरा दिला.

''पण भावांनो आता रडून काय फायदा...? जे समोर वाढलंय त्याला तोंड दिलंच पायजेल...''

''आलिया भोगासी, असावे सादर, घेऊनियां चादर, झोपूनी जावे!'' तिघंही हसले. त्यांचं असं हे चालू असताना रघू एकदम दबक्या आवाजात म्हणाला, ''अरे त्या बघ, करमरकर मॅडम...''

''कुठंय...? कुठंय?'' करत गौतम इकडे तिकडे बघू लागला. मॅडम समोरून चालत येत होत्या. मोहनला अचानक धडकी भरली. हे दोघं असताना मॅडम आपल्याशी बोलल्या तर? किंवा त्यांनी आपल्याला ओळख दाखवली आणि त्या ॲक्सिडेंटच्या प्रसंगाबद्दल बोलल्या तर? तो चांगलाच गोंधळला. या प्रसंगाला तोंड कसं द्यावं या विचारात असतानाच गौतम दबक्या आवाजात म्हणाला, ''आरं, त्या आपल्याकडं बघून स्माइल द्यायल्यात...''

''व्हयं रं... आपल्याला वळकत्यात का काय? क्लासमदी काय काशी केली नाहीस ना गौत्या?'' रघूही त्याच आवाजात म्हणाला.

“मी कशाला काय करतूय बाबा...” त्यांचं हे बोलणं सुरू असतानाच मॅडम त्यांच्या जवळ आल्या.

“अरे मोहन, इकडे कुठे?” करमरकर मॅडम थेट मोहनकडे बघत म्हणाल्या. आधी त्याला काय बोलावं तेच कळेना. मॅडम अशा अचानक काही बोलतील याची त्याला कल्पना नव्हती. रघू आणि गौतम तर आ वासून मोहनकडे पाहत राहिले. त्यांची ही प्रतिक्रिया मोहनला अपेक्षित होती. त्यांना याबाबत काय सांगायचं? आणि मॅडमशी काय बोलायचं हे दोन्ही विचार एकत्रित डोक्यात आल्यानं तो पुरता गडबडला.

“अं... काही नाही... असंच थोडे पाय मोकळे करायला आलो होतो.” तो कसाबसा म्हणाला. त्याचा घसा कोरडा पडलाय याची त्याला जाणीव झाली.

“तुझा आवाज असा का येतोय...? बरं नाही का तुला?” मॅडमनी विचारलं.

“नाही... तसं काही नाही... बरं आहे....”

“हे दोघे पण आहेत का आपल्या क्लासमध्ये?”

“हो मॅडम, हा गौतम आणि हा रघुनाथ.” दोघंही त्यांची नावं घेतल्यावर गडबडले, त्या गडबडीत एकानं गुड मॉर्निंग आणि एकानं गुड आफ्टरनून केलं. मॅडम छानपैकी हसल्या.

“बरं, चला... बाय...” म्हणत त्या निघून गेल्या. त्या गेल्या आणि गौतम आणि रघू अजून त्या धक्क्यातून न सावरल्यासारखे त्याच्याचकडे पाहत राहिले. त्यानं त्या दोघांनाही पुढे चालायची खूण केली. पण ते दोघं तसेच त्याच्याकडे बघत उभे राहिले. “चला रे... असे का बघताय?”

“तुझ्या मायला, काय आहे हे?” गौतमचे डोळे बाहेर येतील की काय, असं वाटत होतं. रघूही हरखून गेला होता.

“काय आहे म्हणजे? मॅडम आहेत त्या, आपल्या क्लासच्या.... विसरलास का?” मोहन गमतीनं म्हणाला.

“रांड्या, मला नको शिकवू... खरं खरं सांग, तुला नावानिशी कश्या काय वळकत्यात?”

“आनी कसल्या गोड गोड बोलत होत्या.... बाबा बंगालीकडून वशीकरण शिकून आलाईस का काय?” रघू दुसऱ्या बाजूनं विचारू लागला.

“आयला, तरी मला वाटलं आपल्याकडं बघून कशा काय स्माइल द्यायल्यात... आपण काय एवढे राजबिंडे नाही...” गौतम म्हणाला.

“बोल की बांडगुळ्या....” दोघे त्याच्या मागेच लागले. नाइलाजास्तव त्याला सगळं सांगावं लागलं. तो ॲक्सिडेंट, मग डॉक्टर, मग मॅडमच्या घरी... वगैरे सगळं. दोघेही डोळे विस्फारून मोहनकडे पाहत होते.

“यव्हडं सगळं झालं आन् तू हे आमाला आता सांगतूयास?”

“आरं रघ्या, आता मॅडम भेटल्या म्हणून तरी माहीत पडलं, नायतर ह्यानी काय सांगितलं नसतं आपल्याला...” दोघंही पुन्हा मोहनवर घसरले.

“त्यात काय सांगायचंय? मी नुसती मदत केली...”

“गप साल्या आता आमाला पार्टी दे... आमाला मस्तानी पायजेल...”

“हो... आता शिक्षा म्हणून तू आमाला मस्तानी खायला घालायची...”

“का बाबा? कसली मस्तानी?”

“साल्या मॅडम तुला यव्हढ्या नावानिशी वळखत्यात... पार त्यांच्या घरीबिरी जाऊन आलास... मग पार्टी व्हाया नको! ”

“आयला, त्यात काय मोठं...! माझ्यासमोर त्या घटना घडल्या म्हणून मला त्यांना मदत करायला लागली. माझ्या जागी तुम्ही असते तर तुम्ही पण तेच केलं असतं ...”

“तेच ना... तेच...! आमचं नशीब कुठलं आलंय एवढं भारी! नशीबवान आहेस लेका...” रघू त्याला म्हणाला. मोहनला हे सर्व मान्य होतं आणि त्या बाबतीत त्याला आनंदही होत होता. पण त्यानं तसं चेहऱ्यावर दाखवलं नाही.

“तुम्हाला मस्तानीच खायचीय ना... मग देतो ना....पण शिक्षा का म्हणून?”

“तू आमाला सांगितलं नाय म्हणून.. चल!” दोघांनी त्याला ओढत ओढत आईस्क्रीमच्या दुकानात नेलं. गौतम आणि रघू मिटक्या मारत मस्तानी खाऊ लागले.

३७

मोहन हिल टॉप रेस्टॉरंटमध्ये बसला होता. काहीसा अस्वस्थ. कपाळावर बारीकशी आठी पडलेली. त्याचे तीन ग्लास पाणी आधीच पिऊन झाले होते. आजूबाजूच्या टेबलवर ओझरता कटाक्ष टाकीत तो सर्वत्र न्याहाळू लागला. ते एक सुंदर रेस्टॉरंट होतं. गोल टेबल, त्याच्या मधोमध नाजूकसा फ्लॉवरपॉट, त्यात दोन-तीन विविधरंगी ताजी कार्नेशन्स ठेवलेली होती. टेबलच्या चारी बाजूंना चार वेताच्या खुर्च्या...रेस्टॉरंटच्या भिंतीवर बॉलिवूडच्या प्रसिद्ध फिल्म्सची पोस्टर्स, कार्टून्स काढलेली दिसत होती. मेरा नाम जोकर, शोले, अंदाज अपना अपना, मदर इंडियासारखी पोस्टर्स बघण्यात तो गुंगून गेला. शाहरूख, सलमान, अमिताभ, रजनीकांतची कार्टून्स तर अप्रतिम होती. मध्येच एखाद्या फिल्मचे प्रसिद्ध डायलॉग सुंदर कॅलिग्रॅफीत लिहिलेले होते... तसं ते रेस्टॉरंट पुण्यातल्या कॉलेजकुमारांचं आवडतं ठिकाण असावं; कारण त्यात बरीच गर्दी कॉलेजच्या मुला-मुलींची होती. त्यांचं हसणं खिदळणं चालू होतं. काही कपल्स आपापला कोपरा पकडून हळू आवाजात बोलत बसलेले दिसत होते. वेटर्सची लगबग चालूच होती. तेही अगदी उत्साहात त्यांचं काम करत होते. तरुणाईचा उत्साह त्यांच्याही अंगात संचारला होता. मोहनला त्याच्या कॉलेजचं कॅन्टिन आठवलं. कॅन्टिन ही अशी जागा होती जिथं कॉलेजची मुलं पडीक असतात. कोपऱ्यात बसलेल्या कपल्सना पाहून त्याला पुन्हा शलाकाची आठवण झाली. तशी ती येणं साहजिकच होतं; कारण ते दोघंही असेच तास न् तास कॅन्टिनमध्ये किंवा कुठल्यातरी जवळच्या रेस्टॉरंटमध्ये बसलेले असायचे. पण आज त्याहीपेक्षा वेगळीच घटना घडू पाहत होती. आज करमरकर मॅडमनी त्याला इथे बोलावलं होतं, तेही पार्टीसाठी! मागे एकदा सहज गंमत म्हणून फोनवर बोलता बोलता मोहननं 'मॅडम, बऱ्या झाल्या की पार्टी द्या' असं म्हटलं होतं आणि आता मॅडमनी खरंच त्याला ट्रीट देण्यासाठी या रेस्टॉरंटला बोलावलं होतं. मोहनचा अजूनही या घटनेवर विश्वास बसत नव्हता. काल संध्याकाळी मॅडमचा त्याला फोन आला होता आणि त्यांच्या म्हणण्याप्रमाणे त्यांनी मोहनला कॉफी पिण्यासाठी आमंत्रण दिलं होतं. हे कसं काय घडत होतं? नाही म्हटलं तरी त्या

त्याच्या शिक्षिका होत्या आणि त्यांच्या असं बोलावण्यानं त्याला आश्चर्य तर वाटलंच होतं. त्यानं स्वतःला तीन-चार वेळा चिमटे घेऊन तो स्वप्नात तर नाही ना याची खात्री करून घेतली. खरंच स्वप्नवत होतं हे ... एकाच वेळी आश्चर्य, आनंद, हुरहूर, तणाव यांचा अनुभव येत होता. त्यामुळे तो अस्वस्थ झाला. करमरकर मॅडम या क्लासच्या तर सोडाच; पण अभ्यास करणाऱ्या इतर मुलांनाही माहीत होत्या. त्या सुंदर असल्यामुळे बऱ्याच जणांचं त्यांच्यावर क्रश असणार हे तर ओघानं आलंच. कदाचित सरनाईक सरांच्या क्लासला गर्दी होण्याच्या कारणांपैकी हे एक मुख्य कारण असावं, असा विचार मोहनच्या मनाला चाटून गेला. दहा-पंधरा मिनिटं तो तसाच बसला होता. वेटर तीनदा येऊन गेला, प्रत्येक वेळी तो तसाच परत जात होता. काय करावं... मॅडमना फोन करावा का... या विचारात असतानाच गेटमधून मॅडम आत येत असलेल्या त्याला दिसल्या. त्यांना पाहून त्याचं हृदय विचित्र धडधडलं. त्यांनी फिकट हिरव्या रंगाची साडी आणि त्याला मॅचिंग ब्लाउज घातलेला होता. आजपर्यंत त्यानं मॅडमना कधीच गडद रंगाच्या कपड्यामध्ये पाहिलं नव्हतं. त्या नेहमी फिकट रंगाच्या साड्या नेसत असत. डोळ्यांना तोच सोनेरी काड्यांचा चश्मा, आणि काळ्या केसांमध्ये चॉकलेटी रंगाच्या बटा सुंदर दिसत होत्या. आत आल्यावर मॅडम शोधक नजरेनं इकडेतिकडे पाहू लागल्या. मोहननं हात उंचावून त्यांचं लक्ष वेधून घेतलं. आतापर्यंत बोरिंग वाटणारं ते रेस्टॉरंट त्याला एकदम प्रसन्न वाटू लागलं. सर्वत्र चैतन्य आल्यासारखं त्याला जाणवलं. तोही व्यवस्थित बसला. आपले केस, कपडे व्यवस्थित आहेत की नाही याची एकदा खात्री केली, तेवढ्यात मॅडम हसऱ्या चेहऱ्यानं त्याच्या टेबलपाशी आल्या. तो अगदी अदबीत उभा राहिला.

"अरे, उभा का? बस, बस. हा काही आपला क्लास नाही," त्या मिस्कील चेहऱ्यानं म्हणाल्या.

"नाही, सहजच!" मोहनला पुढे काय बोलावं तेच कळेना. तो अगदी गोंधळून गेला होता. त्याला एकाच वेळी अत्यानंद आणि तणाव जाणवत होता. मॅडम त्याच्या समोरच्या खुर्चीवर बसल्या. मोहनला अजूनही खरं वाटत नव्हतं, की मॅडम त्याच्यासमोर बसल्या आहेत. तो भोटासारखा त्यांच्याकडे पाहत राहिला."

"काय रे? असा का बघतो आहेस?"

"नाही, काही नाही. मला खरंच वाटत नाही मॅडम."

"काय खरं वाटतं नाही?"

"तुम्ही इथे आलात आणि माझ्यासमोर बसलात ते." त्यावर मॅडम छानपैकी हसल्या. त्यांनी त्यांच्या पर्समधून स्वतःच्या हातांनी बनवलेलं ' थँक यू'चं ग्रीटिंग कार्ड काढलं आणि ते मोहनसमोर धरलं, "हे घे." त्यात सुंदर हस्ताक्षरात त्यांनी

मोहनचे आभार मानले होते. ते ग्रीटिंग बघून मोहन हरखून गेला.

"हे कशासाठी मॅडम... इतकं काही मी केलं नाही."

"असं तुला वाटत असेल... पण माझ्या दृष्टीनं तू मला खूप मदत केलीस. तू तिथे नसतास तर काय झालं असतं कुणास ठाऊक! पुन्हा त्यानंतरसुद्धा पाय बरा होईपर्यंत तू होतास म्हणून हे ' थँक यू' चं कार्ड... मी स्वत: बनवलंय..."

"खूप छान आहे मॅडम..." इतक्यात वेटर आला.

"काय घेणार तू? कॉफी?... आणखी काही? ओके, दोन कॉफी." मॅडमनी वेटरला ऑर्डर दिली.

"अॅक्चुली मॅडम, मी सहज बोलून गेलो की पार्टी द्या म्हणून... तुम्ही उगाच तसदी घेतलीत."

"वेडा आहेस का तू? यात तसदी कसली? मलाही थोडा चेंज हवाच होता. बऱ्याच दिवसांनी मी अशी बाहेर रेस्टॉरंटमध्ये आले आहे." मॅडम आजूबाजूला न्याहाळत म्हणाल्या.

"हो, छान आहे हे रेस्टॉरंट..."

"वातावरण छान आहे," त्या पुन्हा आजूबाजूला न्याहाळत म्हणाल्या. थोडा वेळ शांततेत गेला.

"एक विचारू मॅडम?"

"बोल ना."

"तुम्ही एकट्या का राहता?" मोहननं त्यांना विचारल्यावर त्यांच्या चेहऱ्यावरचं हसू क्षणात नाहीसं झालं. हलकीशी नाखुशीची लकेर उमटली आणि त्या एकदम गंभीर झाल्या. चुकीचा प्रश्न विचारल्याचं मोहनच्या लक्षात आलं. "सॉरी मॅडम, मी उगाच पर्सनल प्रश्न विचारला."

"अरे, सॉरी काय त्यात? तसं काही नाही..." एवढं बोलून मॅडम स्तब्ध झाल्या. समोरच्या फुलदाणीकडे एकटक पाहत बसल्या. त्या नक्कीच मोहनच्या प्रश्नाचा विचार करत असाव्यात. नको तिथे माती खाण्यात आपला हात कुणी धरू शकत नाही; काय गरज होती हा नसता शहाणपणा करायची? मोहन स्वत:लाच दोष देऊ लागला. त्यानं एकदा मॅडमकडे पाहिलं. त्यांनीही त्यांच्याकडे पाहिलं. त्यांच्या चेहऱ्यावर ओढल्यासारखं हसू आलं. इतक्यात कॉफी घेऊन वेटर आला. चमच्यानं कॉफी ढवळत मॅडम पुन्हा कॉफीच्या मगकडे एकटक पाहू लागल्या.

"सो सॉरी मॅडम. मी सहज विचारलं."

"अरे मी म्हटलं ना, काही प्रॉब्लेम नाही. मी विचार करत होते की तुला कसं सांगू? कारण मी माझ्या या गोष्टी जास्त कुणाशी शेअर केल्या नाहीत. पण आता विचारतो आहेस म्हणून सांगते. मी एकटीच राहते; कारण मी एकटीच आहे. चार

वर्षांपूर्वी माझं लग्न झालं, सुमेधशी. लव्ह मॅरेज होतं आमचं, त्यामुळे खरंतर दोघांच्याही घरून आधी विरोध होता. त्याच्या घरून जास्त. पण आम्ही कसंतरी जमवलं ते, आणि लग्न केलं. पण महिन्याभरातच एका रोड ॲक्सिडंटमध्ये सुमेध आणि त्याचे वडील, दोघं गेले. नवऱ्याला आणि सासऱ्याला गिळलं म्हणून मी पांढऱ्या पायाची ठरले. सासूबाईंना तर मी आधीपासूनच आवडत नव्हते. ही घटना घडल्यामुळे तर त्यांनी मला घरातून निघून जायला सांगितलं. मी माझ्या माहेरी गेले. तिथे काही दिवस राहिले. पण मला तिथे पूर्वीसारखं वाटेना. बाबा तर आधीपासून जास्त बोलत नसत, मी लव्ह मॅरेज केल्याने तर त्यांनी माझ्याशी बोलणंच सोडलं. आईची बिचारीची खूप घुसमट व्हायची. त्यात माझी लहान बहीण लग्नाची असल्यानं माझ्यामुळे तिच्या लग्नात अडथळे येऊ नयेत म्हणून बाबा आईला बजावत होते. आपलं घर हे आपलं राहिलं नाही याची जाणीव त्याच वेळी झाली आणि मी ते घर सोडण्याचा निर्णय घेतला. बाहेर पडायचं तर राहायचं कुठं आणि खायचं काय? मी माझ्या मैत्रिणींना माझ्यासाठी जॉब शोधायला सांगितला. थोड्याच दिवसात एकीनं सरनाईक सरांच्या क्लासमध्ये शिकवण्यासाठी येशील का म्हणून विचारलं. मी नाही म्हणायचा तर काही प्रश्नच नव्हता. घरी जॉबबद्दल सांगितलं. कोणी काहीच बोललं नाही. आईला वाईट वाटत होतं. ते तिच्या डोळ्यांतून दिसत होतं; पण बाबांच्या पुढे तिचं काही चालत नसे. त्यांना तर मी इथून कधी जाईन असं झालं होतं. मी लगेच घर सोडलं आणि पुण्यात निघून आले.'' एवढं बोलून मॅडम थांबल्या. त्यांच्या चेहऱ्यावर त्या कटू आठवणींची कडवट चव पसरल्यासारखं वाटू लागलं.

''बाप रे भयंकर आहे हे मॅडम... काय बोलणार यावर...''

''आधी मलाही काहीच सुचत नव्हतं, पण सरनाईक सरांनीही धीर दिला. त्यांच्या क्लासमध्ये जॉब दिला. आता तर मला काहीच वाटत नाही. मागचं सगळं विसरायचं ठरवलं आहे मी...''

''खरंच मॅडम, तुम्ही खूप धीराच्या आहात.... इतकं सगळं कसं काय सहन केलंत?''

''काय करणार? माझ्यापुढे पर्यायच नव्हता. वेळ आली की सगळं सहन करावंच लागतं.'' म्हणत मॅडमनी कॉफीचा मग ओठांना लावला. मोहन त्यांची कहाणी ऐकून सुन्न झाला होता. या सुंदर स्त्रीला एवढं दु:ख का बरं द्यावं परमेश्वरानं? तिच्या हातून असं कोणतं पाप घडलं होतं त्याची शिक्षा तिला मिळत होती? प्रेम करणं हा कसला गुन्हा? त्यात ऐन तारुण्यात नवरा गेल्यावर काय वाटलं असेल मॅडमना? सासरच्यांनी तर त्यांना स्वीकारलं नाहीच, पण त्यांच्या आई-वडिलांनीही त्यांच्याकडे पाठ फिरवली होती, काय वाटलं असेल तेव्हा?

एकटेपणाची भावना खूप विचित्र असते. सगळंच संपल्यासारखं वाटलं असेल. मोहन अंतर्मुख झाला. आधी त्याला मॅडमबद्दल सुप्त आकर्षण वाटत होतं; पण आता त्यांची ही दुःखभरी कहाणी ऐकून त्याला त्यांच्याबद्दल सहानुभूती वाटू लागली.

"अरे, काय विचार करतो आहेस? कॉफी थंड होईल." मॅडम म्हणाल्या.

"मॅडम, मला तर काय बोलावं तेच कळेना." मोहन तसाच सुन्न होऊन बसला होता.

"सोड, म्हणून या गोष्टी मी कुणाला सांगत नाही. आणि जास्त कुणाला माहीतही नाही."

"पण मला एक कळत नाही, की तुमच्या आई-वडिलांना तुमची काळजी वाटली नाही?"

"आमचं घर तसं थोडसं ओर्थोडॉक्स प्रकारचं आहे. त्यात मी लव्ह मॅरेज केलं हाच मोठा आघात होता त्यांच्यावर."

"एक विचारू मॅडम?"

"हंऽऽ."

"तुम्ही असं किती दिवस राहाणार? म्हणजे तुम्ही पुन्हा लग्न..." मोहन बोलून गेला. पण नंतर मॅडमचा उतरलेला चेहरा पाहून त्याला आपण उगाच त्यांना असं विचारलं असं वाटून गेलं. त्या खिन्नपणे हसल्या.

"खरं सांगायचं तर आता तशी काही इच्छाच राहिली नाही... पुन्हा नवी नाती नकोत आणि पुन्हा त्यांचा विरहही नको, असं वाटतं. मी आहे त्यात आनंदी आहे." त्या कॉफी संपवत म्हणाल्या. मोहनचीही कॉफी संपत आली होती. मॅडमनी बिल मागवलं. मोहन देऊ करत होता; पण त्यांनीच त्याला अडवलं आणि कॉफीचं बिल दिलं. दोघंही बाहेर आले. दोघांनी एकमेकांचा निरोप घेतला. पण त्या वेळी त्यांना कुठे माहीत होतं की ही त्यांची पुण्यातली शेवटची भेट ठरणार होती....

३८

क्लासच्या गेटवर चौकडी पोहोचली तेव्हा बरीच मुलं-मुली क्लासच्या गेटवरच उभी असलेली दिसली. मुलंमुली घोळका करून आपापल्या ग्रुपमध्ये उभे होते. प्रत्येक ग्रुपमध्ये बारीक आवाजात कसलीतरी कुजबुज चालू होती. नेहमी असं नसायचं. मुलं अशी बाहेर कधीच उभी राहत नसत. एकतर वर्ग किंवा मग लायब्ररी याव्यतिरिक्त ते असे उभे राहत नसत. आज मात्र चित्र जरा वेगळं दिसत होतं.

''काय झालं रं?'' गौतमनं क्लासच्या एका मुलाला विचारलं. त्यानं 'काय माहीत?' म्हणून खालचा ओठ बाहेर काढून दाखवला. रघूनं एकाला विचारलं तर तो म्हणाला क्लासमध्ये पोलिस आलेत. सगळ्यांना थोडा वेळ बाहेर थांबायला सांगितलं आहे. पोलिस? आणि क्लासमध्ये? नक्की झालंय तरी काय? मोहनसकट सर्व विचारात पडले.

''कई रे भौ क्लासमध्ये चोरीबिरी त नै ना झाली?'' अजयनं एक शंका उपस्थित केली.

''हं... बरोबर आहे... त्यामुळेच कदाचित पोलिस आले असतील.''

''चोरी? आन् क्लासमदी? काय चोरनार? पुस्तकं? का नोट्स?'' गौतमनं सगळ्यांना वेड्यात काढलं

''अरे बाबा, पोरांच्या फिया असतात. ते पैसे कुठे ठेवणार? क्लासमध्येच ना?'' मोहन म्हणाला.

''पॉइंट हाये... बरोबरे, चोरीच असनार.'' रघूनं त्याला दुजोरा दिला. असेच तर्कवितर्क चालू असताना श्रीधर क्लासच्या मुलांच्या घोळक्यातून वाट काढत काढत त्यांच्यापाशी आला.

''अरे मोदका, कसा हैस भावा?'' आल्या आल्या गौतमनं त्याच्या खांद्यावर आपला सगळा भार टाकला.

''जरा दम खाऊ देशील? की आता कडेवर बसतोस?'' त्याच्या या टोमण्यावर बाकीचे खळखळून हसले.

''एक भन्नाट बातमी आणली आहे, अगदी आतल्या गोटातली!'' एखादं

रहस्य माहीत असल्याप्रमाणे डोळे मोठे करून तो म्हणाला.

"काय? काय?" सगळ्यांनी दबक्या आवाजात विचारलं.

"गौत्या आधी आपली पुडी काढ." श्रीधर म्हणाला. एखाद्या गोष्टीला कसं ताणून धरायचं हे त्याला बरोबर माहीत होतं.

"घे, आणि सांग एकदाचं काय झालं ते! " खिशातली तंबाखूची पुडी श्रीधरच्या हातात आपटत गौतम म्हणाला.

"बोल न रे भो आता."

"एकदम खतरनाक बातमी आहे. क्लासच्या इतिहासात घडली नसेल अशी!"

"बोल ना बाबा आता. किती भाव खाशील?"

"बरं, ऐका! करमरकर मॅडम कालपासून बेपत्ता आहेत..." प्रत्येक शब्दावर जोर देत तो म्हणाला.

"काय? मॅडम बेपत्ता? कशा काय? कसं झालं हे?" एका मागोमाग एक प्रश्न यायला लागले. मोहन तर ती बातमी ऐकून सुन्न झाला.

"ते काही माहीत नाही, पण आत्ताच एका हवालदाराच्या तोंडून मी ऐकलं."

"ओ बापू, तर यासाठी पोलिस येऊन राहिले वाटतं! अन् आपन समजू राह्यलो की चोरी झाली बुआ..."

"बरुबरच हाये, मॅडम ह्याच क्लासला शिकवायच्या... मग हिथं चौकशी तर व्हनारच."

"तरी नशीब! इथला जो पीएसआय आहे तो सरांचाच विद्यार्थी आहे. दुसरा कोणी असता तर क्लासच्या सगळ्या स्टाफला पोलिस चौकीवर जायला लागलं असतं." श्रीधरनं आणखी मौलिक माहिती पुरवली. सर्व जण बाहेर तसेच उभे होते. क्लासची वेळ कधीच उलटून गेली होती. आता आज बहुतेक क्लास होईल असं वाटत नव्हतं. मुलं चुळबुळ करू लागली. इतक्यात एक सर क्लासमधून बाहेर आले आणि त्यांनी आज क्लास होणार नसल्याबाबत घोषणा करून टाकली. सर्व जण आपापल्या रूमकडे निघाले. जाताना प्रत्येकाला मॅडम बेपत्ता असल्याबद्दल समजलं होतं. जो तो त्यांच्याबद्दल दबक्या आवाजात चर्चा करत होता. मुली मॅडमच्या काळजीनं आणि अभ्यास बुडतोय म्हणून हळहळत होत्या, तर मुलं उद्यापासून मॅडमचा सुंदर चेहरा दिसणार नाही म्हणून हळहळत होती. सगळे जण गेल्या पावली पुन्हा माधववाड्यात परत आले. मोहनचा तर या बातमीवर विश्वास बसेना. कालच तर त्या त्याला भेटल्या होत्या, चांगल्या बोलल्या, आणि अचानक असं काय झालं की त्या बेपत्ता झाल्या? सर्व जण हाच विचार करत होते.

"मला एक शंका येतेय..." एखादा गुप्तहेर करेल तसा चेहरा करून श्रीधर म्हणाला

"कसली शंका?"

"मॅडम बेपत्ता झाल्यात असं आपल्याला कळलं, पण त्याला दुसरी बाजूही असू शकते."

"हे बग मोदक्या, तुला पट्दिशी सांगायचं आसल तर बोल... उगा पाल्हाळ लावू नको." गौतम त्याच्यावर खेकसला.

"बरं बरं, ऐका... त्यांच्या जिवाचं काही बरं वाईट झालं असेल तर?" तपासात नवीन धागा श्रीधर होम्स यांनी शोधून काढला.

"आयला व्हय रं... आसं बी आसू शकंल." रघूला त्याचं म्हणणं पटलं.

"पण त्यांचं कुणाशी वैर होतं?"

"ते काही सांगता येणार नै, पण विचित्रच आहे सालं हे..."

"मॅडम स्वत:च कुठंतरी निघून गेल्या असतील तर? बाहेर काही प्रकरन बिकरन..."

"कसलं प्रकरण?"

"आता ते आपल्याला काय माहीत? तुलाच काही माहीत आसलं तर..." गौतम म्हणाला.

"गौत्या, मस्करीचा विषय नाही हा... मी सिरियसली विचारतोय...?"

"आरं पन तू इतका का चिडायलायस? मी सहज विचारलं."

"गौत्या, लेका डोक्याव पडलायस का? त्याला काय माहीत? काय बी बोलू नको..." रघू त्याच्यावर उखडला.

"आरं भावा मी सहज बोललो, परवाच मॅडम आपल्याला भेटल्या तेव्हा मोहनशी बोलल्या ना... म्हणून म्हनलं त्याला माहीत आसंल कदाचित..." गौतम बोलून गेला, पण त्यानं हे बोलायला नको होतं असं मोहनला वाटलं. त्याच्या अपेक्षेप्रमाणे लगेच श्रीधरचा प्रश्न आलाच, "मॅडम मोहनला ओळखतात? कसं काय?" मग मोहनला पूर्वीपासून जे घडलं ते पुन्हा सांगावं लागलं. एखादी जादुई परीकथा ऐकताना लहान मुलांचे होतात तसे श्रीधर आणि अजयचे चेहरे झाले होते.

३९

मॅडम गायब झाल्या. कुठे गेल्या? का गेल्या? काय झालं असावं? मॅडमना कसला त्रास असावा? की त्यांचं काही बरंवाईट झालं असावं? त्या एकट्याच राहत होत्या... त्यांचे कुणी नातेवाईक असतील, त्यांच्याकडे गेल्या असतील कदाचित! आणि तशा गेल्या असतील तर क्लासमध्ये कुणाला तरी किंवा सरनाईक सरांना तरी त्यांनी तसं सांगितलं असतं. मागे त्यांचा ॲक्सिडेंट झाला होता त्या वेळी त्यांची बहीण त्यांना मदत करायला येणार असं त्या म्हणाल्या होत्या. पण त्या वेळीही कुणी आलेलं नव्हतं. दोन कारणं आहेत, एकतर त्या स्वत: कुठेतरी गेल्या, किंवा त्यांना कुणीतरी कुठेतरी नेलं. आता स्वत: गेल्या असतील तर चिंतेचा विषय नाही; प्रश्न उरतो की का आणि कुठे गेल्या? पण जर दुसरं कारण असेल तर मात्र मग चिंतेचा विषय आहे. कदाचित या घडीला त्या जिवंतही नसाव्यात... आणि कदाचित त्यासाठीच पोलिस आलेले असावेत. रात्री बिछान्यावर पडून मोहन याच गोष्टीचा विचार करत होता. त्याची तर झोप उडाली होती. या प्रकारामुळे त्याचं कुठेच लक्ष लागत नव्हतं. दिवसभरात त्यानं अभ्यासाची एकही ओळ वाचली नव्हती. हा प्रकार इतका विचित्र होता की त्याचं अभ्यासात लक्ष लागणं शक्यच नव्हतं. रात्र बरीच झाली होती. तो तसाच तळमळत बिछान्यात पडून होता. इतक्यात रूमचा दरवाजा उघडून कुणीतरी आत आलं. त्या अनपेक्षित आवाजानं मोहन भलताच दचकला. ''क... कोण आहे?'' त्यानं भेदरलेल्या आवाजात विचारलं. इतक्यात रूमचे लाइट लागले. समोर त्याला सीनिअर चौगुले दिसले, अन् त्याचा जीव भांड्यात पडला. त्यानं घड्याळात पाहिलं, रात्रीचा दीड वाजला होता.

''काय रे मोहन? एवढा कसला घाबरलास? स्वप्नबिप्न बघितलंस का काय?'' त्यांनी आश्चर्यानं विचारलं.

''नाही, काही नाही...'' म्हणत तो पुन्हा झोपायचा प्रयत्न करू लागला. सीनिअर चौगुलेंनी एकदा त्याच्याकडे पाहिलं. त्यांना तो थोडा अस्वस्थ असल्यासारखा वाटला.

''झोपलास काय रे?''

“अं…? नाही… बोला…”

“आज एक बातमी आली कानावर, तुमच्या क्लासच्या कोणी मॅडम बेपत्ता झाल्या का?” त्यांनी विचारलं आणि मोहन एकदम उडालाच, “तुम्हाला कसं कळलं?”

“अभ्यासिकेत दोन मुलं बोलत होती, तेव्हा कानावर आलं… खरं आहे का?”

“हो, खरंय. करमरकर मॅडम.”

“काय झालं होतं? काही माहिती मिळाली का त्यांची?”

“ नाही, आज पोलिस आले होते क्लासमध्ये चौकशीला… मला त्यांच्या अशा या बेपत्ता होण्याचंच आश्चर्य वाटतंय. त्यांना तसा काही प्रॉब्लेम असावा असं मला तरी वाटत नाही. त्या एकट्याच राहत होत्या. परवा आम्हाला झेड ब्रिजपाशी भेटल्या, तेव्हा चांगल्या आनंदी वाटत होत्या, आणि कालच आम्ही भेटलो होतो, त्या वेळीही काही वेगळं जाणवलं नाही. मग अचानक असं कसं झालं तेच कळत नाही.”

“तू त्यांना पर्सनली ओळखत होतास का?”

“हो, म्हणजे मागे त्यांचा एक ॲक्सिडेंट झाला होता त्या वेळी मी त्यांना थोडी मदत केली होती. आणि मग त्यातून थोडी ओळख वाढली होती.”

“त्या तुला काही बोलल्या होत्या का? त्यांना काही प्रॉब्लेम होता का, वगैरे?”

“नाही, त्या काही तसं कधी बोलल्या नाहीत.”

“बरं, मला एक सांग, तू त्यांना असं पर्सनली ओळखत होतास हे बाकी कुणाला माहीत आहे?”

“बाकी कुणाला म्हणजे…, रघू आणि गौतम यांना तर परवाच माहीत झालं होतं आणि आज अजय आणि श्रीधरला माहीत झालं. पण का सर? काय झालं?” सीनिअर चौगुले पुन्हा विचारात पडले.

“हे बघ, मला तुला घाबरावयाचं नाही पण मला असं वाटतंय की तुला पोलिस कदाचित बरं का, कदाचित चौकशीसाठी बोलावतील.”

“मला? मला का? मी काय केलंय?” समोरून शांतपणे जाणारे जंगली श्वापद अचानकपणे वळून आपल्यावर चाल करून येत असल्याचं पाहून जशी घाबरगुंडी उडेल, तसं काहीसं मोहनला वाटलं.

“अरे, मी आपला एक अंदाज सांगितला. कदाचित बोलावणारही नाहीत. त्यात घाबरण्यासारखं काही नाही. तू फक्त त्यांना ओळखत होतास म्हणून कदाचित तुला विचारतील.”

मोहनला घाम फुटला. “काय विचारतील?”

“हेच की बेपत्ता होण्याआधी त्या तुला काही बोलल्या होत्या का? वगैरे… वगैरे.”

“अरे बाप रे! मी तर असा कधी विचार केलाच नव्हता.” मोहन घाबरत म्हणाला.

"टेन्शन नको घेऊ, तुला खरंच माहीत नाही ना? मग झालं तर... कर नाही त्याला डर कशाला? फक्त एक काम कर, पोलिसांसमोर काही खोटं बोलू नकोस. तुला जी माहिती असेल ती खरी खरी सांग."

"तुम्हाला खरंच वाटतंय की पोलिस मला बोलावतील?"

"हे बघ, हा एक अंदाज आहे. आता तू म्हणतोस तसं तुझ्या मित्रांना माहीत आहे. शिवाय, आणखी कुणाकुणाला माहीत आहे हे तुलाही कसं कळणार?"

"म्हणजे माझे मित्र पोलिसांना सांगतील असं तुम्हाला वाटतं का?"

"तसं नाही रे, कदाचित दुसऱ्या कोणी तुम्हा दोघांना कधी पाहिलं असेल तर ती माहिती पोलिसांना मिळू शकते. आता तू म्हणालास की तू त्यांना बरीच मदत केलीस. बऱ्याच वेळा तू भेटला असशील, तेव्हा तुम्हाला बऱ्याच जणांनी बघितलं असेल. मॅडम राहतात तिथले लोक असू शकतात. त्यामुळे पोलिसांना हा धागा कुठूनही मिळू शकतो." सीनिअर चौगुले असं म्हणाले आणि मोहननं कपाळाला हात लावला. सर्वांत पहिल्यांदा त्याच्या मनात परीक्षेचा विचार आला. कसल्याही पोलिस केसमध्ये नाव असेल तर पुढे कुठलीही पोस्ट आपल्याला मिळू शकणार नाही, या विचारानंच त्याच्या पायाखालची वाळू सरकल्यासारखं त्याला वाटलं. त्याला संभाव्य पोलिस चौकशीचं चांगलंच दडपण आलं. यापूर्वी कधी पोलिस स्टेशनला जायचा संबंध आला नव्हता, आणि पोलिस चौकशी करतात म्हणजे टायरमध्ये घालून मारतात किंवा बर्फाच्या लादीवर झोपवतात, असं चित्रण फिल्ममध्ये पाहिल्यानं तो चांगलाच भेदरला.

"अरे, टेन्शन घेऊ नको, कदाचित पोलिस येणारही नाहीत. पण न जाणो, जर आले तर तू तयार असावास म्हणून तुला मी बोललो. झोप, काही होणार नाही. बाकी कसला विचार करू नको, आपला अभ्यास कर. मुख्य परीक्षा महिन्यावर आली आहे,... झोप आता." असं म्हणून ते लाइट बंद करून झोपले. अंधार अंगावर धावून आला. सीनिअर चौगुलेंनी आपला अंदाज सांगितला आणि त्यामुळे मोहनची झोप उडाली. कधीकधी येऊ घातलेल्या संकटांचं भान आपल्याला नसतं, वरकरणी पाहता, आपला त्याच्याशी काही संबंध नसावा असं वाटत असतानाच ते दत्त म्हणून समोर उभं राहतं. मग तेव्हा भंबेरी उडते. मोहननं विचार केला, सीनिअर चौगुलेंच्या रूपात त्याला संकटाची आगामी चाहूल मिळाली आहे, तेव्हा तसं काही झालंच तर डोकं शांत ठेवून वागणं अतिशय गरजेचं आहे. जे होईल त्याला तोंड तर दिलंच पाहिजे. आपण काही केलं नाही, आणि आपल्याला काही माहीत नाही, त्यामुळे उगाच घाबरण्यात काही अर्थ नाही. त्याला थोडा धीर आल्यासारखा वाटला. जाने दो, जो होगा सो देखा जायेगा । त्यानं मनाशी पक्कं ठरवलं, चादर तोंडावर ओढून घेतली आणि बिनधास्त झोपी गेला.

४०

"इथं मोहन निकम कुठे राहतो?" दुसऱ्याच दिवशी चौकशी करत एक हवालदार माधववाड्यात दाखल झाला. सकाळचे ८-९ वाजले असतील. मोहन तेव्हा नुकताच तयार होऊन अभ्यासाला बसणार होता. तेवढ्यात एक जण हवालदाराला घेऊन त्याच्या रूमवर आलाच! मोहनला वाटलं त्यापेक्षा जलद हालचाल पोलिसांनी केली होती. त्यानं मनातल्या मनात सीनिअर चौगुलेंचे आभार मानले. त्यांनी काल असं होऊ शकतं याची कल्पना दिली नसती तर आता या क्षणी तो भलताच गडबडला असता. आता त्याला त्या दिशेनं विचार करायला थोडा वेळ आणि धैर्य गोळा करता आलं.

"मोहन निकम तूच का?" त्यानं पोलिसी खाक्यात प्रश्न केला.

"हो, मीच! काय झालं?"

"तुला चौकीवर बोलावलंय साहेबांनी... चल."

"मला? पण का?" त्यानं मुद्दाम काही माहीत नसल्याचं दाखवलं.

"ते चौकीवर विचार, आधी चल, ऊठ..." हवालदार असा हातघाईवर आलेला बघून रघू मध्ये पडला.

"साहेब, काय झालं? जरा सांगितलं तर बरं व्हैल..." तो चेहऱ्यावर अजिजी आणत म्हणाला.

"तू कोन?"

"मी रघुनाथ जाधव. याचा रूमपार्टनर. साहेब, आम्ही एमपीएससीचा अभ्यास करतो साहेब..."

"ते मला म्हाईत हाय, पन आता साहेबांनीच ह्याला बोलावला त्याला मी तरी काय करनार? चल रे बाबा, ऊठ."

"पन साहेब, ह्यानी काय केलंय?" गौतम म्हणाला.

"मला काय म्हाईत? साहेबांना कसली तरी चौकशी करायचीय म्हनून ह्याला बोलावलाय..."

"कसली चौकशी साहेब?"

"अरे बाबा, त्या तुमच्या सरनाईक सरांच्या क्लासमधल्या कोन बाई बेपत्ता झाल्यात, त्या बाबतीत चौकशी आहे."

"आओ पण साहेब, त्याला काय माहीत त्या कुठं गेल्या असतील..." दोघं पार्टनर जसं जमेल तशी त्याची पाठराखण करत होते.

"जे काय आसंल ते सांगील की त्यो चौकीत, चला बाजूला व्हा..."

"ठीक आहे, चला." म्हणत पोलिसांशी वादावादी करून काही फायदा नाही म्हणून मोहन त्यांच्याबरोबर जायला निघालाही. रघू आणि गौतम त्याच्याकडे आश्चर्यानं बघू लागले. साधारणत: पोलिस दारात आले की भले भले लोक घाबरतात; पण मोहन मात्र बेधडक जायला तयार झाला याचंच त्यांना नवल वाटत होतं. "मोहन आमी बी येतो..." म्हणत त्याचे रूमपार्टनर तयार झाले.

"कुनी बी यायची गरज नाय. त्याला नुसतं चौकशीला नेतोय, काय फाशी नाय देनार त्याला!" हवालदार दोघांवर खेकसला आणि मोहनच्या खांद्यावर हात टाकून त्याला घेऊन जाऊ लागला. एव्हाना ही गोष्ट सबंध माधववाड्याला कळली. जो तो आपापल्या रूममधून बाहेर येऊन त्याच्याकडे बघू लागला. आपण कुणीतरी मोठे दरोडेखोर किंवा खुनी असाव, असं त्याला वाटलं. एकूणच त्याला या प्रकरणात कारण नसताना उगाचच महत्त्व प्राप्त झालं होतं. माधववाड्याच्या इतिहासात अशी घटना पहिल्यांदाच घडत होती. या ठिकाणी पोलिस यावेत असं कधी घडलंच नव्हतं. स्पर्धा परीक्षांचा अभ्यास करणारी मुलं म्हणजे डोळ्यांना झापडं लावलेली रेसमध्ये धावणारी घोडीच! आजूबाजूच्या प्रलोभनांकडे अजिबात लक्ष जाऊ न देता, मनाला लगाम घालायला इथली मुलं आपोआप शिकतात. पण मोहन मात्र याला अपवाद ठरला. दरवेशी आल्यावर लहान मुलं जशी घराबाहेर पडून उत्सुकतेनं बघतात, तशी वाड्यातील सगळी मुलं त्याच्याकडे बघत होती. कुणाकडेही न बघता तो सरळ निघाला. हवालदारानं त्याला पोलिस स्टेशनमध्ये आणलं. आता पोलिस स्टेशन ही अशी जागा असते, की तिथे दुनियाभरचा गोंधळ अविरतपणे चालू असतो. कुठे तक्रारी चालू होत्या, कुठे चौकशा, पोलिस कुणावर तरी खेकसत होते, तर मधूनच फाट-फाट मारण्याचे आवाज येत आणि त्यामागे जो मार खातोय त्याचं जोरजोरात केकाटणं, ओरडणं याचे आवाज ऐकू येत होते. या असल्या आवाजामुळे मोहन चांगलाच गोंधळून गेला होता. तो कुणी आरोपी नव्हता, त्याला फक्त चौकशीसाठी बोलावण्यात आलं होतं, तरी तो मनातून थोडासा घाबरलेला होताच! हवालदारानं त्याला बाहेरच्या बाकड्यावर बसायला सांगितलं, आणि तो आत कुठेतरी निघून गेला. मोहन भेदरलेल्या अवस्थेत बाकड्यावर बसून होता. आता पोलिस काय काय विचारू शकतात, याचा तो विचार करू लागला. त्याचा या प्रकरणात काडीचाही संबंध नव्हता तरी या अशा

प्रकारच्या चौकशीची भीती वाटत होती. आत गेलेला हवालदार पुन्हा बाहेर आला आणि त्याने त्याला आत येण्याची खूण केली. आत समोर एक ३०-३५ वयाचा पोलिस ऑफिसर बसला होता. आपली चौकशी करणारा कुणी बलदंड, भयानक दिसणारा, खेकसणारा, क्रूर असा पोलिस ऑफिसर असावा, ही त्याची समजूत समोरच्या ऑफिसरकडे बघून नाहीशी झाली. अगदीच किरकोळ नसला तरी ज्याच्याकडे बघून निदान भीती वाटणार नाही, असा तो ऑफिसर होता. तरी पोलिस स्टेशनच्या वातावरणाचा परिणाम म्हणून की काय, त्यानं ऑफिसरला अदबीत 'आत येऊ का' म्हणून विचारलं. त्यानं प्रसन्न चेहऱ्यानं त्याला आत येण्याची खूण केली. वक्तृत्व स्पर्धेत मुलं जशी उभी राहतात, तसा मोहन समोर येऊन उभा राहिला. ऑफिसर समोरचे कागद वाचण्यात गुंतला होता. मोहन तसाच उभा राहिला. थोड्या वेळानं कागदपत्रातून डोकं वर काढून त्यानं मोहनकडे बघितलं, "अरे, तू उभा का? बस." म्हणत परत त्याने कागदात पुन्हा डोकं घातलं. मोहन समोरच्या खुर्चीत बसला. मधे थोडा वेळ गेला. ही जीवघेणी शांतता त्याला नको वाटली. जे काही विचारायचं आहे ते पट्कन विचारा आणि मोकळं करा. तो उगाच इकडेतिकडे बघू लागला. बाजूला दोन-तीन कपाटं रांगेत उभी केली होती. त्याच्या वर लाल कापडात गुंडाळलेल्या खूप जुन्या फाइल्स होत्या. टेबलवर एक कॉम्प्युटर आणि की-बोर्ड, पेन स्टँड, काचेचा नक्षीदार पेपरवेट ठेवलेला होता. तो त्या पेपरवेटमधली लाल-हिरवी नक्षी बघत असतानाच समोरून त्याला प्रश्न आला,

"हं, नाव काय तुझं?"

"अं, मोहन निकम सर..."

"पूर्ण नाव?"

"मोहन प्रभाकर निकम..."

"सरनाईक सरांच्या क्लासला आहेस ना?"

"हो सर."

"बरं, तुला इथे का बोलावलंय ते माहीत आहे का?" समोरच्या ऑफिसरनं त्याच्या डोळ्यांत डोळे घालून प्रश्न केला. मोहन काहीच बोलला नाही. तो फक्त त्यांच्याकडे बघत राहिला. "तू करमरकर मॅडमना ओळखत होतास का?"

"हो, त्या आम्हाला मराठी शिकवतात."

"त्या कालपासून बेपत्ता आहेत, हे तुला माहिती आहे का?"

"हो सर, काल क्लासला गेल्यावर कळलं आम्हाला."

"बरं, आम्हाला असं कळलं आहे की तुझी मॅडमशी चांगली ओळख होती, आणि तू त्यांच्या घरी वगैरे जात होतास..."

"हो सर, मागे त्यांचा एक छोटासा अपघात झाला होता त्या वेळी मी त्यांना

मदत केली होती. तेव्हाच थोडी ओळख झाली होती. दोन-तीन वेळा मी त्यांच्या तब्यतेची चौकशी करायला त्यांच्या घरीही गेलो होतो.''

''बरं, अगदी अलीकडे त्या तुला कधी भेटल्या होत्या?''

''परवाच भेटल्या, झेड ब्रिजजवळ, त्या मार्केटला जात होत्या. आणि कालही भेटल्या होत्या.''

''बेपत्ता होण्याआधी त्या तुला काही बोलल्या होत्या का? म्हणजे त्यांना काही प्रॉब्लेम वगैरे होता का? त्यांच्या बोलण्यातून काही कळलं का तुला?''

''नाही सर, त्याबाबतीत काहीच माहिती नाही.''

''तुला काय वाटतं, त्या कुठे गेल्या असतील?''

''ते मला कसं कळणार सर.''

''बरं, क्लासमध्ये त्यांचं वागणं कसं होतं? म्हणजे कधी टेन्शनमध्ये वगैरे वाटल्या का तुला कधी?''

''क्लासमध्ये त्या नेहमीसारख्याच शिकवत होत्या.. तसं काही जाणवलं नाही.''

''त्यांचं कुणाशी काही वैर?''

''माहीत नाही सर...''

''बरं, बेपत्ता झाल्यावर त्यांचा काही फोन किंवा मेसेज आला का तुला?''

''नाही सर, हा माझा मोबाइल. तुम्ही चेक करू शकता सर.'' त्याने मोबाइल ऑफिसरसमोर ठेवला. ते तो बघत असताना मोहन म्हणाला, ''सर, माझी त्यांच्याशी फक्त साधी ओळख होती. बाकी त्यांच्याबद्दल मला जास्त काही माहीत नाही.''

''ठीक आहे, हा घे मोबाइल. तू जाऊ शकतोस, पण तुला काही माहिती मिळाली की लगेच आम्हाला सांग.''

''हो सर, नक्की. येऊ सर?'' म्हणत तो उठला, अन् निघाला. परीक्षा हॉलमधून बाहेर आल्यावर वाटतं तसं त्याला पोलिसस्टेशन बाहेर आल्यावर वाटलं. समोर बघतो तो रघू, अजय, गौतम, बबन आणि सीनिअर चौगुलेही उभे होते. तो बाहेर आल्यावर सगळ्यांनी एकदम त्याच्यावर झडप घातली, 'काय झालं? काय विचारल? मारलं का?' वगैरे विचारू लागली. सर्वांना बाजूला सारून तो सीनिअर चौगुलेंपाशी गेला. त्यांचा हात हातात धरून म्हणाला, ''थँक यू सर...!''

४१

मोहन आता एक बहुचर्चित व्यक्ती झाली होती. माधववाड्यात तर तो प्रसिद्ध झाला होताच, पण सदाशिव पेठेत जिथे जिथे अभ्यास करणारी मुलं होती, तिथं तिथं तो ओळखला जात होता. क्लासमध्येही सरनाईक सरांबरोबर इतर सरही त्याला नावानिशी ओळखू लागले होते. करमरकर मॅडमच्या बेपत्ता होण्यासंबंधीच्या चौकशीसाठी मोहनला पोलिसांनी बोलावल्यामुळे त्याचा या प्रकरणात नक्कीच काहीतरी संबंध असाव, इथपासून मोहन आणि मॅडमचे काहीतरी अनैतिक संबंध असावेत, अशा अफवा पसरू लागल्या. या सगळ्याचा त्याच्या अभ्यासावर परिणाम झाला नसता तर नवल होतं. तो नुसता पुस्तक समोर धरे; पण त्याचं लक्ष अभ्यासात नसे. खरंतर मॅडमच्या बेपत्ता होण्यानं त्यालाही थोडासा का होईना पण धक्का जरूर बसला होता. बाकीची मुलं त्याच्याविषयी आणि मॅडमविषयी काय म्हणतात त्यापेक्षा मॅडमच्या अनपेक्षित जाण्यानं त्याला जास्त वाईट वाटत होतं. मॅडमविषयी त्याच्या मनात सुप्त आकर्षण तर होतंच, पण आता त्याला त्यांच्याविषयी काळजीही वाटू लागली होती. अभ्यास तर त्याचा होत नव्हताच; पण रात्री त्याला नीट झोपही लागत नव्हती. रात्र रात्र एक विचित्रशी बोचरी आठवण गोचिडीसारखी त्याला चिकटून होती. खूप विचार केला की आता मॅडमबाबत जास्त विचार करायचा नाही, तरी ते विचार आगंतुकपणे त्याच्या मनात शिरत आणि तो आणखी अस्वस्थ होई. त्यानं जवळजवळ बोलणं सोडून दिलं होतं. तो एकटाच विचार करत बसे. जे त्याला जवळून ओळखत होते, ते त्याला समजून घेत आणि धीर देत. पण मोहनला ते सगळं मिथ्या आहे असं वाटू लागलं. त्यात एक-एक दिवस परीक्षा जवळ येत चालली होती. वेळ निघून जात होता, पण मोहनचं लक्ष अभ्यासावर केंद्रित होत नव्हतं. असेच तीन-चार दिवस गेले आणि पुन्हा पोलिस चौकीतून त्याला बोलावणं आलं. आता काय अजून नवीन वाढून ठेवलंय? आपला या प्रकरणात काही संबंध नसतानाही आपल्याला का उगाचच चौकशीला बोलावलं जातंय, हेच त्याला कळेना. परंतु जाणं तर भाग होतं. पहिल्या वेळेस तो जेव्हा चौकशीसाठी गेला, तेव्हा थोडा घाबरलेला होता; पण आता मात्र त्याला वैताग

आला होता. या वेळी थोड्या नाखुशीनंच तो पोलिस स्टेशनला आला. तोच ऑफिसर आणि तेच प्रश्न पुन्हापुन्हा विचारले जात होते. आधी त्यानं शांतपणे त्याची उत्तरे दिली. पण मग त्याचा स्वत:वरचा ताबा सुटला.

"साहेब, मागेही तुम्ही मला हेच प्रश्न विचारले होते, आणि आताही तेच विचारता आहात. मी खरंच सांगतोय की मी करमरकर मॅडमना ओळखत जरी असलो तरी त्या कुठे गेल्या असतील हे मला माहीत नाही. मला जर त्यांच्याबद्दल काही कळलं, तर मी आधी तुम्हालाच सांगेन. आधीच या प्रकरणात काही संबंध नसताना माझं नाव आलंय. तेव्हा प्लीज, माझी राज्यसेवेची मुख्य परीक्षा तोंडावर आली आहे, या प्रकरणामुळे काहीच अभ्यास होत नाही." मोहन वैतागून म्हणाला. त्यावर तो समोरचा ऑफिसर काही बोलणार इतक्यात मागून आवाज आला, "काय मानेसाहेब, कशाला आमच्या क्लासच्या विद्यार्थ्याला सारखं चौकशीला बोलवता?" मोहननं चमकून मागे पाहिलं, तर सरनाईक सर दारात उभे होते. त्यांना बघून समोरचा ऑफिसर लगेच उभा राहिला, "अरे, या ना सर, या." सर आत आले. आपल्या या अशा परिस्थितीत सरनाईक सर देवासारखे धावून आले हे बघून मोहनला सुटल्यासारखं वाटलं. तो आदरानं सरांकडे बघू लागला. सर त्याच्या बाजूच्या खुर्चीत बसले.

"काही काळजी करू नको, मी आलोय आता," सर त्याच्याकडे बघून म्हणाले. या शब्दांनी तर त्याला एकदम भरून आलं. तो त्यांच्याकडे कृतज्ञतेने पाहू लागला.

"बोला सर," समोरचा ऑफिसर त्यांना म्हणाला.

"मानेसाहेब, हा आपल्या क्लासचा विद्यार्थी आहे, अतिशय गुणी आणि अभ्यासू, त्याला कशाला सारखं चौकशीला बोलावता? आता त्याची मुख्य परीक्षासुद्धा जवळ आली आहे, त्याचा अभ्यास बुडतोय..."

"सर, बरोबर आहे तुमचं. आम्हाला तरी कुठे आनंद वाटतोय याला असं बोलवायला, पण आमचाही नाइलाज होतो कधीकधी... काय करणार, आमचं कामच आहे ते..."

"नाही, तुमचं अगदी बरोबर आहे. मी तुमच्या कामाच्या आड कधीच येणार नाही, पण त्याला जर काही माहीत नसेल तर तो सांगणार तरी काय? नाही का रे?" सर मोहनकडे बघत म्हणाले.

"हो सर, मला काहीच माहीत नाही या प्रकरणाबद्दल..." त्यानं सरांच्या बोलण्याला दुजोरा दिला.

"आणि त्याला काही माहिती असती तर त्यानं ती नक्की सांगितली असती. किंवा यापुढे त्याला काही माहिती मिळाली तर तो नक्की सांगेल..." सर त्याच्या

वतीनं म्हणाले.

"हो सर, मीही त्यांना तेच म्हणालो. मला जर काही माहिती मिळाली, तर मी त्यांनाच आधी येऊन सांगेन."

"बघा, आता आणखी तुम्हाला काय पाहिजे?"

"सर, आता तुम्ही स्वतःहून इथे आलात तेव्हा मी तुमचा शब्द कसा खाली पडू देऊ? आमचे गुरू आहात सर तुम्ही..." प्रथमच समोरच्या ऑफिसरच्या चेहऱ्यावर हास्य दिसत होतं.

"मोहन, हे मानेसाहेबसुद्धा आपल्याच क्लासचे विद्यार्थी आहेत बरं का!" सर मोहनला सांगत होते.

"सर, साहेब म्हणू नका, तुमच्यामुळे मी या पदावर आहे. आणि अहो जाहोसुद्धा नका करू प्लीज."

"तसं नाही, हा तुमच्या खुर्चीचा मान आहे. तो तर दिलाच पाहिजे." सरांच्या अशा बोलण्यानं समोरचा ऑफिसर आणखीच खूश झाला. त्यानं लगेच हवालदाराला बोलावून स्पेशल चहा सांगितला. मग ते दोघं इकडच्या तिकडच्या विषयांवर बोलू लागले. डोक्यावरचं मणभर वजन कमी झाल्यासारखं मोहनला वाटलं. आज सर आले नसते तर पोलिसांनी आपल्याला नको करून सोडलं असतं. सरांचे फार उपकार आपल्यावर झाले. आता सर्व काही विसरून त्यानं जोरात अभ्यास करायचं मनोमन ठरवलं. चहापान झालं आणि सरनाईक सर मोहनला बाहेर घेऊन आले.

"सर, बरं झालं तुम्ही आलात. नाहीतर पोलिसांनी..." त्याचा गळा दाटून आला

"मोहन, तू माझ्या क्लासचा विद्यार्थी आहेस, माझीही जबाबदारी आहे ना काही!"

"माझा काहीच संबंध नाही सर, तरीही माझी दोन वेळा चौकशी केली त्यांनी."

"अरे, ते त्यांचं कामच आहे. माझी त्यांच्याशी ओळख आहे की नाही, पण माझीही ३-४ वेळा चौकशी केली त्यांनी.... करमरकर मॅडम कुठे गेल्या असतील देव जाणे!"

"मलाही तोच प्रश्न पडतोय सर... काहीच समजत नाही..."

"बरं, तू आता हे सगळं विसरून अभ्यासाला लाग. पंधरा दिवसावर आलीय मुख्य परीक्षा..."

"हो सर, परत एकदा धन्यवाद सर!"

"ऑल दि बेस्ट... चांगला अभ्यास कर."

"थँक यू सर... येऊ सर?" म्हणत त्यानं सरांचा निरोप घेतला आणि तडक

माधववाडा गाठला. करमरकर मॅडमच्या प्रकरणामुळे आधीच त्याचा बराच बहुमूल्य वेळ वाया गेला होता. आधी त्यानं सगळा अभ्यासक्रम एकेकदा वाचून काढला होता; पण ते पुरेसं नव्हतं. मुख्य परीक्षेचा अभ्यास खूप मोठा आणि विस्तारित स्वरूपाचा होता. त्यात दोन वैकल्पिक विषय असल्यानं त्यांना योग्य वेळ देणं अत्यंत गरजेचं होतं. एकदा वाचून झालं असलं तरी आतापर्यंत त्याच्या ३ ते ४ उजळण्या होणं गरजेचं होतं. त्याच्या बरोबरच्या मुलांच्या उजळण्या संपून आता मॉक टेस्ट सुरू झाल्या होत्या. मुख्य परीक्षा ही लेखी स्वरूपाची परीक्षा असल्यानं त्यात वेळेचं गणित महत्त्वाचं होतं. कोणत्या प्रकारच्या प्रश्नाला किती वेळ दिला तर पेपर वेळेत पूर्ण होईल, याचा सराव मॉक टेस्टद्वाराच करता येणार होता. पण मोहनकडे आता त्यासाठी अजिबात वेळ शिल्लक नव्हता. पंधरा दिवस म्हणजे खूपच कमी वेळ त्याच्याकडे होता. त्यामुळे आता जसा जमेल तसा अभ्यास पूर्ण केला पाहिजे, या एकाच विचारानं तो पेटून उठला. आता उगाच कुणाशी बोलण्यात आणि चर्चा करण्यात वेळ घालवायचा नाही, असं त्यानं मनाशी ठरवलं. त्याच दिवशी त्यानं विषयवार यादी करून प्रत्येक विषयाला किती वेळ द्यायचा याचं वेळापत्रक तयार केलं. त्यानुसारच तो आता अभ्यास करणार होता. क्लासमध्ये टेस्ट सिरीज सुरू झाली होती. त्याला न जाण्याचा निर्णय मोहननं घेतला. आधी एकतरी उजळणी होणं गरजेचं आहे, असं त्याला वाटलं. त्या एका आठवड्यानंतर आणखी एक शेवटची टेस्ट सिरीज होणार होती. या आठवड्यात मनासारखं वाचून झालं तर ती देण्याचा त्यानं विचार केला. सर्व बाजूंचा विचार करून आता तो अभ्यासाला सुरुवात करणार होता. त्यानं मनोमन देवाची प्रार्थना केली आणि तो अभ्यासाच्या विश्वात हरवून गेला...

४२

एक आठवडा मोहन हा मोहन राहिला नाही. त्यानं कसलाच विचार केला नाही. शत्रूवर तुटून पडावं तसा तो अभ्यासावर तुटून पडला. या आठवड्यात तो रात्रीचा फक्त चार तास झोपत होता. सकाळचं उरकणं आणि दोन वेळच्या जेवणाला जेवढा वेळ लागेल तेवढाच वेळ त्याचा अभ्यासाविना जाई. दुपारची वामकुक्षी, संध्याकाळचा चहा त्यानं सोडून दिला. बाकीचा पूर्ण वेळ अभ्यास एके अभ्यास! फक्त गौतम आणि रघूच नाही, तर सीनिअर चौगुलेही त्याच्या या बदललेल्या रूपाकडे बघून थक्क झाले. अजय, बबन आणि श्रीधरही त्याच्याकडे आदरानं पाहू लागले. जर ठरवलं तर माणूस काहीही करू शकतो, याची प्रचीती मोहनकडे बघून येत होती. अजून परीक्षेला आठ दिवस बाकी होते. क्लासमध्ये दुसरी टेस्ट सिरीज सुरू झाली. मोहननं ती दिली. पेपर सोडवताना वेळेची बरीच अडचण येत होती. बरेच दिवस लिखाणकाम केलं नसल्यानं संपूर्ण पेपर कव्हर करणं अवघड जात होतं. लिहिता लिहिता हात भरून येत. त्यामुळे लिखाणाचा वेग कमी होत असे. वेग कमी झाला की पेपर अपूर्ण राहत असे. कधी वेगानं लिहिण्याच्या नादात मुद्दे आठवत नसत. खरंतर या टेस्ट सिरीजचा हाच उद्देश होता की मुलांना लिखाणाचा सराव व्हावा, योग्य आणि मुद्देसूद पेपर लिहावा व वेळेआधी तो पूर्ण करता यावा. मोहनच्या बाबतीत तो काही अंशी पूर्ण होताना दिसत होता. पेपर लिहिताना काय काय लक्षात ठेवावं याचा थोडासा अंदाज त्याला आला. आता केवळ एकच दिवस मध्ये उरला होता. परवापासून मुख्य परीक्षा सुरू होणार होती. त्यानं अवघड वाटणारे टॉपिक पुन्हा एकदा नजरेखालून घातले. संध्याकाळपर्यंत त्यानं वेगवेगळे विषय संपवत आणले होते. रघू आणि गौतम संध्याकाळी चहा प्यायला निघाले. दोन आठवडे मोहन त्यांच्याशी बोलला नव्हता आणि तेही त्याला त्याच्या अभ्यासात व्यत्यय येणार नाही याची काळजी घेत होते. ते निघाले असताना अचानक मोहननं त्याचं पुस्तक बंद केलं. दोघांनी त्याच्याकडे पाहिलं. त्याचा चेहरा सुकून गेल्यासारखा दिसत होता. जागरणामुळे डोळ्यांखाली काळी वर्तुळं दिसू लागली.

"येतुय का?" रघूनं थोडक्यात विचारलं. मोहननं मानेनंच होकार दिला. त्यानं पुस्तक बाजूला ठेवलं आणि तो त्यांच्याबरोबर निघाला. बराच वेळ कुणीच काही बोललं नाही. एक प्रकारची अवघड परिस्थिती निर्माण झाली. मोहन एका उंचीवर पोहोचलाय आणि आपण खूप खाली आहोत, असं दोघांना वाटत होतं. त्यात करमरकर मॅडमचं प्रकरण आणि त्याची झालेली पोलिसचौकशी यामुळे त्याला त्रास झाला असावा; म्हणून आपल्यामुळे त्याला आणखी त्रास होऊ नये म्हणूनही ते दोघे खास काळजी घेत होते. शेवटी मोहनच म्हणाला, "काय रे, एकदम शांत शांत?"

"नाय रं कुठं काय?"

"अभ्यास झाला ना गौत्या?"

"केलाय तसा, पन आपलं काय खरं नाय... तुझं झालं ना नीट सगळं वाचून?"

"आता काय, झालंच म्हणायचं... वेळ तर निघून गेली. बघू जसं जमेल तसं लिहू पेपर..."

"पन लेका मोहन्या, मागच्या पंदरा दिवसांत तू लय खतरनाक अभ्यास केलास की ..." रघू मनापासून त्याची स्तुती करत म्हणाला.

"पंधरा दिवसांत अभ्यास तो काय होणार? केला कसातरी...."

"मला तर असं वाटायलंय की तू मेन्स काडचील. तीन च्या द्या..." शेवटचं वाक्य चहावाल्याला उद्देशून होतं.

"चल रे, कायतरीच!"

"साहेब, दिसला नाई बरेच दिवस? कुटं गावाकडं गेल्ता का काय?" चहावाला मोहनला विचारू लागला.

"आओ काका, आज पंदरा दिवसांनी हे साहेब रूमबाहेर आलेत... अभ्यास करत होते." रघुनं स्तुतिसुमनं उधळली. चहावाला डोळे मोठे करून आश्चर्यानं मोहनकडे बघू लागला. कुठून चहा प्यायला आलो, असं त्याला झालं. तिघांनी चहाचे ग्लास घेतले आणि बाजूला जाऊन उभे राहिले. बऱ्याच दिवसांनी बाहेर आल्यानं मोहनला सगळं वेगळं वेगळं दिसत होतं.

"बरं मोहन, बाकी तू बरा हायस ना आता?" रघूनं विचारलं.

"का? मला काय झालंय?"

"नाय रं, ते मॅडमचं प्रकरन, आन् ती चौकशी..."

"सोड रे, मी तर ते कधीच डोक्यातून काढून टाकलंय... आपला अभ्यास भला आणि आपण भलं ..."

मोहन असं म्हणाला आणि तो विषय तिथेच थांबला. ते तिघं चहाचा आनंद घेऊ लागले.

“रघू, तुझं सध्या काय चालू आहे?” काहीतरी विचारायचं म्हणून मोहननं विचारलं.

“आमचं काय असनार? अंधारात चाचपडतोय...! पोरं म्हनत्यात की पुढच्या महिन्यात पीएसआयची ॲड येणारे... बगू, तीच भरीन...”

“अरे, पण तू देणार नव्हतास ना पीएसआयची परीक्षा?” मोहनच्या प्रश्नावर रघू उदासवाणे हसला. “मोहनराव, आयोगानं आमाला आमची लायकी दाकवली, आमी आपले छोट्या मोट्या परीक्षा देनंच बरं...”

“अरे, पण तू असं कसं म्हणू शकतो, एकच तर परीक्षा दिलीस आत्ताशी...”

“कदी कदी एक इशाराबी पुरंसा असतो बाबा.”

“गौत्या, अरे हा बघ काय बोलतोय... झालंय काय याला?”

“मी सांगून दमलो... ते ऐकना झालंय...”

“आरं, पण मला आता पीएसआय व्हायचं आसलं तर?”

“तुला आपला भेटीचा पहिला दिवस आठवतोय का? तूच म्हणाला होतास की तुला डीवायएसपीच व्हायचंय म्हनून...” त्यावर तो काही बोलला नाही.

“आणि बापाला पण सांगून आलाय ना की डीवायएसपी झाल्याशिवाय घरी येणार नाय म्हणून ...,” गौतम म्हणाला.

“माझं मी बगिन; चला, परवा तुमची परीक्षा हाये... वेळ वाया नका घालवू... चला...” रघूनं विषय मध्येच तोडला. चहाचे पैसे देऊन तिघं रूमकडे निघाले. रघूनं इतक्यात राज्यसेवेचा अभ्यास सोडून देणं हे मोहनला पटत नव्हतं. केवळ एकदा अपयश आलं म्हनून त्यानं ती परीक्षाच न देण्याचा निर्णय घेतला. इतक्या लवकर त्यानं असा निर्णय घेणं बरोबर नाही, असं त्याला वाटत होतं. पण रघूला समजावणार कोण? काही जण लगेच हार मानतात आणि प्रयत्न करणं सोडून देतात. जर प्रयत्नच केला नाही, तर यश कसं मिळणार? त्याला क्लासच्या नोटिस बोर्डवरची हरिवंशराय बच्चन यांची ती कविता आठवली आणि त्याला नवीन स्फुरण चढलं.

लेहरों से डर कर नौका पार नहीं होती ।
कोशिश करनेवालो की हार नहीं होती ।

४३

मुख्य परीक्षा सुरू झाली आणि मुलं आणखी व्यस्त झाली. प्रत्येक दिवशी दोन पेपर याप्रमाणे चार दिवसांत आठ पेपर अशी मुख्य परीक्षा असणार होती. एकदा पेपर सुरू झाले आणि फटाक्याच्या माळेसारखे एकामागोमाग कसे संपले, ते कळलंच नाही. मोहननं मराठी आणि इंग्रजीचा पेपर चांगला सोडवला; पण सामान्य अध्ययनाच्या दोन पेपरमध्ये त्याला वेळ पुरला नाही. १०-१० मार्कांचे प्रश्न लिहायचे राहिले. वैकल्पिक विषय भूगोलाचे दोन पेपर आणि बँकिगचे दोन पेपर झाले आणि मुख्य परीक्षा संपली. भूगोलाच्या पेपरमध्येही त्याचा २० मार्कांचा प्रश्न सोडवायचा राहिला. असे प्रश्न सोडवायचे राहिल्याने आधी त्याला बरंच टेन्शन आलं होतं. सगळे पेपर झाल्यावर त्यानं बऱ्याच सीनिअर मुलांना विचारलं. असे प्रश्न सुटले तर मोठा फरक पडत नाही, पण विषय चालला पाहिजे असं त्यांचं म्हणणं पडलं आणि आता विचार करून काही फायदा नाही. पेपर तर देऊन झाले होते, आणि ते काही केल्या बदलता येणार नव्हते. मग उगाचच विचार करून डोकं कशाला दुखवा? बबन आणि अजयलाही पेपर म्हणावे तसे चांगले गेले नाहीत, असं ते दोघं म्हणाले. गौतम तर प्रत्येक पेपरनंतर डोकंच धरून बसायचा. आज हे राहिलं, आज ते राहिलं, रोज रडगाणं असे. त्याची ही रडारड बघून रघू आणि श्रीधरला गंमत वाटे. "आम्हाला सोडून प्री पास झाला आहेस ना... भोग आता आपल्या कर्माची फळं." ते गमतीनं त्याला म्हणायचे. कुठून ही परीक्षा पास झालो असं त्याला वाटे. पेपर लिहून हात दुखत, पण सांगणार कोणाला? तोंड दाबून बुक्क्यांचा मार होता. परीक्षा संपली आणि तो नाचतच माधववाड्यात शिरला. मोहन मागचे पंधरा-एक दिवस नीटसा झोपला नव्हता. आज परीक्षा संपल्यावर त्यानं खूप झोपायचं ठरवलं. इतकं झोपायचं, इतकं झोपायचं की दोन दिवस जेवायलाही उठायचं नाही. पण रूमवर आल्यावर त्याला झोपच येईना. त्याला कळेना, हे असं का होतंय? आपण इतके थकलेले आहोत की आपल्याला लगेच झोपही येणार नाही? तो नुसताच खाटेवर आडवा झाला. परीक्षा संपल्याच्या खुशीत गौतम आणि रघू फिल्म बघायला निघाले. ते मोहनलाही बरोबर येण्याचा आग्रह

करत होते; पण तोच गेला नाही. सीनिअर चौगुलेही अजून रूमवर आले नव्हते. तो एकटाच होता. खाटेवर पडल्या पडल्या एकांतात मग त्याला करमरकर मॅडमची आठवण आली. मागच्या पंधरा दिवसांत त्यानं कटाक्षानं ती टाळली होती. पण आज जेव्हा शरीर आणि मेंदू थकून विसावला होता, तेव्हा हिरव्या गहिऱ्या पाण्यातून शेवाळ जसं वर येतं, तशा त्या आठवणी पुन्हा उफाळून वर आल्या. काहीच्या काही होऊन बसलं होतं, ज्याचं उत्तर मात्र कुणाकडेच नव्हतं. मॅडमचं नक्की काय झालं असेल...? त्या कुठे गेल्या असतील...? काहीच समजत नव्हतं. पोलिसांकडूनही काही बातमी आली नव्हती. त्यानंही तिथे जाऊन विचारणं मुद्दाम टाळलं होतं. पण आपण मॅडमबाबत काहीतरी माहिती मिळवायलाच पाहिजे असं त्याला राहून राहून वाटत होतं. एखादी व्यक्ती आपल्यातून अचानक गायब होते आणि आपण काहीच करू शकत नाही, हा विचारच त्याला खात होता. मॅडम नाहीश्या झाल्या, क्लासमध्येही त्यांच्याबद्दल जास्त काही बोललं जात नव्हतं. तसं त्यांचं इतर शिक्षकांबरोबर जास्त काही बोलणं होत नसे. कामापुरतं जे काही बोलणं होत असेल तेवढंच! आपण भलं आणि आपलं काम भलं असं त्यांचं वागणं होतं. मॅडमचा विचार करता करता त्याचा डोळा कधी लागला कळलंच नाही. त्याला एक स्वप्न पडलं. एका अंधाऱ्या खोलीत तो फिरत होता. कुठून तरी रडण्याचा आवाज येऊ लागला. कोण रडतंय हे पाहण्यासाठी तो आवाजाच्या दिशेनं आत आत जात राहिला. कौलारू छतातून प्रकाशाचा कवडसा आत येत होता. त्या कवडशात त्याला शरीराचं मुटकुळं करून बसलेली बाई दिसली. त्यानं जवळ जाऊन पाहिलं, तर त्या करमरकर मॅडम होत्या. त्या एका कोपऱ्यात बसून नुसत्या रडत होत्या. त्यानं त्यांना विचारलं की काय झालं म्हणून... पण त्या काहीच बोलेनात. नुसत्या रडत होत्या. अचानक त्याच्या खांद्यावर एक हात येऊन पडला, आणि तो दचकून झोपेतून जागा झाला.. आधी त्याला कळेना की आपण कुठे आहोत. त्यानं बाहेर बघितलं, बाहेर पहाट झाल्यासारखी वाटत होती, पण त्यातही काहीतरी गडबड असावी असं त्याला वाटलं.

"काय झालं रे?" त्यानं बघितलं तर समोर सीनिअर भोसले उभे होते.

"किती वाजले?" त्यानं झोपेच्या धुंदीत विचारलं.

"संध्याकाळचे सहा वाजताहेत ... झोपेत बडबडत होतास म्हणून उठवलं तुला..."

"संध्याकाळचे सहा ? मग पहाट असल्यासारखं का वाटतंय?"

"झोपेत आहेस तू ... हे बघ घड्याळ?" त्यानं डोळे मोठे करून खात्री करून घेतली. खरंच होतं. सीनिअर भोसले निघून गेले. तास-दीड तास त्याला गाढ झोप लागली होती. थकव्यामुळे आणि झोपेच्या अभावामुळे असं झालं असावं. पण त्या

गाढ झोपेतही करमरकर मॅडम त्याला दिसल्या होत्या. तो तसाच पडून राहिला.

आपण मॅडमच्या घरी जाऊन बघितलं तर? त्याच्या डोक्यात विचार आला आणि त्याला एकदम हुरूप आला. येस, आपण निदान एवढं तरी करू शकतो. कदाचित त्या अडचणीत असू शकतील; काहीतरी माहिती मिळेल. पण आता पंधरा दिवस उलटून गेलेत. आपण जाऊन तरी काय करणार? आपल्याला काय माहिती मिळणार? काय करावं...? काय करावं...? ठरलं...! तो लगेच उठला. तयार झाला आणि प्रभात रोडकडे जायला निघाला. चालत चालत तो मॅडमच्या बिल्डिंगजवळ आला आणि त्याला मॅडमबाबतीत मागचं सगळं आठवलं. अगदी ॲक्सिडेंटपासून ते त्या शेवटचे त्याला भेटल्या होत्या तिथपर्यंत! त्याचं मन एकदम विषण्ण झालं. अचानक त्याला आठवलं की मॅडमचा फोन नंबर त्याच्याकडे आहे. लावू या का फोन? त्यानं फोन लावला. थोडा वेळ नुसतं टूऽऽऽ क टूऽऽऽक आवाज येत राहिला. नंतर फोन आपोआप कट झाला. त्यानं पुन्हा फोन लावला. 'आपण ज्या नंबरशी संपर्क करत आहात तो सध्या संपर्क कक्षेच्या बाहेर आहे.' त्यानं फोन बंद केला. फोन लावून काही फायदा नाही.

"काय रे कोण पाहिजे?" त्यानं चमकून पाहिलं- एक मध्यम वयाच्या बाई त्याला विचारत होत्या. या त्याच बाई होत्या ज्यांनी सुरुवातीला त्याला हटकलं होतं. त्यांच्या कपाळावर आताही तशाच आठ्या होत्या, ज्या पहिल्या वेळी त्याला दिसल्या होत्या. जणूकाही विश्वाचा गाडा चालवण्याची जबाबदारी भगवंतानं याच बाईंच्या गळ्यात टाकली होती.

"न, नाही... कोणी नाही." मोहनच्या बोलण्यावर त्या त्याला आणखीनच निरखून पाहू लागल्या.

"तुला कुठंतरी बघितल्यासारखं वाटतंय."

"नाही हो... मी असाच चाललो होतो इथून..." म्हणत त्यानं तिथून काढता पाय घेतला. पण त्या बाई लगेच म्हणाल्या, "थांब, तू आधीही इथे आला होतास, बरोबर?" आता लपवण्यात काही अर्थ नाही म्हणून नाइलाजाने तो 'हो' म्हणाला. बाईंच्या चेहऱ्यावर विजयी हास्याची लकेर उमटली.

"हो, आधी आलो होतो मी. करमरकर मॅडमना भेटायला. मी त्यांच्या क्लासमध्ये शिकतो."

"आता काय उपयोग? गेली ती... एका अर्थी बरंच झालं, ब्याद गेली एकदाची! नसती कटकट मेली...!"

" त्या कुठे गेल्या? म्हणजे तुम्हाला काही माहीत आहे का?"

"मला काय सांगून गेलीय होय ती! तरी मी सरनाईकांना सांगत होते, तिला इथे ठेवू नका म्हणून... हिची लक्षणं काही ठीक दिसत नव्हती... गेली असेल

कुणाचा तरी हात धरून...''

"सरनाईक सरांचा काय संबंध?''

"त्यांनीच तर तिला इथं त्यांच्या रूममध्ये राहायला जागा दिली होती.''

"म्हणजे हे सरांचं घर आहे?''

"मग काय, तिची लायकी आहे का असल्या सोसायटीत राहायची? मी सांगणारच होते त्यांना की हिला काढून टाका म्हणून. बरं झालं, सुंठीवाचून खोकला गेला.'' म्हणत त्या निघून गेल्या. ही नवीनच माहिती मोहनला आज कळत होती. म्हणजे मॅडम सरनाईक सरांच्या घरात राहत होत्या. तरीच सर त्या दिवशी त्यांच्या घरी त्यांची विचारपूस करायला आले होते. आता मोहनला सगळ्या गोष्टींचा उलगडा झाला. सरनाईक सर म्हणजे देव माणूसच! मॅडम एकट्या होत्या म्हणून त्यांनी मॅडमना त्यांच्या या दुसऱ्या घरात राहायला जागा दिली होती. याच्या आधीही त्यानं सरांच्या बाबतीत बऱ्याच चांगल्या गोष्टी ऐकल्या होत्या. काही ठिकाणी ते मार्गदर्शनपर लेक्चर्स फुकट देतात. अनेकांना आर्थिक मदत त्यांनी केली होती. स्वतः मोहनला त्यांनी खूप मदत केली होती. पोलिसांच्या चौकशीच्या ससेमिऱ्यातून त्यांनीच त्याची सुटका केली होती आणि त्यांच्यामुळेच त्याला नीट अभ्यास करता आला होता. हे जरी खरं असलं तरी मुख्य प्रश्न अजून तसाच होता. मॅडमचं काय? त्या बेपत्ता होण्याला कारण काय? त्या बाई म्हणाल्या तशा मॅडम असतील का? त्या खरंच कुणाचा तरी हात धरून पळून गेल्या असतील का? त्यांच्या आयुष्यात दुसरा कोणी होता का? असेलही कदाचित... तसा त्यांचा स्वभाव अगदी शांत होता. त्यांच्याबद्दल काही अंदाज बांधता येत नव्हता; पण शेवटच्या भेटीत त्या म्हणाल्या होत्या नवीन नाती त्यांना नकोशी वाटत आहेत म्हणून... तरीही त्या असं काही वागू शकतात? माणूस हा विक्षिप्त प्राणी आहे. बऱ्याच वेळा आपण वागण्या बोलण्यातून त्याच्या स्वभावाचा अंदाज बांधत असतो. पण नेहमीच तो अंदाज बरोबर येईल याची काय शाश्वती? समोरच्या माणसाच्या मनात काय चालू आहे हे आपल्याला कसं कळणार? पण आता कितीही विचार केला तरी काही फायदा नाही. आपण मॅडमचा विचार करणं सोडून देणंच योग्य ठरेल. तो आल्या पावली पुन्हा माधववाड्याच्या दिशेनं चालू लागला.

४४

मुख्य परीक्षा संपली आणि घाण्याला जुंपलेल्या बैलाला अचानक बैलपोळा आल्यावर जसं वाटेल, तसं पोरांना वाटलं. पेपर तर संपले, आता पुढे काय? पूर्वी अभ्यासात वेळ कसा निघून जायचा, कळायचं नाही. पण आता एकदम पोकळी निर्माण झाल्यासारखं वाटू लागलं. वेळ जाता जाईना. घड्याळाचे काटे मुद्दाम ठरवून निवांत चालले आहेत असं वाटत होतं. पहाटे वेळेत उठणारेही आता सकाळी आठ-नऊ वाजेपर्यंत लोळत पडू लागले. मुख्य परीक्षा झाल्यावर बबन पुन्हा त्याच्या गावी गेला. गौतम आणि अजयही त्यांच्या घरी एक-दोन आठवड्यासाठी गेले. रघू मात्र गेला नाही. मोहनलाही घरी जावंसं वाटत नव्हतं, पण एकदा घरून फोन आला आणि तोही चार-पाच दिवसांसाठी घरी जाऊन आला. सीनिअर भोसलेही घरी गेले होते. नायब तहसीलदार गावडे मेडिकल रजेवरून पुन्हा आपल्या कार्यालयात रुजू झाले. सीनिअर चौगुले मात्र घरी गेले नाहीत. ते रूमवर राहू लागले. रघू आणि सीनिअर चौगुले यांचं आता चांगलं पटू लागलं होतं. सुरुवातीला रघू आणि गौतम त्यांच्याशी बोलत नव्हते. खरंतर सीनिअर चौगुलेंचा स्वभाव थोडा एकलकोंडा असल्यानं तेच जास्त कुणाशी बोलत नसत. रघू ज्या वेळी पूर्व परीक्षा नापास झाला, त्या वेळी त्यांनी त्याला धीर दिला होता. मुख्य परीक्षा संपल्यावर सर्व जण घरी गेले असताना ते दोघंच रूमवर होते. साहजिकच समोर आल्यावर बोलणं होणारच! त्यातून त्यांची मैत्री वाढत गेली. आठवडाभरानं मोहन पुन्हा रूमवर आला तेव्हा त्याच्या ही गोष्ट लक्षात आली. आणि त्यालाही मनातून बरं वाटलं. हळूहळू एकेक जण आपापल्या घरून परत येत होते आणि माधववाडा पुन्हा पहिल्यासारखा पोरांनी भरून गेला. सध्या काहीच काम नसल्यानं मुलं मग याच्या त्याच्या रूमवर जाऊन गप्पा मारत बसत. संध्याकाळी लक्ष्मीरोड, तुळशीबाग ठरलेली! मधूनच एखादा चांगला सिनेमा आला की मग विजय टॉकीज आहेच! सिनेमा आवडला की परत दुसऱ्या दिवशी तोच सिनेमा! असा सगळा आरामाचा कारभार चालू होता. अशातच एक महिना उलटून गेला आणि एके दिवशी मागच्या वर्षी झालेल्या पीएसआय परीक्षेचा अंतिम निकाल लागला. माधववाड्यातले तीन

जण सिलेक्ट झाले. त्यांना तर स्वर्ग दोन बोटेच उरला होता. मोहन आणि त्याचे मित्र पुण्यात आल्यापासून प्रथमच एखाद्या परीक्षेचा अंतिम निकाल पाहत होते. त्यामुळे कालपर्यंत त्यांच्यात वावरणाऱ्या मुलांना प्रत्यक्षात अधिकारी होताना ते प्रथमच पाहत होते, आणि त्यांना झालेला आनंद अनुभवत होते. सर्व जण त्यांचं अभिनंदन करत होते. कौतुकाचा वर्षाव करत होते. थोडक्यात काय, तर स्पर्धा परीक्षांचा अभ्यास करणारा प्रत्येक मुलगा किंवा मुलगी याच दिवसाची आतुरतेनं वाट पाहत असतात. याच ॲडला सरनाईक क्लासचे २७ जण पीएसआय झाले. सरांनी मोठ्या दिमाखात त्यांचा सत्कारसमारंभ ठेवला. मोहनला सुरुवातीचा सत्कारसमारंभ आठवला. पण त्या वेळी जी मुलं अधिकारी झाली होती ती त्याला अनोळखी होती. पण आता त्याच्या ओळखीची सीनिअर मुलं त्याच्या डोळ्यांदेखत अधिकारी झालेली त्याला पाहायला मिळाली, हे जास्त महत्त्वाचं होतं. कुठेना कुठे तरी तो स्वतःला त्यांच्यात पाहत होता. आपणही उद्या त्या जागी बसलेले असू... आपलाही असाच कौतुक सोहळा होईल, आपणही मग सर्वांसमोर घेतलेल्या कष्टांचं रसभरीत वर्णन करू, आपल्याला किती अडचणी आल्या आणि आपण त्यांच्यावर कशी मात केली, हे आपण जगाला छातीठोकपणे सांगू... वाह! काय धमाल येईल!

माधववाड्यात एक प्रथा होती. कुठल्याही परीक्षेत सिलेक्ट झालेली मुलं स्वतः खर्च करून वाड्यातल्या इतर सर्व मुलांना पार्टी देत. ही प्रथा केव्हापासून सुरू झाली हे तिथल्या सीनिअर मुलांनाही माहीत नव्हतं. ही प्रथा खूप आधीपासून चालत आलेली होती. हा खरंतर एक प्रकारचा मान होता. आनंद व्यक्त करायचं साधन! म्हणजे तुम्ही पार्टी तेव्हाच देऊ शकता जेव्हा तुम्ही काहीतरी बनता, अधिकारी होता, एक जबाबदार माणूस बनता. या ठिकाणी पार्टी खाण्यापेक्षा पार्टी द्यायलाच मुलं जास्त उत्सुक असतात. कमीत कमी पार्ट्या खाव्यात आणि आपली पार्टी लवकरात लवकर देता यावी, यासाठी मुलं देवाकडे प्रार्थना करत. मुळातच मुलं इथून लवकर बाहेर पडता यावं यासाठीच आलेली असत. त्यामुळे एकदा का आपलं ध्येय साध्य झालं, की ती इथे थांबत नसत. सुरवंटाचं जसं सुंदर फुलपाखरात रूपांतर होतं, तसं इथे येणाऱ्या साध्या मुलाचं अधिकाऱ्यात रूपांतर होई आणि तो आपल्या पुढच्या प्रवासाला निघून जात असे.

आज संध्याकाळी माधववाड्यातल्या सिलेक्ट झालेल्या सीनिअर मुलांची पार्टी होती. सगळ्यांना आग्रहाचं निमंत्रण होतं. त्यात जो पार्टी देतोय त्याच्याशी वैयक्तिक ओळख असणं, ही गोष्ट दुय्यम असते. तुम्ही जर माधववाड्यात राहताय ,तर तुम्हाला आमंत्रण आहेच! आणि तुम्ही न चुकता आलंच पाहिजे. सर्व जण जायला तयार झाले. सीनिअर चौगुले तयार झाले आणि पायात चप्पल अडकवून ते बाहेर जायला निघालेही

"चौगुले सर थांबा... आम्ही पण येतोय..." मोहन त्यांना म्हणाला.

"तुमचं आवरा, मी खाली थांबतो... खाली या." म्हणत ते निघून गेलेही. सगळे तयार झाले होते, फक्त गौतम सोडून. कितीतरी वेळ तो भिंतीवर लावलेल्या आणि फक्त अर्ध तोंड दिसू शकेल अशा लहानशा आरशात बघून केस विंचरत काय होता, तोंडाला पावडर काय लावत होता. जणूकाही तो मुलगी बघायला जायच्या कार्यक्रमासाठी तयार होत होता.

"बास ना बाबा आता... आरसा फोडशील्ल.... " रघू वैतागून म्हणाला.

"गऽऽऽ बस, जरा पावडर तरी लावू दिकी..."

"आरं आजून थोडी लावचील तर पिटाच्या गिरनीतनं आल्यागत वाटचील..." रघूच्या या टोमण्यावर मोहनला जोरजोरात हसायला यायला लागलं. शेवटी वैतागून गौतमनं पावडरचा डबा तसाच आपटला, "चला... जळायलीत माझ्यावर..." बाकीचे दोघे आणखीन जोरात हसत बाहेर आले. मजामस्ती करत तिघं खाली आले. माधववाड्यातली बाकीची मुलं पिंपळाच्या पाराभोवती जमली होती. त्यात सीनिअर भोसलेही होते.

"आले, त्रिदेव आले..." ते गमतीनं म्हणाले.

"बास का सर, आम्हीच भेटलो का?"

"तुमचा शेजारी कुठे आहे?"

"तो येतोय ५ मिनिटांत खाली. सर, चौगुले सर दिसत नाहीत... मघाशीच खाली आले होते..." मोहन इकडेतिकडे शोधत म्हणाला.

"तो गेला... तो नाही येणार... मला माहीत आहे, तो अशा पार्ट्यांना येत नाही...." भोसले म्हणाले.

"अहो मघाशीच आम्हाला म्हणाले की खाली थांबतोय म्हणून..." मोहनला खरं वाटेना.

"तो तसाच बोलतो, आणि कुठेतरी निघून जातो. बरं चला, जमले का सगळे, निघू या, उशीर होतोय..."

सर्व जण निघाले. सीनिअर चौगुलेंच्या वागण्याचं मोहनला आश्चर्य वाटत होतं. असा कोणी माणूस कसा असू शकतो? सगळ्या जगाकडे पाठ करून ते बसले आहेत. आयुष्यात आनंद, मजा, समाधान अशा काही गोष्टी असतात हे कदाचित त्यांना माहीतच नसावं. नेहमी जगापासून अलिप्त कसं राहू शकतो? माणूस हा सामाजिक प्राणी आहे या वाक्याला ते चांगला अपवाद ठरू शकतात. अशाने ते स्वतःचंच नुकसान करून घेत होते. मोहनच्या डोक्यात त्यांचाच विचार चालू होता. त्यांच्याशी एकदा बोलून बघितलं पाहिजे. सध्यातरी आपण जे सिलेक्ट झालेले सीनिअर आहेत त्यांच्या आनंदात सहभागी होऊ. सध्या तेच महत्त्वाचं होतं.

तो पार्टीत सहभागी झाला. सिलेक्ट झालेल्या सिनियर्सनी आपले गमतीदार अनुभव सांगितले. त्याचबरोबर नवीन मुलांनी अभ्यास कसा करावा- त्यापेक्षा कसा करू नये याची गमतीदार उदाहरणे देऊन पार्टीत रंगत आणली. आजची मोहनची पहिलीच पार्टी होती. शेवटी पार्टीला जमलेल्यांनी इतरांना पार्टी देण्याचा योग लवकरात लवकर आणावा अशी आशा करून, जेवणावर मस्त आडवा हात मारून पार्टीचे समापन झाले.

४५

"आयला आता मी चार्ज झालुय बग..." रघू सकाळी लवकर अंघोळ उरकून आला. मोहन आणि गौतम अजूनही झोपेत होते. रघूनं त्याचे ओले केस झटकले आणि त्यातून उडणारे पाण्याचे तुषार मोहनच्या चेहऱ्यावर पडले. त्याची झोपमोड झाली.

"काय रे... यडा बीडा झालायस की काय?" मोहन तुसडेपणानं त्याला म्हणाला.

"मी फुल्ल चार्ज झालुय आता..." म्हणत त्यानं बाजूला झोपलेल्या गौतमच्या अंगावरचं पांघरूण खेचलं. तोही त्याच्यावर खेकसला. पण रघूला कुणाचीच पर्वा नसल्यासारखा तो वागत होता. त्यानं पुन्हा एकदा गौतमच्या अंगावरचं पांघरूण खेचलं. सकाळची चांगलीच थंडी पडली होती. त्यात रघू हे असले चाळे करू लागला तेव्हा गौतमचं डोकं फिरलं,"आरं तुझी काशी कर की तिकडं... झोपू दे की रांड्या..." त्यावर रघू राक्षसासारखा हसला.

"ए बाबा, तुला मस्ती चढलीय काय? पागल झालायस काय?" मोहनही वैतागला.

"हो मी पागल झालोय. कालच्या पार्टीमुळ मी पागल झालोय... आणि आता फुल्ल चार्ज झालोय."

"मोन्या त्याचा चार्जर काढून घे बाबा, तो फुल्ल चार्ज झालाय..." झोपेतही गौतमची विनोदबुद्धी चांगली काम करत होती.

"इ शान्या, आता बग मी कसा अभ्यास करतु ते... नाय आता येणारी पीएसआयची ॲड काढली ना तर नावाचा रघू नाय..."

"पण असा हा एवढा बदल झाला तरी कसा?"

"कालची पार्टी रं भावा... त्याच्यामुळं झालं हे..."

"पार्टीमुळं? आन आमी इतके दिवस बोंबलून सांगायलोय त्याचं काय नाय...!"

"तसं नाय भावा, पन काल ते पीएसआय झालेले सीनिअर नव्हते का सांगत,

की ते सलग ४ परीक्षा नापास झालते... पन मग मेहनती आणि जिद्दीच्या जोरावर त्यांनी शेवटी ही परीक्षा काडलीच ... लय भारी...''

“आयला, मंग मी इतके दिवस तुला काय कानडीत सांगत होतो व्हय रं बैला!'' गौतम त्याच्यावर खेकसला. रघू ज्या वेळी नापास झाला होता, तेव्हा त्याला खूप नैराश्य आलं होतं. त्याच्या बरोबरचे सर्व जण पास झाले होते, त्यामुळे त्याला खूप एकटं एकटं असल्यासारखं वाटत होतं. त्या वेळी गौतमच त्याला त्याच्या भाषेत समजावयाचा. त्याचं मन रमेल असं बोलायचा, त्याला प्रोत्साहन द्यायचा. रघूच्या कठीण काळात सर्वच त्याच्याबरोबर होते, पण गौतम त्याच्या जास्त जवळ होता. पण रघू स्वतःच्या दुःखात इतका बुडाला होता की त्याचं कुणाकडे लक्षच नसायचं. कुठेतरी शून्यात बघत बसायचा, जगाचा अंत आल्यासारखा वागायचा. पण एखादी घटना अशी असते की ती माणसाला बदलायला पुरेशी असते. कालची पार्टी अशीच होती. रघूवर त्याचा चांगला परिणाम झालेला होता. आता त्याचा गेलेला आत्मविश्वास परत येऊन तो पुन्हा जोमानं अभ्यासाला सुरुवात करणार होता. स्पर्धा परीक्षांचा अभ्यास म्हणजे अनेक चढउतार असलेला रस्ता आहे. त्यात अनेक खाचखळगे आहेत, खड्डे आहेत, स्पीडब्रेकर्स आहेत. कधीकधी चढ एवढा असतो की अभ्यासाची गाडी पुढेच जात नाही. आणि कधीकधी उतारावरून सुसाट वेगात सुटते. आपल्या इच्छित स्थळी लवकरात लवकर पोहोचणं मात्र प्रत्येकाचं ध्येय असतं. कधी ते मिळतं तर कधी मिळत नाही. आणि कधी जायचं असतं एक ठिकाणी आणि पोहोचतो वेगळ्याच जागी. अशी सगळी मजा मजा असते या स्पर्धा परीक्षेत! थोडक्यात काय, तर इतके दिवस बंद पडलेली रघूची गाडी सुरू झाली आणि आता मार्गाला लागली.

४६

पुण्यात स्पर्धा परीक्षांचा अभ्यास करायला आलेल्या मुलांचा मुख्य उद्देश अभ्यास हाच असतो, पण २४ तास डोक्यात अभ्यासाचे विचार राहाणे थोडे कठीण होते. खासकरून जेव्हा कोणतीच परीक्षा समोर नसेल तेव्हा! पण असे खूप कमी वेळा घडत असे. राज्यसेवा नसेल तर पीएसआय/ एसटीआय / असिस्टंटची एक्झाम असे, तीही नसेल तर स्टाफ सिलेक्शनच्या, बँकेच्या परीक्षा असत. पण त्या देणाऱ्या पोरांचे प्रमाण कमी असे. आताही राज्यसेवेची मुख्य परीक्षा संपली आणि थोडे दिवस जातात न जातात तोच पीएसआयची एक जाहिरात आयोगाच्या वेबसाइटवर येऊन थडकलीच! ह्या वेळी तब्बल ४००- ५०० जागा होत्या. जागा भरपूरच होत्या, मुलं खूश झाली. एखादी नवीन जाहिरात म्हणजे एक प्रकारची संधीच होती. त्या संधीचं सोनं करणं प्रत्येकाच्या हाती होतं. नवा उत्साह निर्माण झाला. रघू तर उड्याच मारू लागला. काही दिवसांपूर्वीच झालेल्या पार्टीनंतर त्याने जोमाने अभ्यास करायचं ठरवलं होतं आणि त्या पाठोपाठ लगेच ही मोठी जाहिरात आली. त्यामुळे हा एक शुभशकुनच आहे असं त्याला वाटलं. आता चांगला अभ्यास सुरू करावा असं त्याने ठरवलं. त्याने त्या परीक्षेचा अभ्यासक्रम आणि मागच्या वर्षीच्या प्रश्नपत्रिका सिनियर्सकडून मिळवल्या आणि त्यांचा अभ्यास करू लागला.

"आता काय ऐकत नाय एक मानूस..." गौतम त्याच्या बाजूने जात म्हणाला. तरी रघूचं त्याच्याकडे लक्ष नव्हतं. तो त्याच्याच नादात अभ्यासक्रम वाचत बसला.

"करू दे रे... त्याला कशाला डिस्टर्ब करतोय?" मोहन गमतीने त्याला म्हणाला.

"हो हो... सॉरी बरं का रघू..." गौतम मोठ्याने म्हणाला.

"अं... काय?" तंद्रीतून बाहेर आल्यासारखं त्याने विचारलं.

"काय नाय, काय नाय... तुझं चालू दे... पीएसआयची परीक्षा देणार आहेस का?" मोहनने विचारलं.

"हो, तुम्ही लोक नाय देणार का?"

"मला नाही व्हायचं पीएसआय..."

"गौत्या तू?"

"अं ... बघू..."

"कुणी भरो अगर न भरो... मी तर या ॲडचा फॉर्म नक्की भरणार..." रघू ठामपणे म्हणाला. त्याच्या डोळ्यांत निर्धार दिसत होता.

"आरं पण मग राज्यसेवा?"

"तो पन भरीन, नवीन ॲड आली तर. पण आता सध्या जे समोर आहे त्यावर लक्ष देनं गरजेचं आहे. काय?"

"बरोबर आहे, ऑल द बेस्ट रघू..." मोहनला त्याच्यात झालेला बदल जाणवला, आणि त्याला बरं वाटलं. गौतमही आनंदित झाला. आपला मित्र पुन्हा योग्य मार्गावर आल्याचं समाधान दोघांच्याही चेहऱ्यावर होतं.

४७

मोहन पुण्यात येऊन दीड-एक वर्ष होत आलं होतं. हे दीड वर्षं कसं गेलं हे त्याचं त्यालाही कळलं नाही. राज्यसेवेची मुख्य परीक्षा होऊन आता चार-पाच महिने उलटून गेले होते आणि आता त्याचा निकाल कधीही येऊ शकणार होता. अधूनमधून तो लागला असल्याची अफवा उडत उडत यायची. मग धावाधाव, पळापळ व्हायची आणि सायबर कॅफेत जाऊन बघितल्यावर पोरं रिकाम्या हातांनी परतायची. ज्यानं अफवा पसरवली त्याला रीतसर शिव्या घालण्याचा कार्यक्रम व्हायचा. परीक्षेचा निकाल लागण्याच्या घटनेची तुलना एकदा बॉम्बगोळा येऊन पडण्याच्या घटनेशीच होऊ शकेल. मोहनही या परीक्षेच्या निकालाची वाट बघत होता. या परीक्षेचा निकाल त्याच्या दृष्टीनं फार महत्त्वाचा होता. पेपरच्या आधी झालेल्या घटना त्याच्या डोळ्यांसमोरून सरकत गेल्या. मॅडम, त्यांचा ॲक्सिडेंट, त्यांच्याशी झालेली मैत्री, त्यांचं अचानक नाहीसं होणं, पोलिसचौकशी, सरनाईक सरांमुळे सुटका, मग उरलेल्या पंधरा दिवसांत बेभान होऊन अभ्यास... आणि हात दुखेपर्यंत लिहिलेले पेपर्स... सगळं एखाद्या फिल्मसारखं वाटत होतं. एवढं सगळं होऊनही त्याला मुख्य परीक्षा बरी गेली होती. काही प्रश्न राहिले, पण ते फार महत्त्वाचे नव्हते. बाकीच्या ज्यांनी ज्यांनी परीक्षा दिल्या होत्या त्यांचीही अवस्था काही निराळी नव्हती. बऱ्याच जणांनी मुख्य परीक्षेत पास होण्याची आशाही सोडून दिली होती. या सगळ्या पार्श्वभूमीवर मोहनला मुख्य परीक्षेच्या चांगल्या निकालाची अपेक्षा होती. कधीकधी तो एकटा बसलेला असताना त्याला मुख्य परीक्षेच्या निकालाची आठवण व्हायची आणि तो पास झाल्याचे मनोराज्य करत बसे. पास होणाऱ्या मुलांच्या यादीत त्याचा बैठकक्रमांक त्याला कॉम्प्युटर स्क्रीनवर दिसे, तो आनंदानं ओरडे, सर्व जण त्याचं अभिनंदन करताना आणि हसऱ्या चेहऱ्यानं ते स्वीकारताना तो स्वतःला पाही, इंटरव्ह्यूची तयारी, नंतर शेवटचं सिलेक्शन...! बास! किती मनोहारी दृश्य होतं ते! मग आपणही आपल्या समारंभाच्या भाषणात घेतलेल्या कष्टांचं, सरनाईक सरांच्या मार्गदर्शनाचं, अभ्यासाचं कौतुक सांगू... सर्व जण कडकडून टाळ्या वाजवतील. आई-बाबांच्या चेहऱ्यावरचा आनंद त्याला

दिसत होता. तो त्याच्याच विचारात मग्न असे. मध्येच त्याला करमरकर मॅडमची आठवण येई आणि मग त्याचं मन विषण्ण होई. तो अधूनमधून त्यांचा फोन नंबर डायल करून पाहत असे, पण त्यांच्याशी संपर्क होत नसे. एखादं न उलगडलेल्या कोड्यासारखं मॅडमचं नाहीसं होणं होतं. ज्याचं उत्तर फक्त देवाला आणि करमरकर मॅडमनाच माहीत असावं. पण त्यांच्या नाहीशा होण्यानं त्याच्या मनाला एक बोचरी जाणीव मात्र लागून राहिली होती. त्याला मॅडमविषयी जबरदस्त आकर्षण वाटत होतं. बाकीची मुलं त्यांच्या एका दृष्टिक्षेपासाठी तरसायची, तिथे त्याची आणि मॅडमची चांगली मैत्री झाली होती. त्याला स्वप्नातही असं काही घडेल असं वाटलं नव्हतं. परंतु सर्व घटना इतक्या जलद घडत गेल्या की त्याचा त्यालाही पत्ता लागला नाही. त्याला आजही एक गोष्ट कळली नव्हती की पोलिसांना त्याचं नाव कुणी सांगितलं? आपल्यातल्याच कुणा मुलांच्या तोंडून बोलता बोलता निघून गेलं असेल. त्याचं कुणाशी वैर नव्हतं, पण चुकून असं होण्याची शक्यता मात्र नाकारता येत नव्हती. या बाबतीत सीनिअर चौगुलेंचं भाकीत बरोबर ठरलं होतं. त्यांनी त्याला आधीच सावध केलं होतं आणि त्यामुळेच तो गोंधळून न जाता शांतपणे या प्रसंगाला तोंड देऊ शकला. तो त्यांचा आयुष्यभर ऋणी राहणार होता. सीनिअर चौगुलेही या मुख्य परीक्षेच्या निकालाची आतुरतेनं वाट पाहत होते. नाही म्हटलं तरी त्यांचं वय आता तीसच्या घरात गेलं होतं. किती वर्ष ते या परीक्षांचा अभ्यास करत होत, हे विचारायचं धाडस मोहनकडे मात्र नव्हतं. पण पुण्यात त्यांची दुसरी पंचवार्षिक योजना असावी, असं काही मुलांचं म्हणणं पडलं तेव्हा त्याला आश्चर्य वाटलं नाही; कारण त्यांच्या चेहऱ्यावरून आणि देहबोलीवरून ते दिसत होतं. त्यात मागे एकदा बोलता बोलता ते म्हणालेही होते की त्यांना पुण्यात राहून सात वर्षं झाली होती. ही त्यांची शेवटची परीक्षा होती, असं ते एकदा मोहनला म्हणालेदेखील होते. या परीक्षेत जर ते सिलेक्ट झाले, तर इतकी वर्षं सातत्यानं घेतलेल्या कष्टांचं चीज होणार होतं.

असेच मध्ये आणखी दोन आठवडे गेले आणि एके दिवशी संध्याकाळी मुख्य परीक्षेचा निकाल लागल्याची बातमी आली. मोहन, गौतम, अजय आणि रघू अमृततुल्यावर चहा पीत बसले होते. तिथे एक जण धावत धावत येऊन सांगत होता. स्वतः सायबरमध्ये निकाल बघितल्याचंही त्यानं सांगितलं. हातातल्या ग्लासात उरलेला अर्धा चहा मोहनच्या घशात उतरेना. त्यानं तसाच तो ग्लास ठेवला. गौतम आणि अजयचीही स्थिती काही वेगळी नव्हती. तेही मोहनबरोबर सायबर कॅफेत निघाले. एखादी छोटेखानी जत्रा भरावी तशी गर्दी सायबर कॅफेत आणि बाहेर जमली होती. म्हणजे ही अफवा नसून, खरंच निकाल लागला होता. निकाल बघायला मुलांची लाइन लागली होती. काही जणांचे आनंदानं ओरडण्याचे

आवाज आतून येत होते. काही जण दुःखी, सुतकी चेहऱ्यानं बाहेर पडत होते. जे पास झाले होते ते एकमेकांना मिठ्या मारत होते. जे पास झाले नाहीत त्यांचं सांत्वन होत होतं, 'काँग्रॅट्स... अभिनंदन... जाऊ दे- बेटर लक नेक्स्ट टाइम..., असं काही काही ऐकायला येत होतं. सुख आणि दुःख यांची एकाच ठिकाणी चाललेली रेलचेल मोहनला दिसत होती. आणि त्यामुळे तो आणखीनच अस्वस्थ झाला. यातलं आपल्या वाट्याला काय येईल, हा विचार मनात येऊन त्याच्या पोटात एक मोठा गोळा आला. त्याचे हात-पाय गळाल्यासारखं त्याला वाटलं. कधी एकदा आपला नंबर येतोय आणि कधी एकदा निकाल बघतोय, असं त्याला झालं. अजय आणि गौतमही तणावात दिसत होते. त्यांच्यात रघूच असा होता की त्याला या निकालाचं काही देणंघेणं नव्हतं, पण त्याला या तिघांच्या मनःस्थितीची जाणीव होती, त्यामुळे तो थेट सायबरवाल्याकडे गेला. तो त्याच्या ओळखीचा असावा, कारण त्यानं लगेच एक कॉम्प्युटर रिकामा करून त्याला दिला. रघू कॉम्प्युटरसमोर बसला अन् सर्व जण त्याच्याभोवती जमले. प्रत्येकाचे डोळे आता स्क्रीनवर लागलेले होते. पुणे विभागाचे नंबर समोर दिसत होते.

"हं, सांगा रे, एकेकाचे नंबर..." रघूनं ऑर्डर सोडली. अजयनं त्याचा नंबर सांगितला. पास होणाऱ्या मुलांच्या यादीत तो नंबर होता. अजयनं तर लॉटरी लागल्यासारखा चेहरा केला. तो पास झाला होता. आता गौतमचा नंबर होता, पण टेन्शनमुळे त्याला त्याचा बैठकक्रमांक लवकर आठवेना. त्यानं कसाबसा तो सांगितला, पण त्यानं सांगितलेला नंबर काही त्या यादीत नव्हता. रघूनं दोन वेळा तपासून पाहिलं, पण काही उपयोग झाला नाही. अजयनं त्याचं सांत्वन केलं. आता मोहन राहिला. त्यानं त्याचा पाठ केलेला बैठकक्रमांक सांगितला अन् डोळे मिटून घेतले. 'माझा नंबर असू दे देवा... नंबर असू दे देवा...' त्यानं मनोमन देवाला प्रार्थना केली. डोळे उघडले, पण त्याला त्याचा बैठक क्रमांक दिसेना. रघूनं पुन्हा तो नंबर शोधण्याचा प्रयत्न केला, पण त्याचा बैठकक्रमांक त्या यादीत कुठेच नव्हता. एखादी अवजड वस्तू डोक्यावर पडावी, तसं त्याला वाटलं. त्याच्या पायाखालची जमीन सरकल्यासारखं त्याला वाटलं. काही क्षण तो बधिर झाला. आपण मुख्य परीक्षा पास झालो नाही याचं भान त्याला आलं. कुणीतरी नैराश्यानं भरलेल्या दरीत आपल्याला फेकून दिलंय असं त्याला वाटू लागलं. दोन सेकंद श्वास घेणंही त्याला जड गेलं. सगळंच संपलं होतं. दीड वर्ष केलेला अभ्यास, इतके दिवस घेतलेल्या कष्टांवर पाणी पडलं होतं. आपला निकाल येईल अशी अशा वाटत असताना हे असं घडलं, याचं त्याला जास्त दुःख झालं. अपेक्षाभंगाचं दुःख फार मोठं असतं, याची त्याला जाणीव होत होती.

४८

माधववाड्यातल्या कोपऱ्यावरच्या रूममध्ये स्मशान शांतता पसरली होती. मोहन आणि गौतम मुख्य परीक्षेतून बाहेर पडले होते. राज्यसेवा परीक्षेच्या प्रवासाच्या मधल्या पायरीवर अपयश आल्यानं दोघंही खूप निराश झाले होते. मोहन शांतपणे त्याच्या टेबलपाशी बसला होता, गौतम डोक्यावर हात ठेवून बेडवर आडवा झाला होता. बराच वेळ कुणीच कुणाशी काही बोललं नाही. आणि बोलणार तरी काय? अपयश माणसाला मुकं बनवतं. त्याची कारणं काय असू शकतील याचा शोध नंतर घेतला जाणारच होता, पण सध्या या घडीला हे अपयश पचवणं दोघांनाही जड जात होतं. माधववाड्यात बाहेर मुलांचा गोंधळ चालू होता. जे पास झाले होते ते आनंदोत्सव साजरा करत होते. आणि जे पास होऊ शकले नाहीत ते मोहन आणि गौतमसारखे आपापल्या खोल्यांमध्ये शांतपणे बसून होते. मुख्य परीक्षा नापास झाल्यानं दोघंही पूर्वी जिथे होते तिथेच पुन्हा आले होते. दीड वर्ष असंच वाया गेलं होतं. रघू आपल्या टेबलशी बसला होता. तो या सर्व गोष्टींकडे तटस्थपणे पाहू शकत होता; कारण तो याआधीच स्पर्धेतून बाहेर पडला होता. आणि त्यामुळेच त्याला दोघांचीही मानसिकता कळत होती. मुख्य परीक्षेतून बाहेर पडल्यानं ते दोघं रघूच्या रांगेत आले. तो जेव्हा पूर्व परीक्षा नापास झाला त्या वेळी त्याचीही अवस्था काहीशी अशीच होती. बाहेर अंधार पडू लागला तसा रघूनं उठून खोलीतला दिवा लावला. लखकन सर्वत्र खोलीभर प्रकाश पडला.

"कशाला लावायलास लाइट?" गौतम वैतागानं म्हणाला.

"आरं अंधार झालाय..."

"हं ... अंधार तर असाही झालाच आहे सगळीकडे..." मोहन नैराश्यानं कुठेतरी शून्यात बघत म्हणाला.

"जाऊ द्या रं...सोडा आता... विचार करून काय व्हनारे?"

"तुला तर बरंच वाटत आसंल... आमी तुझ्या पंगतीला आलो ते...!" गौतम म्हणाला

"डोक्यावर पडलायस का? असं का वाटंल मला?"

"तू प्री ला उडलास, आमी मेन्सला, आता हिसाब बरोबर!"

"गौत्या, तू आता कायबी बरळाय लागलाय."

"आता मी बरळाय लागलोय?"

"जाऊ द्या रे.. गप बसा...उगाच डोक्याची मंडई करू नका." मोहन दोघांवरही डाफरला. अपयश कधीही एकटं येत नाही, त्याबरोबर नैराश्य, क्रोध, असूया ह्यांनाही सोबत घेऊन येतं, आणि मुख्य म्हणजे हतबलता! अपयश आलं की त्या क्षणी ते स्वीकारण्यापलीकडे दुसरं आपण काही करू शकत नाही. तो क्षणच जीवघेणा असतो आणि तो क्षणच पुढची दिशा ठरवतो. पुढे कोणत्या चुका झाल्या त्यांची कारणं, ह्यांचा शोध घेणं हे ओघानं तर आलंच! पण त्या क्षणातून सुटका मात्र नाही. असं वाटतं की कुणी जिवंतपणी आपलं काळीज चिरत आहे. कुठेतरी डोकं आपटावं, स्वत:च्याच थोबाडीत मारून घ्यावं असं वाटतं. मग मागे आपण मुद्दाम केलेल्या, कधी नकळत घडलेल्या चुका आठवतात. आपण खूप मूर्खासारखं वागलो ह्याचा साक्षात्कार होतो. उगाचच वेळ वाया घालवला ह्याची टोचणी लागून राहाते, जरा नीट अभ्यास केला असता तर निकाल वेगळा लागला असता असा विचार मनात येतो. माणूस दुनियेला फसवू शकतो, पण स्वत:ला नाही! आपण केलेला वेळकाढूपणा, निष्काळजीपणा, केलेल्या चुका केवळ आपल्यालाच माहीत असतात, आणि त्याची जाणीव सतत दुसरं मन आपल्याला करून देत असतं, अगदी प्रामाणिकपणे! मनाला टोचणी लागते ती त्यामुळेच! त्यात आणखी भर म्हणजे आपल्याच बरोबरचा, आपलाच मित्र जेव्हा पास होतो तेव्हा मात्र असूयेचा डोंगरच आपल्यावर कोसळतो. तो पास होतो तर आपण का नाही? आपण असं कोणतं पाप केलंय की आपण नापास झालो? देवानं आपल्यावरच अशी अवकृपा का करावी? स्वतःला दोष देऊन माणूस दमला की शेवटी देवावर घसरतो. शेवटी मग देवाच्याच मनात नव्हतं की आपण पास व्हावं, अशी मलमपट्टी करून घेतो, आणि आपल्या खांद्यावरचं ओझं देवाच्या खांद्यावर टाकून मोकळे होतो.

रूमवर मयत झाल्याप्रमाणे दोघे डोकं धरून बसले होते. रघू कंटाळून मागच्या बाल्कनीत गेला आणि सिगारेट पेटवून धूर सोडू लागला. कोणालाच काही सुचत नव्हतं. इतक्यात सीनिअर चौगुले रूममध्ये आले. त्यांनीही मुख्य परीक्षा दिली होती. त्यांचा रिझल्ट काय लागला असावा हे त्यांच्या चेहऱ्यावरून आणि देवबोलीवरून बिलकूल समजत नव्हतं. मोहनला त्यांना विचारण्याचा मोह आवरेना, "सर, रिझल्ट लागला आज मुख्य परीक्षेचा..."

"हं..." त्यांनी खाटेवर पडूनच हुंकार दिला.

"तुमचं काय झालं?" मोहननं विचारलं, पण त्यांच्याकडून काही उत्तर आलं नाही. "सर, सांगा ना .. काय आला रिझल्ट?"

''पास.'' डोळे बंद ठेवूनच त्यांनी उत्तर दिलं.

''काय?... पास? वा! अभिनंदन सर''

''ही माझी पाचवी मेन्स आहे, ज्यात मी पास झालोय. मला त्यात काही नावीन्य वाटत नाही.'' सीनिअर चौगुले उठून बसत म्हणाले. सगळे त्यांच्याकडे आश्चर्यानं पाहू लागले. हा माणूस आहे तरी कसा? याला ना दुःखाची पर्वा ना सुखाची किंमत! त्याला दोन्ही सारखंच! एखाद्या सिद्ध पुरुषाला असतं तसं! आताही ते पास झाले असले तरी त्यांच्या चेहऱ्यावर आनंद नव्हता, उलट तणाव वाढलेला दिसत होता. शर्यतीच्या अंतिम टप्प्यात आल्यावर जिंकू पाहणाऱ्या प्रत्येक स्पर्धकाच्या चेहऱ्यावर असतो तसा तणाव! यात जिंकण्याच्या ईर्षेपेक्षा हरण्याची क्षितीच जास्त होती.

४९

वेळ हे सर्व दुःखांवरचं औषध आहे. जसजसा वेळ जातो तसतशी या दुःखाची तीव्रता कमी होत जाते आणि मनाला लागलेली टोचणीही बोथट होते. मुलं पूर्ववत होतात. तसंच मोहन आणि गौतम बाबतीत झालं. मुख्य परीक्षेचा निकाल लागून आठवडा उलटून गेला. रिझल्टचा दिवस आणि त्यानंतरचे दोन दिवस मोहनसाठी फार वाईट गेले. तो रिझल्टच्या रात्री जेवलाही नाही. तसाच पडून राहिला. इतके दिवस घेतलेल्या कष्टांवर पाणी पडलं होतं. दीड वर्षांनंतर आज तो पूर्वी होता तिथेच पुन्हा आला होता. दीड वर्षांचा काळ चुटकीसरशी कसा निघून गेला हे त्याचं त्यालाही कळलं नाही. एमपीएससीची परीक्षा देणं म्हणजे सापशिडी खेळण्यासारखं आहे. तिथे कोणत्याही टप्प्यावर कधीही सापरूपी अपयश तुमच्या वाट्याला येऊन तुम्ही पुन्हा होता त्याच ठिकाणी याल, हे सांगता येत नव्हतं. तसंच अचानकपणे शिडी मिळून तुम्ही विचारही करणार नाही इतक्या उंचीवर जाऊन पोहोचता. अनिश्चितता तर पाचवीलाच पुजलेली असते. पेपर चांगले गेले म्हणून एखादा निर्धास्त राहू शकत नाही. कधी काहीही होऊ शकतं, याचा प्रत्यय मोहनला आला. जे लोक म्हणायचे की त्यांना पेपर अवघड गेलेत ते पास झाले होते. अजय आणि बबन दोघेही मुख्य परीक्षा पास झाले. त्यांनी मेन्सला घेतलेले विषय चालले होते त्यामुळे ते दोघे पास झाले, असं अजय म्हणाला. भूगोल आणि बँकिंग विषय घेतलेले फारच थोडे जण पास झाले होते. आधी बबनच्या निकालाबाबत कोणालाच माहीत नव्हतं. आता आपण पास झालो नाही तर बाकीच्यांचं विचारण्यात काय अर्थ आहे म्हणून मोहननंही कुठे विचारपूस केली नाही. पण मुख्य परीक्षेच्या एका आठवड्यानंतर बबनला पुन्हा माधववाड्यात बघितल्यावर मग सर्वांना त्याच्या पास झाल्याबद्दल कळलं, आणि सर्वांनाच त्याच्या बाबतीत नवल वाटलं. बबननं क्लास न लावता इथपर्यंत मजल मारलेली होती. आधीच तो फक्त रात्रीचा अभ्यास करणारा म्हणून प्रसिद्ध होता. त्यात आता आणखी भर पडली. त्याचं कौतुक करावं तेवढं थोडचं होतं. सीनिअर भोसलेही पास झाले होते. मेडिकल लीव्ह काढून आलेले नायब तहसीलदार गावडेसुद्धा पास झाले होते. पास होणाऱ्या मुलांमध्ये

सीनिअर आणि अनुभवी मुलांचं प्रमाण जास्त होतं. माधववाड्यात हाताच्या बोटावर मोजण्याइतकीच मुलं मुख्य परीक्षा पास झाली होती. बाकीच्यांचे पहिले पाढे पंचावन्न! जसजसा वेळ जात होता तसतसा आपल्या दुःखातून बाहेर पडून मोहन हळूहळू पूर्ववत येत होता. आता त्याच्याकडे वेळच वेळ होता, त्यामुळे आपल्या चुका कुठे झाल्या, हे तपासण्याच्या कामी तो लागला. मुख्य परीक्षेच्या अभ्यासाच्या सुरुवातीच्या काळात त्याचा चांगला अभ्यास झाला होता; पण ज्या क्षणी करमरकर मॅडम त्याच्या आयुष्यात आल्या, तिथून खरी अभ्यासाला उतरती कळा लागली. तो कायम त्यांच्याच विचारात असायचा. पुस्तक भलेही समोर असेल; परंतु त्याचं लक्ष पुस्तकात नसायचंच! क्लासमध्येही त्याचं फार कमी लक्ष होतं. ऐन मुख्य परीक्षेच्या काळात मोहन त्यांचाच विचार करत होता. मॅडम बेपत्ता झाल्या आणि त्यानंतर घडलेल्या घटनांमुळे त्याचा बराचसा अनमोल वेळ वाया गेला होता. आयुष्याच्या महत्त्वाच्या वेळी, केवळ एका प्रलोभनापायी हाती आलेली खूप मोठी संधी त्यानं गमावली होती. जुन्या अभ्यासक्रमाची राज्यसेवेची ही शेवटची परीक्षा होती, आणि त्यात क्लास वन आणि क्लास टूच्या भरपूर जागा होत्या. येणारा नवीन अभ्यासक्रम कसा असेल आणि त्याची परीक्षा कशी असेल, हे कुणालाच माहीत नव्हतं. परीक्षा सोपी नसणार यात मात्र कुणाचंही दुमत नव्हतं. त्यामुळे ती परीक्षा देणं म्हणजे अंधारात उडीच होती. याआधी केलेल्या अभ्यासाव्यतिरिक्त आणखी वेगळा अभ्यास असू शकणार होता. त्यामुळे त्याची स्वतंत्र तयारी करावी लागणार होती आणि ते काम त्रासदायक होतं. पण आता पर्याय नव्हता. ही परीक्षा पास झालो असतो तर पुढच्या परीक्षेबाबत विचार करायचीही गरज नव्हती. छे! सगळीच गणितं चुकत गेली.

५०

पीएसआयच्या पूर्व परीक्षेची जाहिरात आली आणि त्याच दिवशी रघूनं फॉर्म भरला. तो आता बिलकूल वेळ घालवणार नव्हता. त्यानं आधीपासून मनाशी पक्कं ठरवलंच होतं. त्याचं बघून मग गौतम आणि श्रीधरनंही फॉर्म भरला. मोहनलाही ते फॉर्म भरण्याबाबत सुचवत होते, पण त्यानं भरला नाही. त्याला पीएसआय व्हायचं नव्हतं. त्यानं साफ नकार दिला. गौतमनं फॉर्म भरला ते ठीक होतं. तो तसा काटक होता, पण श्रीधर मोडकनं कशासाठी फॉर्म भरला देव जाणे! एकतर तो सर्व बाजूंनी गोलमटोल! त्याची पीएसआय व्हायची शक्यता जवळजवळ शून्य टक्के होती. पीएसआयच्या मुख्य परीक्षेनंतर मैदानी चाचणी असते, त्यात तर त्याचा कुठेच निभाव लागला नसता. खरंतर हे त्याला स्वतःला माहीत होतं, पण अभ्यासाच्या टचमध्ये राहण्यासाठी त्यानं हा फॉर्म भरला होता. गौतमचंही फॉर्म भरण्याचं हेच कारण होतं. रघूनं सरनाईक सरांचा पीएसआयच्या पूर्व परीक्षेचा क्लास लावला. त्यानं एकट्यानंच हा क्लास लावला होता. त्यावरून तो आता या जाहिरातीबद्दल खूपच गांभीर्यानं विचार करत असावा, हे मात्र नक्की होतं. एक वेळ मोहनलाही तो फॉर्म भरावा असं वाटलं; पण त्यानं मोठ्या प्रयत्नांनी तो मोह टाळला. तो पुन्हा आता राज्यसेवेच्या पूर्व परीक्षेचा अभ्यास करू लागला. पण सध्या राज्यसेवेची कोणतीच जाहिरात नसल्यानं अवांतर वाचन करायचा सल्ला सीनिअर चौगुलेंनी त्याला दिला. त्यानुसार अभ्यासक्रमाला पूरक अशी इतर पुस्तके मोहन क्लासच्या लायब्ररीत जाऊन वाचू लागला. त्याचा चांगला परिणाम होत होता. त्याला एखाद्या घटनेची कारणमीमांसा, त्याचे परिणाम यांचा योग्य संदर्भ लागून त्याचा त्या त्या विषयाचा पाया पक्का होण्यास मदत झाली. इकडे राज्यसेवेच्या मुख्य परीक्षेत जे पास झालेत त्यांची इंटरव्ह्यूची तयारी जोरात सुरू झाली. इंटरव्ह्यूमध्ये मुलांची पर्सनॅलिटी, त्यांची विचार करण्याची पद्धत, हजरजबाबीपणा, निर्णयक्षमता, देहबोली, त्यांचं प्रेझेन्टेशन या सगळ्याच बाबी पाहिल्या जाणार होत्या. इंटरव्ह्यूला काहीच अभ्यास करावा लागत नसेल असं आधी मोहनला वाटत असे, पण राज्यसेवेचा हा शेवटचा टप्पा भलताच निर्णायक असतो, आणि त्यातून

बाहेर पडणं खरंच परवडणारं नसतं. म्हणजे धावण्याच्या शर्यतीत समोर शेवटची लाइन दिसावी आणि तेव्हाच आपला पाय मुरगळावा, तसं होण्यासारखं आहे. त्यामुळे या टप्प्यात विशेष काळजी घ्यावी लागते, असं सीनिअर चौगुले म्हणाले.

''तुमची तर आधीच सगळी तयारी झालीच असेल ना? अशी काय एवढी तयारी करावी लागते?'' मोहननं सीनिअर चौगुलेंना विचारलं.

''तयारी? अरे बाबा, उलट याची सर्वांत जास्त तयारी करावी लागते.''

''म्हणजे?''

''म्हणजे आपला सगळा अभ्यास तर असतोच, पण त्यात आणखीही तयारी लागते. आधी तुझ्याबद्दलची सगळी माहिती, त्यात तू, तुझं कुटुंब, तुझं शिक्षण, कॉलेजची माहिती, कुठे जॉब केला असेल त्याची माहिती अशी सगळी माहिती असते. त्यानंतर तू जिथे राहतोस त्या ठिकाणची, तालुक्याची, जिल्ह्याची सगळी माहिती, तुझे छंद, तुझं अवांतर वाचन, एखाद्या घटनेकडे तू कोणत्या दृष्टिकोनातून पाहातोस ते तपासतात. जनरल नॉलेज, चालू घडामोडी, परत काही ट्रिकी प्रश्नही विचारतात, आणखी त्यांच्या काय काय मनात येईल ते प्रश्न विचारतात. डोक्याला जाम ताप असतो... त्यात तुम्ही चांगले दिसले पाहिजे. तुमच्या देहबोलीचे ते पॅनेल निरीक्षण करत असतं. आम्ही मार खातो ते इथेच!'' सीनिअर चौगुले वैतागून म्हणाले.

''बाप रे! एवढा तर मी विचारच केला नव्हता.''

''का कुणास ठाऊक; पण इंटरव्ह्यूमध्ये माझी गोची होते. मला सगळं माहीत असतं, मी चांगला पेपर लिहू शकतो, सर्व मुद्द्यांसकट! पण ते असे समोर सांगताना मी नेहमी गोंधळतो,'' हात झाडत ते म्हणाले.

''बाकीची मुलं देतात तसे मॉक इंटरव्ह्यू द्यायचे ना मग!''

''देतो रे, दर परीक्षेला देतो. चांगले तीन-चार क्लासचे मॉक असतातच... तुमच्या क्लासचेही दिले आहेत मॉक, तिथे काही प्रॉब्लेम येत नाही. मी व्यवस्थित बोलतो, पण आयोगाचा इंटरव्ह्यू आला की मला काय होतं काय माहीत! मी नर्व्हस होतो, काही सुचत नाही.''

''मग आता?''

''तेच तर कळत नाही.''

''अच्छा, आता माझ्या लक्षात आलं, जेव्हा रिझल्ट लागला तेव्हा तुम्ही शांत का बसला होतात.''

''हं... पण आता त्यातून जाण्यावाचून पर्यायही नाही.''

''आता काहीही करून तुम्हाला हा इंटरव्ह्यू नीटच द्यायचा आहे सर...''

''सगळं कळतयं रे.. पण वळत नाही... इंटरव्ह्यूचा फोबिया झालाय मला.''

"तुम्ही जास्त विचार करू नका, जे व्हायचं ते तर होणारच आहे असं समजून इंटरव्ह्यू द्या... बिनधास्त!"

"हं.. बघू कसं काय होतंय ते! पण आता मी ठरवलं आहे. ही माझी शेवटची परीक्षा. आता जे होईल ते होईल. त्यानंतर मी पुन्हा कधी परीक्षा देणार नाही, हे मात्र नक्की!"

"का सर?"

"बास आता. कंटाळा आला, त्यामुळे आता हीच काय ती शेवटची परीक्षा आणि पुढची अॅड येईपर्यंत मी कदाचित एज बारसुद्धा होईन..."

"मला खात्री आहे सर, या वेळी तुम्ही क्लास वन नक्की होणार!" मोहन म्हणाला. त्यावर ते नुसतं तोंडदेखले हसले. त्यात आत्मविश्वासाचा अभाव जाणवत होता. आता सीनिअर चौगुले अभ्यासात कुठेच कमी नव्हते, त्यांच्याकडे सातत्य होतं, एवढ्या वर्षांचा अभ्यास होता, त्यांचं अक्षर म्हणजे कोरीव आणि सुंदर! आणि मुख्य म्हणजे त्यांच्या अक्षरात शेवटपर्यंत फरक पडत नसे. त्याउलट, बहुतेक सर्व मुलांची सुरुवातीची दोन-तीन पाने म्हणजे अगदी मोतीच! त्यानंतर सुवाच्य, नंतर केवळ वाचनीय आणि पेपर संपताना कुत्र्याचे पाय मांजराला अशी गत असे. स्पर्धा परीक्षेत लागणारे सर्व गुण त्यांच्याकडे होते; पण ते इंटरव्ह्यू बाबतीत थोडे कच्चे होते. प्रत्येकात काही ना काही कमी असतेच! आता येणारा इंटरव्ह्यू सीनिअर चौगुलेंच्या आयुष्यात महत्त्वाचा बदल घडवून आणणार होता एवढं मात्र नक्की!

५१

राज्यसेवा परीक्षेचा अभ्यासक्रम बदलायची सूचना आयोगाच्या वेबसाइटवर प्रकाशित झाली. आणि ज्याची वाट बघत होते तो अभ्यासक्रमही प्रसिद्ध झाला. या नव्या अभ्यासक्रमानुसार पूर्व परीक्षेच्या अभ्यासक्रमात थोडीफार वाढ करण्यात आली आणि मुख्य परीक्षा आता डिस्क्रिप्टिव्हऐवजी ऑब्जेक्टिव्ह असणार होती. पूर्वी जे वैकल्पिक विषय होते ते रद्द होऊन आता सामान्य ज्ञान म्हणजेच जनरल स्टडीवर आधारित सर्व विषयांचे एकूण चार पेपर असणार होते. हा बदल खूपच मोठा होता. जुनी मुलं होती त्यांचे तर हात-पायच गळाले. आजवर एक ठरावीक साच्याचा अभ्यास करून पास होण्याची सवय असलेल्या मुलांना हा बदल म्हणजे त्यांनी याआधी अभ्यासासाठी घातलेल्या मागच्या सर्व वर्षांवर पाणी ओतणारा होता. आधीचा अभ्यासक्रम तुलनेनं सोपा होता. प्रत्येक विषयाची अभ्यासासाठी काही ठरावीक पुस्तकं होती. फक्त ती वाचून काढली आणि तोंडपाठ केली की आरामात परीक्षा पास करता येत असे. बऱ्याचदा मुलं घोकंपट्टी करून जसंच्या तसं पेपरमध्ये उतरवत आणि चांगले मार्क्स मिळवत. त्यामुळे ज्याचं पाठांतर चांगलं तो सिलेक्ट होणार, हे ठरलेलं असायचं. प्रश्नही साधेच असायचे. उदाहरणार्थ, १८५७च्या उठावाची कारणे आणि त्याचे परिणाम काय? पृथ्वीचे अंतरंग आकृतीसह स्पष्ट करा... वगैरे वगैरे ... पण सापानं आपली कात टाकावी तशी एमपीएससी पूर्ण नव्या रूपानं समोर आली. आणि हा नवीन अभ्यासरूपी साप प्रथम डसला तो जुन्या सीनिअर मुलांना! याआधी सोपा अभ्यासक्रम असताना आपलं सिलेक्शन झालं नाही, तर या नव्या अभ्यासक्रमात आणि नव्या स्वरूपाच्या परीक्षेत आपला काय निभाव लागणार? बऱ्याच सीनिअर मुलांच्या एक- एक, दोन-दोन पंचवार्षिक योजना झाल्या होत्या. हा असा अभ्यासक्रम पाहिल्यावर काही सीनिअर मुलांनी आपापल्या बॅगा भरायला घेतल्या. जी नवीन मुलं होती त्यांना काही फरक पडला नव्हता, कारण ते अभ्यासात नवीन होते आणि त्यांना या परिस्थितीशी जुळवून घेण्यावाचून दुसरा पर्याय नव्हता. पुढचे एक-दोन आठवडे या नव्या अभ्यासक्रमावर आणि मुलांच्या दृष्टिकोनातून आयोगाच्या भयानक निर्णयावर

चर्चा करण्यात गेला.. रूममध्ये, चहाच्या टपरीवर, खानावळीत, क्लासमध्ये एकच विषय, तो म्हणजे नवीन अभ्यासक्रम आणि परीक्षा! काही जण आयोगाच्या या निर्णयाचे स्वागत करत होते, तर काही जण आता जगबुडी आला, अशा भीतीत वावरत होते.

"आयला, काय खरं नाय आता..." अभ्यासक्रमावरून नजर फिरवत गौतम म्हणाला.

"हो नं भौ! पण आता करणार तरी काय? आपल्याला तर हे स्वीकारण्यावाचून पर्याय नै ना..."

"हं, बरोबर आहे,...आता सगळं नवीन असणार. बाकीची सीनिअर मुलं काय म्हणतात सर?" मोहनने सीनिअर चौगुलेंना विचारलं.

"काय म्हणणार? टेन्शनमध्ये आहेत सगळे. पण हे तर अपरिहार्य आहे. आयोगानं आधीच डिक्लेअर केलं होतं, त्यामुळे आपण काहीच करू शकत नाही..."

"हो, बरोबरे, सालं आता इंटरव्ह्यूचा चांगला अभ्यास करायला पायजे, ह्या ॲडलाच सिलेक्ट होऊन गेलो तर झंझट मिटून जैल..."

"तुमी सुटाल रं, पण आमी लटकलो ना आता..."

"शेवटचा निकाल हाती येईपर्यंत काही खरं नस्त भौ... अजून इंटरव्ह्यू व्हायचाय, फायनल रिझल्ट लागायचाय... त्यात सहा महिने निघून जातील..." अजय जे म्हणाला ते खरंच होतं. स्पर्धा परीक्षा म्हणजे अनिश्चिततेचा खेळ असतो. त्यात छातीठोकपणे कुणी सांगू शकत नाही की माझं सिलेक्शन होईल म्हणून! ह्यात तुम्ही नक्की कुठे असता हे तुमचं तुम्हालाही कळत नाही. हे असं क्षेत्र आहे की ज्यात तुमची प्रगती, अधोगती गुलदस्तात असते. तुम्ही ते पडताळून पाहू शकत नाही. वर्ष-दोन वर्षं केलेली मेहनत दोन तासांच्या पेपरवर पणाला लागते आणि जेव्हा निकाल लागतो तेव्हा एकतर तुम्ही आत असता किंवा बाहेर! पण तुम्ही आत किंवा बाहेर का आहात, याची कारणमीमांसा मात्र करता येत नाही. समोर असलेल्या निकालावर तुम्हाला विश्वास ठेवावाच लागतो आणि त्याखेरीज तुमच्या हातात काहीच नसतं. 'पदरी पडलं आणि पवित्र झालं'अशी गत निकालानंतर होते. जे दान एमपीएससी तुमच्या पुढ्यात टाकेल, ते गोड मानून घ्यायचं आणि पुढे चालायचं.

५२

कुणाच्याही ध्यानीमनी नसताना एखादा बॉम्बगोळा पडावा तशी पुढच्या राज्यसेवेच्या पूर्व परीक्षेची जाहिरात आली. खरंतर सीनिअर भोसलेंनी बोलता बोलता मोहनला हे एक आठवडा आधी सांगितलं होतं. त्यांचा कुणीतरी मित्र आयोगात होता त्यामुळे त्यांना सर्वांच्या आधी बातम्या लागायच्या. जेव्हा प्रत्यक्षात जाहिरात आली तेव्हा मात्र मोहनला आश्चर्य वाटलं आणि आनंदही झाला. येणारी प्रत्येक जाहिरात एक नवा उत्साह घेऊन येत असते. त्यात जास्त जागा असल्या की मग तर मुलांच्या आनंदाला पारावर उरत नाही. आलेली ही जाहिरात फक्त आपल्यासाठीच आहे असं प्रत्येकाला वाटत असतं आणि त्यासाठी आता सर्वस्व पणाला लावायची तयारी प्रत्येक जण करतो. चला! आता नव्यानं सुरुवात करावी लागणार होती. पुन्हा मनामध्ये जोश भरला जाणार होता, पुन्हा अभ्यासाची वेळापत्रकं तयार होणार होती, पुन्हा नवीन पुस्तकं, नवीन नोट्स, नवीन क्लास; पण मुलं मात्र तीच! अजून मागच्या परीक्षेचे इंटरव्ह्यू बाकी होते त्यामुळे जवळपास सर्वच मुलांनी पुन्हा या नवीन अभ्यासक्रमाच्या नव्या राज्यसेवेच्या जाहिरातीसाठी अर्ज केला होता. दर वर्षीप्रमाणे वारकरी पुन्हा वारीत सामील झाले, आपल्या पंढरपुरी जायला!

मोहननं आलेली राज्यसेवेची नवीन जाहिरात पाहिली आणि त्याचं मन खट्टू झालं. क्लास वनच्या फारच थोड्या जागा होत्या. क्लास टूच्या बऱ्याच जागा होत्या. पण काही का असेना राज्यसेवेची जाहिरात आली ते महत्त्वाचं! मागच्या परीक्षेत जे इंटरव्ह्यूसाठी निवडले गेले होते, त्यांना मात्र दोन आघाड्यांवर लढाई लढायची होती. लवकरच त्यांचे इंटरव्ह्यू होते, त्यात आता राज्यसेवेची नवीन जाहिरातही आली होती. पुढच्या पंधरा दिवसांत इंटरव्ह्यूच्या तारखा दिल्या होत्या, ही त्यातल्या त्यात जमेची बाजू! म्हणजे इंटरव्ह्यू संपले की पुन्हा पुढच्या परीक्षेची तयारी करायला वेळ मिळणार होता. जे कोणी पास झाले होते ते इंटरव्ह्यूच्याच तयारीत लागले; कारण तो परीक्षेचा शेवटचा टप्पा होता. आणि तो एकदा पार केला की पुढच्या परीक्षेची गरजच उरणार नव्हती. मोहन आणि त्याचे सर्व मित्र

पुन्हा अभ्यासाला लागले. क्लासेस सुरू झाले. पुन्हा पहिल्या परीक्षेप्रमाणे सर्व जण क्लासला जाऊ लागले. त्यांच्यात केवळ अजय नव्हता. तो मुलाखतीची तयारी करत होता. त्याचा इंटरव्ह्यू झाल्यानंतर तोही क्लासला येणार होता. सीनिअर चौगुले, सीनिअर भोसले, अजय, बबन अशी सर्व मंडळी मॉक इंटरव्ह्यू देत होते. पुण्यात बऱ्याच क्लासेसमध्ये असे मॉक इंटरव्ह्यू घेतले जात होते. त्यातल्या त्यात नामवंत क्लासचे मॉक द्यायचं त्यांनी ठरवलं. तसंच रोज डिस्कशनही चालत असे. कसं बोलावं, कसं वागावं, कोणत्या प्रकारचे कपडे परिधान करावेत, जेणेकरून आपलं व्यक्तिमत्त्व खुलून दिसेल, याचा विचार करण्यात ही मंडळी गढून गेली होती. मोहन ते सारं पाहत होता आणि मनातल्या मनात स्वतःलाच शिव्या घालत होता. आपणही या जागी असलो असतो, असं त्याला वारंवार वाटत होतं. कुठून आपल्याला दुर्बुद्धी सुचली आणि आपण अभ्यासाकडे दुर्लक्ष केलं, असं त्याला वाटून गेलं.

एके दिवशी संध्याकाळी सीनिअर चौगुले मोहनजवळ आले आणि म्हणाले, "तुला वेळ असेल तर माझ्याबरोबर येशील का?"

"कुठे सर?"

"जरा बाजारात जायचं होतं... खरेदीला" ते म्हणाले आणि मोहन लगेच तयार झाला. सीनिअर चौगुलेंना इंटरव्ह्यूसाठी कपडे आणि शूज घ्यायचे होते त्यामुळे त्यांनी मोहनला बरोबर घेतलं.

"त्याचं काय आहे की मला कपडे खरेदी करायचं म्हणलं की टेन्शनच येतं. एकतर मनासारखे कपडे मिळत नाहीत आणि जे मिळतात ते परवडत नाहीत. त्यामुळे मला वैताग येतो खरेदीचा!" ते म्हणाले.

"टेन्शन नका घेऊ सर, मस्त खरेदी करू आपण... तुम्हाला सूट होतील असे कपडे घेऊ... कपडे बघूनच पॅनलनं तुम्हाला सिलेक्ट केलं पाहिजे!" मोहननं त्यांना दिलासा दिला आणि दोघं लक्ष्मी रोडवरच्या एका कपड्यांच्या दुकानात शिरले. त्यानंतर तासभर त्या दुकानात त्यांनी मुलाखतीला साजेसे कपडे खरेदी करण्यात घालवले. इंटरव्ह्यूसाठी शक्यतो प्लेन आणि फिकट रंगाचे कपडे आवश्यक होते. त्याचबरोबर ते फिटिंगला व्यवस्थित असणंही तितकंच महत्त्वाचं होतं आणि मुख्य म्हणजे त्यात आरामदायी वाटणं गरजेचं होतं. त्यामुळे दुकानदाराला भरमसाट कपडे काढायला लावून ट्रायल रूममध्ये जाऊन घालून बघण्यात बराच वेळ गेला. शेवटी एक ड्रेस त्यांनी विकत घेतला आणि हुश्श करत दोघे बाहेर पडले.

"थँक्स मोहन, मी या आधी कधीच अशी खरेदी केली नव्हती. त्या ट्रायल रूममध्ये तर आज मी पहिल्यांदा गेलोय..." सीनिअर चौगुले आनंदानं म्हणाले.

"काय सांगताय सर... !"

“अरे, खरंच! माझी कपडे खरेदी ५ मिनिटांत उरकते. रंग आवडला, आरशासमोर अंगाला लावून बघितला की झालं! आणि असंही पुण्यात अभ्यास करण्यासाठी काय कोणतेही कपडे चालतात. इतकी वर्षं कधी गरज पडलीच नाही...”

“मग या मागच्या इंटरव्ह्यूला कसे गेला होतात सर?”

“सांगतो काय असंच, पाच मिनटांत खरेदी! शर्ट कधी मोठा व्हायचा, कधी लहान. मग नवीन घेतलेला शर्ट बाजूला ठेवून रोजच्या वापरातला चांगला दिसणारा शर्ट घालून जायचो...”

“पण आता काही प्रॉब्लेम नाही सर! हे कपडे अगदी व्यवस्थित आहेत. आणि या वर्षी तुम्ही नक्की सिलेक्ट होणार!”

“असं झालं ना, तर ते कपड्याचं आख्खं दुकान तुझ्यासाठी खरेदी करीन...” दोघंही मोकळेपणानं हसले. सीनिअर चौगुलेंच्या चेहऱ्यावर आता एक वेगळाच आत्मविश्वास दिसत होता.

५३

शेवटी एकदाचे इंटरव्ह्यू सुरू झाले. अजय आणि बबनचे इंटरव्ह्यू एकाच दिवशी होते. त्यानंतर सीनिअर भोसले, मग सीनिअर चौगुलेंचा इंटरव्ह्यू एकामागोमाग होते. आयोगाच्या मुलाखतीसाठी दोन पॅनेल्स होते. त्यांच्यात मुले विभागली होती. अजय आणि बबन त्यांचा इंटरव्ह्यू देऊन आले आणि सर्वांनी त्यांच्याभोवती गर्दी केली. पॅनेल कसं होतं? किती मेंबर्स होते? काय काय प्रश्न विचारले? वगैरे वगैरे विचारून त्यांना भंडावून सोडलं. त्यांनीही उत्साहानं त्याची उत्तरं दिली. त्यांच्या सांगण्यानुसार इंटरव्ह्यूच्या दोन पॅनेल्सपैकी एक पॅनेल खडूस होतं आणि एक चांगलं. खडूस पॅनेल विचित्र, ट्रिकी प्रश्न विचारत होतं. मुलांना वेगळ्या पद्धतीनं विचार करायला लावणारे प्रश्न होते. प्रश्न समजून मग त्याची उत्तरं द्यावी लागत होती. अजय आणि बबन दोघांनाही तेच पॅनेल होतं. सरासरी १५ मिनिटं इंटरव्ह्यू चालत होता. दुसरं जे पॅनल होतं, ते मात्र साधे प्रश्न विचारायचे. ते बहुतकरून मुलांच्या वैयक्तिक आयुष्याशी निगडित प्रश्न विचारत होते. त्यांचाही वेळ सरासरी १०-१५ मिनिटांचा होता. हे असं कळल्यावर साहजिकच इंटरव्ह्यूसाठी प्रतीक्षेत असणारी मुलं आपल्याला दुसऱ्या प्रकारचं, साधे प्रश्न विचारणारं पॅनेल यावं अशी देवाकडे प्रार्थना करू लागली.

आजचा दिवस सीनिअर चौगुलेंसाठी महत्त्वाचा होता. आज त्यांचा इंटरव्ह्यू होता. सकाळपासून ते थोडे चिंतेत होते. आधीच त्यांना इंटरव्ह्यूचा फोबिया असल्यानं ते चांगलेच नर्व्हस झाले होते. ते शांतपणे आपल्या टेबलपाशी डोळे मिटून बसले. मोहनला त्यांची मनःस्थिती कळत होती. त्यानं त्यांना धीर दिला, "सर, काही काळजी करू नका, सगळं व्यवस्थित होईल... ऑल द बेस्ट!" रघू आणि गौतमनंही त्यांना 'बेस्ट ऑफ लक' दिलं. सर्व तयारी करून ते इंटरव्ह्यूसाठी निघाले. बाकी कुणाचं सिलेक्शन होवो अगर न होवो, सीनिअर चौगुलेंचं मात्र व्हायला हवं, असं मोहनला मनापासून वाटत होतं.

संध्याकाळी सीनिअर चौगुले रूमवर आले ते अगदी आनंदात! सर्व जण त्यांच्याभोवती गोळा झाले. कोणतं पॅनेल होतं? या प्रश्नाला त्यांनी समाधानानं

'दुसरं' असं उत्तर दिलं. त्यांचा इंटरव्ह्यू तब्बल २० मिनिटं चालला होता. खूप कमी मुलांचा इंटरव्ह्यू इतक्या जास्त वेळ चाललेला होता. पॅनेलच्या प्रत्येक मेंबरनं त्यांना प्रश्न विचारले आणि त्यांनी आत्मविश्वासानं त्याची उत्तरं दिली. जास्त करून प्रश्न त्यांच्या स्वतःविषयी विचारले होते. सीनिअर चौगुलेंना जाता जाता पॅनेलच्या चेअरमनने एक प्रश्न विचारला, "समजा तुमची निवड झाली आणि तुम्हाला नक्षली भागात पाठवण्यात आलं तर तुम्ही जाल का? आणि गेलात तर कसं काम कराल?" हा असा प्रश्न शक्यतो सिलेक्ट होणाऱ्या मुलांना विचारला जातो, असं सीनिअर मुलं म्हणत होती, म्हणजे सीनिअर चौगुले सिलेक्ट होणार हे जवळपास निश्चितच झालं होतं. त्या एक प्रश्नामुळे सीनिअर चौगुले अगदी निर्धास्त झाले होते. त्यांना असं मनमोकळं हसताना, बोलताना मोहन प्रथमच पाहत होता. त्यालाही खूप बरं वाटत होतं. आता प्रतीक्षा होती ती शेवटच्या निकालाची!

५४

राज्यसेवेच्या नवीन परीक्षेच्या पूर्व परीक्षेच्या अभ्यासक्रमात फारसा बदल झालेला नव्हता. फक्त थोडासा वाढलेला होता. मोहननं त्यावर एक नजर टाकली. बराचसा अभ्यास तोच होता. आणि मागच्या पूर्व परीक्षेत त्याचा चांगला अभ्यास झाला होता. बरेचसे कन्सेप्ट समजले होते. त्यामुळे त्यानं या पूर्व परीक्षेला क्लास न लावायचा निर्णय घेतला. आपण रूमवर किंवा एखाद्या अभ्यासिकेत जाऊन अभ्यास करू शकता, असं त्याच्या मनानं पक्कं केलं. अजयनंही प्रीसाठीचा क्लास लावला नाही. त्याच्यात आणि आपल्यात किती फरक आहे? तो राज्यसेवेचा इंटरव्ह्यू देऊन आला आहे, आणि आपण साधी मुख्य परीक्षासुद्धा पास होऊ शकलो नाही. उद्या अंतिम निकाल लागला तर त्याचं कदाचित नावही असेल यादीत! त्याच्या नावापुढे एखादं क्लास वन किंवा क्लास टूचं पद लागलेलं असेल आणि आपण काय करणार तर पुन्हा पूर्व परीक्षा.. मुख्य परीक्षा खेळत बसणार... त्याचं डोकं भणभणू लागलं. क्लास न लावण्याचं आणखी एक महत्त्वाचं कारण होतं, ते म्हणजे करमरकर मॅडम! कधीकधी एखाद्या ठिकाणी पुन्हा गेल्यावर त्या जागेशी निगडित घटना, व्यक्ती नकळत आपल्या मनात प्रवेश करतात. आपण कितीही प्रयत्न केला की विचार करायचा नाही, तरी यायचे ते विचार येतातच! मोहनच्या मनात आता मॅडमचे विचार होते. ते विचार झटकून टाकण्याचा त्यानं प्रयत्न करून पाहिला; पण फिरून फिरून मन त्यांच्यावर येऊन थांबत होतं आणि पुन्हा तोच एक प्रश्न त्याला सतावत होता, तो म्हणजे- मॅडम कुठे गेल्या असतील? आता जवळपास सहा महिने झाले, त्या बेपत्ता होत्या आणि आश्चर्याची बाब म्हणजे कुणीच त्यांच्याबद्दल काही बोलत नव्हतं. जणूकाही अशा नावाच्या कोणी मॅडम क्लासमध्ये शिकवतच नव्हत्या. त्यानंही मुख्य परीक्षा तोंडावर आल्यानं मॅडमचा विचार करणं तात्पुरतं सोडून दिलं होतं, पण आता मात्र पुन्हा ते विचार त्याच्या भोवती फेर धरून नाचत आहेत, असं त्याला वाटलं. का कुणास ठाऊक; पण मोहनला आता हे क्लास, अभ्यास नकोसं वाटू लागलं. पहिल्या परीक्षेसाठी त्यानं जवळपास दोन वर्ष खर्ची घातली होती, तरी त्याच्या हाती काही लागलं नव्हतं.

तो पूर्वी होता तिथेच अजूनही होता, या भावनेनं त्याला अस्वस्थ केलं. नाही म्हणायला पूर्व परीक्षा तो पास झाला होता. पण नुसती पूर्व परीक्षा पास होऊन काही फायदा नाही; त्यापुढचे सर्व अडथळे पार केले, तर आणि तरच घेतलेल्या मेहनतीचं चीज होणार होतं. विचार करून डोक्याला मुंग्या आल्यासारखं वाटू लागलं. बाहेर दिवस संध्येकडे झुकला होता. माइंड फ्रेश करण्यासाठी आणि पाय मोकळे करायला मोहन आणि सीनिअर चौगुले बाहेर पडले. इंटरव्ह्यू झाल्यापासून सीनिअर चौगुले आनंदी होते. आता ते संध्याकाळी बाहेर फिरायला बाहेर जाऊ लागले.

"सर, या नवीन अॅडबद्दल तुम्हाला काय वाटतं? सोपी तर नसणार परीक्षा!" मोहननं त्यांना विचारलं

"हं... काही सांगता येत नाही. पण मेन्स ऑब्जेक्टिव्ह आहे ते चांगलं आहे. म्हणजे तुम्हाला जर माहीत असेल तरच तुम्ही उत्तर देऊ शकता. लेखी परीक्षेत चालतो तसा उगाच फापटपसारा आता नाही चालणार."

"मी विचार केलाय की प्रीचा अभ्यास रूमवरच करावा... क्लास नाही लावत."

"कसंही ...पण रूमपेक्षा मग एखादी अभ्यासिका बघ. तिथे चांगला अभ्यास होतो. रूममध्ये बसलास की हा आला, तो आला, याच्याशी गप्पा मार, त्याच्याबरोबर चहा प्यायला जा, असं होणार. माझा अनुभव आहे म्हणून तुला सांगतो."

"बरोबर आहे खरं... तुमची अभ्यासिका कशी आहे?"

"मस्त. तिथं कुणी कुणाला विचारत नाही. आपलं टेबल पकडलं की दिवसभर बुक! मग किती करायचा तो कर अभ्यास दिवसभर!"

"हे बरं आहे. मग तुमचीच अभ्यासिका लावतो." मोहन उत्साहात म्हणाला.

"पाहिजे तर आता जाऊन तुझं नाव नोंदवून येऊ..."

"आता होईल?"

"त्याला काय झालं? तिथले व्यवस्थापक आपल्या चांगले ओळखीचे आहेत. लगेच काम होईल."

"एक नंबर! चला तर मग!"

दोघं सीनिअर चौगुलेंच्या अभ्यासिकेत गेले. 'जिजामाता अभ्यासिका' असा पेंटरनं रंगवलेला बोर्ड गेटवरच लावलेला होता. अभ्यासिका दुमजली होती. अभ्यासिकेच्या तळमजल्यावर गाड्या पार्किंग, पेपरवाचनासाठीचे स्टॅन्ड आणि त्यावर वेगवेगळे पेपर लावलेले आढळले. बाजूला एक फळा ठेवलेला आढळला, त्यावर 'शांतता राखा' अशी दटावणीवजा सूचना लिहिलेली होती. बाजूला भिंतीवर एक नोटिसबोर्ड होता. त्यावर अभ्यासिकेचे नियम, माहितीपर कात्रणं, कार्यक्रमपत्रिका

दाटीवाटीत एकमेकांवर पिनांनी टोचलेले दिसले. दोघं पहिल्या मजल्यावर असलेल्या व्यवस्थापकांच्या छोटेखानी कार्यालयात गेले. सीनिअर चौगुलेंना पाहून तिथल्या व्यवस्थापकांनी हसून त्यांचं स्वागत केलं. दोघं त्यांच्या समोरच्या खुर्च्यांवर बसले. व्यवस्थापकीय रूम तशी लहानच होती. एक टेबल आणि त्याच्यासमोर दोन खुर्च्या मावतील इतकीच जागा होती. टेबलवर वेगवेगळी रजिस्टर्स ठेवली होती. समोर अभ्यासिकेचे व्यवस्थापक श्री. पानसे बसले होते. गोरा वर्ण, डोळ्याला चश्मा, डोक्यावरचं छप्पर अर्ध उडालेलं, वय साधारण ५५-६० असेल. थोडक्यात व्यवस्थापक या नावाला ते साजेसे होते.

"काय म्हणताय? अभ्यास कसा चालू आहे?" त्यांनी विचारपूस केली.

"छान.." सीनिअर चौगुलेंनी प्रसन्न चेहऱ्यानं उत्तर दिलं.

"तुम्ही इंटरव्ह्यूला होतात ना? कसा गेला?"

"चांगला होता."

"बाकी आज काय काम काढलंत?"

"हा माझा मित्र आहे, मोहन त्याला अभ्यासिका लावायची आहे."

"हेसुद्धा अभ्यास करतात का?" त्यांनी मोहनकडे बघून एक फालतू प्रश्न केला. आता अभ्यासिकेत कुणी झोपा काढायला तर येणार नाही ना.

"होय, हुशार विद्यार्थी आहे... आणि तुम्हाला तर माहीतच आहे की रूमवर अभ्यास होत नाही."

"एमपीएससीचा अभ्यास करतात का?" त्यांनी पुन्हा विचारलं. का कुणास ठाऊक पण मोहनला ओरडून सांगावंसं वाटलं.

"हो सिन्सियर मुलगा आहे." चौगुलेंनी त्याच्या वतीनं उत्तर दिलं. व्यवस्थापकांनी बाजूला ठेवलेलं एक रजिस्टर काढलं आणि त्यात मोहनचं नाव नोंदवलं. त्याच्या नावाचं एक ओळखपत्र बनवून दिलं. मासिक फी २०० रुपये घेऊन त्याची पावती दिली.

"या कार्डाच्या मागे सूचना आहेत, त्यांचं तंतोतंत पालन करावं लागेल. आणि उद्यापासून आलात तरी चालेल." म्हणत त्यांनी ओळखपत्र मोहनच्या हातात दिलं. त्यानं त्यावर एकवार नजर फिरवली. एकूण नऊ नियम लिहिलेले होते आणि तेही खास पुणेरी शैलीत!

अभ्यासिकेचे नियम

१. येथे केवळ अभ्यास करावा; टाइमपास करायला पुण्यात बरेच नाकी आहेत.
२. टेबलचा वापर केवळ पुस्तके ठेवून वाचण्यासाठी करावा, आदिमानवासारखी भित्तिचित्रे काढू नयेत.
३. पृथ्वीवर केवळ ३% पाणी पिण्याजोगे आहे. जेवढे गरजेचे असेल तेवढेच

पाणी ग्लासात घेऊन प्यावे.

४. चालताना चपला घासत चालू नये.

५. टेबल-खुर्च्यांची मोडतोड करू नये... अन्यथा त्याची किंमत वसूल केली जाईल.

६. अभ्यास करून परीक्षेत नाव कमवावे; टेबलवर नावे लिहू नयेत.

७. पुस्तके चोरीला गेली तर व्यवस्थापक मंडळ जबाबदार नाही.

८. एकाच टेबलवर दोघांनी अभ्यासाला बसू नये.

९. मिळेल त्या जागेवर बसावे; उगाचच ७/१२ आपल्या नावावर असल्यासारखं वागू नये.

मोहनला त्या सूचना वाचून मोठी गंमत वाटली. व्यवस्थापकांना धन्यवाद देऊन दोघं बाहेर पडले.

"चल, तुला अभ्यासिका दाखवतो," एखादं गुपित सांगावं तशा आवाजात सीनिअर चौगुले त्याला म्हणाले. अभ्यासिकेत दोन कक्ष होते, एक कॉमन हॉल आणि दुसरा आतला हॉल. त्यांपैकी आतल्या अभ्यासिकेत कमालीची शांतता होती. एकामागोमाग एक असे एकाला बसायला पुरतील असे टेबल आणि त्यासमोर खुर्ची ठेवलेली. मुलं मान खाली घालून पुस्तक वाचत बसली होती. काही जण तिथल्या टेबलवर डोकं टेकवून डोळे मिटून पडले होते. प्रत्येकाचं विश्व केवळ त्या टेबल आणि खुर्चीपुरतंच मर्यादित होतं. आजूबाजूला काय चाललं आहे याची कोणालाही फिकीर नव्हती. कुणीच कुणाशी बोलत नव्हतं. जो तो आपल्या उद्योगात मग्न होता. हॉल पूर्ण भरला होता तरी टाचणी पडल्यावर आवाज येईल अशी शांतता होती. त्यामानानं बाहेरच्या हॉलमध्ये गाड्यांचे, पलीकडच्या पटांगणात खेळणाऱ्या मुलांचे बारीक आवाज येत. तरी हॉलमध्ये शांतता होतीच, पण आतल्या हॉलपेक्षा कमी! रीडिंगरूम बघून दोघं खाली आले.

"चांगली आहे अभ्यासिका... खूप शांत आहे. कशी काय?" मोहन म्हणाला.

"हं ... कोणी आवाज केला तर त्याला १० रुपये दंड आहे किंवा मग बाहेर काढतात. त्यामुळे मुलं गप्प असतात. काही बोलायचं असेल तर खाणाखुणा करून बोलतात. जास्तच बोलायचं असेल तर बाहेर जाऊन बोलतात; पण हॉलमध्ये कुणीच काही बोलत नाही." सीनिअर चौगुले म्हणाले.

"इतक्या शांततेची सवय नाही सर..."

"होईल हळूहळू ... तो आतला हॉल चांगला आहे. तिथे कसलाच आवाज येत नाही. तो हॉल सगळ्यात आधी भरतो. तूही तिथेच बसत जा. पण रोज न चुकता सकाळी लवकर येत जा; नाहीतर जागा मिळत नाही." दोघं गेटपाशी आले. तिथे एका मुलानं आपली बाइक गेटवरच बंद केली आणि ढकलत ढकलत तो

आत आणू लागला. आत असलेला एक मुलगाही आपली बाइक ढकलत ढकलत गेटपर्यंत घेऊन आला. हा प्रकार मोहनला कळेना. त्यानं सीनिअर चौगुलेंना त्याबाबत विचारलं.

"अरे गाड्यांचा आवाज होऊन मुलांना अभ्यासात व्यत्यय येऊ नये म्हणून मुलं स्वतःच्या गाड्या बंद करून आत आणतात किंवा बाहेर घेऊन जातात. हा इथला अलिखित नियम आहे." दुसऱ्याचा इतका विचार कोणी करत असेल हे पाहून मोहनला इथल्या मुलांचं आश्चर्य वाटलं. दोघं गेटमधून बाहेर पडले.

"चला, तुझं काम तर झालं. आता आणखी एका ठिकाणी जाऊ..." सीनिअर चौगुले त्याला म्हणाले. दोघं रस्त्याच्या बाजूला एका लहानशा कौलारू मंदिरात गेले. ते मारुतीचं मंदिर होतं. "याला कौल्या मारुती म्हणतात. नवसाला पावणारा आहे हा मारुती."

"कौल्या मारुती? नाव जरा विचित्रच वाटतंय सर..."

"मंदिराच्या छपरावर कौलं आहेत ना म्हणून त्याचं नाव पडलंय कौल्या मारुती!"

"आयला, मजेदार आहे हे..."

"परीक्षेला जाताना नेहमी याच्या पाया पडून जातो मी... बरं वाटतं." म्हणत त्यांनी मारुतीच्या मूर्तीसमोर हात जोडले. मोहननंही मग नमस्कार केला. त्याला प्रसन्न वाटलं. थोडा वेळ तिथे बसून दोघं परतीच्या वाटेकडे लागले. ही वाट आणखी किती दिवस तुडवावी लागणार, याचा विचार करत मोहन सीनिअर चौगुलेंच्या मागून चालू लागला.

५५

आज अभ्यासिकेत जायचा पहिला दिवस होता. मोहन सकाळी लवकर उठला, तयारी केली आणि पुस्तकं घेऊन निघाला.

"कुटं निघाला रं सकाळच्या पारी?" रघू नुकताच झोपेतून उठला होता.

"अभ्यासिकेत."

"तू कदी लावलीस?"

"काल..."

"आयला आमाला सांगत नायस राव... गपचूप एकटा एकटा कामं करतूस..."

"त्यात काय सांगायचं..? मी क्लास लावला नाही म्हणून मग अभ्यासिका लावली. निदान तिथे तरी अभ्यास होईल. चल, निघतो. उशीर झालाय. आज पहिला दिवस आहे." असं म्हणून तो रूममधून बाहेर पडलाही. तो थांबला असता तर आणखीन टाइमपास झाला असता, म्हणून त्यानं काढता पाय घेतला आणि अभ्यासिकेत लवकर जाऊन जागाही पकडायची होती. त्यामुळे तो झपाझप पावलं टाकत निघाला. अभ्यासिका तशी फार लांब नव्हती. रस्त्यात कौल्या मारुतीचं मंदिर लागलं. त्यानं बाहेरूनच नमस्कार केला 'लवकर पोस्ट मिळू दे' आणि तो अभ्यासिकेत शिरला. आत बऱ्याच गाड्या लागलेल्या दिसत होत्या. म्हणजे अभ्यासिकेत जागा मिळेल की नाही अशी शंका त्याला आली. तो वर जाऊन पोहोचला आणि त्याची शंका खरी ठरली. एक-दोन जागा सोडून आतला सर्व हॉल मुला-मुलींनी भरून गेला होता. इतक्या लवकर येऊनही बसायला जेमतेम जागा मिळाली होती. सीनिअर चौगुले उगाचच इतक्या लवकर नव्हते जात! आता मिळेल ती जागा पकडून अभ्यास सुरू करावा म्हणून तो मधल्या एका रिकाम्या टेबलपाशी जाऊन बसला. पुस्तकं टेबलवर ठेवली आणि त्यातलं इतिहासाचं पुस्तक काढून तो ते वाचत बसला. अभ्यासिकेत भयानक शांतता होती, इतकी की त्याच्या श्वासांचा त्याला आवाज येऊ लागला. त्यानं गिळलेला आवंढा आजूबाजूच्या ५-६ जणांना तरी ऐकू गेला असावा. या इतक्या शांततेची त्याला अजिबात सवय नव्हती. त्याला घशात खवखव होऊन घसा साफ करण्याची तीव्र इच्छा झाली. पण

कशीतरी त्यानं ती इच्छा दाबून धरली. त्याचा उलट परिणाम झाला. आता त्याला खोकला येईल की काय असं वाटू लागलं. तेही त्यानं महत्प्रयासानं दाबून धरलं. पण शेवटी व्हायचं तेच झालं. खोकल्याची मोठी उबळ त्याच्या घशातून वर आली आणि तो जोरजोरात खोकू लागला. बऱ्याच त्रासिक नजरा त्याच्याकडे वळल्याचं त्याला जाणवलं. खोकला थांबायचं नावच घेईना. तो सरळ जागेवरून उठला आणि खोकत खोकत बाहेर आला. बाजूला ठेवलेल्या कूलरमधून पाणी प्यायला तेव्हा त्याला थोडं बरं वाटू लागलं. अचानक इतका खोकला कसा काय आला त्याचं त्यालाच आश्चर्य वाटलं. पाणी प्यायलानंतर मात्र खोकला कुठे पळाला देव जाणे! मग त्याच्या लक्षात आलं की हे सर्व मानसिक आहे. त्याला इतक्या शांततेची सवय नव्हती. त्याचा आज पहिलाच दिवस होता. सर्व वातावरण त्याला नवीन होतं. त्यामुळे आपल्याकडून काही आवाज झाला तर इतर मुलांच्या अभ्यासात व्यत्यय येईल आणि तो टाळण्यासाठी त्याची जी धडपड झाली त्यातून हा खोकला आला असावा. त्याचा खोकला आता थांबला होता, तरी त्याला आत जायचं धाडस होईना. न जाणो पुन्हा खोकला आला तर? तो थोडा वेळ बाहेरच उभा राहिला. त्याची पुस्तकं आत टेबलवर ठेवलेली होती, त्यामुळे त्याची जागा सुरक्षित होती. त्या जागेवर आता दुसरा कोणी बसू शकणार नव्हता. तो आणखी थोडा वेळ उभा राहिला. पुन्हा खोकला येत तर नाही ना? त्याने घसा साफ करून पाहिला.

"काय रे कोणाला शोधतो आहेस?" एल लट्ठ बाई त्याला विचारत होत्या.

"नाही मी अभ्यासाला आलोय."

"मग बाहेर का उभा आहेस? आत जा..." त्या बाई दटावणीच्या सुरात म्हणाल्या.

"हो जातोय, पण जरा खोकला आला म्हणून थांबलो होतो."

"बरं बरं ..." म्हणत त्या बाई अभ्यासिकेत शिरल्या आणि परीक्षेच्या वेळी पर्यवेक्षक जसे फिरतात तशा त्या टेबलांमधून फिरू लागल्या. त्या अभ्यासिकेच्या व्यवस्थापक मंडळामधल्या कोणीतरी असाव्यात, असं त्याच्या लक्षात आलं. तो निमूटपणे आपल्या जागेवर येऊन बसला. पुस्तक उघडलं आणि वाचायला सुरुवात केली. पाचच मिनिटे झाली असतील की त्याच बाईंचा आवाज आला. कुणीतरी मुलगा आपल्या टेबलवर डोकं ठेवून डोळे मिटून पडला होता. या बाई त्याच्याजवळ गेल्या आणि त्याला जागं केलं आणि 'काय चाललंय'? असं नजरेनचं विचारलं. तो मुलगा एकदम ओशाळला आणि त्यानं पुन्हा पुस्तकात डोकं घातलं. 'अभ्यासाला येतात की झोपा काढायला?' असं पुटपुटत त्या बाई फिरू लागल्या. हे तर अतीच झालं, म्हणजे इथे बसलेल्या मुलांनी फक्त अभ्यासच करायचा, त्या व्यतिरिक्त अजिबात इकडेतिकडे करायचं नाही, बोलायचं नाही की झोपा काढायच्या नाहीत.

तसं बघायला गेलं तर ते बरोबर होतं, पण अभ्यास करणारी मुलं ही काही मशिन्स नव्हती. त्यांना कंटाळा हा कधीतरी येणारच! कधीतरी अभ्यासावरून लक्ष उडणारच! स्पर्धा परीक्षेचा अभ्यास करणारी बहुतेक मुलं काही आवड म्हणून अर्थशास्त्र, भूगोल, राज्यशास्त्राची पुस्तकं वाचत नसतात. हा अभ्यास परीक्षेला असतो, आणि ह्याच विषयांचा अभ्यास केला तर आपण पास होणार आहोत, आपल्याला हवी ती पोस्ट मिळू शकणार, सरकारी नोकरी मिळणार आणि आपण आयुष्यात स्थिर होणार एवढ्यासाठीच केवळ नाइलाजानं मुलं ती पुस्तकं वाचत असतात. यात त्या त्या विषयांच्या आवडीचा भाग मुळीच नसतो; त्यामुळे अभ्यास करताना कंटाळा तर येणारच ! पण त्या बाई अशा मुलांना धारेवर धरायच्या की सर्व मुलांच्या निकालाची जबाबदारी त्यांच्यावर आहे. मुलं जी अभ्यासाची पुस्तकं वाचतात ती त्यांनी वाचली तर त्यांना कळेल, की किती कंटाळवाणं काम आहे हे! पण अभ्यास करणारी मुलं विनातक्रार ही सर्व पुस्तकं वाचत असतात, नव्हे तर वर्षोनुवर्षं त्याची पारायणं करत असतात.

'कर्मण्ये वाधिकारस्ते , मा फलेषु कदाचन' ही गीतेतील ओळ स्पर्धा परीक्षांच्या अभ्यास करणाऱ्या मुलांसाठीच भगवंतानं लिहून ठेवली की काय? इथे फक्त कर्म करत राहायचं, फळ मिळेल अथवा न मिळेल याचा विचारही करायचा नाही. फळ मिळालं तर उत्तम, नाही मिळालं तरी ठीक. घरच्यांच्या प्रश्नार्थक नजरा आणि बाहेरच्यांचा 'आणखी किती वर्षं?' हा जहरी प्रश्न पचवत मनाचा तोल ढळू न देता आम्ही ठाम उभे असतो. नकारार्थी विचार मनात आले की महापुरुषांनी लिहून ठेवलेल्या, मनाला उभारी आणणाऱ्या ओळी वाचतो; नव्हे त्या सदैव आमच्या डोळ्यांसमोरच असतात आणि पुन्हा सज्ज होतो पुढच्या परीक्षेसाठी! पुढची परीक्षा आली की पुन्हा त्याच नव्या जोशात तयार, डोळ्यात स्वप्नं घेऊन! घरच्यांच्या, नातेवाइकांच्या अपेक्षांच्या ओझ्याचं जोखड मानेवर पेलत ओढतो हा अभ्यासाचा गाडा. स्पर्धा परीक्षा या जादूच्या कांडीसारख्या असतात- निकाल लागतो आणि एका रात्रीत सामान्य विद्यार्थी अधिकारी बनतो. पण त्या आधी कितीतरी रात्री त्या मुलांनी न झोपता घालवलेल्या असतात, हे त्यांचं त्यांनाही माहीत नसतं. मोहननं एकवार संपूर्ण हॉलवरून नजर फिरवली. मान मोडून मुलं-मुली अभ्यास करत होते. त्यानं एक दीर्घ श्वास घेतला आणि पुस्तकात डोकं घातलं.

५६

कालच्यापेक्षा आज मोहन लवकर अभ्यासिकेत पोहोचला. आतल्या हॉलमध्ये बरीच जागा होती. तो कुठेही बसू शकत होता. पण त्याला त्या हॉलमध्ये बसण्याची इच्छा होईना. काल तो इथे बसला खरा! पण, केवळ हे वातावरण नवीन असल्यानं त्यानं शांतपणे आहे तिथे बसण्याचा निर्णय घेतला होता. पण आज त्यानं ठरवलं की आतल्या हॉलपेक्षा बाहेर जरा मोकळं वातावरण आहे. तिथे कदाचित चांगला अभ्यास होऊ शकेल. आणि तसंही त्याला इतक्या शांततेची सवय नव्हती. तो चांगली खिडकीशेजारची जागा बघून बसला. खिडकीतून समोरचं पटांगण दिसत होतं. तिथे आजूबाजूची मुलं क्रिकेट खेळायला येत असत. ही बसायची जागा चांगली होती. म्हणजे वाचून कंटाळा आला तर बाहेर थोडा वेळ मुलांचा खेळ बघता येईल, असा विचार त्यानं केला. बाहेरून गाड्यांच्या हॉर्नचे बारीक आवाज येत होते. त्यामुळे आतल्या हॉलसारखी अगदीच गंभीर शांतता तिथे नव्हती. मोहनला तिथे बसायला बरं वाटलं. हळूहळू मुलं अभ्यासिकेत येत होती. त्यांच्या चालण्याचा काय तो फक्त आवाज येत होता. बाकी कुणीच कुणाशी बोलत नव्हतं. मोहननं त्याचं पुस्तक उघडलं आणि तो वाचत बसला. थोड्याच वेळात त्याची अभ्यासाची चांगलीच तंद्री लागली. वाचण्याचा वेग वाढला तशी पटापट पानं पलटली जाऊ लागली. शांततेमुळे त्याचं मन एकाग्र झालं. तसा तो महत्त्वाचा टॉपिक वाचत होता. भारताच्या स्वातंत्र्यलढ्याचं शेवटचं पर्व! त्यात १९३५चा कायदा, त्रिमंत्री योजना, राजाजी योजना, माउंटबॅटन योजना, तसंच त्या सर्वांच्या तरतुदी असा किचकट भाग होता. त्याचा चांगला अभ्यास झाला. तब्बल पंधरा-वीस मिनिटं तो सलग वाचत होता. इतक्यात त्याच्या खांद्यावर कुणीतरी थप्पी दिली. मोहन अभ्यासाच्या तंद्रीत होता. खूप दिवसांनी अशी तंद्री लागली होती, ती भंग पावली. वैतागानं त्यानं मागे वळून पाहिलं. मागे एक जीन्स आणि टी-शर्ट घातलेली, केसांचा बॉबकट केलेली मुलगी उभी होती. तिच्या पाठीवर तिची बॅग होती. रंगानं गोरी आणि नाकी-डोळी नीटस अशी ती मुलगी त्याला खुणेनं काहीतरी सांगण्याचा प्रयत्न करत होती. मोहन अजूनही अभ्यासाच्या विचारात होता. त्यामुळे

त्याला कळेना की ती मुलगी कसल्या खुणा करत होती. तो तिच्याकडे बघतच राहिला. पण मध्येच काय झालं कुणास ठाऊक, त्या मुलीनं आपलं तोंड फिरवलं आणि बाजूच्या टेबलवर जाऊन बसली. मोहन अजूनही तिच्याकडेच बघत होता. कोण आहे ती मुलगी? तो तर तिला ओळखत नव्हता. मग ती त्याला काय सांगण्याचा प्रयत्न करत होती? आणि अचानकपणे बाजूच्या टेबलवर जाऊन बसली. तो तिच्याकडे बघत असतानाच, त्या फेऱ्या मारणाऱ्या खडूस बाई त्याच्यासमोर येऊन उभ्या राहिल्या आणि डोळ्यांनीच त्यांनी, 'काय चाललंय?' असं विचारलं. मोहननं पुस्तकात डोकं घातलं. 'अभ्यासाला येतात की मुली बघायला?' त्या बाई पुटपुटत निघून गेल्या अन् त्याचं अभ्यासातलं लक्ष उडालं. थोडा वेळ गेल्यावर त्यानं पुन्हा त्या मुलीकडे बघितलं तर ती मुलगी काहीशा रागात त्याच्याकडे बघत होती. मोहन आणखीनच कोड्यात पडला. एक मुलगी, जिला आधी कधी पाहिलं नाही, ओळखत नाही, ती येते, काहीतरी खाणाखुणा करते, आणि काहीच न बोलता पुन्हा रागानं बघत राहते म्हणजे काय? काहीही संबंध नसताना असं वागण्याचं काय कारण असावं? त्याला काही समजेना. त्यानं विचार करणं सोडून दिलं आणि पुन्हा पुस्तकात डोकं घातलं. आज त्याला इतिहास वाचून संपवायचा होता, त्यामुळे तो भराभर ते वाचून काढू लागला. त्याचं ते पुस्तक वाचून झालं तेव्हा संध्याकाळचे पाच वाजले. त्याला विश्वास बसेना की त्यानं एका बैठकीत ते संपूर्ण पुस्तक वाचून काढलं होतं. त्याला खूप बरं वाटू लागलं. अभ्यासिकेत जाऊन अभ्यास करण्याचा फायदा त्याला कळला. एकदा बसलं की इथल्या शांततेमुळे मन एकाग्र होण्यास मदत होते आणि चांगला अभ्यास होतो. आज झालेल्या अभ्यासावर आणि स्वतःवर खूश होऊन त्यानं टेबलवर ठेवलेली पुस्तकं उचलली आणि तो अभ्यासिकेतून बाहेर पडला. संध्याकाळचं पिवळं सोनेरी ऊन पडलं होतं. अभ्यासिकेच्या बाहेर एक चहाची टपरी होती. तिथे भडभडत्या स्टोव्हवर चहा उकळत होता. अभ्यास करून झालेल्या मानसिक श्रमांमुळे मोहनला चहा प्यायची जोरदार तलफ झाली. त्याचे पाय आपोआप टपरीकडे वळले. गरमागरम वाफाळत्या चहाचा पहिला घोट घेतला आणि दिवसभराचा शीण नाहीसा झाल्यासारखा त्याला वाटला. तो चहाचा आनंद घेत असतानाच मागून आवाज आला, ''काय लेका, एकटा एकटाच का?'' त्यानं मागे वळून पाहिलं तर रघू आणि गौतम उभे होते.

''अरे! तुम्ही इकडे काय करताय?''

''आलो सहज फिरत फिरत... चौगुले सर म्हनाले की तू या अभ्यासिकेत जातोस ते... म्हणून मग म्हनलं हायेस का बगावं ...,'' गौतम म्हणाला.

''दोन चहा घ्या हो अजून...''

"आरे आमचा झालाय... तू परत जानारेस का अभ्यासाला?" रघूनं विचारलं.

"नाही, बास झाला अभ्यास आजच्यापुरता. आता रूमवर जाणार... तुम्ही येताय का?" तिघेही रूमकडे निघाले.

"मंग? कसा झाला अभ्यास?" रघूनं विचारलं

"चांगला झाला रे... कॉन्सन्ट्रेशन चांगलं होतं... शांतता असते ना खूप... तुम्ही दोघे पण लावा ही अभ्यासिका. चांगली आहे."

"आमाला नाय लावता येणार ... एका जागी बसून होत नाय रं अभ्यास! " गौतम तंबाखू मळायची खूण करत म्हणाला.

"हो... तो तर मोठाच प्रॉब्लेम आहे बाबा ! बाकी मग अभ्यास कसा चालू आहे तुमचा?"

"चाल्लाय हळू हळू...पीएसआयची पुढच्या म्हयन्यात परीक्षा आहे..." रघू म्हणाला.

"गौत्या, क्लासला आणखी कोण कोण असतं रे?"

"आपले नेहमीचेच... बरं झालं क्लासवरून आठवण झाली, सरनाईक सर विचारत होते तुला..."

"हो का? काय म्हणाले?"

"हेच की तू क्लास लावला नाई म्हणून विचारत होते..."

"मग?"

"मग काय? म्हनलं मला नाय माहीत... तुला एकदा भेटायला बोलावलंय..."

"मला? आणि भेटून काय करू? जाऊ दे, मी नाही जाणार..." मोहन म्हणाला. त्याला माहीत होतं ते क्लास न लावण्याचं कारण विचारणार.

"तुझी मर्जी! बरं जाऊ दे, तिकडं पिवळ्या ड्रेसवाली बघ... काटा किर्रर्र!" बाकीच्या दोघांनीही नेत्रसुख घेतलं. आता ते तिघे त्यांच्या मूळ स्वभावावर आले, आणि त्यांच्या आवडीच्या गप्पागोष्टी करत आणि नेत्रसुख घेत फिरू लागले.

५७

आजही मोहन नेहमीच्या वेळेआधी अभ्यासिकेत पोहोचला. त्याची कालची खिडकीशेजारची जागा रिकामी होती. त्यानं त्या टेबलवर आपलं दप्तर ठेवलं आणि तो निवांत आपल्या जागेवर बसला. हळूहळू हॉल भरत होता. मुलं येत होती. त्यानं एकदा खिडकीबाहेर नजर टाकली. लांबवर बिल्डिंग्ज दिसत होत्या. काडेपेट्या उभ्या केल्यासारख्या. सकाळी ऑफिसला जायची लोकांची घाई दिसत होती. समोरचं पटांगण रिकामं होतं. त्यात तीन-चार कुत्रे कसल्या तरी मळक्या कापडाबरोबर खेचाखेचीचा खेळ खेळत होते. एक ते कापड खेचून पळाला की बाकीचे त्याच्या मागे पळत. मग दुसरा ते त्याच्या तोंडून खेचे आणि तिसऱ्या दिशेला पळे, मग बाकीचे पुन्हा त्याच्या मागे पळत. असा कुत्र्यांचा पकडापकडीचा खेळ चालू होता. मोहन थोडा वेळ त्यांचा हा गमतीदार खेळ बघत बसून होता. मग त्यानं भूगोलाचं पुस्तक उघडलं आणि त्यात डोकं घातलं. थोडा वेळ झाला नसेल तेवढ्यात धपकन मागे काहीतरी पडल्याचा आवाज आला. त्यानं मागे वळून पाहिलं तर ती कालची बॉबकटवाली मुलगी त्याला दिसली. तिच्याच बॅगच्या आपटण्याचा आवाज आला होता. त्यानं तिच्याकडे बघितलं तर ती मुलगी पुन्हा मोहनकडे रागानंच बघत होती. आणि या वेळी तिचा राग जरा वाढलेलाही दिसत होता. मोहनला समजेना की ती रागात आहे की तिचा चेहराच तसा आहे.... त्यानं पुन्हा पुस्तकात डोकं घातलं. थोड्या वेळानं पुन्हा कसला तरी आवाज आला म्हणून त्यानं मागे वळून पाहिलं तेव्हाही ती मुलगी त्याच रागानं त्याच्याकडे बघत होती. 'आयला, या पोरीला झालं तरी काय? फक्त आपल्याकडेच रागानं बघतेय...' मोहन विचारात पडला. त्याचं अभ्यासातून लक्ष उडालं. आधी कधी या मुलीला आपण पाहिलं का? किंवा आपला तिचा आधी कधी संबंध आला का? ही आपल्या क्लासमध्ये तर नव्हती? पण क्लासला जरी असली तरी आपल्याकडे एवढं रागात बघण्यासारखं आपण काय केल? एकामागोमाग एक प्रश्न त्याच्या डोक्यात येऊ लागले. पण सगळ्या प्रश्नांची उत्तरं नकारार्थीच होती. विचार सोडून त्यानं अभ्यासात डोकं घातलं. एकामागोमाग एक टॉपिक संपवत त्यानं त्या दिवशी संध्याकाळपर्यंत जवळपास

अर्धं पुस्तक संपवलं. आजही त्याचा अभ्यास चांगला झाला. घड्याळात पाहिलं तर संध्याकाळचे पाच वाजत आले होते. सध्या अभ्यासाचा एवढा जोर नव्हता; त्यामुळे मुलं दिवसभर अभ्यास केल्यानंतर संध्याकाळी चहा पिण्यासाठी बाहेर जायची आणि नंतर जेवण करून मग रात्री पुन्हा अभ्यासाला यायची. पण रात्री अभ्यासाला येणाऱ्यांची संख्या त्या मानानं कमी होती. जसजशी परीक्षा जवळ येईल तसतशी रात्री अभ्यास करणाऱ्यांची संख्या वाढत जाणार होती. आताही बरीच टेबल रिकामी दिसत होती. त्यानं त्याचं दप्तर आवरलं आणि तो बाहेर पडला. अभ्यासिकेच्या गेटबाहेर आला. आणि तेव्हढ्यात त्याला मागून आवाज आला.

"एक्सक्यूज मी.." त्यानं वळून पाहिलं तर सकाळची बॉबकटवाली मुलगी मागे उभी होती. तिच्या पाठीवर तिचं दप्तर होतं, टी-शर्ट, जीन्स आणि हाताची घडी घालून ती उभी होती. मोहन थांबला. "मी का?" त्याने खात्री करून घेण्यासाठी विचारलं.

"ती जागा माझी आहे," ती एकदम म्हणाली.

"काय?" ती कशाबद्दल बोलते आहे हे मोहनला कळेना.

"ती जी खिडकीशेजारची जागा ... जिथे तू कालपासून बसतो आहेस ती..."

"ओह... ते टेबल...?"

"हो... ते माझ्यासाठी लकी आहे..."

"बरं मग?"

"तू उद्यापासून दुसरीकडे बस..."

"का? मलाही ते टेबल आवडतं..."

"अरे पण मी आधीपासून त्या जागेवर बसत आले आहे."

"मग काय झालं...? जागा रिझर्व्ह तर नाही ना होत!"

"हे बघ ती माझी जागा आहे, बाकी मला काही माहीत नाही." ती इरेलाच पेटली. आता काय बोलावं ते मोहनला कळेना. एखादी लहान मुलगी चॉकलेटसाठी जसा हट्ट करेल तशी ती वागत होती.

"मला ती जागा आवडते. अभ्यास चांगला होतो म्हणून मलाही तीच जागा हवी आहे..."

"अरे पण मी आधीपासून त्या जागेवर बसते... प्लीज तू दुसरी जागा शोध..."

"बरं, एक काम करू, असं भांडून काही फायदा नाही... जो आधी येईल तो त्या जागेवर बसेल..." मोहननं तोडगा काढला. त्यावर ती थोडी विचारात पडली. "आणि जर आपण वाद करत राहिलो तर त्या पर्यवेक्षक बाई आपल्या दोघांनाही बाहेर काढतील... कारण कुणीही कुठल्याही जागेवर हक्क दाखवू शकत नाही.. हे बघ इथला नियम क्रमांक ९ वाच, जी मिळेल ती जागा पकडावी, उगाच ७/

१२ आपल्या नावावर असल्यासारखं वागू नये.'' मोहननं खिशातलं अभ्यासिकेचं आयकार्ड काढून तो नियम तिला दाखवला. त्यावर तिला बोलायला जागाच उरली नाही. ती तशीच चरफडत निघून गेली. मोहनला मोठी गंमत वाटली. तिच्या चिडण्याच्या शैलीवरून ती खूप हट्टी असावी. तिच्या मनासारखं झालं नाही तर ती अशीच चिडत असेल. दिसायला तशी काही वाईट नव्हती, फक्त नाकावर राग होता. त्याच्याच विचारात मोहन रूमवर जायला निघाला.

५८

दुसऱ्या दिवशी सकाळी मोहन अभ्यासिकेच्या रस्त्यावर असतानाच एक पांढरी गाडी त्याच्यासमोर येऊन उभी राहिली. त्यातून सरनाईक सर बाहेर आले. त्यांना पाहताच मोहन थांबला. मनातल्या मनात त्यानं कपाळाला हात लावला. काल परवाच गौतम म्हणाला होता की सरांनी त्याला क्लासमध्ये भेटायला बोलावलं होतं आणि त्यानं जायचं टाळलं. पण आता तर सर स्वतःच त्याच्यासमोर उभे होते. ते त्याच्याजवळ आले.

"गुड मॉर्निंग सर!" तो कसाबसा म्हणाला.

"गुड मॉर्निंग मोहन! इकडे कुठे?"

"सर मी अभ्यासिका जॉइन केली आहे... तिथे अभ्यासाला जातो."

"हो का? छान... कसा चालू आहे अभ्यास?"

"चांगला चालू आहे सर..."

"बरं ... मी इथून जात होतो, तुला बघितलं आणि थांबलो... प्रि च्या क्लासला तू दिसला नाहीस म्हणून तुझ्या मित्रांना विचारलं मी..."

"हो सर..." सरनाईक सर त्याला क्लास न लावल्याबद्दल विचारणार हे तर त्याला माहीत होतंच; पण त्यांनी थेट विचारल्यामुळे काय उत्तर द्यावं त्याला कळेना.

"पैशांचा काही प्रॉब्लेम आहे का?" सरांनी विचारलं.

"नाही सर, तसं काही नाही..."

"तसं काही असेल तर आपण सॉल्व करू... डोंट वरी."

"नाही सर, सहजच अभ्यासिका लावण्याचं ठरवलं. पैशांचा काही प्रश्न नाही सर."

"ठीक आहे, पण तुला कधीही परत क्लासला यावसं वाटलं तर निःसंकोच ये. क्लास तुझाच आहे, काय?" सर हसऱ्या चेहऱ्यानं म्हणाले. "आणि सहजच भेटायला आलास तरी चालेल..."

"हो सर, नक्की."

"चल, येतो मी..." म्हणत ते पुन्हा गाडीत बसले आणि निघून गेले. मोहनला खूप ओशाळल्यासारखं वाटू लागलं. सरांनी त्याला भेटायला बोलावलं असतानाही तो गेला नाही, आणि सर आज स्वतः असे भेटले. करमरकर मॅडम नाहीशा झाल्याच्या प्रकरणानंतर झालेल्या पोलिस चौकशीत सरांनीच त्याला सांभाळून घेतलं होतं. केवळ सरांच्याच ओळखीमुळे आणि शिफारशीमुळे वारंवार होणाऱ्या पोलिस चौकशीतून त्याची सुटका झाली होती. खरंतर कृतज्ञता म्हणून त्यानं सरांना भेटणं गरजेचं होतं. पण का कुणास ठाऊक; त्यानं ते टाळलं होतं. त्याला पुन्हा क्लासमध्ये जावंसं वाटत नव्हतं. पण त्याचा आता त्याला पश्चात्ताप वाटू लागला. स्वतःलाच दोष देत तो अभ्यासिकेच्या रस्त्यावरून चालू लागला. सर आपल्याबद्दल काय विचार करत असतील? मी याला एवढी मदत केली, पोलिसांच्या चौकशीतून बाहेर काढला, तरी हा साधा मला भेटायलाही आला नाही. आपल्याकडून खूप मोठी चूक झाली आहे... तो स्वतःच्याच कपाळावर मारत चालला होता. त्यानं घड्याळात पाहिलं- सात वाजून गेले होते. नेहमीपेक्षा त्याला २० मिनिटं उशीर झाला होता. तो धावतच पायऱ्या चढून वर आला. बाहेरच्या हॉलमध्ये हलक्या पावलांनी शिरला. बघतो तर हॉल मुलांनी भरून गेला होता. तो त्याच्या जागेकडे निघाला; पण त्याच्या आवडत्या जागेवर कालची ती बॉबकटवाली मुलगी बसली होती. ती नुकतीच येऊन बसली असावी; कारण अभ्यास न करता कुणाला तरी शोधण्याचा प्रयत्न करत होती. तिची भिरभिरती नजर मोहनवर येऊन थांबली आणि तिला आनंद झालेला दिसला. स्वतः बसलेल्या टेबलच्या दिशेनं ती खूण करत होती. 'बघ, तुझ्या आधी जागा पकडली' असा त्या खुणेचा अर्थ होता. काल त्यानंच त्या मुलीला नियम दाखवून गप्प केलं होतं. आता तिनं लवकर येऊन तीच जागा पकडून त्याला चिडवण्याचा प्रयत्न केला. नाइलाजानं मोहन शांतपणे तिच्या बाजूच्या रिकाम्या टेबलपाशी आला आणि चेहऱ्यावर कोणतेही भाव न आणता पुस्तक उघडलं आणि वाचत बसला. ती मुलगी अधूनमधून त्याच्याकडे पाहत होती आणि त्याला चिडवण्याचा प्रयत्न करत होती. मोहनला ते समजत होतं; पण त्यानं मुद्दाम तिकडे लक्ष दिलं नाही. तो पुस्तकात डोकं घालून बसला. आजचा दिवसच खराब होता. येतानाच ज्यांना टाळत होतो ते सरनाईक सर भेटले आणि त्यामुळे उशीर होऊन त्याची आवडती जागाही गेली. आता या नवीन जागेवर बसल्यामुळे आणि त्या मुलीच्या चिडवण्यामुळे त्याचं अभ्यासात लक्ष लागत नव्हतं. पुस्तक समोर होतं; पण वाचलं काहीच जात नव्हतं. त्या दिवशी दुपारपर्यंत त्याची फक्त ५-६ पानं वाचून झाली होती. एकतर नवीन जागेमुळे त्याला थोडं अवघडल्यासारखं वाटू लागलं. त्यात चुकून त्याच्या जुन्या जागेकडे किंवा खिडकीबाहेर नजर गेली तर ती बॉबकटवाली मुलगी त्याला दिसायची. तीही अधूनमधून त्याच्याकडे 'कशी

जिरवली! ' चेहऱ्यानं पाहायची.. ते त्याला जास्त सलत होतं. वास्तविक पाहता त्या मुलीचाही अभ्यास होत नव्हता. तिला तिची बसायची लकी जागा मिळाल्यापेक्षा आपल्याला शहाणपणा शिकवणाऱ्या समोरच्या मुलाची चांगलीच जिरवल्याचा आनंद जास्त वाटत होता. मोहन वैतागला. काय करावं? असाही अभ्यास होत नव्हता त्यामुळे त्यानं पुस्तक मिटवलं आणि तो दुपारीच अभ्यासिकेच्या बाहेर पडला. टळटळीत ऊन पडलं होतं. रस्त्यावर तुरळक वाहतूक होती. रस्त्यावर माणसंही जास्त नव्हती. आता कुठे जावं? रूमवर तर नकोच! असं कुठंतरी जाऊ की थोडा वेळ. या अभ्यासाच्या विचारापासून लांब, शांतपणे बसता येईल अशी जागा शोधत तो रस्त्यानं फिरू लागला. दूरवर त्याला एक टेकडी दिसली. त्यावर गर्द हिरवी वनराई होती. लांबूनच ती जागा शांत वाटत होती. बरेच दिवस मोहन त्या ठिकाणी जाण्याचा विचार करत होता, पण अभ्यासाच्या विचारांच्या ओझ्यामुळे त्यानं तिथे जायचं टाळलं; नव्हे वेळ मिळाला नाही. पण आता आज त्याला ती जागा खुणावू लागली. मोहनची पावलं आपोआप तिकडे वळली. टेकडी चढून तो वर आला. सर्व बाजूंनी पसरलेलं पुणे शहर त्याला दिसलं. जणू या बिल्डिंगच्या, रस्त्याच्या, गाड्यांच्या, माणसांच्या समुद्रात तो एका निर्जन बेटावर उभा होता. सर्व गोष्टींकडे तो तटस्थपणे पाहत होता. थोडा वेळ दम खात तो उभा राहिला. हातातली पुस्तकं त्यानं बाजूच्या एका दगडावर ठेवली आणि तो दुसऱ्या एका सपाट दगडावर बसला. समोर मावळतीकडे झुकलेला सूर्य झाडांच्या पानांआडून डोकावत होता. अनिमिष नजरेनं समोरच्या पसरलेल्या शहराकडे तो पाहत होता. खूपशा विचारांनी त्याच्या डोक्यात गर्दी केली. आपण इथे का आलोय? काय करतोय? का करतोय? आपलं भविष्य काय असेल? इथून आपण काही घेऊन जाऊ की रिकाम्या हातांनी परत जावं लागेल? टेकडी चढून आल्यापेक्षा आताच्या नुसत्या विचारांनी त्याला जास्त दम लागला. पश्चिमेकडून वारा सुटला होता. त्यानं एक दीर्घ श्वास घेतला. बाजूच्या दगडांवर ठेवलेल्या पुस्तकांकडे नजर गेली. भूगोलाच्या पुस्तकाची पानं वाऱ्यानं फडफडत होती. त्या फडफडणाऱ्या पानांकडे निर्विकारपणे तो पाहत राहिला. त्यानं स्वत:हून हे निवडलं होतं. ज्या वेळी त्यानं हे ठरवलं, की स्पर्धा परीक्षेचा अभ्यास करायचा, त्या वेळी त्याच्यासमोर फक्त त्या परीक्षेतून आलेले रिझल्ट दिसत होते, म्हणजे त्याच्यासारखीच सामान्य मुलं त्याला कुणीतरी डीसी, डीवायएसपी झालेली दिसत होती; पण त्या ठिकाणी पोहोचण्यासाठी त्यांनी घेतलेले अपार कष्ट मात्र त्या वेळी त्याला दिसले नाहीत. असंच असतं, माणसाला यश तेवढं दिसतं; पण त्यामागचे प्रयत्न दिसत नाहीत. विचार करता करता, त्याला एकदम भयाण वास्तव समोर दिसू लागलं. स्पर्धा परीक्षेचा अभ्यास तर सर्वच जण जीव तोडून करतात, पण त्यातले किती जण पोस्ट मिळवतात?

बाकीच्यांचं काय? त्यांनी नेहमी परीक्षाच देत राहायचं? त्यानं स्वतः आतापर्यंत एका परीक्षेसाठी दोन वर्षं खर्ची घातली होती. पण त्याला काहीच मिळवता आलं नव्हतं. आणखी किती वर्षं तो हे करणार होता, त्याचं त्यालाही माहीत नव्हतं. एका परीक्षेला किमान दीड वर्षं तरी अभ्यास करावा लागणारच होता- आणि तेही तो पास झाला तर! नाही तर पुन्हा वारी आहेच! म्हणजे या सर्वांतून त्याची लवकर सुटका काही होणार नव्हती. विचार करून त्याला खूप निराश झाल्यासारखं वाटलं. सीनिअर चौगुलेंची त्याला आठवण झाली. त्यांनी असं किती अपयश पचवलं होतं; तरीही ते उभेच आहेत, विनातक्रार! सीनिअर चौगुलेंचा आदर्श घेण्यासारखा होता. पण त्याला का कुणास ठाऊक; त्यांच्यासारखं होऊ नये असं वाटत होतं. पट्कन परीक्षा द्याव्यात, झटक्यात सिलेक्शन व्हावं, आणि इथून लवकरात लवकर निघावं. आता काही झालं तरी पुढची परीक्षा त्याला पास होणं गरजेचं वाटू लागलं. त्यासाठी कितीही अभ्यास करावा लागला तरी चालेल. पुढच्या परीक्षेच्या निकालाच्या शेवटच्या यादीत आपलं नाव असणारच! मनात पुन्हा एकदा सकारात्मक विचार जमा होत आहेत, असं त्याला वाटू लागलं. संध्याकाळ होत आली. छान हवा सुटली होती. वातावरणाचा परिणाम विचारांवर आणि मनावर होत होता. त्याला हळूहळू प्रसन्न वाटू लागलं. समोर अस्ताला जाणाऱ्या लालबुंद सूर्याकडे पाहून त्याला फार छान वाटलं. मनावरचं अभ्यासाचं दडपण थोडं कमी झालं. तो पुन्हा परतीच्या वाटेकडे लागला. संध्याकाळी माधववाड्यात आला आणि पाहतो तर सगळीकडे एकदम धावपळ, पळापळ चालू होती. रोजच्यापेक्षा काहीतरी वेगळं घडलं होतं, हे मात्र नक्की! त्यानं एकाला थांबवून विचारलं.

"अरे, राज्यसेवेचा फायनल रिझल्ट लागलाय... आताच बातमी आली." हे ऐकल्यावर त्याला पहिली आठवण झाली ती सीनिअर चौगुलेंची! तो धावत रूमवर गेला. पण ते रूमवर नव्हते. मागच्या गॅलरीत रघू आणि गौत्या आपापल्या सिगारेट आणि गायछाप पुडी काढून बसलेले! त्यानं रिझल्ट लागल्याबद्दल घाईघाईनं सांगितलं; पण त्यांच्या चेहऱ्यावरची साधी रेषही हलली नाही. त्यांना आधीच याची माहिती असावी. निकाल काहीही लागला तरी त्यांना काय फरक पडणार होता? त्यानं सीनिअर चौगुलेंबद्दल विचारलं. पण त्यांना काही माहीत नव्हतं. तो तडक अजयच्या रूमवर गेला, पण तिथंही कोणी नव्हतं. ज्या अर्थी तोही नव्हता त्या अर्थी नक्कीच तो सायबर कॅफेत गेला असेल.... आणि चौगुले सरसुद्धा तिथेच असतील... त्यानं रूमवर पुस्तकं ठेवली आणि तो सायबरच्या दिशेनं निघाला. वाटेत एक-दोन जण ओळखीचे भेटले. त्यांच्याही बोलण्यात राज्यसेवेचा निकाल लागल्याचा विषय होता. म्हणजे खरंच निकाल लागला होता. मध्ये-मध्ये उडत येणाऱ्या अफवा नव्हत्या. मोहन घाईनं सायबरकडे निघाला. इंटरव्ह्यूला जे होते

आज त्यांचं भविष्य ठरणार होतं. जन्म-मृत्यूचा जसा असतो तसाच या स्पर्धा परीक्षांचा फेरा असता; जो त्यातून पास होऊन निसटला तो निसटला! नाहीतर पुन्हा याच फेऱ्यात अडकून पडतो. या फेऱ्यातून आज कुणाकुणाची सुटका होणार याची उत्सुकता मोहनला लागली. एक वेगळंच चैतन्य सगळीकडे भरून गेलं. एखादं लग्नकार्य असल्यावर कार्यवाहक जसे लगबगीनं इकडेतिकडे धावत असतात, तसं काहीसं त्याला वाटलं. त्यात ज्यांचा या निकालाशी संबंध नव्हता, असे त्याच्यासारखेही बरेच होते. केवळ विद्यार्थीच नाही, तर त्यांच्याशी संबंधित असलेले समाजातील इतर घटकही त्याच उत्साहात सामील झाले होते; कारण त्यांचा नेहमीचा अमृततुल्य चहावालाही आस्थेनं प्रत्येकाची विचारपूस करत होता. कुणाचं सिलेक्शन होवो अगर न होवो- त्याला काही घेणं-देणं नव्हतं; पण तोही यात नकळत सामील झाला होता. जो आपल्याकडे सकाळ-संध्याकाळ चहा प्यायला यायचा, तो आता कुणीतरी मोठा साहेब झाला, याचंच त्याला अप्रूप वाटत असावं. मोहन सायबरपाशी पोहोचला इतक्यात अजय आतून बाहेर येताना त्याला दिसला. त्याचा चेहरा पडलेला होता. मोहननं त्याला विचारलं. त्यावर तो म्हणाला, "मनासारखं झालं नै."

"म्हणजे?"

"नायब तहसीलदार"

"काय?" मोहन अक्षरश: ओरडलाच! "अरे वेडा झालास का काय? हे असं नापास झाल्यासारखा का सांगतो आहेस मग?"

"मला डीसी व्हायचं होतं रे..." तोंड वाकडं करत अजय म्हणाला.

"बरं जाऊ दे, नायब तहसीलदार काय वाईट नाही... अभिनंदन यार." म्हणत मोहननं त्याला मिठी मारली.

"थँक्स!"

"आणि बबन? त्याचं काय?"

"बबन साला डीसी बनून गेला न भौ..." अजय सांगत होता. दोन सेकंद मोहनला काय ऐकतोय यावर विश्वास बसेना.

"काय सांगतोस काय? आईशप्पथ ! खतरनाक यार! बबन साला भारी आहे."

"मग काय तर! सालं, क्लास न लावता काढली पोस्ट बेट्यानं!"

"आणि बाकी कुणाचं माहीत झालं का? चौगुले सर? भोसले सर?"

"नै ना.. नाही पाह्यले."

"बबन साहेबांना फोन केला पाहिजे आता, बोलवून घे."

"तेच करायला जातोय... चल, मी जातो." म्हणत अजय एसटीडी बूथकडे निघाला. मोहनला त्या दोघांचा हेवा वाटू लागला. एकाच प्रयत्नात दोघांनी पोस्ट मिळवल्या होत्या हे विशेष! सुटले दोघे, आता आणखी दोन जणांचा निकाल काय

लागतोय? बाकी कुणाचं होवो न होवो; पण सीनिअर चौगुलेंचं सिलेक्शन होऊ दे! मोहननं मनातल्या मनात प्रार्थना केली. तो पुन्हा रूमवर आला. रघू आणि गौतमही अजय आणि बबनची बातमी ऐकून आश्चर्यचकित झाले. श्रीधर मोडकलाही बातमी लागली. तोही माधववाड्यावर हजर झाला. माधववाडा लग्नकार्य असल्यासारखा पोरांनी भरून गेला. कोण कोण सिलेक्ट झालं, कोणाचं झालं नाही, जो तो दुसऱ्याला विचारत होता. इतक्यात काही मुलं ओरडत आली. त्यांच्यामध्ये सीनिअर भोसले होते. ते नायब तहसीलदार झाले होते. इतक्या वर्षांच्या प्रतीक्षेनंतर त्यांचं या वर्षी सिलेक्शन झालं होतं . सर्वांनी त्यांच्या नावाचा जयघोष केला. ते खूप खुशीत होते. आभाळ तर त्यांना दोन बोटं उरलं होतं. जो तो त्यांचं अभिनंदन करत होता. तसे सीनिअर भोसले माधववाड्यातच नव्हे, तर स्पर्धा परीक्षांचा अभ्यास करणाऱ्या सर्व मुलांत प्रसिद्ध होते. त्यांचा मित्रपरिवार मोठा होता. त्यामुळे त्यांना भेटायला आणि अभिनंदन करायला भरपूर मुलं आली होती. तेही सर्वांना वैयक्तिक धन्यवाद देत होते. या सर्व रगाड्यात सीनिअर चौगुले मात्र दिसत नव्हते. त्यांचा रिझल्ट काय आला असावा? काहीच कल्पना येत नव्हती. ते संध्याकाळपासून रूमवरही आले नव्हते. मोहनला त्यांची काळजी वाटू लागली. त्यानं आणखी एक-दोन जणांना विचारलं, पण कुणालाच त्यांच्याबद्दल माहिती नव्हती. तसे ते मितभाषी असल्यानं त्यांना जास्त मित्र नव्हते. त्यांचा फोनही लागत नव्हता. त्यामुळे आता त्यांची वाट बघण्याशिवाय दुसरं काही करता येत नव्हतं. माधववाड्यात जल्लोष चालू असतानाच गेटमधून सीनिअर चौगुले येताना दिसले. ते त्यांच्या नेहमीच्या शांतचित्तानं चालत येते होते. मोहन त्यांच्या दिशेनं धावला.

"सर, काय रिझल्ट?" त्यावर त्याच्याकडे एकदा पाहून ते उदासवाणे हसले आणि हातातला एक कागद त्याच्या हातात दिला. मोहननं अधीरपणे तो कागद घेतला. ती एक प्रिंटआउट होती. त्यावर आयोगाचा लोगो आणि त्यांचा बैठकक्रमांक लिहिलेला होता. आणि खाली वाक्य होतं-

You are selected, but not recommended.

"हे काय सर?"

'ही आयोगाने माझी केलेली थट्टा आहे."

"म्हणजे?"

"म्हणजे इतकी वर्षं मी अभ्यास केला ते हा दिवस पाहण्यासाठी ....." ते पुन्हा उदासवाणे हसले आणि जड पावलांनी आपल्या रूमकडे निघाले. एका क्षणात माधववाड्यात स्मशानशांतता पसरली. मुलांनी त्यांना वाट मोकळी करून दिली. कुणाकडेही न बघता ते रूमवर गेले आणि रूमचं दार लावून घेतलं. मोहनच्या हातात ती प्रिंटआउट तशीच होता. त्यालाही काही सुचत नव्हतं. याचा

काय अर्थ होता? एकीकडे सिलेक्टेड असं लिहिलं होतं आणि दुसरीकडे नॉट रेकमेंडेड!

"मी बघितला होता त्याचा रिझल्ट, पण आता कोणत्या तोंडानं त्याला जाऊन सांगणार?" सीनिअर भोसले म्हणाले.

"पण त्यांना तर इंटरव्ह्यू चांगला गेला होता. मग असं होण्याचं काय कारण?"

"काहीच सांगता येत नाही... मला तर खूप वाईट वाटलं. इतक्या जवळ येऊन अपयश येणं म्हणजे किती दुःखदायक असेल, याची तर कल्पनाही करता येणार नाही. बाकी कुणाचं झालं नसतं, तरी चाललं असतं पण त्याचं व्हायला पाहिजे होतं. नेमकं उलटं झालं." भोसले सर नैराश्येनं म्हणाले. सर्व जण हळहळ व्यक्त करत होते. सीनिअर चौगुले आणि सीनिअर भोसले माधववाड्यात सर्वांत सीनिअर मेंबर होते. ते कधीपासून इथे आहेत हे फक्त त्या दोघांनाच माहीत! आता सीनिअर भोसलेंचं तरी नायब तहसीलदार म्हणून सिलेक्शन झालं; पण सीनिअर चौगुले मात्र तसेच राहिले. या प्रसंगानंतर सर्व जण शांतपणे आपापल्या रूमवर निघून गेले. मोहन, गौतम आणि रघूही त्यांच्या रूमपाशी आले. दार ढकललं तर त्याला आतून कडी घातलेली होती. रघूनं दार ठोठावलं. आतून काहीच आवाज आला नाही. तिघांनी एकदम एकमेकांकडे पाहिलं, एक थंड शिरशिरी मोहनच्या शरीरातून दौडत गेली. सीनिअर चौगुलेंनी स्वतःचं काही बरंवाईट तर केलं नसेल? तिघांच्याही मनात एकदम विचार आला. त्यांनी जोरजोरात हाका मारण्यास आणि दरवाजा ठोठावण्यास सुरुवात केली. त्यांचा हा गोंधळ ऐकून बाकीची मुलं आपापल्या रूममधून बाहेर आली. सर्व जण या प्रकारानं घाबरून गेले होते. प्रत्येकाच्या मनात हाच विचार आला की सीनिअर चौगुलेंनी स्वतःचं काहीतरी बरं वाईट करून घेतलं; पण दुसऱ्याच क्षणी त्यांचा हा विचार फोल ठरला. सीनिअर चौगुलेंनी दार उघडलं. त्यांचे डोळे सुजलेले दिसत होते, केस विस्कटलेले. त्यांनी बाहेर पाहिलं- सबंध माधववाडा त्यांच्या रूमभोवती जमा झाला होता. या सर्वांना बघून ते थोडे चमकले. मग लगेच सगळा प्रकार त्यांच्या ध्यानात आला.

"काळजी करू नका, जीव नाही देणार." ते निर्विकार चेहऱ्यानं म्हणाले आणि आल्या पावली आत गेले. सर्वांचा जीव भांड्यात पडला. सुटकेचा निःश्वास टाकत गर्दी पांगली आणि जो तो आपापल्या रूमकडे निघून गेला. इकडे मोहन, रघू आणि गौतम आपल्या कृतीमुळे ओशाळून गेले होते. त्यांच्या मनात असा विचार येणं साहजिकच होतं, आणि ते सीनिअर चौगुलेंनी बरोबर ओळखलं. त्यामुळे त्यांना मेल्याहून मेल्यासारखं वाटू लागलं. काहीच न बोलता तिघं आत आले. शांतपणे आपापल्या जागी जाऊन बसले. आता अशी विचित्र परिस्थिती तयार झाली होती

की कुणाला काय बोलावं तेच सुचत नव्हतं. थोडा वेळ जीवघेणी शांतता पसरली, मग सीनिअर चौगुलेच बोलू लागले, नाटकातल्या स्वगतासारखं,

"जीव नाही देणार मी, द्यायचाच असता तर मी पुन्हा माधववाड्यात आलोच नसतो. सालं इतकी वर्षं अपयश आल्यावर जीव द्यायचा विचारही गंजून गेलाय आता. तशी मानसिकताच राहिली नाही. स्लो पॉयझनसारखं आहे हे. माणसाचे हाल हाल होतात. एखाद्या परीक्षेत अपयश आलं की दुसरी परीक्षा लगेच समोर असतेच, माणूस मागचं विसरून लगेच पुढच्या तयारीला लागतो. अशीच वर्षामागून वर्षं कशी निघून जातात कळत नाही. मुठीतून वाळू निसटून जावी तशी ... जसजसा वेळ निघून जातो तसतसं टेन्शन वाढत जातं. पण आपण काहीच करू शकत नाही. यूपीएससी लगेच तुम्हाला तुमची लायकी दाखवते. हे असं आहे- परीक्षा अशी आहे... लिमिटेड वर्षं असतात तुमच्याकडे... तुमची कुवत असेल तर तुम्ही टिकता, नाहीतर आपोआप नाद सोडून देता. पण एमपीएससी तशी नाही, ती गाफील ठेवते. हे मृगजळ आहे... अभ्यास करताना वाटतं की सोपं आहे सालं... परीक्षा दिल्यावरही वाटतं होईल आपलं काहीतरी. पण ती कधी हुलकावणी देईल सांगता येत नाही... संमोहित केल्यासारखे एकामागोमाग आपण परीक्षा देत सुटतो, कधी प्रिमधून बाहेर, कधी मेन्समधून तर कधी आमच्यासारखे इंटरव्ह्यूतून बाहेर! हातात फक्त मोठं शून्य! बाकी काही नाही. काय चुकलं माझं? सालं नशीबच फुटकं त्याला काय करणार? भेंचोत, कोणत्या मुहुर्तावर ठरवलं होतं की एमपीएससी करायची!" सीनिअर चौगुले डोक्याला हात लावून बसले. आज पहिल्यांदा त्यांच्या तोंडून शिवी ऐकली होती. खरंच ते वैतागले होते. आता त्यांच्याशी बोलायचं तरी काय? त्यांचं सांत्वन करायला शब्दही नव्हते. तिघंही शांतपणे बसून राहिले.

"मी आता निघून जातो, बास झाला अभ्यास आणि बास झाली ती परीक्षा!" त्यांनी आपला निर्णय जाहीर करून टाकला.

"सर, आम्ही समजू शकतो, तुम्हाला काय वाटत असेल ते .... पण तुम्ही सोडून नका जाऊ." मोहन म्हणाला.

"नाय रे... तुम्ही नाही समजू शकत.. देव करो आणि तुमच्या कुणावर अशी पाळी न येवो." म्हणत ते झोपायची तयारी करू लागले. मोहन आणखी काही बोलणार होता; पण रघूनं त्याला अडवलं. त्यांना एकटं राहण्याची गरज होती. या वेळी त्यांची मनःस्थिती खरोखर बिघडली होती. थोडा वेळ गेला की ते शांत होतील म्हणून कोणीच काही बोललं नाही. रात्रही खूप झाली होती. सगळे आपापल्या बिछान्यावर आडवे झाले. लाइट बंद झाला. मोहननं डोळे मिटले. आपण कोणत्या तरी मोठ्या भोवऱ्यात अडकलोय, असं त्याला वाटू लागलं.

५९

दुसऱ्या दिवशी मोहनला नेहमीप्रमाणे जाग आली. त्यानं पाहिलं- सीनिअर सर अद्याप झोपलेले होते. त्यानं आवरून घेतलं. अभ्यासिकेला जायची तयारी तो करू लागला. तयारी झाली तरी सीनिअर चौगुले उठले नाहीत. तो थोडा वेळ थांबला. त्याला त्यांच्याशी बोलावंसं वाटत होतं; पण ते डोक्यापर्यंत पांघरूण घेऊन झोपले होते. त्यांना उठवणं त्याला योग्य वाटलं नाही. तो तसाच निघाला. काल घडलेल्या घटनांचा तो विचार करत चालला होता. किती विचित्र प्रकार आहे हा निकाल म्हणजे? एका बाजूला त्याचे मित्र अजय आणि बबन अधिकारी झाले होते आणि दुसऱ्या बाजूला इतकी वर्षं घासल्यानंतरही सीनिअर चौगुलेंच्या हाती काहीच लागलं नाही. कालचं त्यांचं वाक्य त्याच्या कानात घुमू लागलं. 'एमपीएससी गाफील ठेवते... हे मृगजळ आहे... अभ्यास करताना वाटतं की सोपं आहे सालं... परीक्षा दिल्यावरही वाटतं होईल आपलं काहीतरी... पण ती कधी हुलकावणी देईल सांगता येत नाही...' आपल्या बाबतीत झालं असं तर? या 'तर'ला त्याच्यापाशी उत्तर नव्हतं. नुसती कल्पनाच इतकी वाईट आहे, तर तसं घडलं तर किती वाईट वाटेल. त्यानं तो विचार झटकून टाकला. आणि झपाझप पावलं टाकत तो अभ्यासिकेच्या दिशेनं निघाला. तसा उशिरा निघाल्यामुळे त्याला उशीर झालाच होता. आता जाऊन बघतो तर पुन्हा त्याची आवडती जागा भरली गेली होती. कालचीच बॉबकटवाली मुलगी तिथे बसली होती. छे! आजही जागा गेली... तो वैतागून बाजूच्या एका टेबलपाशी बसला. पुस्तक उघडलं आणि त्यात डोकं घातलं. पण पुन्हा त्याच्या डोक्यात कालचे विचार घोळू लागले. सीनिअर चौगुलेंच्या मानसिकतेबद्दल तो विचार करू लागला. त्यांना किती वाईट वाटत असेल. आणि मागे ते म्हणाले होते की हा त्यांचा शेवटचा चान्स आहे. त्यानंतर ते एज बार होणार होते. म्हणजे त्यांच्यासाठी सर्वच मार्ग बंद झाले होते. त्यांच्या बाबतीत असा अन्याय का केला असेल देवानं? आयुष्यात सगळ्यात वाईट गोष्ट म्हणजे ज्यावर विश्वास ठेवला जातो, तो तुटणं. गेली कित्येक वर्षं त्यांचा या परीक्षेवर विश्वास होता. त्याच विश्वासाला आता तडा गेला होता. नव्हे तर त्याचा शेवट अतिशय

दयनीय होता. अनपेक्षित! हे म्हणजे तुमच्या बॉलिंगवर विरोधी टीमचा सर्वांत महत्त्वाचा बॅट्समन बोल्ड होतो आणि नंतर अम्पायर 'नो बॉल'चा इशारा देतो, असं काहीसं झालं. मोहन त्याच्या विचारात असतानाच फोन व्हायब्रेट झाला. त्यानं पाहिलं तर गौतमचा फोन होता. गौतम असा कधी फोन करत नसे. एखादवेळी महत्त्वाचं काहीतरी असल्याशिवाय तो फोन करणार नाही. तो पुस्तकं घेऊन तडक बाहेर आला.

"हॅलो, काय झालं रे?"

"आरं, तू लवकर परत ये."

"झालं काय पण?"

"आरं, चौगुले सर बॅग भरायला लागलेत, ते घरी जायचं म्हणायलेत."

"काय? ठीक आहे, आलोच!" तो रूमकडे निघाला. त्यांना काय समजावणार आता? त्याच्याकडे शब्द नव्हते. हे असं होणार असा त्यानं अंदाज केलाच होता. कारण ही परीक्षा त्यांची शेवटची परीक्षा होती. त्यानंतर ते एज बार होणार होते. तो माधववाड्यात पोहोचला. सीनिअर चौगुले सामानाची आवराआवर करत होते. मोहनला पाहून त्यांनी स्मित केलं.

"चला, निरोप द्या आम्हाला." ते असं म्हणाले आणि का कुणास ठाऊक मोहनच्या डोळ्यांत एकदम पाणी आलं. गळा दाटून आला. असं कधी त्याला होत नसे, पण आज हे कसं काय झालं, त्याला कळेना.

"सोड रे... चलता है।" म्हणत त्यांनी त्याच्या खांद्यावर हात ठेवला. "आपलं नशीब, दुसरं काय? पण, तुम्ही सगळे चांगला अभ्यास करा आणि चांगले क्लास वन व्हा. फक्त एवढीच प्रार्थना करेन की माझ्यासारखं नशीब कोणाचंच नसावं."

मंजिल को पाने की चाह में ऐसे उलझ गये हम
मंजिल का पता नही लेकिन जीना भूल गये ।

त्यांनी त्यांच्या बॅग्ज उचलल्या. मोहननं एक बॅग घेतली. रूममध्ये सर्वत्र एकदा नजर फिरवली. संपूर्ण रूम डोळे भरून पाहिली. त्यांच्या मनाची घालमेल मोहनला कळत होती; पण आता काहीच उपाय नव्हता. ते बाहेर आले. संपूर्ण माधववाडा रूमभोवती जमला होता. त्यांनी सर्वांचा निरोप घेतला. सीनिअर भोसलेंपाशी आले. भोसलेंनी त्यांना मिठी मारली आणि ते रडू लागले. परंतु सीनिअर चौगुले मात्र स्थितप्रज्ञासारखे होते. त्यांनी हसऱ्या चेहऱ्यानं सर्वांचा निरोप घेतला. मोहन त्यांच्यासोबत स्वारगेटपर्यंत आला. बोलण्यासारखं काहीच नव्हतं. मग सीनिअर चौगुलेच बोलू लागले, "चांगला अभ्यास कर, अपयश आलं तरी निराश होऊ नकोस. माझ्यासारखी परिस्थिती प्रत्येकाची होत नाही, त्यामुळेच स्वतःवर विश्वास

ठेवून अभ्यास कर. आमचं काय संपलं आता, अधिकारी होणं काय आमच्या नशिबातच नव्हतं बहुतेक!'' इतका वेळ महत्प्रयासानं अडवून ठेवलेल्या अश्रूंना त्यांनी वाट करून दिली. ओंजळीत तोंड झाकून घेत ते रडू लागले. मोहन त्यांना समजावण्याचा प्रयत्न करत होता, पण त्यालाही खूप वाईट वाटत होतं. थोड्या वेळानं ते शांत झाले. पाऊस पडून गेल्यावर आभाळ जसं रितं होतं तसं त्या दोघांना वाटलं.

''सर, मला माहीत आहे की तुम्ही आयुष्यात नक्कीच काहीतरी चांगलं कराल, मोठे व्हाल...'' मोहन त्यांना म्हणाला. त्यावर ते दीनवाणे हसले.

''बघू, आता पुढे काय वाढून ठेवलंय... उमेदीची वर्षं तर सरली. आता काही होईल असं वाटत नाही. चला, येऊ का आता?'' म्हणत त्यांनी आपल्या बॅग्ज उचलल्या. एसटी लागलेलीच होती. ते आत जाऊन बसले. खिडकीशी येऊन मोहन उसनं हास्य चेहऱ्यावर आणत उभा राहिला.

''ही डायरी ठेव तुझ्याकडे, ती आता माझ्या काहीच उपयोगाची नाही.''

''अहो पण सर, यात तुमच्या खूप चांगल्या चांगल्या कविता आहेत... राहू द्यात तुमच्याकडे.''

''मला आता इथल्या कसल्याच आठवणी सोबत न्यायच्या नाहीत... तू ती डायरी ठेव नाहीतर जाळून टाक, मला काही फरक पडत नाही आता...'' म्हणत त्यांनी ती डायरी मोहनकडे दिली. कंडक्टरनं डबल बेल दिली आणि गाडी सुरू झाली. गाडी स्वारगेटमधून बाहेर पडली आणि खिडकीत बसलेले सीनिअर चौगुले दिसेनासे झाले. एसटी निघून गेली. मोहनच्या हातात सीनिअर चौगुलेंची डायरी होती. त्यांची एक आठवण. त्यानं सहज ती उघडून पाहिली. शेवटच्या पानावर एक नवीनच शायरी लिहिलेली त्याला दिसली.

क्यूँ होता है ये मिलना- बिछडना । हसना और अश्कोंका बहना ।
अंजान राहोंपर इत्तफाक से ही सही, कोई हमराही मिल जाता है ।
दो चार बातें होंती, और दोस्त बन जाता है ।
मंजिल भलेही अलग हो, पर कुछ देर साथ चलना होता है ।
अगले किसी मोड पर न जाने क्यों । बनाबनाया साथ छुट जाता है ।
तब यही खयाल आता है,
क्यूँ होता है ये मिलना- बिछडना । हसना और अश्कोंका बहना ।

मोहनने ती शायरी वाचली आणि त्याच्याही डोळ्यांतून नकळत अश्रू वाहू लागले. सीनिअर चौगुलेंच्या बाबतीत असं व्हायला नको होतं. एका महत्त्वाच्या प्रकरणाची शोकान्तिका संपन्न झाली होती.

६०

सीनिअर चौगुले पुणे सोडून त्यांच्या गावी निघून गेले होते. अजय आणि बबन दोघेही अधिकारी झाले होते, म्हणजे तेही आता माधववाडा सोडून जाणार होते. सीनिअर भोसलेही बरीच वर्षं रखडले होते; पण जाता जाता त्यांना क्लास टू का होईना; पण पोस्ट मिळाली होती. मोहन स्पर्धा परीक्षांचा अभ्यास करण्यासाठी पुण्यात आल्यापासून हे सर्व जण त्याच्याबरोबर होते, पण आता हे सर्व जण निघून जात असल्याचं पाहून त्याला फारच एकटं एकटं वाटू लागलं. नाही म्हणायला रघू, श्रीधर आणि गौतम होतेच; पण सीनिअर चौगुलेंशी त्याचं चांगलं पटायचं. तो आला त्या वेळी सर्वप्रथम त्यांनाच भेटला होता. त्यांनी नेहमीच त्याला योग्य सल्ला दिला होता. अभ्यासाच्या बाबतीत तर त्यांचं मार्गदर्शन होतंच, पण करमरकर मॅडमच्या प्रकरणात झालेल्या पोलिस चौकशीची आगामी शक्यताही त्यांनी वर्तवली होती. मोहनला अभ्यासिका लावून देण्यात त्यांनीच मदत केली होती. ते खऱ्या अर्थानं फ्रेंड, फिलॉसॉफर आणि गाइड होते. आता त्यांच्या रिकाम्या बेडकडे बघून त्याला कसंतरीच वाटू लागलं. सकाळी बराच वेळ तो त्याच्या बिछान्यात पडून होता. त्याला उठावंसंच वाटत नव्हतं. रघू आणि गौतम तयार झाले तरी मोहन बेडवर पडलेला होता.

"मोन्या, लेका आज काय उठायचा विचार हाय का नाय?" रघू म्हणाला.

"कंटाळा आलाय रे... बोअर वाटतंय एकदम आज."

"चौगुले सर नाहीत म्हणून वाटायलंय ना?" गौतमनं विचारलं.

"हो बहुतेक..."

"मला पण जरा चुकल्या चुकल्यागत वाटायलंय ..."

"खरंच राव, इतकं बेक्कार नशीब नसावं कुनाचं..." रघू म्हणाला.

"हिथं आपण एक परीक्षा नापास झालो तर फाटायलीय, त्या मानसाला काय वाटलं आसल?"

"मला तर लय टेंशन याया लागलंय, इतकी वर्षं घासूनबी चौगुले सरांचं काही झालं नाई, तर आपलं कसं व्हईल?"

"हा ज्याच्या त्याच्या नशिबाचा भाग असतो रे... आता आपल्याबरोबर अभ्यास केलेले बबन आणि अजय बघ, एका फटक्यात सुटले की नाही?"

"हं... बरुबर हाये तसं... आपल्या हातात फक्त अभ्यास करनंच आहे."

"जाऊ दे, नको लोड घेऊ, तू आज अभ्यासाला जानार नाईस काय?" रघूनं विचारलं.

"कंटाळा आलाय रे... मूडच नाही अभ्यासाचा..."

"असं नको करू... पुढच्या महिनाअखेर परीक्षा आहे..."

"हो रे... पण आज रूमवरच अभ्यास करतो..."

रघू आणि गौतम क्लासला निघून गेले. मोहन रूमवर एकटाच उरला. सर्व रूम भकास वाटू लागली. बराच उशीर झाला होता त्यामुळे अभ्यासिकेतही आता जागा मिळणार नव्हती. त्यानं झटपट आवरलं आणि तो पुस्तक घेऊन वाचत बसला. भूगोल संपत आला होता. हळूहळू एक एक विषय संपवला पाहिजे, प्रत्येक विषय दोनदा-तीनदा वाचून व्हायला हवा, पुन्हा मोहनच्या डोक्यात वेळापत्रक सुरू झालं. थोड्याच वेळात त्याला बाहेर बोलण्याचा आवाज येऊ लागला. अजय फोनवर बोलत होता.

"हॅलो, ...हो थँक यू.... काई नै असंच...थोडक्यात डीसी हुकलं, जाम बोअर मारून राह्यलं.... वैताग आलाय साला... दादा पण वैतागला...हो ते तर आहेच... हो पुढच्या महिन्यात आहे.... पण डीसीच्या पोस्ट नै ना... जाऊ दे... बघू जॉइन करू की नको या विचारात आहे... हो ते बरोबरच आहे पण प्रमोशनने दहा-बारा वर्षं लागतील नं तहसीलदार व्हायला." बोलता बोलता तो पुन्हा रूममध्ये निघून गेला. मोहनला आश्चर्य वाटत होतं. अजय त्याच्या निकालावर खूश नव्हता. त्याला डीसी व्हायचं होतं; पण तो नायब तहसीलदार झाला होता. काय अजब प्रकार आहे? एकीकडे कुठलीही पोस्ट मिळावी म्हणून धडपडणारे सीनिअर चौगुले आणि दुसरीकडे पोस्ट मिळूनही नाखूश असलेला अजय! म्हणजे माणूस नेहमी अतृप्तच असतो. त्याला कितीही द्या, त्याला आणखी हवं असतंच! हीच जर पोस्ट सीनिअर चौगुलेंना मिळाली असती तर त्यांना किती आनंद झाला असता, त्यांनी केलेल्या इतक्या वर्षांच्या मेहेनतीचं चीज झालं असतं. कोणतीही गोष्ट जर सहजासहजी मिळाली की त्याची किंमत राहत नाही, हेच खरं! मोहन पुस्तक समोर धरून त्याच्याच विचारात गुरफटून गेला होता. रिकाम्या झालेल्या सीनिअर चौगुलेंच्या बेडकडे पाहताना का कुणास ठाऊक; त्याला भकास वाटू लागलं. रूममध्ये अभ्यास होणं शक्य नाही, लवकर उठून अभ्यासिकेत गेलो असतो तर खूप बरं झालं असतं. संपूर्ण दुपार विचारात गेली. मनात येणारे विचार पुढच्याची शेपटी पकडून येतात. एक संपला की दुसरा, दुसरा संपला की तिसरा, विचारांची साखळी

वाढत जाते. आपल्या मनात पहिला विचार कोणता आला होता आणि आता काय विचार चालू आहे, याचा बिलकूल संबंध लागत नाही. विचारात असताना दारातून शेवडेमामा आता आले.

"काय म्हंताय निकम साहेब? तुमाला डिष्टब तर नाय ना केलं?"

"नाही हो मामा, बोला काय काम काढलं?"

"काय नाय ओ, आपलं रोजचंच ... चौगुले सायेब काल गेले ना?"

"हो, गेले बिचारे."

"त्यांच्या बाबतीत आसं व्हाया नको हुतं... इतकी वर्षं आभ्यास केला पन काय बी फायदा झाला नाई... यकादी बारकीशी पोष्ट भेटली आस्ती तरी चाल्लं असतंय, हाय का नाय?"

"हं, काय करणार, नशिबापुढे काही करता येत नाही."

"साहेब, एक जण आलाय." बोलताना ते जरा घुटमळले.

"कोण?"

"हिथं तुमच्या रूममधी राह्यला, मला म्हाईत हायेल की चौगुले सायेब जाऊन जास्त वेळ झाला न्हाई, पर आता बेड रिकामा कसा ठिवाईचा?" ते कसनुसं तोंड करत म्हणाले.

"मामा, तसं काही नाही, तुम्ही कशाला वाईट वाटून घेताय?"

"नाय पन, चौगुले सायेब जुने मेंबर व्हते, त्यांचं आसं बगून लय लागलं बगा जिवाला..."

"कोण आहे मुलगा?"

"हे काय, खाली थांबलाय, पन म्हनंल आदी तुमाला विचारावं."

"अहो मामा, आम्हाला काय विचारायचं? आम्ही काय मालक आहोत? आम्ही पण भाडेकरूच ! उद्या तुम्ही म्हणाला रूम खाली करा की आम्ही निघणार!"

"बास का सायेब! का चेष्टा करताय गरिबाची?"

"बरं, बोलवा कोण आलंय त्याला..."

"आत्ता बोलावतू." म्हणत शेवडेमामांनी खाली हाक मारली. एक गोरासा मुलगा रूममध्ये आला. केसांचा कोंबडा केलेला, कपड्यांवरून बऱ्यापैकी श्रीमंत असावा, नुकताच कॉलेज संपवून आला होता.

"हे निकमसाहेब, हे हिथं राहत्यात, त्यांच्या बरोबर आणखी दोघे जन हायेत, कांबळेसायेब आणि जाधवसायेब." शेवडेमामा त्या मुलाला सांगत होते. त्याने एकदा मोहनकडे बघून औपचारिक हास्य केलं आणि जुनी ऐतिहासिक वास्तू बघावी तशी रूम बघून घेतली. शेवडेमामांनी आपली नेहमीची कॅसेट लावली आणि

त्याला येथे असलेल्या सोईंची माहिती दिली. त्याच्या चेहऱ्यावरून त्याला रूम आवडलेली दिसत होती.

"नाव काय तुझं?"

"किरण."

"गाव कोणतं?"

"मुंबई." तो अगदी थोडक्यात उत्तर देत होता. मोहनला त्याचा पहिला दिवस आठवला! तोही असाच रूम पाहायला आला होता त्या वेळी सीनिअर चौगुले रूममध्ये होते आणि असेच त्याला विचारत होते. पुन्हा त्याच्या मनात सीनिअर चौगुलेंचा विचार आलाच! किरण उद्यापासून येणार असल्याचं शेवडेमामांना म्हणाला. दोघं मोहनचा निरोप घेऊन निघून गेले. संध्याकाळ झाली होती. रघू आणि गौतम अजून रूमवर आले नव्हते. संध्याकाळी रूमवर बसू वाटत नाही. त्यानं कपडे केले आणि तो चहा प्यायला बाहेर पडला. चहाच्या टपरीवर आला, त्या वेळी टपरीवर हळूहळू गर्दी जमू लागली.

"या, या साहेब..." चहावाल्यानं हसून त्याचं स्वागत केलं आणि त्याला चहा देऊ केला. तो घेऊन तो गर्दीपासून जरा बाजूला जाऊन बसला. चहावाल्यानं आपल्याला नावानं हाक मारली का? तो आठवू लागला. नाही, तो नुसतं साहेब म्हणाला. त्याला बरं वाटलं. यावरून त्याला सीनिअर चौगुलेंनी सांगितलेला एक किस्सा आठवला. तो आणि सीनिअर चौगुले असेच चहा प्यायला आले होते. चहावाल्यानं त्यांना त्यांच्या नावानं हाक मारून नमस्कार केला, चहा दिला. तेव्हा ते मोहनला म्हणाले होते, चहावाला, नाश्ता सेंटर्सवाले, आणि तुम्ही जिथे रोज जाता त्या ठिकाणच्या माणसांनी जर तुम्हाला नावानं ओळखायला सुरुवात केली ना, मग समजून जा की काहीतरी चुकतंय. मोहनला तेव्हा काही समजलं नव्हतं. तेव्हा त्यांनीच सांगितलं, म्हणजे तुम्ही बरेच दिवस इथे राहिला आहात आणि आता तुम्हाला काहीतरी करून लवकरात लवकर पोस्ट काढून इथून निघून जाणं गरजेचं आहे. ते म्हणाले होते, खरंच होतं ते! सीनिअर चौगुलेंना बरेच जण ओळखत होते, आणि ते दिसले नाहीत म्हणून बरेच जण त्यांची चौकशीही करत होते. चहाच्या टपरीवरसुद्धा चहावाल्यानं सीनिअर चौगुलेंबद्दल विचारलं होतंच. त्याच्या बाबतीत असं घडू नये म्हणून तो मनातल्या मनात प्रार्थना करू लागला. त्याच्या हातातला चहा संपत आला होता. रिकामा चहाचा ग्लास ट्रेमध्ये ठेवत तो उठला आणि खिशातून पैसे काढण्याच्या तयारीत असतानाच त्याला समोरून आवाज आला.

"पैसे ठेव, मी दिलेत..." त्यानं पाहिलं तर समोर बबन उभा होता. त्याचा त्याच्या डोळ्यांवर विश्वास बसेना.

"आयला बबन ! कधी आलास यार?" म्हणत मोहननं त्याला आनंदानं मिठी

मारली.

"हे काय, असाच येऊन राह्यलो."

"अभिनंदन बाबा! आता तुम्ही मोठे साहेब झाले. डेप्युटी कलेक्टर साहेब!" मोहन असं म्हणाला आणि त्याच्या आजूबाजूच्या मुलांनी चमकून त्यांच्याकडे पाहिलं. बबन अगदी साध्या वेषात होता. साधा शर्ट-पँट, त्याच्या पायात स्लीपर होती. वर्णानं काळा होताच, पण केसही व्यवस्थित नव्हते. असा मुलगा डेप्युटी कलेक्टर म्हणून निवडला गेलाय, यावर बाकीच्या मुलांचा विश्वास बसत नव्हता. चहावाला तर साक्षात पंढरपूरचा विठोबा समोर उभा राहिल्यासारखा पाहत राहिला. मघाशी बबननं दिलेले चहाचे पैसे तो अजिजीनं परत करू लागला. खूप समजावल्यावर मग त्यानं ते पैसे ठेवून घेतले. तो बरोबर असल्यानं मोहनचीही कॉलर टाइट झाली. दोघंही माधववाड्यात आले. तिथल्या मुलांना समजल्यावर मग सगळे बबनला भेटायला आणि त्याचं अभिनंदन करायला त्याच्या- म्हणजेच अजयच्या- रूमवर येऊ लागले. बबनला हे सर्व नवीन होतं. आधी तो थोडा गडबडला; पण नंतर त्यानं सर्वांचे आभार मानले. आजवर दुर्लक्षित असलेला तो आता मुख्य आकर्षण ठरला होता. मोहनला सरनाईक सरांचं ऐकलेलं पहिलं भाषण आठवलं. त्यात ते म्हणाले होते की या स्पर्धा परीक्षा या जादूच्या कांडीसारख्या असतात; एका रात्रीत सामान्य विद्यार्थ्यांचं एका अधिकाऱ्यात रूपांतर करतात- अगदी खरं होतं ते! आणि आज तो स्वतः हे अनुभवत होता. बबन आता सामान्य बबन नव्हता, तर त्याच्या नावामागे उपजिल्हाधिकारी अशी उपाधी लागली होती, आणि त्यानं ज्या पद्धतीनं आणि ज्या परिस्थितीत हे यश मिळवलं होतं, ते खरोखरच कौतुकास्पद होतं. अशीच मुलांची ये-जा चालू होती, अभिनंदनाचा वर्षाव होत होता. इतक्यात दरवाज्यातून शेवडेमामा अगदी कोपरापासून हात जोडतच आत आले. त्यांच्या चेहऱ्यावर कर्ज मागायला गेलेल्या गरजवंताची अजिजी होती.

" आ रा ऱ्रर्र ... बबन साहेब! डिप्टी कलेक्टर बबन साहेब! आमाला माफी करा बर्का! मी नाय वळकू शकलो तुमाला."

"मामा, असं काव्र बोलून राह्यले तुमी?" बबन त्यांचा जोडलेला हात हातात घेत म्हणाला.

"आओ, तुमी पहिल्यांदा भेटला तवा मी तुमच्याशी नीट नाय बोललो..."

" मामा, असं काय बोलून राह्यले तुम्ही... तुमची काय चूक? आता त्या वेळी जागाच नव्हती तेव्हा तर तुम्ही काय करणार?" बबन म्हणाला. तरीही त्यांच्या गयावया चालूच होत्या. मोहनला प्रत्येकाच्या वागण्यातला बदल जाणवत होता. आधीच्या बबनची किंमत आणि आत्ताच्या बबनची किंमत यांत जमीन-अस्मानाचा फरक होता.

“बरं ते जाऊ द्या, आज संध्याकाळी आहेत नं तुम्ही?” बबबनं त्यांना विचारलं.

“हो हाय की, काय काम हाय का?”

“काम काही नाही, आज माझ्याकडून पार्टी आहे, तुम्हाला पण यायचं आहे.”

“वा! न युन कसं चाललं! नक्की येनार” शेवडेमामा उत्साहात म्हणाले. बबननं सर्वांना आमंत्रण दिलं. अभ्यास करणारी मुलं ज्याची आतुरतेनं वाट पाहत असतात, ती पार्टी द्यायची संधी बबनला मिळाली होती- नव्हे त्यानं ती मिळवली होती. पार्टी द्यायला तो उत्सुक होता. मोहननं त्याला बाजूला घेऊन विचारलं, “अरे पण पैशांचं काय? तुझ्याकडे आहेत का?”

“हो येताना घेऊनच आलोय. जिथं काम करत होतो त्या मालकांना मी पास झाल्याचं सांगितलं. ते खूप खूश झाले. त्यांनी छोटासा सत्कारही केला आणि पगाराबरोबर बक्षीसही दिलं. त्यामुळे पैशांची चिंता नै!” बबन उत्साहात सांगत होता आणि आता तर तो उपजिल्हाधिकारी झाला होता तेव्हा त्याला आता कशाचीच कमतरता भासणार नव्हती. बबनप्रमाणे बाकीची मुलं अजयचंही कौतुक करत होते. नायब तहसीलदार ही क्लास टूची पोस्ट असल्यानं तो थोडा निराश झाला होता. त्याच्याच सोबत राहणाऱ्या बबननं क्लास न लावता उपजिल्हाधिकारीची पोस्ट काढली होती; त्यामुळे अजयपेक्षा त्याचंच जास्त कौतुक होत होतं.

आजच्या रात्रीच्या बबनच्या पार्टीसाठी सर्व जण शॉर्ट नोटिसवर आनंदात तयार झाले. काय करणार? माधववाड्यातल्या एकमेव उपजिल्हाधिकारी साहेबांनी सांगितल्यामुळे मुलांपुढे पर्याय उरला नाही. बबननं जंगी पार्टी दिली. अजय आणि बबन दोघांनी एकत्रित खर्च केला होता. त्यामुळे बबनवरच्या खर्चाचा भार हलका झाला. आपल्याच बरोबर अभ्यास करून, किंबहुना आपल्यापेक्षा हालाखीत दिवस काढलेल्या बबननं हे उत्तुंग यश संपादन केलं होतं. आता त्याची ही पार्टी खाताना मोहनला खूप जिवावर येत होतं. आज तो सिलेक्ट झाला असता तर त्यालाही पार्टी देण्याचा आनंद लुटता आला असता. रेसच्या शेवटच्या टप्प्यात अचानक दम लागावा, तसं झालं. मन विचलित झालं, त्यामुळे हातची संधी हुकली, याचं त्याला राहून राहून वाईट वाटत होतं. पण अजय त्याच्या मिळालेल्या पोस्टवर तितकासा खूश नव्हता. त्याला बबनसारखं उपजिल्हाधिकारी व्हायचं होतं. त्यांच्या घराण्यात तशी परंपराच होती. त्याचे काका आयएएस होते, मोठा भाऊ डेप्युटी कलेक्टर म्हणून राज्यात ९वा आला होता. सर्व जण सुपर क्लास वन, पण अजयला मात्र क्लास टूवर समाधान मानावं लागलं होतं. तो ही पोस्ट स्वीकारावी की नाही या चिंतेत होता. ज्या परीक्षेसाठी, आणि त्यातली एखादी पोस्ट मिळवण्यासाठी मुलं जिवाचं रान करतात, ती मिळाल्यावरही अजय द्विधा मनःस्थितीत होता. काही

सीनिअर मुलांनी त्याला समजावलंदेखील, नायब तहसीलदार हे पद स्वीकारून नंतर पुढच्या परीक्षेसाठी अभ्यास करण्याचा सल्ला काही जणांनी दिला. पण एकदा का यात अडकलो तर पुढल्या परीक्षेसाठी व्यवस्थित अभ्यास करता येत नाही, असं त्याचं म्हणणं पडलं. मुलं काही बोलली नाहीत. शेवटी ज्याचा त्याचा निर्णय! मुलांनी समजावण्याचं काम केलं; ऐकायचं, न ऐकायचं ज्यानं त्यानं आपापलं ठरवायचं! कुठे सीनिअर चौगुले, राज्यसेवेच्या एका पोस्टसाठी तळमळत राहिले पण शेवटी हाती काही न लागता निघून गेले आणि कुठे अजय, ज्याला पहिल्याच प्रयत्नात क्लास टूची पोस्ट मिळूनही असमाधानी! तसा त्याला अजयचा रागही आला. हीच पोस्ट जर सीनिअर चौगुलेंना मिळाली असती तर त्यांना किती आनंद झाला असता. इतकी वर्षं घेतलेल्या मेहनतीचं फळ त्यांना मिळालं असतं. पण ह्या जगात ज्याला मिळतं त्याला त्याची किंमत नसते. आणि ज्याला जाणीव असते त्याला ते मिळत नाही. ही जगरहाटी अशीच चालू राहणार काय? सर्वच जण समाधानी कसे राहू शकतील? सर्व जण जर समाधानी झाले, तर हे जग चालणार तरी कसं? एक विचित्र सिस्टिम तयार करून ठेवलीय देवानं! ज्यात सदैव स्पर्धा आहे. त्यात कमी म्हणून की काय स्पर्धा परीक्षा आहेत.

६१

मधले तीन-चार दिवस मोहन अभ्यासिकेत गेला नव्हता. घटनाच अशा घडत गेल्या, की त्याला अभ्यासाचं भान राहिलं नाही. राज्यसेवेचा अंतिम निकाल लागला होता. अजय, बबन आणि सीनिअर भोसले सिलेक्ट झाले होते, सीनिअर चौगुले, selected but not recommendedचा शिक्का घेऊन कायमस्वरूपी त्यांच्या गावी निघून गेले, बबन, अजयची पार्टी झाली, त्याच्या दुसऱ्या दिवशी सीनिअर भोसलेंची जंगी पार्टी झाली. त्यात तर खूप जुने आणि अनोळखी चेहरे पाहायला मिळाले. सीनिअर भोसले तसे प्रसिद्ध व्यक्तिमत्त्व असल्यानं त्यांच्या मित्रांची संख्याही जास्तच होती. दोन्ही पार्ट्या झाल्या. राज्यसेवेच्या अंतिम निकालाचा ज्वर आता उतरत आला होता आणि पुन्हा मुलं पुढे येऊ घातलेल्या नवीन अभ्यासक्रमाच्या राज्यसेवेच्या पूर्व परीक्षेच्या तयारीला लागले. एखादा रिझल्ट लागला की पास होणाऱ्या मुलांकडे बघून इतर मुलं अभ्यासाच्या बाबतीत गंभीर होत. त्यात जर अगदीच जवळचा मित्र सिलेक्ट झाला, तर मात्र ही भावना अधिक तीव्रतेनं जाणवत असे. आपल्याबरोबर अभ्यास करणाऱ्या, एकसारखीच पुस्तकं वाचलेल्या, एकत्रित डिस्कशन केलेल्या मित्रांचं सिलेक्शन होतं, आणि आपण पास होऊ शकत नाही म्हणजे काय? कुठेतरी कमीपणाची भावना निर्माण होते. मनात असूया निर्माण होते. विचार करून डोकं फिरून जातं. नैराश्याचे ढग डोक्याभोवती फिरू लागतात. गेले दोन-तीन दिवस मोहन या सगळ्या प्रकारातून गेला होता. एक वेळ तर अशी आली, की हे सगळं सोडून घरी निघून जावंसं त्याला वाटलं. मग पुन्हा शांत डोक्यानं विचार केला, आता असंही पाण्यात पडलोच आहे, तर हात-पाय मारण्यावाचून काही पर्याय उरला नव्हता. त्याची नजर गौतमच्या टेबलकडे गेली. तिथे मोठ्या अक्षरात लिहिलेलं चनी ुग्न ल्ज हे तीन शब्द वाचले आणि त्याला पुन्हा जाणीव झाली की आपण इथे असे हार मानण्यासाठी आलेलो नाही. आपण पुढची परीक्षा पास व्हायचंच, मग काहीही झालं तरी! विचार करत तिरमिरीत तो उठला. घड्याळात पाहिलं, सकाळचे आठ वाजत आले, रघू त्याच्या पीएसआयच्या क्लासला आणि गौतम राज्यसेवेच्या पूर्वपरीक्षेच्या क्लासला गेला होता. अभ्यासिकेत

तर आता जागा मिळणं मुश्किल होतं. बसायला कोणतीही जागा मिळाली तरी चालेल; पण आता रूमवर बसून अभ्यास करायचा नाही. त्यानं पटापट आवरलं, आपली पुस्तकं घेऊन अभ्यासिकेत जायला निघाला. अपेक्षेप्रमाणे अभ्यासिकेत जागा नव्हतीच! दूर एका कोपऱ्यात एक लहान तुटकंसं टेबल आणि खुर्ची होती. सहसा त्यावर कोणी बसत नसे; पण आज पर्याय नव्हता. तो तडक तिथे गेला. टेबल आणि खुर्चीवर धूळ साचली होती. रुमालानं त्यानं ती साफ केली. खुर्चीचा एक पाय थोडा खुजा होता, त्यामुळे ती डुगडुग हलत होती. मोहन काळजीपूर्वक हळुवारपणे त्या हलणाऱ्या खुर्चीवर बसला. आजूबाजूची मुलं आपला अभ्यास सोडून त्याच्याकडे पाहत राहिली. याचा असा काय मोठा जीव चाललाय की इथे या मोडक्या खुर्चीवर बसूनच अभ्यास करायचा आहे! बाकीच्या मुलांच्या चेहऱ्यावर असे भाव उमटलेले त्याला जाणवले, तरी त्यानं इकडेतिकडे न बघता राज्यशास्त्राच्या पुस्तकात डोकं घातलं. दहा मिनिटांत त्यांचं मन एकाग्र झालं. लोकसभा, राज्यसभा, उच्च न्यायालय, सर्वोच्च न्यायालय, राष्ट्रपती, पंतप्रधान , मुख्यमंत्री, राज्यपाल, पंचायतराज या आणि अशा अनेक प्रकरणांचा त्यानं निकाल लावला. जेवणाचीही शुद्ध त्याला राहिली नाही. त्यानं पुस्तक संपवूनच डोकं वर काढलं. त्या वेळी सुरुवातीला त्याच्या डोळ्यांसमोर अंधारी आली. बाप रे! हे काय होतंय? मग हळूहळू त्याला नीट दिसू लागलं. त्यानं घड्याळात पाहिलं, संध्याकाळचे साडेचार वाजून गेले होते. तो तसाच थोडा वेळ बसून राहिला. आज झालेल्या अभ्यासावर तो समाधानी होता. एका बैठकीत त्यानं एक विषय संपवला होता. कोंबून भरलेल्या पोत्यासारखं डोकं जड झालं होतं. तो शांतपणे डोळे मिटून बसला. वाचलेल्या पानांपैकी काही पानं त्याच्या डोळ्यांसमोरून फिरू लागली. आजच्या दिवशी भरपूर अभ्यास झाला. त्यानं पुस्तकं घेतली आणि तो अभ्यासिकेच्या बाहेर पडला. बाहेर चहाची टपरी होती. डोकं जड झाल्यामुळे त्याला खरी तर चहाची चांगलीच तलफ आली होती. त्याची पावलं आपोआप तिकडे वळली. तो चहाची ऑर्डर देणार इतक्यात, ''हॅलो,एक्सक्यूज मी... हॅलो!'' त्याच्या मागून आवाज आला. त्यानं मागे वळून पाहिलं. ती बॉबकटवाली मुलगी खांद्यावर दप्तर घेऊन कमरेवर हात ठेवून रखुमाईसारखी उभी होती. ती त्याच्याकडेच पाहत होती. तिच्या चेहऱ्यावरून कसलाच अंदाज लागत नव्हता. आपण तर आज हिच्या जागेवर बसलो नाही, मग ही का आलीय? मोहन विचारात पडला.

''आज तू कुठे बसलास होतास?'', तिने थेट प्रश्न केला.

''मी? पण तू का विचारतेस? तुझ्या जागेवर नव्हतो बसलो.'' तो तुटकपणे म्हणाला.

''हो मला माहीत आहे; कारण माझ्या जागेवर मीच बसले होते.''

"मग? आता काय मी अभ्यासिकेत पण बसू नको का?" मोहन असं म्हणाला आणि तिला एकदम हसूच फुटलं. बराच वेळ ती तशीच हसत राहिली. तिच्या हास्याला एक लय होती.

"इतकं हसण्यासारखं काय आहे त्यात?"

"नाही, काही नाही, असंच!" ती तिचं हसू आवरत म्हणाली, "ॲक्चुअली, मी तुझी विचारपूस करायला आले होते."

"माझी विचारपूस? का?"

"अरे, मी आज पाहिलं तर तू मागे मोडक्या टेबल आणि खुर्चीवर बसला होतास. मला थोडं फील झालं आणि तू बरेच दिवस दिसला नाहीस ना! ॲक्चुअली झालं काय, की मागे नाही का आपलं जागेवरून भांडण झालं, तेव्हा वाटलं की तू त्यामुळे अभ्यासिकेत येत नाहीस. मला माझ्यामुळे कुणाचं नुकसान झालेलं नकोय." ती पोक्त चेहरा करून म्हणाली.

"बरं मग?" न समजून त्यानं विचारलं.

"ॲक्चुअली मी काय विचार करत होते की आपण ठरवून घेऊ की एक दिवस तू त्या खिडकीशेजारच्या जागेवर बस, एक दिवस मी बसेन, ओके?" जागेसाठी भांडणारी मुलगी असा प्रस्ताव ठेवेल याची मोहनला कल्पना नव्हती.

"नाही, नको, तू तुझ्याच जागेवर बस, मला काही प्रॉब्लेम नाही..."

"अरे, पण तुझाही अभ्यास आहेच ना? ती जागा तुलाही हवीच होती ना?"

"हवी होती, पण आता नको, आता कुठल्याही जागेवर बसून अभ्यास करायची माझी तयारी आहे, त्यामुळे तू टेन्शन नको घेऊ, मला ती जागा नकोय..."

"ठीक आहे. मर्जी तुझी! चहा घेणार?" म्हणत ती चहाच्या टपरीकडे निघालीही. मोहनला खरंतर चहा प्यायचा होता; पण या मुलीबरोबर नको म्हणून तो तिथून निघाला.

"अरे, असा काय हा?" ती बॉबकटवाली मुलगी त्याच्याकडे बघतच राहिली. तिनं पाहिलं तेव्हा तो दूर निघून गेला होता. मोहन रूमवर आला तेव्हा रूमवर चर्चासत्र भरलं होतं. त्याचे रूमपार्टनर तर होतेच, पण त्यांचा नवीन रूमपार्टनर किरण, तसेच विशेष अतिथी म्हणून श्रीधर मोडकसुद्धा आले होते. चौघेही निवांत गप्पा मारत बसले होते. मोहन रूमवर आला. रघू आणि गौतम लहान मुलांप्रमाणे बाबा आले... बाबा आले'च्या चालीवर 'मोहन आला... मोहन आला...' ओरडू लागले. मोहनला वैताग आला.

"अरे मोन्या, आपला नवीन रूमपार्टनर ... किरण, आणि किरण हे निकमसाहेब..." गौतमनं दोघांची ओळख करून दिली.

"होय, झालीय आमची ओळख आधीच!" किरण म्हणाला. त्याच्या बोलण्यात थोडा बायकी स्वर होता हे मोहनच्या लक्षात आलं. मोहन त्याच्याकडे पाहून ओळखीचं हसला.

"बस मोहन, बरं रघ्या, आपला काय विषय चालला होता? हां ... तर तुझं काय कारण आहे इथं यायचं?" श्रीधरनं विचारलं.

"माझं तर कारन क्लियर ए... आपल्याला चांगली बायको पायजे. त्यासाठी मला पोस्ट काढायचीय." त्याच्या उत्तरावर सर्व जण हसले.

"कसलं वासाडलंय हे...!

"बघ आता! मोहन बघ, तुझा रूमपार्टनर पेटलाय...", श्रीधर म्हणाला.

"त्यात काय वाईट हाये सांगा... तू जर चांगल्या पोष्टवर आस्विल तर पोरींचे बाप तुझ्या मागं लागतील. हाय का नाय मोन्या? तूच सांग..."

"हं..."

"आयला, नुसतं हं काय, नीट सांग की लेका! "

"हो बरोबर आहे." म्हणत मोहननं आपली पुस्तकं टेबलवर ठेवली. आधीच अभ्यास करून त्याचं डोकं जड झालं होतं. जरा शांतता मिळावी म्हणून रूमवर आला तर इथं यांच्या गप्पा रंगलेल्या. त्याच्या बेडवर श्रीधर बसला होता, त्याच्या बाजूला तो बेडवर आडवा झाला.

"अभ्यास करून दमलेला दिसतोय मोहन." श्रीधर म्हणाला. मोहन काहीच म्हणाला नाही. तो डोळे मिटून स्वस्थ पडून राहिला.

'गौत्या, तुझं काय?"

"आपल्याला तर बाबा पैसा कमवायचाय... खूप पैसा!"

"आयला, तुला काय वाटतं का नाय लेका!"

"त्यात काय वाटायचंय? मी तुमाला सांगतो, जेवढी काय पोरं अभ्यास करायलीत त्यातल्या ९०-९५ टक्के पोरांचा हाच उद्देश आसंल."

"तुला किती पैसे मिळाले तर तू सुखी होशील?" श्रीधरनं विचारलं.

"मानसाला कितीपन पैसा मिळाला तरी तो कमीच!"

"अरे, पण पैसा सर्वस्व नसतो बाबा!"

"मोदक्या, तू लय शानपना शिकवायलाय, ही पुस्तकातली वाक्यं आमाला ऐकवू नको." गौतम पेटला.

"आरं, पैशानं सर्व गोष्टी विकत घेता येत न्हाईत... पन बऱ्याच गोष्टी विकत घेता येतात." रघू त्याच्याच विनोदावर हसत सुटला.

"पांचट जोक बंद कर. आपल्या नवीन रूमपार्टनरला विचारू, बोला किरणराव..."

"मला नं खूप मोठ्ठा अधिकारी व्हायचंय..." तो पुन्हा त्याच बायकी स्वरात

म्हणाला.

"आरं मर्दा हितं सगळीच अधिकारी व्हाया आलेत. पण तुला अधिकारी बनून काय करायचयं ?"

"खरंतर मी हे कुणाला सांगितलं नाही; पण तुम्हाला सांगतो, मला नं लग्न करायचंय. माझी आहे, तिच्याबरोबर!" किरण सांगताना असा लाजला की बाकीच्यांनी शिट्ट्या आणि आरडाओरडा करून रूम डोक्यावर घेतली. मोहनचा नुकताच डोळा लागला होता, तो तडफडत या गोंधळामुळे उठला.

"शूऽऽऽ अरे, वेडे आहात काय? बाकीची मुलं अभ्यास करत असतील ना!" किरण सर्वांना खोटं खोटं रागावला. मोहनला त्याच्या बोलण्याची आणि त्याच्या बायकी स्वरांची शिसारी आली. त्याला असं वाटत होतं की उठून दोन कानाखाली माराव्यात या किरणच्या! पण गौतम आणि रघूला आता हे चांगलं खेळण मिळालं होतं. ते दोघंही त्याची टिंगल करत होते आणि त्या मूर्खाला हे कळतही नव्हतं. गवळणीत पेंद्या जसा मावशीला छेडतो, तसं या दोघांचं चालू होतं. किरणनं जणू माकडांच्या हाती कोलीतच दिलं होतं. बराच वेळ ते त्याची खेचत राहिले. श्रीधरलाही वैताग आला.

"बास रे! रॅगिंग घेताय काय त्याची? आपला चर्चेचा मुद्दा भरकटत चाललाय..."

"आमचं तर सांगून झालं, आता तूच राह्यलाय. तूच सांग," रघू म्हणाला.

"मला तर ना आयुष्यात काहीतरी भारी करायचंय ! मला संगीतात काहीतरी करायचंय." श्रीधर म्हणाला.

"ही संगीता कोण म्हनायची आता?" गौतमनं एक फालतू विनोद केला. त्यावर सगळ्यांनी त्याला झापलं आणि श्रीधरला पुढे बोलायला सांगितलं.

"कॉलेजला असताना मला बासरी शिकायची होती. पण आमच्या घरच्यांना हे संगीतबिंगीत म्हणजे भिकेचे डोहाळे वाटतात. मला म्हणाले, बासरी शिकून काय स्वारगेटवर वाजवणार आहेस का म्हणून! त्यामुळे मी त्यांना न सांगता शिकलोही. बासरी जवळ असली ना की खूप मस्त वाटतं मला! हे स्पर्धा परीक्षा देतोय ते घरच्यांसाठी आणि एक पगार सुरू राहावा म्हणून; बाकी मला जास्त काही नकोय. मी आणि माझी बासरी बास!" श्रीधरच्या डोळ्यांत स्वप्नं जमा झाली होती. त्याचं बोलणं ऐकून मोहननंही डोळे उघडले.

"आयला मोदक्या, तुझा हा गुन माहीत नव्हता आमाला." रघू आश्चर्यानं म्हणाला.

"आता आहे का बासरी तुझ्याजवळ?" मोहननं विचारलं.

"आहे की." श्रीधर उत्साहात म्हणाला.

"आयला, मग होऊन जाऊ दे की एखादा नमुना!" गौतमची लगेच फर्माईश:

"आत्ता? नाय रे इथे कुठे? मुलं अभ्यास करत असतील," श्रीधर टाळण्याच्या उद्देशानं म्हणाला.

"आरं, संध्याकाळचा कोन नाय करत अभ्यास. पोरं गेली असतील बाहेर, नायतर च्या प्यायला. तू सुरू कर, काय टेन्शन नाय."

नाही-होय करत श्रीधरनं त्याच्या बॅगमधून बासरी काढली. गौतमनं त्याला बसायला समोर खुर्ची दिली. श्रीधर बासरी वाजवण्याच्या विचारानं थोडासा उत्तेजित झाल्यासारखा दिसत होता. मोहनही उठून बसला. श्रीधरनं दोन्ही हातांच्या बोटांत बासरी व्यवस्थित पकडली आणि ओठांना लावली. त्याचे डोळे आपोआप मिटले गेले. त्यानंतर त्याच्या ओठांतून येणाऱ्या फुंकरीवाटे बासरीतून सुंदर सूर उमटू लागले. त्या सुरांनी संपूर्ण रूम भरून गेल्यासारखी वाटली. नेहमी रुक्ष वाटणारी रूम त्या सुरांवर तरंगल्यासारखी वाटू लागली. श्रीधर खरोखर सुंदर बासरी वाजवत होता. संध्याकाळच्या समयी हे असे मोहवणारे सूर ऐकून सर्वांचे कान तृप्त झाले. श्रीधरच्या सुरांमध्ये तशीच जादू होती. खूप शांत, मनाला भावणारे सूर त्याच्या बासरीतून उमटत होते. त्यानं हिंदी फिल्ममधली अनेक गाणी वाजवून दाखवली. सुरांची जादू अशी होती, की मोहनच्या रूमबाहेर काही मुलं थांबून बासरी ऐकत उभी राहिली. शेवटी जॅकी श्रॉफच्या 'हिरो' फिल्ममधल्या बासरीची धून वाजवून त्यानं शेवट केला. थोडा वेळ रूममध्ये प्रसन्न शांतता पसरली. सर्वांचीच समाधी लागल्यासारखी झाली. भानावर येत गौतमनं जोरजोरात टाळ्या वाजवायला सुरुवात केली. त्याच्या पाठोपाठ सर्व जण टाळ्या वाजवू लागले. अभ्यासाव्यतिरिक्त आणखी काही आवड असू शकते आणि ती जोपासता येते, याची जाणीव बाकीच्यांना झाली. ही नवीनच होती. इथे आल्यापासून आपली आवड, छंद यांचा जणू विसरच पडला होता. आपल्या मनाचे सारे दरवाजे बंद करून फक्त अभ्यास आणि अभ्यास! याव्यतिरिक्त दुसऱ्या कशाचाच विचार करायचा नाही, हा खरंतर इथला अलिखित नियमच झाला होता. भूल पडल्यासारखे सर्व जण त्याच नशेत वावरत होते. श्रीधरनं अलगद फुंकर घालून याची जाणीव त्याच्याही नकळतपणे सर्वांना करून दिली.

६२

रघूनं पीएसआयसाठी फॉर्म भरला होता. तो अभ्यासही मन लावून करत असे. सरनाईक सरांचा पीएसआयसाठीचा क्लास त्यानं लावला होता. राज्यसेवेचा अभ्यास त्यानं पहिल्या परीक्षेनंतर सोडूनच दिला. राज्यसेवा त्याच्या आवाक्याबाहेर आहे असं त्याला वाटत असे. ओपन कास्टचे असल्यानं, आवश्यक त्या मेरिटपर्यंत आपण कधीच पोहोचू शकणार नाही, असं त्याला प्रकर्षानं वाटे, म्हणून त्यानं राज्यसेवेचा नाद सोडून दिला आणि पीएसआयवर लक्ष केंद्रित केलं. गौतम मात्र अजूनही राज्यसेवा करत होता आणि त्यानं पीएसआयचाही फॉर्म भरला होता. त्यानं राज्यसेवेचा क्लास लावला होता. पीएसआयची पूर्व परीक्षा झाली. रघूला पेपर बरा गेला होता. त्यानं काढलेल्या अंदाजानुसार त्याला पास होण्यापुरते मार्क्स होते. त्यानं लगेच मेन्सचा अभ्यास सुरू केला. पीएसआयची मेन्स तुलनेनं लवकर होते. त्यामुळे त्यानं अभ्यासाला सुरुवात केली. त्याच्या थोड्याच दिवसांत राज्यसेवेची पूर्व परीक्षाही झाली. नवीन अभ्यासक्रमाची ही पहिलीच परीक्षा असल्यानं परीक्षेची काठिण्य पातळी कशी असेल, मुलांना पेपर कसा गेला, मेरिट किती लागेल, आन्सर-की केव्हा येईल... या सर्वांबाबतीत अनिश्चितता होती. ज्याला विचारावं तो नुसती नकारार्थी मान हलवी. खात्रीशीर माहिती अशी काही मिळत नव्हती. कुणी म्हणे आयोग आता भराभर निकाल लावणार आहे; कुणी म्हणे महिन्याभरात रिझल्ट लागू शकतो. ज्याला जसं सुचेल आणि जशी माहिती मिळेल तसं तो सांगत होता. मोहन मात्र न चुकता अभ्यासिकेत जात राहिला. आता त्यानं मेन्सचा अभ्यास सुरू केला. मुख्य परीक्षेसाठी क्लास लावावा का, की सरळ अभ्यासिकेत जाऊनच अभ्यास करावा? पास झालो तर मेन्ससाठी क्लास लावू ; कारण नवीन अभ्यासक्रम असल्यानं गाइडन्सची गरज तर नकीच होती. त्यामुळे रिझल्ट लागेपर्यंत अभ्यासिकेत अभ्यास करू आणि नंतर पास झालो तर क्लास लावू, असं ठरवून तो नियमितपणे अभ्यासिकेत जाऊन बसू लागला. सध्या परीक्षा संपल्यानं अभ्यासिकेत तेवढी गर्दी नव्हती. बऱ्याचशा जागा रिकाम्याच असायच्या, त्यामुळे मोहन निवांत ८-९ वाजता अभ्यासिकेत जात असे. आज तो अभ्यासिकेत पोहोचला आणि पाहतो तर

जवळपास संपूर्ण अभ्यासिका रिकामी! तो कुठेही बसू शकत होता. अगदी त्याची आवडती खिडकीशेजारीची जागादेखील रिकामीच होती. बसावे का खिडकीशेजारी? नको, ती बॉबकटवाली आली तर पुन्हा उठावं लागेल, आणि आपल्याला आता इतर कोणत्याही गोष्टीपेंक्षा अभ्यास महत्त्वाचा आहे. तो बाजूला एका टेबलवर बसला. थोड्या वेळात ती बॉबकटवाली मुलगीही आली. तिने नेहमीप्रमाणे जीन्स आणि टी-शर्ट घातला होता. दोघांनी एकमेकांकडे पाहिलं. नजरानजर झाली. तिनं मंद स्मित केलं आणि का कुणास ठाऊक; हलकेच मोहनच्या काळजाचा ठोका चुकला. हृदय अकारण धडाडलं. त्यानं लगेच डोकं पुस्तकात घातलं. बाप रे! हे आत्ता काय झालं? असं व्हायला नको आहे. मोहन, आपण इथे अभ्यास करायला येतोय. असा बावळटपणा पुन्हा करू नकोस. एकदा दुधानं तोंड पोळलं आहेच, ताकही फुंकून प्यावं लागेल! अभ्यासात लक्ष घाल मोहन! फालतूपणा नको! स्वतःलाच बजावत तो मान खाली घालून पुस्तकाकडे पाहू लागला. अभ्यासिकेत मुलं येत होती. आता बराच वेळ झाला त्यानं वर पाहिलं नाही. खाली बघून बघून त्याची मानही दुखू लागली. मानेवरचा ताण हलका करण्यासाठी त्यानं वर पाहिलं. इकडेतिकडे मान वळवून पाहिली. खिडकीच्या दिशेनं त्याची नजर गेली आणि त्याच वेळी त्या बॉबकटवाल्या मुलीनंही त्याच्याकडे पाहिलं. पुन्हा नजरानजर झाली. आता मात्र मोहन अस्वस्थ झाला. आयला काय चाल्लंय हे? आपलं लक्ष विचलित होतंय. आता या हॉलमध्ये बसायलाच नको. आतला हॉल बरा आहे. तिथे सुरुवातीला नाही होणार अभ्यास कदाचित, पण या लफड्यात अडकण्यापेक्षा आत बसलेलं बरं! असा विचार करून त्यानं समोरचं पुस्तक मिटवलं. बाकीची पुस्तकं घेतली आणि सरळ आतला हॉल गाठला. आतला हॉल म्हणजे एखाद्या गुहेसारखा होता. थंड! शांत! तिथे जास्त गर्दी नव्हती. दरवाज्याला लागून असलेल्या टेबलवर तो जाऊन बसला आणि वाचू लागला. थोड्याच वेळात त्याचं मन एकाग्र झालं आणि मग पानामागून पानं उलटली जाऊ लागली. संध्याकाळ झाली तेव्हा त्याचा बऱ्यापैकी अभ्यास झाला होता. आतला हॉलही काही वाईट नव्हता. उलट, तिथे जास्त शांतता होती. आणि सध्या त्याला त्याचीच गरज होती. तो अभ्यासिकेच्या बाहेर पडला. समोर चहाची टपरी होतीच! तो तडक गेला आणि चहाची ऑर्डर दिली. चहा तयारच होता. गरम वाफाळणारा चहा ग्लासात घेऊन तो चव घेऊन पिऊ लागला. बाजूला सहज त्याचं लक्ष गेलं. बाइक पार्किंगच्या तिथे काही मुलांचा घोळका होता. त्यात त्याला ती बॉबकटवाली मुलगी दिसली. मुलांच्या घोळक्यात ती एकटीच मुलगी होती. ती स्टॅण्डवर लावलेल्या एका बाइकवर बसली होती आणि आजूबाजूचे तिचे मित्र होते. ती सगळ्यांशी बिनधास्त हसून खेळून बोलत होती. मध्ये एकमेकांना टाळ्या देणं, खोटं खोटं मारणं चालू होतं. मोहनला तिचं

कौतुक वाटलं. स्पर्धा परीक्षांच्या अभ्यासाला येणाऱ्या इतर मुली आणि या मुलीत जमीन-अस्मानाचा फरक होता. इतर मुली म्हणजे आपण भलं आणि आपला अभ्यास भला. नाकासमोर चालणं या वाक्प्रचाराचं तंतोतंत पालन करणाऱ्या. इकडेतिकडे बघणं नाही, की कुणाशी बोलणं नाही आणि जरी बोलावंच लागलं तरी कामापुरतं. ही अशी पहिलीच मुलगी बघितली जी बिनधास्त पोरांमध्ये जाऊन बसते, गप्पा मारते, त्यांची मस्करी करते. स्पर्धा परीक्षेचा अभ्यास करणाऱ्या इतर मुली पंजाबी ड्रेस वगैरे घालायच्या; पण बॉबकट मात्र जीन्स, टी-शर्टशिवाय यायची नाही आणि ते तिला शोभूनही दिसत होतं. एकदा तर ती गुडघ्यापर्यंत शॉर्ट्स घालून आली होती. बाकीची पोरं अभ्यास करायचा सोडून तिच्याकडेच बघत बसली. अभ्यासिकेतल्या त्या पर्यवेक्षकबाई तिला ओरडल्या. मग तेव्हापासून ती जीन्स घालून यायला लागली. तर अशी ही मुलगी, तिच्या वेगळेपणामुळे संपूर्ण अभ्यासिकेतच नव्हे, तर स्पर्धा परीक्षेचा अभ्यास करणाऱ्या सर्व मुलांत प्रसिद्ध होती. पण आता ती ज्या मुलांबरोबर बोलत होती, ती अभ्यासिकेतील नव्हती. त्यांच्यातल्या कुणालाही त्यानं याआधी पाहिलं नव्हतं. कोण असावेत ते सर्व जण? मोहन चहा पीत पीत विचार करत होता.

"तुझा ढोल तुझी वाट बघतोय!" घोळक्यातला एक जण तिला म्हणाला.

"या यार, आय मिस हिम टू... माझा ढोलू!"

"तू या वर्षी येणार नाहीस का मग प्रॅक्टिसला?" घोळक्यातल्या दुसऱ्यानं विचारलं

"वेडा आहेस काय? मी तर त्याच्याशिवाय जगू शकत नाही."

"आणि मग तुझा अभ्यास?"

"अभ्यास तर काय रोजचाच आहे रे! पण आपला बाप्पा तर वर्षातून एकदाच येतो... काय?"

"येक नंबर! चला भेटू मग उद्या, नक्की ये! " म्हणत त्या मुलांनी तिचा निरोप घेतला. मोहन अद्याप त्यांच्याकडेच पाहत होता. त्या बॉबकटवाल्या मुलीनं त्या सर्व मित्रांना निरोप दिला आणि वळून तिथून जाणार तेवढ्यात तिची नजर मोहनवर पडली. मोहननं लगेच त्याची नजर दुसरीकडे वळवली. आपण आपल्याच नादात आहोत, असं भासवत तो उरलेला चहा पिऊ लागला. चहा संपवून तो पैसे देऊन वळणार, इतक्यात मागे तीच मुलगी उभी होती. ती अशी अचानक समोर येईल असं त्याच्या ध्यानीमनी नव्हतं. तो थोडासा दचकलाच! ती त्याच्याकडे रोखून पाहू लागली.

"मागे मी तुला चहाबद्दल विचारलं आणि तू निघून गेलास.. का?" तिनं थेट त्याला विचारलं.

"मला? माझं लक्ष नसेल बहुतेक..." काहीतरी म्हणायचं म्हणून तो म्हणाला.

"काय भाव खातोस रे! पोरींसारखा!" ती म्हणाली. तिच्या या वाक्याची त्याला गंमत वाटली.

"अरे बाबा खरंच! माझं महत्त्वाचं काम होतं म्हणून गेलो, पण तू का विचारतेस हे?"

"काही नाही सहज, बाय द वे, मी आसावरी!" तिनं शेकहॅन्डसाठी हात पुढे केला. आता एक मुलगी स्वतःहून हात पुढे करते तर जास्त भाव खायला नको, म्हणून त्यानं हात मिळवला.

"मी मोहन."

"कसला अभ्यास करतो आहेस?"

"राज्यसेवा... मेन्सचा."

"ओह! एमपीएससी?" म्हणत तिनं नाक मुरडलं.

"का? एमपीएससी वाईट आहे का?"

"नाही, वाईट नाही, पण डाउन मार्केट वाटतं."

"डाउन मार्केट? तू कसला अभ्यास करतेस मग?"

"यूपीएससी." तिनं अभिमानानं सांगितलं.

"अरे वा! छान, पण राज्यसेवासुद्धा काही सोपी नाही."

"मला माहीत आहे रे! सहज मस्करी केली. बेसिकली, मला हे अभ्यासबिभ्यास बिलकूल आवडत नाही. बोअरिंग आहे हे जाम! पण आमच्या पिताश्रींना कोण समजावणार? मला माहीत आहे, मी काही पास होणार नाही. पण मग अभ्यासच करायचा आहे तर मोठ्याच परीक्षेचा करू! म्हणून यूपीएससी!"

"तुला अभ्यास आवडत नाही तर कशाला करतेस? सोडून दे ना, दुसरं कर काहीतरी."

"मी हज्जारदा सांगितलं हे माझ्या बाबाला, पण तो ऐकत नाही. म्हणतो मला तुला आयपीएस झालेली बघायचंय."

"हं... पण मग तू काय करणार आहेस पुढे?"

"ॲक्च्युअली, मनात येईल त्या सर्व गोष्टी करायच्यात, मस्त जगायचं, धमाल करायची."

"धमाल? मग इथ बसून कशी काय करणार धमाल?"

"मी सगळं ठरवलंय. काय काय करायचंय ते... हळूहळू करेन सगळं, आता तर गणपती येत आहेत, आमचं ढोल-ताशा पथक आहे. आता प्रॅक्टिस सुरू होणार, जाम धमाल येते..."

"ग्रेट यार, मस्त! पण तुला असं वाटत नाही का की तू तुझ्या घरच्यांना

फसवतेस ते...''

"बेसिकली, मी त्यांना आधीच सांगितलंय. पण त्यांना समजत नाही, त्याला काय करणार! मग त्यांना वाईट वाटू नये म्हणून मग येते अभ्यासाला. आणि ॲक्चुअली, मी ती खिडकीशेजारची जागा त्यासाठीच पकडते. बोअर झालं की मस्त बाहेर बघत बसते. याआधी माझ्या जागेवर कोणी बसलं नव्हतं. तू बसलास तेव्हा तर माझं डोकच फिरलं. आणि एकदा नाही, बऱ्याच वेळा तसं झालं. मग माझा संयम तुटला, आणि मी तुला बोलले. त्यानंतर तू दिसला नाहीस, मग मला राहून राहून वाटू लागलं की असंही मी तर अभ्यास करत नाही, मग त्या जागेवर बसून जर एखाद्याचा अभ्यास होत असेल तर मी कशाला मध्ये मध्ये येऊ, नाही का? माझ्यामुळे कुणाचं नुकसान झालं तर ते मला नकोय.''

"नाही, तसं काही नाही. माझा होतोय अभ्यास. ''

"नक्की ना पण?''

"हो ... हो नक्की!''

"चल, चहा घेऊ. काका, दोन चहा द्या.''

"अगं, नको, माझा झालाय.''

"घे रे!चहाला नाही म्हणू नये.'' म्हणत तिनं एक ग्लास त्याच्या हातात दिलाच. दोघेही संध्याकाळच्या वातावरणात अमृततुल्य चहाचा आनंद घेऊ लागले.

६३

रात्री झोपेत मोहनला कुणीतरी सतत बोलत असल्याचा भास झाला. आधी त्याला वाटलं की त्याला स्वप्न पडलं आहे; पण नंतर कान देऊन ऐकण्याचा प्रयत्न केला तेव्हा खरंच कोणीतरी कुजबुजत असल्याचं त्याला जाणवलं. आवाजही ओळखीचा वाटेना. त्यानं डोळे उघडले. समोरच्या भिंतीवर अस्पष्ट पिंपळाच्या पानांच्या सावल्या दिसू लागल्या. अगदी बारीक आवाजात कोणीतरी बोलत होतं. गौतम कधीकधी झोपेत बडबडत असे; पण हा त्याचा आवाज नव्हता. सतत बारीक आवाजात मग कोण बडबडत होतं? भुताटकी वगैरेचा प्रकार नाही ना? त्यानं भेदरलेल्या नजरेनं इकडेतिकडे पाहिलं; आवाज ज्या दिशेने येत होता त्या दिशेनं कान देऊन ऐकण्याचा प्रयत्न केला. त्याला कुणीतरी मंत्र म्हटल्याचा आवाज आल्यासारखा वाटला. बाप रे, काय आहे हे? मरू दे, तो डोक्यावर अंथरूण घेऊन डोळे मिटून पडून राहिला. त्याचा कधी डोळा लागला त्यालाच कळलं नाही. सकाळी उठल्या उठल्या त्यानं गौतम आणि रघूला कालचा प्रकार सांगितला.

"अरे, काल आपल्या रूममधून कसले तरी आवाज येत होते रात्री. कोणीतरी कुजबुजत होतं, मंत्र म्हटल्यासारखे आवाज येत होते..."

"काय सांगायलायस?"

"आमाला नाय आलं ऐकू!"

"खरंच रे...किरण तुला आलं का काही ऐकू?"

"नाही..." म्हणत तो अंघोळीला निघून गेला. भूताच्या फिल्ममध्ये भूत जसं एखाद्यालाच दिसतं, तसं काहीतरी आहे की काय, अशी शंका त्याला आली. डोक्यातील विचार झटकून तो अभ्यासिकेत जायला निघाला. अभ्यासिकेत जाऊन आजकाल चांगला अभ्यास होत असे. तिथे शांतता असल्यानं मन एकाग्र व्हायला मदत होई. तो आला आणि नकळत त्याचं लक्ष खिडकीशेजारच्या जागेवर गेलं. ती जागा रिकामी होती. म्हणजे आसावरी अजून आली नव्हती. त्याच्या नकळत तिचा विचार डोक्यात आल्यानं तो थोडा गडबडला. बाजूच्या टेबलवर बसला, पुस्तक काढलं आणि वाचन सुरू केलं. पण मधून मधून त्याची नजर खिडकीशेजारच्या

रिकाम्या टेबलकडे जात राहिली. संपूर्ण दिवस गेला, तरी तिची जागा रिकामीच होती. संध्याकाळी तो अभ्यास संपवून बाहेर पडला. नेहमीप्रमाणे चहाच्या टपरीवर जाऊन चहा घेतला. आज त्याला चुकल्या चुकल्यासारखं वाटत होतं. का कुणास ठाऊक; पण त्याचं मन स्थिर नव्हतं. अभ्यास तर तसा बरा झाला होता, पण मनात कुठेतरी कमतरता जाणवत होती. संध्याकाळचा थंड वारा सुटला होता. पावसाची भुरभुर चालू होती. थेंब इतके बारीक होते की ते वाऱ्याबरोबर तरंगत खाली येत होते. त्यामुळे धड भिजतही नव्हतं आणि छत्रीही घ्यावीशी वाटत नव्हती. तो तसाच निघाला. रूमवर गौतम आणि रघू पुस्तकं हातात धरून गप्पा मारत बसलेले होते.

"आरं मी त्याला बघितलं, त्योच व्हता त्यो..."

"काय सांगायलायस... त्याच्याकडं बगून वाटतं तरी का, ते आसं काय करील?" गौतम छद्मी हसत म्हणाला.

"काय रे? कोणाबद्दल बोलताय?" चपला काढत मोहननं विचारलं.

"आरं, आपला नवीन रूमपार्टनर, किरन्या, एका पोरीबरोबर लय गुलूगुलू बोलत होता. दोघंबी अभ्यास कमी आन् गप्पाच जास्त मारत होते." रघूनं गुपित सांगावं तसं सांगितलं.

"पोरगी कशी होती रं?"

"येक नंबर! "

"आयला आन् ह्या छगनला कशी काय पटली?"

"हा ना राव..." त्यांचं असं बोलणं चालू असतानाच किरण रूममध्ये आला.

"अरे आपला हिरो आला बगा... ये किरन्या ये." गौतम म्हणाला. किरण मनगटातून हाताचा पंजा लोंबकळत आत आला.

"हाय कसे आहात?" त्यानं बायकी आवाजात विचारलं.

"आमी भारी." गौतम गंमत करण्याच्या उद्देशानं म्हणाला.

"आज कुटं व्हता रं?" रघूनं विचारलं.

"अभ्यासाला गेलो होतो. लायब्ररीत."

"काय सांगायलायस? या रघूनं तुला बघितलं एका पोरीबरोबर गप्पा मारताना..."

"नाई... आम्ही अभ्यास करत होतो."

"आरं पन पोरीबरोबर बसला व्हतास का नाय?"

"ओह ... ती?"

"हां ... तीच! लेका हितं अभ्यासाला आलाय का पोरी फिरवायला?" रघू त्याच्यावर खेकसला.

"आम्ही अभ्यासच करत होतो." किरण म्हणाला.

"काय सांगतूस मर्दा, पोरीबरोबर काय कदी अभ्यास होतो का?" गौतमनं

विचारलं.

“आमचा होतो.”

“डोक्याव पडलईस काय...” गौतम आणखी काही त्याला बोलणार तेवढ्यात मोहननं त्याला अडवलं. “एक मिनिट, ऐक किरण, इथे तू अभ्यासाला आला आहेस, ही वेळ खूप महत्त्वाची आहे. एकदा का वेळ निघून गेली, तर काहीच करता येणार नाही. आम्हाला तुझ्या पर्सनल लाइफमध्ये काही इंटरेस्ट नाही, पण तू इथं ज्या कामासाठी आला आहेस तेच करावंस असं आम्हाला वाटतं...”

“मोहन सर, तुमचं पटतंय मला. पण आम्ही दोघांनी ठरवलंय की दोघांनी मिळून अभ्यास करायचा आणि पोस्ट काढायची. मी आधी तुम्हाला सांगितलं नव्हतं का, तीच! तिच्याच बरोबर मी लग्न करणार आहे, आम्ही एकमेकांत इतके गुंतलोय ना की दुसऱ्या कुणाचाच विचार करू शकत नाही आणि आमचा अभ्याससुद्धा चांगला चालू आहे.”

“बरं, अभ्यास चांगला चालू आहे तर ठीक आहे. आम्ही सांगायचं काम केलं.”

“हो सर, मला तुमच्या भावना कळतात.” म्हणत तो बाहेर जायला निघाला.

“आता कुटं चाल्लाय?” रघूनं विचारलं.

“असंच इथेच जाऊन येतो.” म्हणत तो निघून गेलाही. तिघे त्याच्याकडे बघत राहिले.

“आयला खुळ्या डोक्याचं दिसतंय हे... इतकं समजवायलोय तरी कळंना याला.” गौतम वैतागला.

“सोड रे, आपण आपलं काम केलं, मला तर त्याच्या बायकी बोलण्याची शिसारी येते.”

“ह्यो कसला अभ्यास करत असंल त्या पोरीबरोबर? काय पन सांगतूय.”

“बगा, नायतर ती पोरगी काडायची पोश्ट आन् हे बसंल हलवत! ” गौतमनं त्याच्या लोंबत्या मनगटाची नक्कल केली. त्याच्या शेऱ्यावर सर्व जण मोठ्यानं हसले.

६४

आज गणेश चतुर्थी होती. पुण्यात सर्वत्र मंगलमय वातावरण होतं. घरोघरी गणपती बसले होते. पुण्यात गणपती जोरात असतात. सार्वजनिक मंडळे, त्यांची सजावट बघण्यासारखी असते. इथे मुंबईसारख्या मोठ्या मूर्ती नसतात. मानाचे असे पाच गणपती आहेत. त्यांच्या मिरवणुका म्हणजे पर्वणीच! पुण्यातले गणपती म्हणजे श्रीधर मोडक फॉर्मात होता. त्यानं सर्वांना मानाच्या गणपतींचं दर्शन करवण्याची जबाबदारी आनंदानं स्वीकारली. त्याच्या घरीसुद्धा दीड दिवसाचा गणपती असतो, त्यामुळे त्याच्या घरीही आमंत्रण होतंच. आज गणपती बसणार असल्यानं पुण्यात चैतन्याचं वातावरण होतं. सर्वत्र ढोल-ताशा पथक, झांज पथक, डॉल्बी सज्ज झालेल्या, मुलामुलींनी पांढरे सदरे, भगव्या, लाल, पिवळ्या रंगाचे फेटे घातलेले दिसत होते. इतर दिवशी जीन्स, टी-शर्टमध्ये फिरणारी मुलं या पारंपरिक वेषात सर्वत्र मिरवताना दिसत होती. मोहन, रघू आणि गौतम गणपती बघायला लक्ष्मी रोडवर आले. आज संपूर्ण दिवस हा गडबड गोंधळाचा होता. मिरवणुका येणार, ढोल-ताशे वाजणार त्यामुळे आज अभ्यास होणार नाही, हे तिघांनी मनाशी ठरवलं होतं. आज जिवाचं पुणं करायचं असं ठरवूनच तिघं बाहेर भटकायला निघाले. एका मोक्याच्या ठिकाणी उभे राहून ते येणारे गणपती बघू लागले. गौतम, गणपतीऐवजी मिरवणुकीत नाचणाऱ्या आणि ढोल वाजवणाऱ्या मुलींनाच बघत बसला होता. एकाहून एक सरस ढोल-ताशा पथकं येत होती. त्यांच्या ढोलांचा आवाज हृदयाला घरं पाडणारा होता. पाय आपोआप ठेका धरू लागत. रघू आणि गौतम जागच्या जागीच उभे राहून नाचत होते. एकूणच गमतीशीर आणि आनंददायक वातावरण होतं. मोहनही अभ्यासाचं टेन्शन विसरून ते सर्व पाहत होता आणि त्याचा आनंद घेत होता. पुण्यातल्या मानाच्या गणपतींचं आगमन झालं. तिघांनी आज बाहेरच जेवण केलं. शुद्ध शाकाहारी आमंत्रण हॉटेलमध्ये जाऊन पोट आणि मन तृप्त होईपर्यंत मोदकांचा समाचार घेतला. गोडामुळे डोळ्यांवर पेंग येऊ लागली, तसे तिघंही डुलत डुलत रूमवर आले आणि ग्लानीत गेल्यासारखे ढाराढूर झोपले, ते संध्याकाळीच उठले. चतुर्थीचा

दिवस मस्त गेला. संध्याकाळपर्यंत कुणीच अभ्यासाला हात लावला नाही. अभ्यासाला हात लावायला ते शुद्धीवर कुठे होते!

"अरे, ए बाळांनो, उठा!" श्रीधर मोडक सगळ्यांनाच हलवून जागे करत म्हणाला.

"किती वाजल्यात? ए आरं उठा लेकांनो, संध्याकाळचे ६ वाजलेत..." रघू खडबडून जागा झाला.

"झोपू दे भावा, लय दिवसांनी मस्त झोप लागलीय." गौतम उशीत डोकं घालत म्हणाला.

"हो रे, मस्त वाटतंय आज. शांत, निवांत..."

"गणपतीची कमाल आहे ही! चला चहा घ्यायला जाऊ." श्रीधर म्हणाला.

"गणपतीची कमाल आहे की नाही माहीत नाही, पण मोदकांची तर नक्कीच! आयला, १०-१० उकडीचे मोदक हाणलेत सगळ्यांनी!" मोहन म्हणाला.

"येक नंबर होते रं... आजून त्याची चव जिभेवर हाय." गौतम बेडवर लोळत म्हणाला.

"बरं, चला उठा, फ्रेश व्हा, आमच्या घरी जायचंय... दर्शनाला." श्रीधर सर्वांना घाई करायला सांगत होता. त्यानं आधीच सर्वांना तयार राहायला सांगितलं होतं. दीड दिवसांचा गणपती असल्यानं केवळ आजचाच दिवस दर्शनासाठी होता. उद्या बाप्पा आपल्या गावी जाणार, तेव्हा सर्व जण आवरून त्याच्या घरी गेले. त्याच्या घरी त्याचे आई-वडील होते. श्रीधरनं सर्वांची ओळख करून दिली. त्याचे वडील सर्वांकडे पाहून फक्त एकदा उपचारादाखल हसले. पुन्हा त्यांच्या लॅपटॉपमध्ये त्यांनी डोकं घातलं. त्याच्या आईनं सर्वांना बसायला सांगितलं, पाणी दिलं. श्रीधरच्या घरी गणपती बाप्पाची लहानशी पण सुंदर मूर्ती बसवलेली होती. आणि त्यानं डेकोरेशनसुद्धा छान केलं होतं. कुठल्या तरी प्राचीन दगडी गुहेत गणपती बसला आहे, अशी सुंदर सजावट केली होती. लाल, पिवळा, निळा, हिरवा अशा रंगाच्या एकामागोमाग एक करण्यात येणाऱ्या प्रकाशयोजनेमुळे एक वेगळाच परिणाम साधला होता. श्रीधरच्या घरी आल्यानं सर्व जण शहाण्या बाळासारखे वागत होते. आयला , एक नंबर ...खटक्याव बोट जाग्याव पलटी..., लय भारी, वगैरे न बोलता, अतिशय सुंदर सजावट आहे वगैरे साजूक शब्द वापरून स्तुती केली.

"चांगलं नाही का डेकोरेशन?" ही असली पाणचट स्तुती ऐकून श्रीधर म्हणाला.

"अरे वेड्या छानच आहे रे..." गौतमला या शब्दांत बोलताना पाहून श्रीधरला हसायला येत होतं. इतक्यात श्रीधरच्या आईनं सर्वांना प्रसाद दिला. श्रीधरनं आईला

सर्वांची ओळख करून दिली. त्याही औपचारिक हसल्या. त्यानंतर इकडच्या तिकडच्या गप्पा झाल्या, अर्थात हळू आवाजात. हॉलमधल्या दिवाणाच्या कोपऱ्यावर गौतम अवघडून बसला होता. मुलं इथं बोलायला संकोचता आहेत हे पाहून श्रीधर त्यांना घेऊन त्याच्या बेडरूममध्ये गेला.

" आता बरं वाटतंय का? काय रे गौत्या?" त्यानं गमतीत विचारलं. त्यावर त्यानं नुसता श्वास सोडला आणि श्रीधरच्या बेडवर उडीच मारली. त्याच्या या माकडउड्या बघून सर्व जण हसायला लागले.

"सोफेस्टिकेटेड लोकांच्या घरी आल्यावर मला आसंच कायतरी होतं, एकदम आवघडल्यागत!"

"आयला, गौत्या काहीही बोलू नकोस. आम्हाला काय चार हात आहेत की दोन डोकी?"

"तसं नाय रे... तरी फरक पडतोच, आता तुमच्या घरी कसं सगळं टापटीप, जिथल्या तिथं सगळं, स्वच्छता जास्त, आमच्या गावाला स्वच्छता कशाबरोबर खात्यात तेच म्हाईत नाई," गौतम म्हणाला. श्रीधरच्या बेडरूममध्ये असल्यानं मुलं निवांत पाय पसरून बसली. इकडच्या तिकडच्या गप्पा सुरू झाल्या. एकमेकांची खेचाखेची, जोक मारणे वगैरे सुरू होतं. मुलं चांगल्या मूडमध्ये आली होती. श्रीधरच्या रूममधून जोरजोरात हसण्या खिदळण्याचे आवाज बाहेर जातील की काय असं अधूनमधून लक्षात आल्यानं श्रीधर सर्वांना शूऽऽऽ शूऽऽऽ करून शांत करत होता. मुलं थोडा वेळ शांत बसत मग पुन्हा सुरू! गप्पांच्या नादात वेळ कसा निघून गेला कळलंच नाही. कुणाच्या तरी लक्षात आलं की रात्रीचे नऊ वाजत आले आहेत. मेसमध्ये जायला उशीर होणार होता. आता घाई करायला हवी म्हणून मग निघायची धावपळ सुरू झाली. ते निघणार तेवढ्यात श्रीधरची आई म्हणाली, "अरे, आता जेवण करून जा... खूप उशीर झालाय, मी केलाय सर्व स्वयंपाक..."

श्रीधरसुद्धा मग आग्रह करू लागला. खरंतर हॉस्टेलला किंवा बाहेर मेसमध्ये जेवणाऱ्यांना असं घरचं खायला मिळणं म्हणजे पंचपक्वान्नंच वाटतात. अगदी लगेच जेवायला तयार झाले असं वाटू नये म्हणून मग थोडेसे आढेवेढे घेत सर्व जण तयार झाले. श्रीधरच्या आईनं सर्वांसाठी ताटं तयार केली. प्रत्येक ताटात दोन फुलके ,थोडीशी बटाट्याची भाजी, पापड, लोणचं, थोडासा भात, आणि लहान लहान वाट्यांमध्ये वरण असे पदार्थ सुटसुटीत वाढलेले दिसत होते. मुलं जेवायला बसली. खरंतर ते फुलके जे होते ते म्हणजे पुरीपेक्षा मोठे आणि चपातीपेक्षा लहान अशा आकाराचे होते. आणि बरेच पातळही! गौतम आणि रघूसाठी एक फुलका म्हणजे एका घासासारखा होता. बरं ताटात वाढलेलं संपलं तर आणखी जास्तीचे फुलके किंवा भात वगैरे ठेवलेला दिसत नव्हता. भूक तर अशी लागली होती की

समोरचं ताटही खायची तयारी होती. ताट पाहून मुलांनी एकदा एकमेकांकडे पाहिलं आणि वदनी कवळ घ्यायला सुरुवात केली. फुलक्याचा लहानसा तुकडा तोडला तरी ताटात केवळ अर्धा फुलका उरत होता. मोहनलाही हे जेवण पुरेल असं वाटत नव्हतं. तो लहान लहान घास घेऊन बराच वेळ चावत बसला. उद्देश हा की ताटातला फुलका लवकर संपू नये. मुलं एकमेकांच्या ताटांकडे तिरक्या नजरेनं पाहत होती आणि समोरचे फुलके पुरवून पुरवून खात होती.

"लाजू नका रे! पोटभर जेवा!" श्रीधरची आई सर्वांना उद्देशून म्हणाली, "आणखी काही लागलं तर सांगा."

"नाही काकू, हेच खूप आहे!" गौतम खाली मान घालून म्हणाला.

"गौतम, लाजतोय वाटते, घे आणखी एक फुलका घे." म्हणत त्यांनी बळजबरीने एक फुलका त्याच्या ताटात टाकला.

"अहो, नको काकू !" म्हणत त्याने जेवण अगदी गळ्यापर्यंत आलं असल्याचा उत्तम अभिनय केला.

"घे रे, रघुनाथ तूही घे! मोहन लाजू नको." म्हणत त्यांनी पुन्हा प्रत्येकाला एक-एक फुलका वाढला. दोघांनीही अगदी अजीर्ण झाल्यासारखी तोंडे केली, पण मनातून हायसं वाटत होतं. फुलक्याचा आकार आणि जाडी पाहता, असे २०-२५ फुलके गौतम आणि रघूनं सहज खाल्ले असते. मोहननंही १०-१५ फुलके उडवले असते. भूकच इतकी लागली होती, त्याला काय करणार! सगळे मनातून श्रीधरला शिव्या घालत भात-वरण कालवू लागले. भातही २-३ घासांत संपला असता. श्रीधरच्या आईनं एका लहानशा ताटलीत आणखी भात आणला. तशा ५-६ ताटल्या भात तर एकट्या रघूनंच संपवला असता. म्हणजे भातानंही निराशाच केली होती. जसा संपेल तसा त्या आग्रह करून करून मुलांना वाढू लागल्या. "बस काकू, खूप झालं हे!" म्हणत मुलं त्यांना अजिजीत सांगू लागली.

"घ्या रे, लाजताय काय आपल्याच घरात असल्यासारखे!" श्रीधरने एक फालतू विनोद केला आणि स्वतःच पोट धरून हसू लागला. एक तर प्रचंड भूक लागलेली, आणि अर्धपोटी जेवल्यानं ती भूक आणखी चाळवली होती. त्यामुळे खाऊ नये असं खाल्ल्यावर जसा चेहरा होतो, तसा तिघांचाही झाला. पण चेहऱ्यावर उसनं हास्य आणत सर्व जण पुन्हा मान खाली करून उरलेला भात संपवू लागले. भातही लगेच संपला. हातावर पाणी घेऊन मुलं उठली ती मनातल्या मनात स्वतःलाच शिव्या घालत. त्यानंतर श्रीधरच्या आईनं सर्वांना बडीशेप दिली. जेवण खरंच चांगलं होतं, पण त्या माउलीला पोरांच्या भुकेचा अंदाज आला नाही आणि पहिल्याच भेटीत पोरंही बुजली होती. त्यामुळे काही न बोलता अर्धपोटी उठली.

“कसं होतं रे जेवण? आवडलं ना? आमच्याकडे थोडं गोड जेवण असतं.” श्रीधरची आई सर्वांना उद्देशून म्हणाली.

“गोड असतं आणि थोडं असतं.” गौतम पुटपुटला.

“काय रे?” श्रीधरनं विचारलं.

“नाही म्हनलं, गोड असतं पण चांगलं असतं.” गौतमनं लगेचच शब्द फिरवले. त्यांचा निरोप घेऊन पोरं बाहेर आली. सगळ्यांची पोटं खवळली होतीच. त्यांची मेस तर बंद झालीच असणार, पण आता रात्र भरपूर झाल्यानं हॉटेलही बंद होत आली होती. एक-दोन ठिकाणी विचारलं तर जेवण संपलंय म्हणाले.

“आयला या मोदकाच्या! ते दोन-तीन फुलके पोटाच्या कुठल्या कोपऱ्यात बसायले कळंनात.”

“चूक आपलीच आहे, त्याचं ऐकायला नको होतं.”

“आयला आता आपल्याला काय म्हाईत की त्यांच्याकडं दुष्काळ पडलाय ते.” रघू भूक लागल्यानं वैतागला होता.

“आता रात्रभर भुकेलं राह्यला लागनार का काय? माझ्या पोटात कावळ्यांनी बोंबाबोंब सुरू केलीया.”

“झक मारून झुनका खाल्ला राव.”

“झुनक्याचं नाव काढू नकुस. लय भुका लागल्यात”

“एक जागा आहे, तिथं आपल्याला काहीतरी खायला मिळेल.” मोहन काहीतरी आठवत म्हणाला.

“सांग, सांग कुठं?”

“आपल्या नाक्यावरचा भुर्जी पाववाला.”

“हां रं... चला चला. भुर्जीपाव हानू मस्त.” रघूच्या तोंडाला पाणी सुटलं.

“हं... आरं पण गणपतीत अंडी खायची म्हंजी...” गौतम थोडा काळजीत पडला.

“बरं ठीक आहे, तू नको खाऊ, नुसता आमच्या तोंडाकडे बघत बस.”

“आयला जाऊ द्या की तिकडं... आधी पोटोबा मग विठोबा.”

“लवकर चला नायतर तो बी बंद व्हायचा.” पोरं पावलं उचलत झपाझप चालू लागली. नशिबानं त्या भुर्जी पाववाल्याची गाडी चालू होती. वाळवंटात पाणी सापडावं तसं त्यांना वाटलं. तिघंही धावत तिथे पोहोचले.

“दादा, दोन-दोन प्लेट भुर्जी पाव दे बाबा, आणि दोन-दोन पाव एक्स्ट्रा...”

६५

गणपतीचे दहा दिवस कसे संपले कळचंच नाही. पुण्यात सगळीकडे उत्साहाचं वातावरण होतं. सध्या कोणतीच परीक्षा समोर नसल्यानं अभ्यास असा काही होत नव्हता. अभ्यासाला मुलं क्लासला, अभ्यासिकेत जायची, पण त्यात परीक्षा असताना जो जोर असतो, तो दिसत नव्हता. पुस्तक समोर असायचं, पण त्यात लक्ष नव्हतं. मन इकडेतिकडे भटकत होतं. कधी भविष्याचा विचार तर कधी भूतकाळात रमत होतं. गौतम क्लासला जायचा तिथेही नेहमीपेक्षा निवांत वातावरण होतं. बऱ्याच जणांच्या घरी गणपती असल्यानं ते क्लासला यायचे नाहीत, क्लासला गर्दी कमी असायची. अभ्यासिकेतही तोच प्रकार होता. अर्ध्यापेक्षा जास्त टेबल-खुर्च्या रिकाम्याच होत्या. अभ्यासिकेच्या त्या खडूस पर्यवेक्षक बाईंच्या घरी गणपती असल्याने त्या रजेवर होत्या आणि त्यामुळे मुलांना गप्पा मारायला मुक्त वातावरण मिळालं होतं. हळू आवाजात काही जण एकमेकांशी बोलत असत. मोहन न चुकता अभ्यासिकेत जात राहिला. कंटाळा करायला नको, एकदा कंटाळा करायची सवय लागली तर ती मोडायला कठीण जाईल, म्हणून तो नियमितपणे अभ्यासिकेत जात राहिला. फक्त तो आतल्या रूममध्ये न बसता बाहेरच्या हॉलमध्ये बसू लागला. पण त्याला हल्ली चुकल्या चुकल्यासारखं वाटत होतं. खिडकीशेजारची टेबल आणि खुर्ची रिकामी असायची. आसावरी गणेश चतुर्थीपासून अभ्यासिकेत आलीच नव्हती. पुरुषाला एखादी मैत्रीण असावी, फक्त मैत्रीण! बाकी जास्त काही नाही. तिच्याबरोबर असताना वासनेचा मनाला स्पर्श होऊ नये. शुद्ध मैत्री असावी, अशी आसावरी त्याला वाटत असे. अर्थात, त्यांच्यात अजून इतकी मैत्री झाली नव्हती, पण ती तशी व्हावी असं मोहनला मनापासून वाटत होतं. आणि आता ती अभ्यासिकेत येत नसल्यामुळे नकळत त्याचं मन बराच वेळ तिच्या विचारांमध्ये गुरफटायचं. त्यात प्रेम होतं की नाही हे त्याला सांगता येत नव्हतं, पण तिच्याबद्दल कुतूहल आणि मैत्रीची भावना होती हे मात्र नक्की! असेच दिवस सरले होते आणि अनंत चतुर्दशीचा दिवस उजाडला. आज सर्व सार्वजनिक आणि घरगुती गणपतींचं विसर्जन होतं. सकाळपासूनच सगळं पुणं त्याच तयारीला

लागलं होतं. सगळीकडे कार्यकर्त्यांची लगबग सुरू होती, कुठे ढोल पथक, झांज पथक, डॉल्बीवाले रस्त्यावरून फिरताना दिसत होते. दुपारपासूनच मिरवणुकीला सुरुवात होणार होती. सकाळी नाश्त्याच्या वेळेस श्रीधर मोडक माधववाड्यावर हजर झाला. आज सर्वांचा मिरवणूक बघण्याचा कार्यक्रम आधीच ठरला होता. पण सकाळच्या वेळेत तरी किमान अभ्यास व्हावा म्हणून हातात घेतलेली पुस्तके श्रीधर आल्यामुळे तशीच हातात राहिली आणि अभ्यासातून गप्पांमध्ये सगळे कधी शिरले त्यांचं त्यांनाच कळलं नाही. श्रीधर इथल्या मिरवणुकांचे गोडवे गात होता. मिरवणुकीचे त्याचे गमतीदार किस्से सांगू लागला. दुपारच्या जेवणाची वेळ झाली तेव्हा मग सगळ्यांनी नुसतीच हातात धरलेली पुस्तकं तशीच ठेवून दिली आणि मिरवणूक बघण्यासाठी जायची तयारी करू लागले. मानाच्या गणपतींची मिरवणूक ज्या रस्त्याने जाणार होती तिथे मोक्याची जागा पकडून सर्व जण उभे राहिले. श्रीधर सर्वांना माहिती सांगत होता, 'पहिला मानाचा गणपती कसबा पेठेचा, तो निघाल्यानंतर मग एक-एक मानाचे गणपती एका मागोमाग एक निघतात, दुसरा तांबडी जोगेश्वरीचा गणपती. यात तलवारीच्या कसरती असतात. त्यानंतर गुरुजी तालीम, हा हिंदू-मुस्लिम ऐक्याचं प्रतीक आहे, नंतर चौथा तुळशीबाग आणि सगळ्यात शेवटी केसरीवाडा'... तो सांगत होता, पण बाकीचे ऐकत होते की नाही याची पर्वा त्याला नव्हती. तो उत्साहात हे सगळं सांगत होता. कसबा पेठेच्या गणपतीची मिरवणूक समोर आली. गणपतीच्या पुढे ५०-६० ढोल कमरेला बांधलेले तरुण-तरुणी दोन शिस्तबद्ध रांगेत उभे होते. पांढरा झब्बा-लेंगा आणि डोक्यावर लाल रंगाचा फेटा त्यांच्या अंगावर उठून दिसत होता. तरुणींच्या गळ्यात लाल रंगाची ओढणी होती. मध्ये त्याच पोशाखातले ताशावाले ७-८ जण कमरेला ताशा गुंडाळून उभे होते. ताशाच्या प्रमुखानं तड्-तड् सुरुवात केली, तसे सर्व जण सज्ज झाले. मग घोषणा झाल्या आणि ताशाच्या प्रमुखानं सुरुवात केली. ... तरतरतरतरतरतरर र्रर्रर्रर्रर्रर्रर्रर्र ढम..... तरतरतरतरतरतरतरर र्रर्रर्रर्र ढम... तर तर ततर त तर तर ...ढम! तर तर ततर त तर तर ततर...ढम... तर तर ततर त तर तर.... ढम ढम ढधम ढ ढम ढम ढम... टॅन तर तर ततर त तर तर ततर... ढम ढम ढधम ढ ढम ढम ढम... टॅन ... अशा ठेक्यात मिरवणूक सुरू झाली. ढोलांचा आवाज हृदयाला घरे पाडणारा होता. सबंध आसमंत त्या ढोल-ताशांच्या आवाजात दणदणून गेला. थोड्या वेळात त्या आवाजाची झिंग चढू लागली. पाय आपोआप त्या ठेक्यावर थिरकू लागले. रघू आणि गौतम तर जागेवरच हात वर करून ठेक्यावर नाचू लागले. संबंध वातावरणच भारून टाकणारं होतं. डोक्याला गुंग करणारा आवाज कानांच्या पडद्यांवर येऊन आदळत होता आणि त्यामुळे एक नशाच जणू प्रत्येकाला चढली होती. वेगवेगळ्या प्रकारची ताशा आणि ढोलाची जुगलबंदी सुरू झाली.

ज्या लयीत आणि तालात ताशा वाजत होता त्याच तालात नंतर ढोल वाजू लागले. ते ऐकायला अगदी भन्नाट वाटत होतं. एकामागोमाग एक मानाचे गणपती समोरून जाऊ लागले. मध्येच डॉल्बीवाली मिरवणूक आली. पण डॉल्बीचा आवाज कितीही असला तरी त्याला ढोलांची सर काही येत नव्हती. ढोल तो ढोलच! त्याच्या मागून एका गणपतीच्या मिरवणुकीवर मोहनचं लक्ष गेलं. त्यात पहिल्याच रांगेत त्याला कमरेला ढोल बांधलेली आणि डोक्यावर भगवा फेटा घातलेली आसावरी दिसली. ती घामानं निथळली होती. पण चेहऱ्यावरचा उत्साह नुसता ओसंडून वाहत होता. मिरवणुकीत ढोल वाजवताना ती खूप बेभान झाली होती. ताशा त्याच्या समेवर आल्यानंतर ढोल जोरजोरात वाजू लागले. त्यात तर ती एक पाय वर करून अक्षरशः कमरेत आडवी होऊन ढोल अंगावर घेऊन तो वाजवू लागली. तिचा उत्साह बघून बाकीचेही तिचं अनुकरण करू लागले. एकूणच आसावरी मिरवणुकीतली आकर्षणाची बाब ठरत होती. ती त्यांच्या समोरून निघून गेली. तिचं आजूबाजूला लक्ष असण्याचा तर प्रश्नच येत नव्हता. ती ढोल वाजवण्यात गुंग झाली होती. मोहनला तिचं कौतुक वाटलं. संध्याकाळपर्यंत मुलं मिरवणुका बघत बसली. वेळ कसा गेला ते कळलंच नाही. पाय तर जखडल्यासारखे झाले होते. पण त्याची पर्वा कुणाला नव्हती. सर्व जण मिरवणुकीच्या धुंदीत होते. रात्री झोपतानाही कानात ढोलांचे आवाज घुमत होते.

६६

अभ्यासिकेत मोहन बाहेरच्या हॉलमध्ये बसला होता. गणपती विसर्जनानंतर मुलं हळूहळू अभ्यासिकेत येऊ लागली होती. आणि आता बऱ्यापैकी गर्दी वाढू लागली. अभ्यासिकेत बसायला जागा मिळेनाशी झाली. मिरवणुकीच्या दोन दिवसांनंतर आसावरी अभ्यासिकेत आलेली मोहननं पाहिली. त्याला हायसं वाटलं. ती तिच्या आवडीच्या जागेवर बसली. बॅगेतून आणलेली पाण्याची बाटली काढली, आणि तोंड लावून ती पाणी पिऊ लागली. तिच्या पाणी पिण्याचा घट घट आवाज सबंध रूमभर पसरत होता इतकी शांतता अभ्यासिकेत होती. काही जणांनी आवाजाच्या दिशेनं पाहिल्याचंही मोहनला जाणवलं. पण आसावरी बाईंना याचा पत्ताच नव्हता. ती आपल्याच नादात होती. पाणी पिऊन झाल्यावर एकदा तिनं सर्वत्र नजर फिरवली आणि स्पीडब्रेकरप्रमाणे मोहनपाशी तिची नजर येऊन अडखळली. नजरानजर झाली आणि ती ओळखीचं हसली. प्रतिसादादाखल मोहननंही चेहऱ्यावर हास्य आणलं. त्यांचा हा नजरेचा खेळ त्यांच्या मागे बसलेल्या डझनभर मुलांनी तरी पाहिला असेल. मोहननं पुन्हा पुस्तकात डोकं घातलं. त्यानंतर त्याचा अभ्यास काही होईना. त्याला मिरवणुकीतील भगवा फेटा घातलेली आणि कमरेला ढोल बांधून बडवणारी आसावरी डोळ्यांसमोर दिसू लागली. कधी एकदा संध्याकाळ होतेय, असं त्याला झालं. आज प्रथमच त्याला तिच्याशी बोलावंसं वाटत होतं. तिला मिरवणुकीत ढोल वाजवताना पाहिल्याचं त्याला सांगायचं होतं. तिचं कौतुक करायचं होतं. त्या वेषात आणि आवेशात ती त्याला १८५७च्या उठावातील झाशीची राणी लक्ष्मीबाईच वाटत होती. मोहननं कंटाळून मध्येच वर पाहिलं. नकळत नजर तिच्याकडेच वळली. तीही पुस्तक वाचायचं सोडून खिडकीबाहेर बघत बसली होती. म्हणजे तीही अभ्यास करत नव्हतीच! कसला विचार करत असेल ती? सहज कुतूहल म्हणून मोहनच्या डोक्यात विचार आला. कसलाही असेल, पण अभ्यासाचा विचार नसेल हे मात्र नक्की! तिला अभ्यासात रस नाही, हे तिनं आधीच सांगितलं होतं. अभ्यासिकेत इतरही मुली होत्या, पण त्या आहेत की नाहीत तेच कळायचं नाही. त्या नाकासमोर चालायच्या, कुठे दुसरीकडे बघायच्या नाहीत की कुणाशी बोलायच्या

नाहीत. आपापसांत पण इतक्या हळू बोलायच्या की त्या काय बोलता आहेत ते एकमेकांना कळत असेल की नाही याचाच प्रश्न पडायचा. पण आसावरी तशी नव्हती. तिच्यात काहीतरी एक्स-फॅक्टर होता जो सर्वांचं लक्ष वेधून घेई. तिची बॉबकट हेअर स्टाइल, कपड्यांपासून ते तिच्या वागण्य-बोलण्यापर्यंत सर्वच बाबतींत ती इतर मुलींपेक्षा वेगळी होती. मोहन केवळ उघडलेल्या पुस्तकात पाहत होता, पण त्याला त्यातली अक्षरं दिसत नव्हती. त्याच्या डोळ्यांसमोर आसावरी दिसत होती. थोड्या वेळात तो भानावर आला. आता त्याला पुस्तकातली अक्षरं दिसू लागली. त्यानं घड्याळात पाहिलं- दुपारचे तीन वाजत आले होते; म्हणजे जेवणानंतरचा सगळा वेळ त्यानं अभ्यासाव्यतिरिक्त विचार करण्यात घालवला होता. हे लक्षात आल्यावर गंभीर होऊन त्यानं आता समोर असलेल्या पानापासून वाचायला सुरुवात केली. दोन-तीन पानं वाचली असतील की पुन्हा त्याचं मन भरकटलं. तिचा आपण इतका विचार का करतोय? त्याच्या मनात तिच्याबद्दल नक्की कसली भावना आहे हेच त्याला कळत नव्हतं. पण तिच्याबद्दल विचार करायला त्याला आवडत होतं, एवढं मात्र नक्की! त्यानं पुन्हा तिच्याकडे पाहिलं. ती अजूनही खिडकीबाहेर पाहत होती. तिच्यासारखी मुलगी मैत्रीण असावी एवढंच त्याला या घडीला वाटत होतं. त्याच्या मनात शलकाचा विचार आला. शलाकासारखी तर ती बिलकूल नव्हती. शलाका सुंदर होती; पण तिच्या मनात काय चाललेलं असायचं, हे त्याला कळायचं नाही. त्याउलट, आसावरी! मनात येईल ते एकदम बिनधास्त बोलणारी. मोकळ्या मनाची! शलाका आत्मकेंद्री होती. फक्त स्वतःचा विचार करायची. तीन वर्षं त्यांचं अफेअर टिकलं तरी कसं याचंच त्याला राहून राहून आश्चर्य वाटत होतं. आता ती यूएसला होती. ज्या क्षणी ती गेली तेव्हापासून तिच्याशी कसलाही संपर्क राहिला नाही. काय करत असेल ती? एव्हाना लग्न होऊन सेटलसुद्धा झाली असेल. असंही तिला बाहेरच सेटल व्हायचं होतं. जाऊ दे, जिथे असेल तिथे सुखी असू दे! मोहन खिन्नपणे स्वतःशीच हसला. स्वभाविकपणे करमरकर मॅडमचा विचार त्याच्या मनात आलाच. त्या कुठे गेल्या असतील? एकट्याच असतील की त्यांनीही आपला सुखी संसार थाटला असेल? काहीही असो, त्याही जिथे असतील तिथे सुखी असोत. आज हे असले विचार का येत आहेत? अभ्यास तर फक्त तास-दीडतास झाला असेल. आणि ज्यांचा विचार तो करत होता त्यांचा विचार करून फायदा तरी काय होणार होता त्याला? घड्याळात पाहिलं- संध्याकाळचे पावणे पाच वाजले होते. अभ्यास आता काही होणार नाही म्हणून तो त्याचं दप्तर आवरू लागला. एकदा आसावरीकडे नजर गेली ती मान खाली घालून पुस्तक वाचत होती. तो जागेवरून हलकेच आवाज न करता उठला आणि पायांचा आवाज न करता हॉलबाहेर पडला. आज काहीच अभ्यास झाला

नाही. त्याचं मन इकडून तिकडे भरकटत होतं. पण आज त्याला त्याबद्दल वाईट वाटत नव्हतं. असतो एखादा दिवस असा, काहीच अभ्यास होत नाही. तो समोरच्या चहावाल्याकडे गेला. संध्याकाळचा चहा पिण्यासाठी बऱ्याच मुलांची गर्दी झालेली होती. चहावाला चहा उकळत होता. आणि मधूनच पळीत थोडासा चहा घेऊन तो तळहातावर घेऊन चाखून बघत होता. चहाच्या प्रतीक्षेत बरेच जण घोळक्याने उभे होते. काही जण अभ्यासाबाबत चर्चा करत होते, तर काही जण इकडच्या तिकडच्या गप्पा मारत उभे होते. पण त्यांच्यात एक गोष्ट समान होती ती म्हणजे ते सर्व जण हळू आवाजात बोलत होते. आपल्या बोलण्याचा इतरांना त्रास होऊ नये याची प्रत्येक जण काळजी घेत होता. चहा तयार झाला, आता तो ग्लासात ओतून देत होता. तिथेही कुणी घाई करत नव्हते. अगदी शहाण्या बाळासारखे गडबड गोंधळ न करता एक-एक चहा घेत होते. मोहननेही एक ग्लास उचलला आणि बाजूला जाऊन उभा राहिला. गरमागरम चहाचा घोट घशातून गेल्यावर त्याला जरा तरतरी आली. चहाची चवही चांगली होती. तो निवांत चव घेऊन चहा पीत उभा राहिला. अभ्यासिकेतून मुलं चहा प्यायला बाहेर येत होती. काहींचा पिऊन झाल्यावर ते पुन्हा अभ्यासिकेत जाऊन बसत होते. संध्याकाळच्या वेळी मोहनचा अभ्यास होत नसे. पूर्वीपासून तो संध्याकाळ झाली की अभ्यास बंद करी आणि मग जेवणानंतर पुन्हा रात्री १२-१ पर्यंत अभ्यास करत असे. चहा पिता-पिता अभ्यासिकेच्या गेटमधून त्याला आसावरी बाहेर येताना दिसली. ती तिच्याच नादात होती. खाली मान घालून चालत होती. तिचं कुणाकडे लक्ष नव्हतं. तिला थेट हाक मारावी का? नको, ती कसल्या तरी विचारात आहे आणि उगाच तिच्या विचारांची साखळी तोडायला नको. त्यानं विचार केला. ती बाहेर आली आणि एक बाइक तिच्यासमोर येऊन थांबली. त्यावर जीन्स आणि टी-शर्ट घातलेला, डोळ्यांवर गॉगल चढवलेला एक हँडसम मुलगा तिच्यासमोर येऊन थांबला. आसावरीचं त्याच्याकडे लक्ष नव्हतं. ती तिच्याच विचारात होती. त्यानं बाइकचा हॉर्न वाजवला. त्यासरशी विचारांची तंद्री भंग पावल्यानं तिनं चमकून त्या दिशेला पाहिलं. गॉगलवाल्या मुलानं तिच्याकडे पाहून स्मितहास्य केलं. तिनंही त्याला तसाच प्रतिसाद दिला. पण त्यात नेहमीसारखा उत्साह नव्हता. तिच्यात नक्कीच काहीतरी बदल झालेला मोहनला जाणवला. तो गॉगलवाला मुलगा तिच्याशी थोडा वेळ बोलला आणि मग ती त्याच्या बाइकवर मागे बसली आणि दोघं कुठेतरी निघून गेले. चहा पिणारे सर्व जण हा प्रकार पाहत होते. मोहनही त्यात होता. त्यालाही हा प्रकार पाहून थोडं आश्चर्य वाटलंच! कोण असावा तो मुलगा...? कदाचित तिचा मित्र असेल कोणीतरी, असेही मैत्रिणींपेक्षा तिला मित्रच जास्त आहेत. पण एखाद्या मित्राशी बोलावं तसं मात्र ती त्याच्याशी बोलत नव्हती. त्या

बोलण्यात तितका आपलेपणा त्याला जाणवला नाही. थोडंसं अंतर होतं त्या बोलण्यात. आणि थोड्या नाखुशीनंच ती त्या गॉगलवाल्या मुलाबरोबर बाइकवर बसून गेली. मोहन थोडा खजील झाला. त्याला आज आसावरीशी बोलायचं होतं. जाऊ द्या, परत कधीतरी! म्हणत तो माधववाड्याच्या दिशेनं निघाला.

६७

सकाळी मोहन चहा न पिताच अभ्यासिकेत येऊन बसला. चहा प्यायची सवय मोडायच्या हेतूनं त्यानं असं करायचं ठरवलं. पण पुस्तक उघडून थोडा वेळ झाला आणि त्याचं डोकं दुखू लागलं. चहाची सवय इतक्या लवकर सुटायची नाही. लगेच जाऊन चहा प्यावा, असं त्याला प्रकर्षानं वाटू लागलं. त्यानं पुस्तक बंद केलं आणि त्याच्या जागेवर दुसरं कोणी बसू नये म्हणून तसंच टेबलवर ठेवून दिलं. हलक्या पावलांनी तो उठला आणि आवाज न करता बाहेर आला. समोर चहाची टपरी होतीच. कोणीतरी ओढत नेल्यासारखं तो तिकडे खेचला गेला. चहाचा पहिला घोट घशात गेला आणि मग त्या चहाला अमृततुल्य असं का म्हणतात, हे त्याला समजलं. हळूहळू डोकं शांत होऊ लागलं. आणि पूर्वीपेक्षा आता त्याला थोडं बरं वाटू लागलं.

"एकटा एकटा चहा पितो आहेस!" आसावरी बाजूला मिस्कील चेहरा करून उभी होती.

"ओह! तू चहा घेणार?"

"तू दिलास तर घेणार." ती गमतीदार चेहरा करून म्हणाली.

"एक मिनिट, दादा अजून एक चहा द्या." चहावाल्याकडून आणखी एक चहा घेऊन त्यानं आसावरीला दिला.

"थँक यू!"

आजूबाजूची सगळी मुलं त्यांच्याकडे पाहू लागली. मोहनला थोडं अवघडल्यासारखं वाटू लागलं. पण आसावरी मात्र बिनधास्त बोलत होती. ते दोघं थोडे बाजूला जाऊन उभे राहिले.

"तू तुझी बॅग ठेवली नाहीस का? जागा जाईल तुझी." मोहन म्हणाला. त्यावर तिने 'जाऊ दे' अशा अर्थाचे हात झटकले. मोहनला तिच्या या वागण्याचं नवल वाटलं. " मग माझ्याशी त्या खिडकीशेजारच्या जागेबाबत का भांडलीस?"

"ओह! ते तुझ्या लक्षात आहे? त्याबद्दल सॉरी, ते माझ्याकडून कसं काय झालं ते मलाच कळलं नाही."

"बाय द वे! मी तुला गणपती विसर्जनाच्या मिरवणुकीत बघितलं. काय भारी ढोल वाजवतेस तू! "

"हो का? थँक्स, पण तू कुठे होतास?"

"मी असाच उभा होतो गर्दीत, मित्रांबरोबर मिरवणूक बघत होतो. ढोल वाजवायची तुझी स्टाइल आवडली आपल्याला! एकदम जोशात!" त्यावर ती गोड हसली. कुणीतरी जलतरंग वाजवल्यासारखं त्याला वाटलं.

"ढोल आणि ताशांचा आवाज ऐकला ना की एक वेगळीच झिंग चढते."

"हं, ते दिसतंच होतं. ॲक्चुअली काल मी तुला सांगणार होतो, पण तू निघून गेलीस."

"मी? मी कुठे गेले होते?" ती आठवत म्हणाली.

"काल संध्याकाळी तू एका गॉगलवाल्या मुलाबरोबर बाइकवर बसून नाही का गेलीस?" मोहननं आठवण करून दिली, त्यावर तिच्या चेहऱ्यावरचे भाव बदलल्याचं मोहनला जाणवलं. खरंतर मोहनला तेच विचारायचं होतं, पण असं थेट कसं विचारणार म्हणून त्यानं ही युक्ती केली, आणि ती मात्रा बरोबर लागू पडली.

"ओह! येस... काल मी बाइकवरून गेले होते." ती तिच्याच विचारात असल्यासारखी म्हणाली.

"काय गं काय झालं..." तिच्यात अचानक झालेल्या बदलामुळे मोहननं तिला विचारलं. तसा त्याला तो अपेक्षित होताच!

"काही नाही असंच! "

"एक सांगू का?"

"बोल."

"आपली जास्त दिवसांची ओळख नाही. पण मला वाटतं की तुला काहीतरी प्रॉब्लेम आहे. गणपती विसर्जनानंतर तू आलीस, पण तुझ्यात काहीतरी बदल झालेला आहे. तू नेहमीसारखी वाटत नाहीस. कालसुद्धा तू कसल्या तरी विचारात होतीस... आणि आताही आहेस... हे माझं ऑब्झर्वेशन आहे. कदाचित ते चुकीचंही असेल, पण मला तसं वाटतं ... तुझी इच्छा असेल तर तू मला सांगू शकतेस..." मोहनच्या बोलण्यावर तिनं थोडा विचार केला. कदाचित सांगावं की न सांगावं या विचारात ती असावी. तिनं एकदा मोहनच्या डोळ्यांत पाहिलं. तिला त्याच्याबद्दल खात्री वाटली असावी. तिनं बोलायला सुरुवात केली...

"यार, एक मायनरसा प्रॉब्लेम झालाय... तुला कसं सांगू तेच कळत नाही."

"नाही म्हणजे जास्तच कॉम्प्लिकेटेड असेल तर नाही सांगितलं तरी चालेल, पण मला वाटतं की प्रॉब्लेम शेअर केल्यानं मन हलकं होतं." तिच्या नकळत मोहन तिला सांगायला उद्युक्त करत होता. तसा त्या गॉगलवाल्या मुलाबाबत त्यानं

थोडासा अंदाज बांधला होता; पण तो खरा आहे की खोटा, हे तिच्या सांगण्यावर ठरणार होतं.

"बरं, माझ्या बाबानं म्हणजे माझ्या वडिलांनी माझ्यासाठी एक स्थळ आणलंय...; यार हे काय वय आहे का माझं लग्नाचं? डोकं खाताहेत घरचे.... बेसिकली काय झालं की बाबाच्या डोक्यातही नव्हतं. आमची कोथरूडची आत्या गणपतीत आली होती. तिनंच हे बाबाच्या डोक्यात भरवलं असणार यार ... कारण मग तिनंच तिच्या ओळखीच्या कुणाचं तरी स्थळ आणलं. आयला या आत्या लोक का असतात कळत नाही..."

"ग्रेट यार, तो गॉगलवालाच का?" मोहन गमतीनं म्हणाला.

"हो ... तोच!"

"तुला आवडला नाही का? चांगला आहे की, हॅन्डसम आहे... काय करतो तो?"

"तो यूएसला आहे... इंजिनिअर."

"आयला, मग भारीच की. मग आता तुझी मजा आहे, मस्त यूएसला जाणार तर तू!"

"काय यार, तू पण खेचतो आहेस माझी...! मला इतकं टेन्शन आलंय म्हणून सांगू..."

"का? कसलं टेन्शन आलंय? तुला आवडला नाही तर नाही म्हणून सांग... सिंपल..."

"नाही, तसं अगदीच आवडला नाही असं नाही."

"ओह! म्हणजे आवडलाय तर! आ ऽऽऽ आऽऽऽ" मोहन तिला चिडवत म्हणाला. तीही स्त्रीसुलभ लाजली. हे असं लाजताना मोहन प्रथमच पाहत होता.

"गप रे! अजून काही फिक्स नाही... तो काही दिवसांसाठी आलाय आणि आता त्याला पुढच्या आठवड्यात परत यूएसला जायचंय आणि आता घरचे म्हणताहेत की आताच लग्न उरकून टाकू म्हणून... आयला ह्यांना काय घाई झालीय काय माहीत?"

"आवडलाय तर करून टाक मग! यूएसची मुलं मिळणं तितकंसं सोपं नाही मॅडम..."

"तुला काय जातंय सांगायला, करून टाक म्हणून! किती टेन्शन असतं म्हायती आहे..."

"मग नाही म्हणून सांग."

"तसं डायरेक्ट कसं नाही म्हणून सांगायचं? तसा तो काही वाईट नाही. पण मला जरा विचार करायला वेळ हवा आहे... संपूर्ण आयुष्याचा प्रश्न आहे बाबा!

आणि हे घरचे तर माझ्या मागेच लागलेत...''

''आधी तू म्हणाली होतीस की तुझ्या बाबांना तू आयपीएस झालेली पाहायची होतीस... मग हे मध्येच लग्नाचं कसं काय?''

''तेच मला कळत नाही रे! अचानक त्याच्यात हा चेंज कसा काय झाला? बहुतेक आमच्या आत्याबाईंनी कान भरले असावेत आणि आईनंही आगीत तेल ओतलेलं दिसतंय.''

''आता जर स्थळ चांगलं असेल तर कोणत्याही मुलीचे वडील हाच विचार करणार; त्यात गैर काही आहे असं मला वाटत नाही,'' मोहन म्हणाला.

''ते ठीक आहे रे; पण मी म्हणते, इतक्या घाईघाईत निर्णय घ्यायची काय गरज आहे?''

''मग आता तू काय करायचं ठरवलंय?''

''तेच कळत नाही ना... डोकंच काम करेना झालंय... अशी वेळ माझ्यावर कधी येईल असं स्वप्नात पण वाटलं नव्हतं.''

''एक पर्याय आहे... बघ तुला पटतो का...,'' मोहन विचार करत म्हणाला.

''बोल.''

''पूर्वी एसटीचं एक रुपयाचं रिझर्वेशन यायचं, माहीत आहे? तसं करू शकतेस...''

''म्हणजे? मला नाही कळलं.''

''म्हणजे त्या एक रुपयाच्या रिझर्वेशनचं कसं असायचं की फक्त एका रुपयात तुमची सीट रिझर्व्ह व्हायची. तिकिटाचे पैसे तुम्ही सीटवर बसल्यानंतर कंडक्टरला द्यायचे आणि नेहमीप्रमाणे तिकीट काढायचं. जर काही कारणानं तुमचा प्रवास रद्द झाला, तर तोटा फक्त एकच रुपयाचा व्हायचा... त्यामुळे तू सध्या एक रुपयाचं रिझर्वेशन करून टाक... मी काय म्हणतोय ते कळतयं का? काही ध्यानात आलं का?'' मोहन मिस्कील चेहऱ्यानं तिच्याकडे बघत म्हणाला. ती त्याच्या बोलण्यावर विचार करू लागली.

''ओह! सही यार! ... मी हा विचार तर केलाच नव्हता...'' तिच्या चेहऱ्यावर प्रथमच चमक आलेली दिसली.

६८

नवीन अभ्यासक्रमाची पूर्व परीक्षा होऊन बरेच दिवस झाले तरी अजून त्याचा रिझल्ट लागला नव्हता. सर्वच अभ्यास नवीन असल्यानं रिझल्टबाबत काही अंदाजही बांधता येत नव्हता. पण हा रिझल्ट नेहमीपेक्षा वेगळा लागणार याचा थोडासा अंदाज पोरांना आला होता. त्यात आणखी भर म्हणजे मुख्य परीक्षा ऑब्जेक्टिव्ह होती. त्या अभ्यासक्रमाची पुस्तकं बाजारात यायला सुरुवात झाली होती. वेगवेगळ्या प्रकाशन संस्थांच्या भरमसाट पुस्तकांच्या थप्पीच्या थप्पी अप्पा बळवंत चौकातल्या दुकानांमध्ये दिसत होत्या; पण अभ्यासासाठी नेमकी कोणती पुस्तके वाचावीत, याचा अंदाज करणं खरंच कठीण होतं. तरी काही सीनिअर मुलांच्या मदतीनं मोहन आणि गौतमनं काही निवडक पुस्तकं आणली आणि त्याचा अभ्यास चालू केला. या सर्व गोंधळापासून रघू मात्र वाचला होता. त्यानं राज्यसेवेचा अभ्यास करणं आधीच सोडून दिलं होतं आणि आता तो फक्त पीएसआय/एसटीआयच्या परीक्षांची तयारी करत होता. सध्या त्याचा पीएसआयच्या मुख्य परीक्षेचा अभ्यास चालू होता आणि त्यासाठी त्याचा सरनाईक सरांचा क्लासही चालू होता. मुख्य परीक्षेसाठी क्लास लावावा की नाही या संभ्रमात मोहन होता, पण त्याचा प्रश्न गौतमनं सोडवून टाकला. गौतमनं मुख्य परीक्षेचा क्लास लावायचा, आणि क्लासच्या नोट्स मोहनला वाचायला द्यायच्या, त्या बदल्यात मोहननं बाजारात येणारी नवीन अभ्यासक्रमाची पुस्तकं विकत घेऊन ती गौतमला वाचायला द्यायची. यामुळे दोघांचाही फायदा झाला, आणि होणारा खर्च दोघांनी वाटून घेतला. असं सुरू असताना एके दिवशी नवीन अभ्यासक्रमाच्या पूर्व परीक्षेचा निकाल लागला. त्यात गौतम आणि मोहन पास झाले. आता त्यांचा पुरेसा अभ्यास झाला होता की ते पूर्व परीक्षा विनासायास पास होत होते. ही पूर्व परीक्षाही काही प्रमाणात जुन्या परीक्षेसारखीच होती, पण आता नवीन अभ्यासक्रमाची मुख्य परीक्षा कशी असेल याबाबत सर्वच जण अनभिज्ञ होते. मोहन आणि गौतम दोघांनी अभ्यासाचं वेळापत्रक ठरवलं. त्यात गौतम पूर्ण वेळ क्लासला जायचा आणि मोहन पूर्ण वेळ अभ्यासिकेत! रात्रीच्या जेवणानंतर मात्र दोघं झोप येऊ नये म्हणून दर दिवशी

डिस्कशन करायचे. त्यामुळे विषय समजायला मदत होत होती. रघू मात्र त्याचा पीएसआयचा अभ्यास करायचा. त्याला राज्यसेवेशी काही देणंघेणं नव्हतं. त्याची पीएसआयची मुख्य परीक्षा तोंडावर होती आणि तो त्याचा जोरात अभ्यास करत होता. सर्वांना पुण्यात जवळपास तीन वर्षं होत आली होती. आधीचे ते आणि आताचे ते यांत जमीन-अस्मानाचा फरक होता. आता प्रत्येक जण आलेल्या अपयशामुळे म्हणा किंवा इतके दिवस नुसतेच वाया जात असल्याच्या टोचणीमुळे अभ्यासाच्या बाबतीत गंभीर झाला होता. पूर्वीसारख्या गप्पा,चेष्टामस्करी सगळं बंद झालं आणि आता तर दिवस दिवस अभ्यासाव्यतिरिक्त इतर बोलणंही होत नसे. त्यात आता मुख्य परीक्षेसाठी क्लासमध्ये आणि अभ्यासिकेतही गर्दी वाढू लागली. मोहन सकाळी सहा वाजता अभ्यासिकेत जाऊ लागला. थोडा उशीर झाला तर अभ्यासिकेत जागा मिळणं मुश्किल होऊन बसलं. बरेच दिवस आसावरीसुद्धा मोहनला दिसली नाही. तिनं कदाचित अभ्यास सोडून दिला असावा, असा त्यानं अंदाज केला. आता उगाच टाइमपास करण्यापेक्षा मोहननं स्वतःहून आतल्या रूममध्ये बसण्यास सुरुवात केली. मुख्य परीक्षा जरी ऑब्जेक्टिव्ह असली तरी अभ्यासक्रम भरमसाट होता आणि जुन्या परीक्षेत एखाद्या प्रश्नाचं उत्तर येत नसलं तरी काहीतरी लिहून पेपर भरता येत होता; पण आता तसं काही करता येणार नव्हतं. समोर चार पर्याय आहेत, त्यांतला केवळ एक बरोबर आहे आणि ते माहीत असण्यासाठी खूप बारकाईनं अभ्यास करावा लागत होता. पूर्वी एखादा नुसता कन्सेप्ट समजला तरी उत्तर लिहिता येत असे. पण आता कन्सेप्ट तर समजणं अनिवार्य होतंच, शिवाय, त्यातले लहानसहान बारकावेही लक्षात ठेवणं गरजेचं होऊन बसलं. पूर्व परीक्षेचा निकाल लागेपर्यंत मोहननं सर्व विषय एकेकदा वाचून काढले होते; पण ते नुसते वरवर वाचले होते. निकाल लागण्याआधीच्या त्या तशा वाचण्याला काही अर्थ नव्हता. पण तो पूर्व परीक्षा पास झाल्यामुळे त्यानं गंभीरपणे ते विषय वाचायला घेतले.

मुख्य परीक्षा लवकरच लागणार, अशी बातमी सगळीकडे पसरल्याने जी जी मुलं पूर्व परीक्षा पास झाली होती, ते सर्व जण अभ्यासाला लागले होते आणि तशी सूचना आयोगाच्या साइटवर केव्हाही येऊ शकते, असं सर्व क्लासमध्येसुद्धा सांगण्यात आलं होतं. नवीन अभ्यासक्रमाची ऑब्जेक्टिव्ह परीक्षा सर्व जण प्रथमच देणार होते. त्यामुळे अभ्यासक्रमात जे जे टॉपिक दिलेत त्या संदर्भात जे मिळेल ते वाचत सुटा, असं प्रत्येक जण सांगत होता. मोहन अभ्यासिकेच्या आतल्या रूममध्ये वाचत बसला होता. त्यानं अभ्यासाचं वेळापत्रक ठरवलं होतं. सकाळी सात ते नऊ, त्यानंतर अर्धा तास ब्रेक; त्यात नाश्ता-चहा, नंतर दुपारच्या जेवणासाठी फक्त एक तास ब्रेक, त्यानंतर संध्याकाळी साडेपाचपर्यंत वाचन,

आणि संध्याकाळी डिस्कशन असं वेळापत्रक होतं. आजही तो सकाळी लवकर येऊन वाचत बसला होता. चहा पिण्यासाठी तो उठून बाहेर आला आणि बाहेरच्या हॉलमध्ये त्याला आसावरी दिसली. आज तब्बल १०-१२ दिवसांनी आसावरी अभ्यासिकेत आली होती. ती अभ्यास सोडून इकडेतिकडेच जास्त बघत होती. तिची नजर मोहनवर पडली आणि तिचे डोळे चमकले. तिनं हात उंचावून त्याचं लक्ष वेधण्याचा प्रयत्न केला. 'थांब, मी येते' अशा अर्थाची खूण करून ती जागेवरून उठली. तिला पाहून मोहनही मनातून सुखावला. ती बाहेर आली आणि तिनं थेट त्याच्या खांद्यावर हात ठेवला. आजूबाजूच्या मुलांच्या प्रतिक्रिया बघण्यासारख्या झाल्या. त्यामुळे मोहनलाही अवघडल्यासारखं वाटू लागलं.

"तू होतीस कुठे इतके दिवस?" बोलता बोलता त्यानं तिच्या नकळत आपला खांदा सोडवून घेतला.

"हे बघ!" म्हणत एखादी गमतीदार गोष्ट दाखवावी तशी तिनं उजव्या हाताच्या अनामिकेतली नाजूकशी सोन्याची अंगठी दाखवली.

"ओह! म्हणजे एक रुपयात रिझर्वेशन केलंस तर! " म्हणत त्यानं आनंदात तिला टाळी दिली.

"येस्स!" तीही खुशीत होती.

"तुझ्या आयडियेमुळे शक्य झालं हे..."

"मी काय केलंय? मी आपला तुला एक मार्ग सांगितला."

"तेच तर महत्त्वाचं होतं. नाहीतर माझ्या घरचे तर मला यूएसलाच पाठवायला निघाले होते. मग मी त्यांना एंगेजमेंट करण्याचा मार्ग सांगितला, आता निदान वर्षभर तरी चिंता नाही... आपली सीट रिझर्व्ह आहे..." ती गमतीनं म्हणाली.

"घरचे तयार झाले ते बरं झालं... दोन पोहे आणि चहा घ्या."

"हो रे! पण आधी तर तयारच नव्हते. आमची आत्या तर त्यालाही नाही म्हणत होती. एंगेजमेंट कशाला म्हणे, माझ्यावर विश्वास नाही का म्हणाली... आत्याबाईनं तर बाबाला पटवूनच टाकलं- 'असा मुलगा पुन्हा मिळणार नाही, हातची संधी सोडू नका' वगैरे वगैरे... मग मीच अनिकेतला भेटून समजावलं आणि बेसिकली त्यालाही ते पटलं... सुट्टे आहेत माझ्याकडे..." म्हणत तिनं चिल्लर मोहनकडे दिली.

"अनिकेत?"

"तोच रे, गॉगलवाला मुलगा."

"ओह! मग तो काय म्हणाला? हे घे." तिच्या हातात पोह्यांची प्लेट देत मोहननं विचारलं.

"तो म्हणाला, 'बरोबर आहे, आपल्याला एकमेकांना आधी ओळखलं पाहिजे,

त्यानंतर पुढे कंटिन्यू करायचं की नाही ते ठरवू या.' बेसिकली त्याला मी आवडले आणि मलाही तो आवडलाय. खरंतर एंगेजमेंट करायचीही गरज नव्हती; पण घरच्यांच्या समाधानासाठी दोघांनी तसं करायचं ठरवलं.''

''ग्रेट! मग आता पुढे काय?''

''काही नाही, तो गेला परत यूएस ला...''

''गेला? मग आता?''

''आता तो पुढच्या सुट्टीत येईल, सहा महिन्यांनी बहुतेक... ओह शीट!''

गरम चहाच्या घोटानं तिचं तोंड पोळलं.

''अरे, हळू .. आरामात पी... मग तुम्ही भेटणार कधी आणि एकमेकांना समजून कसे घेणार?''

''फोन करेल ना तो... आणि ई-मेल, चॅटवर तर भेटूच!''

''मस्त... चांगली आयडिया आहे. मग आता तू अभ्यासिकेत तरी कशाला येतेस... मस्त आराम कर, आता असंही तू परीक्षा तर देणार नसशीलच!''

''नाही रे, असं कसं, आणि आमचं पटलं नाही तर? अजून तर काहीच फिक्स नाही... पुढचं कुणी बघितलंय?''

''हं ...पॉइंट आहे... पण तू खुशीत दिसतेस...''

''मनासारखं झाल्यावर कोण खूश राहणार नाही.''

''चला, तुझं काय बरं आहे बाबा... तुझ्याकडे पर्याय आहे. आणि तू आता यूएसला जाशील. आम्हाला झक मारत अभ्यास करावा लागणार...''

''काय रे, असं का म्हणतोस? तू पण सिलेक्ट होशील की डेप्युटी कलेक्टर वगैरे...''

''हो पण त्यासाठी घासावं तर लागणारच ना! आणि पुन्हा पोस्ट मिळेल याची शाश्वती नाही...''

''पण मला वाटतंय की तू क्लास वन नक्की होशील... हुशार आहेस तू... त्याशिवाय का एक रुपयातल्या रिझर्वेशनची आयडिया काढलीस?''

''त्यात काय नवीन सांगितलं नाही मी.. सर्वसाधारण तोडगा आहे हा... तू उगाचच टेन्शन घेत होतीस...''

''पण तो योग्य वेळी सुचायलाही पाहिजे ना... नाही, मला तर टेन्शन आलं होतं हे खरं आहे... तुला सांगू, हे लग्न बिग्न फार तापदायक गोष्टी आहेत रे... झालं सुरळीत तर ठीक, नाही तर वाट लागते आयुष्यभराची! माझ्या मावस बहिणीचा असाच प्रॉब्लेम झाला. नवऱ्या मुलाकडचे आधी खूप चांगले वाटले... त्यांची फायनान्शिअल कंडिशनसुद्धा चांगली होती... त्यामुळे जास्त खोलात न शिरता लग्न करून टाकलं आणि आता तिच्या सासरकडचे खूप त्रास देतात. तिला सारखं

टेन्शन असतं त्यांचं ... ती तिच्या संसारात खूश नाही. हे सर्व समोर दिसत असताना इतक्या तडकाफडकी मी निर्णय कसा घेऊ?''

''हं... खरं आहे... बाकी ते सोड, तुझ्या त्या ...काय नाव? हां अनिकेतचा फोन वैगेरे येतो की नाही?''

''हो... कालच आला होता. तिकडे पोहोचल्या पोहोचल्या त्यानं फोन केला. माझं भावी कुंकू सुखरूप पोहोचलं...''' तिनं गमतीदार चेहरा केला.

''आता परत कधी येणार?''

''काय माहीत? तोपर्यंत मी बॅचलर्स लाइफ जगून घेणार मस्त...''

''नशीबवान आहेस... चला, आम्हाला गेलं पाहिजे परत अभ्यासिकेत... तुम्ही काय बाबा आता ग्रीनकार्डधारक होणार... आम्ही आपले रेशनकार्डवाले...'' त्याच्या विनोदावर ती खळखळून हसली आणि दोघं पुन्हा अभ्यासिकेकडे वळले.

६९

हा हा म्हणता मुख्य परीक्षा आठवड्यावर येऊन ठेपली. आता शेवटची हातघाईची लढाई सुरू झाली. रात्रीचा दिवस केला जाऊ लागला. मुलांच्या झोपा कमी झाल्या. मेस, चहाच्या टपऱ्या यांवर कमीत कमी वेळ घालवला जाऊ लागला. त्यावरही अभ्यासिकेत विषय चघळले जाऊ लागले. अभ्यासिका, क्लासेस हाऊसफुल्ल होऊ लागल्या. प्रत्येक परीक्षेच्या वेळी घडणाऱ्या सर्व घटना जशाच्या तशा घडत होत्या, फक्त साल तेव्हढं बदलत होतं. जवळपास साडेतीन वर्षं मोहन पुण्यात अभ्यास करत होता. ही वर्षं कशी सरली, त्याचं त्यालाही कळत नव्हतं.. अगदी काल-परवाच पुण्यात अभ्यासासाठी आलो आहोत, असं त्याला वाटे. त्याचे पूर्वीचे रूमपार्टनर चौगुले सर नेहमी म्हणायचे, 'इथे वर्षं कशी सरतात कळत नाही, आपण आपले पूर्व परीक्षा, मुख्य परीक्षा करत राहतो'. अगदी खरंच होतं ते! मोहन त्याचा प्रत्यक्ष अनुभव घेतच होता. सीनिअर चौगुलेंच्या जागी आलेला नवीन रूमपार्टनर किरण तर वाया गेलेली केसच वाटायचा त्याला. तो पुस्तक घेऊन दिवसभर कुठेतरी बाहेर जायचा, ते संध्याकाळीच उगवायचा. त्यात आल्यावर कितीतरी वेळ मोबाइलवर बारीक आवाजात बोलत बसायचा. तो त्याच्या मैत्रिणीबरोबर बोलत असावा. रात्रीबेरात्री कधीही फोनवर बोलायचा. मोहनला त्याचं ते बायकी बोलणं-चालणं आवडत नसे; पण असते एखाद्याला सवय म्हणून तो जास्त लक्ष द्यायचा नाही. गौतम आणि रघू मात्र त्याची चांगलीच गंमत करायचे. अशाच एका संध्याकाळी गौतम आणि रघू किरणबरोबर रूममध्ये बोलत बसले होते. मोहनही अभ्यासिकेतून नुकताच आला होता. त्याचा चांगला अभ्यास झाला होता. त्यामुळे थोडा वेळ विरंगुळा म्हणून तोही गप्पांमध्ये सामील झाला.

''मोन्या, आरं हे बग काय सांगायलंय... या किरणची मैत्रीण आपल्याबरोबर मुख्य परीक्षेला हाये.''

''हो का? अरे वा! पुढच्या आठवड्यात आहे ना पेपर... ही पुस्तकं ठेव रे त्या टेबलवर...,'' मोहन हातातली पुस्तकं गौतमकडे देत म्हणाला.

''हो नं सर... तिला थोडं टेन्शन आलंय... तिची पहिलीच मुख्य परीक्षा आहे

ना म्हणून...'' किरण असं सांगत होता की त्याला स्वतःला टेन्शन आलं आहे.

" मग तू काय करतुयास? लेका, तिचं थोडं टेन्शन कमी करायचंस की!'' रघू या दोघांकडे पाहून डोळा मारत म्हणाला.

''मी समजवतोय तिला सर... तिच्यासाठी नोट्स काढतोय... तिच्याबरोबर डिस्कशनसुद्धा करतोय...'' तो कळकळीनं सांगायचा प्रयत्न करत होता. इकडे रघूनं कपाळावर हात मारून घेतला.

''लय भारी! चालू दे तुझं...'' रघूनं किरणला न समजेल अशी 'काही उपयोग नाही' अशा अर्थाची मान डोलावली.

''तूसुद्धा दिली होतीस ना रे परीक्षा... तुझा किती स्कोर होता...?''

''जस्ट दोन मार्क्स कमी पडले सर... नाही तर मीही तिच्यासोबत पास झालो असतो. ..तिलाही खूप वाईट वाटलं. म्हणाली की ती मेन्स देत नाही म्हणून. तिला खूप समजावलं तेव्हा कुठे तयार झाली...''

''बग रघ्या, ह्याला म्हनतेत खरं प्रेम... नाय तर तू!'' गौतम म्हणाला.

''हो बाबा खरं हायेल...''

''मुलींच मेरिट किती लागलं...?'' मोहननं विचारलं.

''ती एसटी आहे. त्यामुळे मेरिट खूपच खाली लागलंय.'' किरण म्हणाला.

''बरं, ते जाऊ दे... मला सांग हा अभ्यास करता करता कधी दुसरा अभ्यास करता का?'' गौतमच्या चेहऱ्यावर मिस्कील भाव दाटले होते.

''दुसरा अभ्यास? म्हणजे?''

''आयला, तुला सगळंच उलगडून सांगाव लागतं बाबा... '' येथे न लिहिता येण्याजोग्या काही अश्लील खुणा रघूनं करून दाखवल्या.

''छे! आम्ही तसलं काही केलं नाही अजून... ते सर्व नंतर...'' समोरचे आपल्याला काहीतरी महत्पाप करायला सांगताहेत, असं तो ओरडला. त्यावर सगळे हसले.

''अरे, कदाचित तिची इच्छा आसंल की तू कायतरी करशील...,'' रघू गमतीत म्हणाला. त्यावर किरण भलताच गंभीर झाला.

''तसं बिलकूल नाही सर. आम्ही या विषयांच्या खूप पुढे गेलो आहोत सर... माझा तिच्याबद्दल आणि तिचा माझ्याबद्दल असा विचार येणं शक्यच नाही. आमचं प्रेम खूप उदात्त आहे. त्यात शारीरिक आकर्षणाला बिलकूल महत्त्व नाही. आम्ही मनानं एकमेकांत इतके गुंतलोय नं ... की आमच्या मनाला या असल्या क्षुद्र गोष्टींचा विचारही शिवू शकत नाही... इकडे झळ तर तिकडे कळ! असे आम्ही दोघं आहोत...'' किरणचं हे असलं छोटेखानी भाषण सुरू असतानाच त्याचा मोबाइल वाजला. 'शंभर वर्षं आयुष्य आहे' म्हणत फोन घेऊन तो बाहेर गेला.

तिघंही तोंडात मारल्यासारखे त्याच्याकडे बघत बसले.

"याचं काय खरं नाय बग! माझी भविष्यवाणी खरी ठरनार वाटायलंय..." गौतम म्हणाला

"खड्ड्यात गेला हा आणि त्याची मैत्रीण! आपल्याला त्याच्याशी काही घेणं देणं नाही... आता परत याच्याशी हा विषय काढायचा नाही... तुम्हा दोघांना सांगतोय... खूप उदात्त प्रेम आहे ना, बस करत उदात्त प्रेम... चला भूक लागली, जेवायला जाऊ." मोहन वैतागला.

"हो ना राव, याला सांगायला गेलं तर हा आपल्यालाच टांगायला निघालाय, काशी कर म्हणावं तिकडं तुझी! " तिघांनी पायात चपला चढवल्या आणि ते तिघं जेवणासाठी जायला निघाले.

७०

नव्या अभ्यासक्रमाची मुख्य परीक्षा संपली आणि सर्वांनी सुटकेचा निःश्वास टाकला. ऑब्जेक्टिव्ह पेपर असल्यानं परीक्षेच्या निकालाच्या बाबतीत पारदर्शकता आणि अचूकता आली होती. आधीच्या लेखी परीक्षेसारखं आता होणार नव्हतं. एखादा विषय चालला, नाही चालला, असली भानगड आता राहिली नाही. सर्व जण एकाच अभ्यासक्रमाचा पेपर देणार होते आणि त्यात जो जास्त मार्क्स मिळवेल तोच मेरिटमध्ये पुढे असणार होता. आता सर्व जण एका समान पातळीवर होते. परीक्षा संपली आणि आता आपले किती बरोबर आले किती चुकले हे बघण्याच्या भानगडीत पडायचं नाही, असं मोहननं ठरवलं. पण गौतम मात्र त्याला स्वस्थ बसू देत नव्हता. तो मधूनच एखादा प्रश्न वाचे आणि त्याचं उत्तर विचारी... कधीकधी दोघांची उत्तरं एकसारखी येत, तर कधी वेगवेगळी...! बऱ्याच संदिग्ध प्रश्नांची उत्तरं मात्र दोघांचीही वेगवेगळी येत होती. म्हणजे कुणा एकाच उत्तर चुकीचं असणार किंवा तिसरंच उत्तर असलं तर दोघेही चुकणार! आणि अशा संदिग्ध प्रश्नांची ठोकून दिलेली उत्तरं ही चुकीचीच असतात, असा मोहनचा आजवरचा अनुभव होता. त्यामुळे गौतमची ही प्रश्नोत्तरं त्याची डोकेदुखी वाढवू लागली. त्यानं एकदा-दोनदा त्याला गप्प बसण्याबाबत सांगितलंही; पण थोड्या वेळानं गौतम पुन्हा एखादा प्रश्न त्याला विचारी. मोहनला वैताग आला. गौतम सोबत असता तर आणखी आठवून आठवून त्यानं त्याला प्रश्न विचारले असते म्हणून संध्याकाळी तो एकटाच बाहेर पडला. परीक्षा संपल्यावर डोक्यावरचं वजन कमी व्हावं तसं डोकं हलकं हलकं झाल्यासारखं त्याला वाटू लागलं. कुठे जावं हा विचार करीत असतानाच त्याला त्याची आवडती जागा आठवली. तो टेकडीच्या दिशेनं निघाला. सूर्य मावळतीकडे झुकू लागला होता. लवकरच सूर्यास्त होणार होता, टेकडीवरून सूर्यास्त अतिशय मनोहारी दिसतो, तो नजरेत साठवण्यासाठी तो धावतच टेकडी चढू लागला. वर पोहोचला तेव्हा त्याला चांगलाच दम लागला होता. खूप दिवसांनी तो असा इतका जोरजोरात पळाला होता. त्याची छाती दुखू लागली. असा इतका दम त्याला पूर्वी लागला नव्हता. आपण आता पहिल्यासारखे सुदृढ राहिलो

नाही, असा विचार त्याच्या मनाला चाटून गेला. शरीर सुदृढ राहील तरी कसे? दिवसभर अभ्यासिकेत बसून अभ्यास! शारीरिक कष्ट असे काही होतच नव्हते. जोरजोरात श्वास घेत तो एका सपाट दगडावर बसून राहिला. घशाला कोरड पडली. कसेबसे आवंढे गिळत तो बसून राहिला. त्याची नजर समोर गेली. समोर लालबुंद सूर्य अस्ताला जात होता. तप्त वातावरण थंड होऊ लागलं, तसा वारा सर्वत्र सुटला होता. आजूबाजूचं आकाश विविध रंगांनी भरलं गेलं. वेगवेगळ्या छटा एकमेकांत बेमालूमपणे मिसळल्या होत्या. पांढऱ्या शुभ्र कॅन्व्हासवर कुणा चित्रकारानं मनसोक्त रंगाचे फर्राटे मारल्यासारखं समोरचं दृश्य दिसत होतं. थोड्याच वेळात त्याचा श्वास सामान्य झाला. समोरचा सूर्यास्त पाहून त्याचं मन प्रसन्न झालं. थोडा थोडा करता संपूर्ण सूर्य क्षितिजाखाली जात राहिला. आजच्यापुरता त्यानं निरोप घेतला होता. सूर्य बुडाला आणि आणि अंधार अंगावर धावून आल्यासारखा त्याला भासला. सूर्यास्त पाहण्यासाठी आलेले त्याच्यासारखे इतर लोक परतीच्या वाटेकडे लागले. मोहनला मात्र त्या जागेवरून उठावंसं वाटत नव्हतं. थंड वारा सुटला होता. तो बसलेला आणि उन्हामुळे तापलेला दगड त्या वातावरणात उबदार वाटत होता. खाली पुणे शहरात सर्वत्र दिवेलागणी झाली होती. सर्वत्र संधिप्रकाश भरून राहिला होता. ही कातरवेळ फार विचित्र असते. पुन्हा आठवण नको म्हणून मनाच्या एका कोपऱ्यात कुलूपबंद केलेल्या गोष्टी नजर चुकवून समोर येऊ पाहतात. त्याच्या मनात शलाकाचा विचार आला. आता कुठे असेल ती? यूएसलाच असेल. कदाचित सेटल झाली असेल. जवळपास चार-पाच वर्षं झाली, ती त्याला सोडून गेली होती. त्या वर्षात एकही फोन नाही, मेसेज नाही... माणूस इतका स्वार्थी असू शकतो, यावर त्याचा विश्वास बसेना. आपण एकदा ई-मेल केला होता तिला, त्याचंही उत्तर तिनं दिलं नाही... ऑर्कुटवरसुद्धा तिला स्क्रॅप केला; पण काहीच रिप्लाय नाही. शेवटी माणसाच्या आयुष्यात प्रेमापेक्षा पैसा महत्त्वाचा, हेच तिनं दाखवलं होतं. ठीक आहे, असंही आपण तिला काय देऊ शकलो असतो? आपण स्वतः आपल्या पायावर नीट उभे नाही... कमावणं तर बाजूलाच राहिलं, आपण तर बापाचे पैसे खर्च करतोय गेली तीन-साडेतीन वर्षं, आणि अजून किती वर्षं खर्च करणार देव जाणे! तिचा विचार बरोबरच होता. तिने योग्य निर्णय घेतला. विचार करता करता त्याला एकदम भकास वाटू लागलं. हा विचार तो झटकून टाकतो न टाकतो तोच करमरकर मॅडमचा विचार डोक्यात आला... हे प्रकरण तर आणखीच विचित्र होतं. मॅडम कुठे गायब झाल्या असतील? त्या या जगात असतील की नाही, हेसुद्धा त्याला माहीत नव्हतं. मॅडमचा सोनेरी काड्यांचा चश्मा घातलेला गव्हाळ वर्णाचा चेहरा मोहनच्या डोळ्यांसमोर आला. मोहनला त्यांच्याबद्दल जबरदस्त आकर्षण वाटत होतं. कित्येकदा रात्री झोप येत नसली की त्यांच्या

विचारात तो गुंग होऊन जायचा. करमरकर मॅडम त्याच्या फँटसी होत्या. त्यांच्या अचानक नाहीशा होण्यानं त्याला सर्वांत जास्त धक्का बसला होता. पण आता त्यांच्या बाबतीत विचार करूनही काही फायदा नाही. पोलिसांनीसुद्धा त्यांचा तपास थांबवला असेल. कुणालाच कसं काही वाटत नाही... एक व्यक्ती अचानक गायब होते आणि कुणी त्याबद्दल बोलतही नाही. शेवट प्रत्येक जण स्वतःसाठीच जगत असतो. माणसाच्या जवळचेसुद्धा काही दिवसांनी त्याची आठवण काढेनासे होतात. मोहनने तोही विचार डोक्यातून काढून टाकला. कदाचित पुढच्या येणाऱ्या विचारानं आधीच्या विचाराला बाजूला सारलं. तो विचार होता आसावरीचा! तिच्यासारखी मुलगी त्यानं आजवर पाहिली नव्हती. एकदम बिनधास्त! दिसायला काही इतकी सुंदर वगैरे नव्हती, पण तिच्यात काहीतरी एक्स-फॅक्टर होता जो त्याला तिच्याकडे आकर्षित करत होता. परंतु हे आकर्षण वेगळं होतं. त्यात वासना नव्हती. प्रत्येक माणसाला एखादी चांगली मैत्रीण हवी असते, जिच्याशी तो मनातलं बोलू शकतो, अगदी निःसंकोचपणे! एखाद्या जिवलग मित्राबद्दल वाटतं तसं तिच्याबद्दल मोहनला वाटत होतं. निखळ मैत्री! शंभर टक्के शुद्ध; ज्यात भेसळीचा लवलेशही नाही. त्या भावनेचा मनाला स्पर्शदेखील नाही... परंतु आपल्याकडे अशी मैत्री चालत नाही. त्याला लफड्याचं लेबल लावून त्याच नजरेनं लोक पाहतात. ती जेव्हा बिनधास्त वागायची, त्या वेळी मात्र मोहनला अवघडल्यासारखं व्हायचं. त्याच्या मनात काही नव्हतं, पण इतरांची त्यांच्याकडे पाहण्याची दृष्टी वेगळीच होती आणि त्यामुळे त्यांच्यात काहीही नसताना उगाच त्या मुलीचं नाव खराब होण्याची शक्यता जास्त होती. किती विचित्र आहे नाही, एखाद्या मुलाचं नाव का खराब होत नाही मुलीमुळे? मुलीचंच नाव का खराब होतं? नवऱ्यानं बायकोला टाकली असं ऐकायला येतं; पण बायकोनं नवऱ्याला टाकलं असं कधी येत नाही ऐकायला... एकूणच बायकांच्या बाबतीत आपला समाज जरा जास्तच सेन्सिटिव्ह आहे. आसावरीकडे पाहिलं की ती या सर्व प्रकाराला छेद देऊ शकते, असं वाटतं. पण आता तर तिचंही लग्न ठरलं आहे. तीही चारचौघींसारखी अमेरिकेतल्या मुलाबरोबर लग्न करून करून सेटल होणार आहे. खरंतर चांगलीच गोष्ट आहे. पण तिच्यासारख्या मुलीनं समाजकार्यात किंवा राजकारणात असायला हवं. टेकडीवर अंधार पडू लागला. आजूबाजूलाही कोणी उरलं नाही. खरंतर त्याला जावंसं वाटत नव्हतं; पण नाइलाजस्तव त्याला तिथून निघावं लागलं.

७१

परीक्षा संपल्यामुळे आता काय करायचं? थोडे दिवस घरी जाऊन येऊ असा विचार करून मोहन घरी आला. घरीही जरा चिंतेचं वातावरण दिसत होतं. कुणी त्याला काही बोलत नव्हतं, पण घरच्यांच्या वागण्या-बोलण्यातून त्याला ते जाणवत होतं. त्यानं आईला विचारलं, 'काय प्रॉब्लेम आहे' म्हणून, तर तिनं नेहमीप्रमाणे हसून उत्तर दिलं, सगळं व्यवस्थित आहे. पण मोहनला त्या हसण्यात कसली तरी कमतरता जाणवत होती. त्याचे बाबासुद्धा नेहमी जशी दिलखुलासपणे चौकशी करत, तसे या वेळी त्याला दिसले नाहीत. औपचारिकपणे त्यांनी त्याची खुशाली विचारली. सगळ्यांना झालंय तरी काय? नीट कोणीच सांगत नव्हतं. एक विचित्रसा तणाव घरात भरून होता, जो त्याला अस्वस्थ करत होता. शेवटी रात्रीचं जेवण झाल्यावर त्यानं दोघांना समोर बसवलं.

"काय झालंय? तुमचे चेहरे असे का दिसताहेत? काही प्रॉब्लेम आहे का?" त्यानं थेट विचारलं.. तरीही ते दोघं 'काही नाही' असंच सांगत राहिले. "हे बघा, प्लीज मला सांगा... मला टेन्शन येतंय... तुमची तब्येत तर ठीक आहे ना?"

"हो रे ....काही प्रॉब्लेम नाही..... तुला असं का वाटतंय पण?" त्याचे बाबा त्याला म्हणाले.

"तुम्ही नेहमीसारखे बोलत नाहीत... आईसुद्धा कसल्या तरी तणावाखाली असल्यासारखी वाटते. काहीतरी नक्की आहे, जे तुम्ही मला सांगत नाही आहात... आई, प्लीज सांग; तुला माझी शप्पथ आहे..." मोहन अडूनच बसला. त्याच्या आईचाही निरुपाय झाला.

"अरे ह्यांच्या कंपनीत सध्या थोडा प्रॉब्लेम चालू आहे. त्यामुळे जरा टेन्शन आहे. बाकी काही खास नाही.." आई सहज बोलली.

"कसला प्रॉब्लेम...?"

"माणसं कमी करताहेत आमच्या कंपनीतून... कॉस्ट कटिंग चालू आहे सध्या कंपनीत. पण मला अजून काही प्रॉब्लेम नाही... त्यामुळे आपल्याला काळजी करण्यासारखं काही नाही... तू जास्त विचार करू नकोस. अभ्यासावर लक्ष केंद्रित

कर. इथलं टेन्शन घेऊ नको.'' बाबा त्याला म्हणाले.

''कधीपासून सुरू आहे हे? मला आधी का सांगितलं नाही?''

''अरे, तुला सांगून काय करणार? तू तिकडे अभ्यासात! उगाच तुला कशाला टेन्शन देऊ?''

''बाबा, अहो, असं का म्हणताय? मी आता जात नाही पुण्याला. बास झाला अभ्यास, आता एखादा जॉब बघतो आणि जॉब करत करत अभ्यास करतो...'' मोहननं त्याचा निर्णय सांगून टाकला.

''हे बघ, यासाठी तुला सांगितलं नाही... अरे बाबा , मी आहे अजून कामावर, आणि इतक्या लवकर बंद नाही पडणार कंपनी. कंपनीचे मालक सांगत होते की ही त्यांची खूप जवळची कंपनी आहे. इतक्यात ते ही बंद करणार नाहीत. त्यामुळे तू जास्त काही विचार करू नको. आणि चांगला अभ्यास कर. बरं ते जाऊ दे, मेन्स कशी गेली? चांगले सोडवलेस ना पेपर?''

''हो, चांगली गेली मेन्स, बघू आता काय होतंय ते... आता या परीक्षांचं पण काही सांगता येत नाही. नवीन अभ्यासक्रम आहे ना त्यामुळे कोणालाच अंदाज नाही काय मेरिट लागेल याचा.''

''या परीक्षेत तू नक्की पास होशील,'' आई त्याला धीर देत म्हणाली. प्रत्येक आईला असंच वाटणार. आता जवळपास चार वर्षं होत आली; मोहन पुण्याला अभ्यासासाठी गेला. परंतु या चार वर्षांत त्याला केवळ मुख्य परीक्षेपर्यंतच मजल मारता आली होती. नाही म्हणायला बाकीच्या परीक्षासुद्धा त्यानं दिल्या होत्या; पण दर वेळी थोड्या फार मार्कांनी त्याचं मेरिट हुकत होतं. नशीब त्याचं काही साथ देत नव्हतं. आता काहीतरी होऊन मुख्य परीक्षा पास व्हायला हवी... त्याच्या घरच्यांनी जरी त्याला जाणवू दिलं नसलं तरी, त्याला आता कुठंतरी हात-पाय हलवावेत असं वाटत होतं. आणखी किती दिवस तो वडिलांच्या पैशांवर जगणार होता. खरंतर ग्रॅज्युएट झाल्यावर लगेच त्यानं आपल्या पायांवर उभं राहायला हवं होतं. परंतु कमावणं तर दूरच; पण तो त्याच्या घरच्यांना आणखी खर्चात टाकत होता. एक तर कोणतीही परीक्षा पास व्हावी किंवा कुठेतरी नोकरी करावी; पण कोणत्याही परीक्षेचा निकाल आणि शेवटच्या सिलेक्शनची प्रोसिजर पूर्ण व्हायला अजून एक ते दीड वर्षं तरी लागणार होतंच. तशा त्यानं काही बँकेच्या परीक्षा दिल्या होत्या. श्रीधर मोडकसोबत एलआयसीची परीक्षासुद्धा दिली होती. आता केवळ त्यांच्या निकालावरच भरवसा होता. कारण बँकांच्या परीक्षांचे निकाल सहा महिन्यांत लागत असत. त्याचं बघून गौतमनंही आता येईल त्या परीक्षा द्यायचं ठरवलं होतं. आता त्याचं आयुष्य म्हणजे फक्त येईल त्या परीक्षा देत राहणं आणि निकालाची वाट पाहत बसणं, इतकंच उरलं होतं. घरच्या परिस्थितीची आता त्याला जाणीव होऊ

लागली. त्याच्या हट्टापायी आई-वडिलांना उगाचच त्रास होतोय, हे त्याला आता कळत होतं... त्याचे कॉलेजचे इतर मित्र जॉबला लागून तीन-साडेतीन वर्षं होत आली होती; पण मोहनचा मात्र अजून पत्ता नव्हता. त्याला एकदम कसंतरीच वाटू लागलं. कमावण्याचे दिवस, पण तो वडिलांच्या पैशांवर अजून जगत होता. स्वतःला सिद्ध करण्याच्या प्रयत्नांत तो आणखीनच खोल जात होता. 'तू कमावलं नाहीस तरी चालेल, आम्ही पोसू तुला' असं म्हणणारे काका आता साधा फोनही करत नव्हते की कसली विचारपूस करत नव्हते, तर त्यांच्याकडून कसली अपेक्षा करणार? कधी एखादा नातेवाईक भेटला की तो विचारी- 'सध्या काय करतोय?' तेव्हा सांगणं अवघड होऊन बसे. 'अजून किती दिवस...' शेजारचेही आता विचारायला लागले होते. एकूणच त्याचे आई-वडील सोडून बाकी सर्व जगाला तो भुईला भार असल्यासारखा वाटत होता. आई-वडील काही बोलत नव्हते; पण त्यांनाही लोक विचारत असणार, तेव्हा त्यांना काय उत्तरं द्यावी लागत असतील...? नाही म्हटलं तरी आता चार वर्षं होत आलीत. तेव्हा त्यांचाही धीर आता सुटत आलेला असणार... आता काहीतरी केलंच पाहिजे... त्यानं आपल्या कॉलेजच्या काही जुन्या मित्रांना फोन केला. इतक्या वर्षांनंतर तो त्यांच्याशी बोलत होता तेव्हा साहजिकच त्याला शिव्या पडणार, हे तर त्यानं गृहीत धरलंच होतं. पण मित्र शेवटी मित्र असतात. शिव्या घालतील पण मैत्री विसरणार नाहीत, याची त्याला खात्री होती. त्यांना एकदम काम आहे म्हणून फोन करणं ठीक दिसत नव्हतं म्हणून त्यानं केवळ ख्यालीखुशाली विचारायला फोन केला. गरज पडली तर तो त्यांच्याकडे जॉबसाठी बोलणार होता... पण तशी वेळ येऊ नये अशी तो मनोमन प्रार्थना करत असे. मोहन तीन-चार दिवस घरी राहिला; पण आपण कुठेतरी दुसरीकडेच राहतोय, असं त्याला वाटलं. आपण फुकट आपल्या आई-वडिलांवर भार आहोत, आणि त्यांना मदत करण्यापेक्षा आपण त्यांच्याच जिवावर अजून जगतोय. नाही म्हटलं तरी त्याचे बाबा आता रिटायर व्हायला आले होते. किती दिवस त्यांना असा त्रास द्यायचा, किती दिवस त्यांच्यावर अवलंबून राहायचं? त्याच्या मनात सतत टोचणी लागून राहिली.

"बाबा, मी सोडतो हे अभ्यास वगैरे... जॉब बघतो कुठेतरी" मोहन मनाशी काहीतरी ठरवत म्हणाला.

"मोहन, त्याची काही गरज नाही. मी अजून समर्थ आहे. तू आता जी परीक्षा दिलीस त्याचा तरी रिझल्ट येऊ दे. मला खात्री आहे की तू या वेळी नक्की सिलेक्ट होशील."

"पण बाबा मला कसंतरीच वाटतंय."

"काही विचार करू नको. माझ्यासाठी परत जा आणि चांगला अभ्यास करून

मोठा अधिकारी हो...'' मोहनच्या वडिलांनी त्याला पुन्हा पुण्याला जायचा आग्रह केला.

आता पुण्याला गेलो तरी आपला खर्च मर्यादित ठेवायचा. फालतू खर्च करायचा नाही, असं त्यानं मनोमन ठरवलं. पण अपरिहार्य असा जो खर्च आहे म्हणजे जेवणाचा, नाश्त्याचा, राहण्याचा खर्च, अभ्यासिकेची फी असा त्याला करावाच लागणार होता. पुस्तकांचा खर्च त्यानं गौतमसोबत वाटून घेतला होता त्यामुळे तिथे थोडे पैसे वाचत होते. त्यानं विचार केला, पण आता पैसे वाचवण्याच्या विचारात वेळ घालवण्यापेक्षा कुठली ना कुठली पोस्ट मिळवणं अतिशय गरजेचं आहे... दोन-तीन दिवस विचार करून तो पुन्हा पुण्यात परतला.

७२

पुण्यात आल्यावर मोहन रोज न चुकता अभ्यासिकेत जाऊ लागला. त्यानं आणखी तीन-चार बँकाच्या, टॅक्स असिस्टंट, स्टाफ सिलेक्शनच्या परीक्षा, असे जे मिळतील ते फॉर्म भरले आणि त्या त्या परीक्षेचा अभ्यास सुरू केला. या प्रत्येक परीक्षेचा अभ्यासक्रम वेगवेगळा होता. त्यामुळे प्रत्येक परीक्षेसाठी स्वतंत्र अभ्यास त्याला करावा लागे आणि ते फार थकवणारं होतं. काही अनुभवी सिनियर्सनी त्याला तसं न करण्याबाबत सांगितलंही, एकाच परीक्षेचं लक्ष्य समोर ठेवून अभ्यास केला पाहिजे, म्हणजे जर बँकिंगच्या परीक्षा देणार असेल तर फक्त आणि फक्त बँकिंगचा अभ्यास केला पाहिजे; स्टाफ सिलेक्शन तर स्टाफ सिलेक्शनचा अभ्यास, पीएसआय, तर फक्त त्याचाच अभ्यास. खरंतर त्यालाही हे पटत होतं. पण सुट्टीवरून आल्यावर आणि घरची परिस्थिती पाहता त्याला असं झालं होतं की लवकरात लवकर कुठली तरी पोस्ट मिळून जावी; मग ती कुठलीही का असेना आणि त्यासाठी त्यानं ही धडपड सुरू ठेवली. या बाबतीत रघूनं खूप आधीच निर्णय घेतला होता. पुढच्या आठवड्यात त्याची फिजिकल एक्झाम होती. त्याची तयारीही जोरात सुरू होती. रोज सकाळी लवकर उठून तो ग्राउंडवर प्रॅक्टिससाठी जायचा. मोहनसमोर सध्या एलआयसी, डेव्हलपमेंट ऑफिसरची परीक्षा होती. त्याच्यासोबत गौतम आणि श्रीधर मोडकसुद्धा होते. गौतम आणि श्रीधर एकत्र अभ्यास करायचे. त्यात अभ्यास कमी पण इतर गप्पागोष्टीच जास्त चालायच्या; मोहन मात्र अभ्यासिका एके अभ्यासिका! सध्या राज्यसेवेची मुख्य परीक्षा झाल्यानं, तिथे जास्त गर्दी नसायची. हवी ती जागा मिळत असे. आसावरीसुद्धा बरेच दिवस आली नाही. तिची खिडकीशेजारची जागा रिकामी दिसत होती. मोहन रिझनिंग आणि मॅथ्सची पुस्तकं घेऊन रोज बसत असे. राज्यसेवेच्या अभ्यासापेक्षा हे वेगळं असल्यानं, त्याचा विशेष अभ्यास करावा लागत होता. कितीही कष्ट घ्यायची त्याची तयारी होती. डोक्यात फक्त एकच विचार, तो म्हणजे कुठलीही एखादी पोस्ट मिळवणं. नुसता अभ्यास आणि अभ्यास! रोज वेगळं काही घडत नव्हतं. मैदानी प्रदेशात आल्यावर नदीचा प्रवाह जसा संथ होतो, तसं त्याचं आयुष्य झालं होतं. नवीन कोणतीही

घटना नाही. सकाळी उठणं, दिवसभर अभ्यासिकेत जाऊन बसणं, रात्री रूमवर येऊन झोपणं, दुसऱ्या दिवशी पुन्हा तेच! असेच कितीतरी दिवस जात होते. रघू वगळता बाकीच्यांनी एलआयसीची परीक्षा दिली; कारण त्याच दरम्यान रघूची फिजिकल टेस्ट होती. त्याला २०० पैकी १८० मार्क्स पडले, त्यामुळे तो खुशीत होता. मागच्या फिजिकलमध्ये त्याला कमी मार्क्स असल्यानं, त्याची पोस्ट थोडक्यात हुकली होती. पण या वेळी मात्र त्याचा आत्मविश्वास दुणावला होता.

"आयला रघ्या, येक नंबर! तू झालास बग आता पीएसआय!" त्याचे मार्क्स बघून गौतम आनंदात म्हणाला.

"हो रे... मस्तच... साहेब, ओळख ठेवा." श्रीधरनंसुद्धा आपली प्रतिक्रिया देऊन टाकली.

"नाय रं बाबा, या वर्षी लय टफ हाय... एक-दोन जणांनी तर पैकीच्या पैकी मार्क घेतलेत. आणि १९०च्या बी वर लय जन हायेत... बघू आता कसं काय व्हतंय ते." रघू म्हणाला. "तू इंटरव्ह्यूची तयारी सुरू कर.... तुला चांगले मार्क्स आहेत." मोहन म्हणाला.

"हो, सरनाईक सर पन म्हनले, आता त्यांच्याकडं मॉक इंटरव्यू देनारे."

"बाकी अजून कुटं असतील तर ते पन दे..."

"हो बघतोय... आजून एक-दोन क्लासचे देनार आहे."

"झालास रे तू... आता या वर्षी तर नक्की होशील, आम्हाला खात्री आहे," मोहन म्हणाला.

"हो चल, आत्ताच पार्टी दे तांबडा- पांढऱ्यात!" श्रीधर म्हणाला

"त्याला इंटरव्ह्यूची तयारी करू द्या रे... रघू आता टाइमपास करू नको."

"गमतीनं म्हणालो रे मोहन... लगेच कसला सिरीयस होतोस." श्रीधर म्हणाला.

"तुमच्या लोकांचा काय नेम नाही... चला मी निघतो अभ्यासिकेत." म्हणत मोहन निघाला. रस्त्यानं जाताना त्याला एकदम भकास वाटू लागलं. आपल्याला असं का वाटतंय हे त्याला कळेना. अभ्यासिकेतसुद्धा त्याचं मन लागेना. त्यानं मन एकाग्र करून वाचण्याचा प्रयत्न केला; पण एक-दोन पानं वाचून झाली असतील की लगेच मन पुन्हा इकडेतिकडे भटकू लागलं. रानात चरायला सोडलेल्या मेंढरांना पुन्हापुन्हा वळवून एकत्र आणावं, तसं भरकटलेलं मन त्याला पुन्हा अभ्यासाकडे वळवून आणावं लागत होतं. त्याला तसं बसायचा कंटाळा आला. पुस्तकं गोळा केली आणि तो बाहेर आला. बाहेरच्या नोटिस बोर्डाशेजारच्या बाकड्यावर बसून राहिला. काय करावं त्याला सुचेना. आज हे असं का वाटत आहे...एकटं पडल्यासारखं? सर्वांपासून खूप मागे राहिल्यासारखं... ज्या गोष्टीमुळे त्याला हे

असं वाटत होतं ती गोष्ट अचानक त्याच्यासमोर आली. रघू आणि त्याच्या फिजिकलचा रिझल्ट! बरोबर! रघूनं ज्या पद्धतीनं फिजिकलमध्ये मार्क्स घेतले त्यानुसार तर त्याचं सिलेक्शन जवळजवळ निश्चित झाल्यासारखंच आहे अशी खात्री त्याला पटली होती. म्हणजे सिलेक्शन झालं की तो इथून जाणार, पुण्यात आल्यापासून तो रघू, आणि गौतम एकत्र होते. एकत्र अभ्यास केला, एकत्र परीक्षा दिल्या, एकत्र मजा केली, आणि एकत्र अपयशालाही सामोरे गेले. माणूस तसा जन्मतः स्वार्थीच! आपली जशी परिस्थिती आहे तशीच इतरांची असावी असं त्याला वाटत असतं किंवा त्यापेक्षा जरी खराब असली तरी मनाला एक प्रकारचं समाधान असतं की आपल्यापेक्षाही कमी कुणीतरी आहे आणि त्याच समाधानात तो राहतो. परीक्षेत सर्वच जण नापास झाले तर काही वाटत नाही; पण सर्व पास झाले आणि आपण नापास झालो तर मात्र दुःखाचा डोंगर कोसळतो. आपणच एकटे राहिलो याची टोचणी मनाला लागून राहते. आणि ती एकटेपणाची भावना फारच विचित्र असते. सर्वांत आधी बबन, अजय, नंतर सीनिअर चौगुले आणि सीनिअर भोसले माधववाड्यातून गेले, आता रघूही जाणार या विचारानं त्याला एकटेपणा आला होता. नशीब अजून गौतम आणि वाड्यात राहत नसला तरी श्रीधर त्याच्या बरोबरच होते. तीच काय ती सुखद गोष्ट...! आणि आसावरी? हो तीही होतीच! पण कितीही झालं तरी ती फारतर वर्षभर असेल ... तिचं लग्न झालं की तीही जाणार!

"काय रे? इथे काय करतोय?" समोरून आलेल्या प्रश्नामुळे तो भानावर आला. त्याचा त्याच्या डोळ्यांवर विश्वास बसेना. समोर आसावरी उभी होती. रखुमाईसारखी कमरेवर हात ठेवून ... तो वेड्यासारखा तिच्याकडे पाहत बसला. "हॅलो, असा का बघतो आहेस? बरा आहेस ना?" ती त्याच्या चेहऱ्यासमोरून हात फिरवत म्हणाली.

"अं? काही नाही गं... असंच."

"पण असा का बसलायस इथे एकटा?"

"काही नाही ... बोअर होत होतं, म्हणून बसलोय. अभ्यास करायचा कंटाळा आला होता म्हणून मग बसलो इथे."

"व्हॉट अ कोइन्सिडन्स...! मला घरी बोअर होत होतं म्हणून इथे आले.... ॲक्च्युअली अभ्यासाला नाही, पण फिरायला आले होते."

"तू पण भारीच आहेस, अभ्यासिकेत कोण फिरायला येतं का?"

"आणि तुझं काय? अभ्यासाच्या नावाखाली इथे बाकावर कोणी बसतं का?" म्हणत ती त्याच्याकडे बघून हसायला लागली... त्यालाही हसू आलं. "तुला अभ्यास करायचा नसेल तर चल जाऊ फिरायला..."

"फिरायला? ते कुठं?"

"टेकडीवर?"

"टेकडीवर? तू पण जातेस का टेकडीवर फिरायला?"

"बऱ्याच वेळा... आणि तू पण म्हणजे? तू पण जातोस का तिथे?"

"हो मला आवडतं तिथे... सूर्यास्त मस्त दिसतो..."

"चला मग... या बोअरिंग अभ्यासिकेत कशाला थांबलोय आपण?" दोघेही निघाले. तिने तिची स्कूटी आणली होती.

"डबलसीट जायचं?" मोहननं असं विचारलं की एखादं अवघड काम करायचं आहे.

"मग? त्यात काय?" तिनं बेफिकिरीनं विचारत संपूर्ण चेहऱ्याभोवती स्कार्फ बांधला आणि हेल्मेट घातलं. तो निमूटपणे मागे सुरक्षित अंतर ठेवून बसला. आसावरी स्कूटी अशी चालवत होती की संपूर्ण रस्ता तिच्याच मालकीचा आहे. सिग्नल सुटायच्या आतच गाडी पळवणं, बाजूच्याला कट मारणं, सुसाट गाडी चालवणं, रॉंग साईडनं चालवणं अशा सर्व करामती ती करीत होती. मोहन मागे जीव मुठीत धरून बसला होता. कधी त्या टेकडीचा पायथा येतोय, असं त्याला झालं. विमान उतरवल्याच्या थाटात तिनं बाजूच्या मोकळ्या जागेत गाडी पार्क केली.

"वाचलो बाबा, आज एकतर मी कुठल्या तरी हॉस्पिटलमध्ये असतो, नाहीतर स्मशानात." म्हणत त्यानं टुणकन मागच्या मागे स्कूटीवरून उडी मारली.

"हे पुणं आहे, इथे अशीच गाडी चालवावी लागते." ती स्कार्फ आणि डोक्यावरचं हेलमेट काढत म्हणाली.

"मारशील एखाद्याला... जाताना मी चालत जाईन बाबा..." आसावरी छानपैकी हसली. दोघंही टेकडी चढून वर गेले. समोर लालबुंद सूर्य आग ओकून नुकताच शांत झाला होता. दोघे एका मोठ्या दगडावर जाऊन बसले. सूर्यास्त पाहायला आसपास तुरळक माणसं होती. त्यात जास्त करून म्हातारे होते. संध्याकाळचे चालत टेकडीवर ते आले होते. समोर क्षणाक्षणाला सूर्य खाली जात होता.

"किती मस्त वाटतं नाही, सूर्यास्त बघून..." ती समोरची नजर न हटवता म्हणाली.

"हं ... लालभडक गोळा झालाय... इतर वेळी आपण त्याला बघूही शकत नाही... आता त्याचं आजच्यापुरतं राज्य संपलं."

"यूएसमधला सूर्यास्त असाच असेल का?" तिने विचारलं. मोहनने तिच्याकडे पाहिलं, ती अजूनही सूर्यास्त पाहात होती. त्याला तिच्या प्रश्नाची गंमत वाटली.

"अच्छा, म्हणजे तिकडे जायची स्वप्न रंगायला लागली तर!"

"तसं नाहे रे, सहज विचार आला डोक्यात." ती स्त्रीसुलभ लाजली.

"मग कुठपर्यंत आलंय तुमचं प्रकरण? तो कधी येतोय...?"

" मी काही विचारलं नाही, आणि आताच तर गेलाय तो, इतक्या लवकर येणार नाही... आणि प्रकरण काय म्हणतोयस? आमची एंगेजमेंट झाली आहे रीतसर!" ती अनामिकेतील अंगठी दाखवत तिरकसपणे म्हणाली.

"अरे वा! अभिनंदन!" मोहन त्याच खोचक आवाजात म्हणाला. तिने लटक्या रागात त्याच्याकडे पाहिलं. "बरं, फोनवर बोलणं तर होतंच असेल ना?"

"हो, पण जास्त नाही, आपल्याकडे दिवस असेल तर तिथे रात्र... त्यामुळे एक तर त्याला जागरण करावं लागतं किंवा... त्यालाच! मला माझी झोप प्रिय आहे..." म्हणत ती हसू लागली.

"पण कसं वाटतं आता? लग्न ठरलंय तर? काही टेन्शन वगैरे...?"

"टेन्शन? हो, आधी आलं होतं थोडं; पण नंतर जास्त विचार केला नाही. मी ठरवलंय, नाही पटलं तर सरळ वेगळं व्हायचं... मी हे घरीही सांगितलंय आणि त्यालाही."

"आणि त्यांनी मान्य केलं ?" मोहननं आश्चर्यानं विचारलं.

"हो, याच तर अटीवर तू सांगितलसं तसं एक रुपयाचं रिझर्वेशन केलंय मी!"

"ग्रेट आहेस..."

"मग, बाकी काय? तुझी एक्झाम कशी गेली?"

"चांगली होती.... नवीन अभ्यासक्रम आहे ना, कोणालाच अंदाज नाही मेरिटचा..."

"हं, पण तू पास होशील... मला खात्री आहे."

"कसं काय?"

"असंच... मला वाटतंय."

"तुझ्या तोंडात साखर पडो, जाम वैताग आलाय यार... हे माझं चौथं वर्षं आहे पुण्यातलं... कधी सुटका होतेय देव जाणे! "

"होईल, होईल..." थोडा वेळ कोणीच काही बोललं नाही. परीक्षेचा विषय निघाला आणि मोहनचा उत्साह सूर्यासारखा मावळला. तो त्याच्याच विचारात शांतपणे बसून राहिला. आसावरीनं एकदा त्याच्याकडे पाहिलं तर तो मान खाली घालून एकटक कुठेतरी पाहत होता. आपण परीक्षेचा विषय काढून चूक केली असं तिला वाटून गेलं.

"तुझं कधी अफेअर झालंय...?" विषय बदलत तिनं विचारलं.

"अं... काय म्हणालीस तू? मी ऐकलं नाही."

“अफेअर रे...तुला कोणी आवडायची का?”

“अफेअर... ” मोहन त्याच्याच विचारात असल्यासारखा म्हणाला... त्याच्या डोळ्यांसमोर शलाका उभी राहिली. त्याला पुन्हा त्यांची शेवटची भेट आठवली. शलाकाबद्दल आसावरीला सांगावं का, या विचारात असतानाच तिचा पुन्हा प्रश्न आला, “काय रे, काय झालं?”

“नाही, काही नाही..”

“अरे, मी सहज विचारलं, तुला सांगायचं नसलं तर नको सांगूस.”

“तसं काही नाही. एक होती कॉलेजला... शलाका नावाची ...”

“वोव, सही यार... भारीच आहेस की तू!”

“त्यात भारी काय? बहुतेक सगळ्यांचंच असतं...”

“कशी होती ती... आता कुठे आहे ती?”

“आता कुठे आहे माहीत नाही... आमचं ब्रेक-अप झालं.”

“ओह... सॉरी... पण काय झालं होतं?”

“काही खास नाही... तिला यूएसला जायचं होतं, रिसर्च करायला आणि ती तिथेच सेटल होणार होती... सो झालं ब्रेक-अप.”

“ती यूएसला गेलीय? मग मी तिथे गेल्यावर भेटेन तिला.” ती गमतीनं म्हणाली.

“माझा नमस्कार सांग तिला... माझं सोड, तुझं नव्हतं का अफेअर?”

“माझ्याकडे बघून वाटतंय का, की माझं काही असेल?”

“हो तेही बरोबरच आहे.” मोहन गमतीनं म्हणाला.

“ए... ” ती ओरडली. मोहनला हसायला आलं.

“सिरियसली विचारतोय, कोणी होता का?”

“तसं मला असं कुणी आवडलं नाही रे... कॉलेजला मुलं होती, पण मला ती पेद्रू वाटायची. अगदी ज्याच्यावर फ्लॅट होता येईल असा कोणीच नव्हता. पण कॉलेजला असताना आमचे इकोचे सर! ऊ ऽऽऽ असले हॅन्डसम होते ना, माझं पहिलं क्रश!”

“काय? सर आणि क्रश?”

“मग, त्यात काय झालं? नसू शकतं का? मला जाम आवडायचे ते. त्यांचं एकही लेक्चर मी बुडवलं नाही.”

“आयला भारीच आहेस तू!”

“हो भारी तर मी आहेच! हे तर काहीच नाही... मी यापेक्षा पण मोठा पराक्रम केलाय...”

“आता काय अजून”

"मी आमच्या इकोच्या सरांना प्रपोज पण केलं होतं"

"काय?" मोहन बसल्या जागेवरून पडायच्या बेतात होता. आसावरी मिस्कीलपणे हसत होती. "कसं आणि कधी?"

"मला तर तारीख पण लक्षात आहे, २७ डिसेंबर... कॉलेज सुटल्यावर सर एकटेच चालले होते. मी त्यांच्या मागे चालत गेले. सरांना हाक मारली, ते थांबले. इकोची एक डिफिकल्टी विचारण्यासाठी त्यांना थांबवलं आणि प्रपोज केलं."

"मग, काय म्हणाले ते?"

"त्यांची रिॲक्शन पण भारीच होती. ते नुसते हसले आणि म्हणाले, तुझ्या भावनांचा मला आदर आहे. तू लहान आहेस अजून... अभ्यासाकडे लक्ष दे."

"मग पुढे काय?"

"मग काय, नाकात दोन पाय... त्यांची ट्रान्सफर झाली आणि ते गेले. असंही त्यांचं लग्न झालं होतं. माझा काही चान्स नव्हता." ती नाक मुरडत म्हणाली. मोहननं तिच्या समोर हात जोडले. "धन्य आहेस बाई!" आसावरी मिस्कीलपणे हसू लागली. मोहन त्याच्या विचारांमध्ये गुरफटला गेला. त्यालाही करमरकर मॅडम आवडायच्या, आणि आता आसावरीचं उदाहरण त्याच्या समोर होतं. म्हणजे त्यात काही गैर असावं असं त्याला वाटत नव्हतं. नकळत पुन्हा करमरकर मॅडम त्याच्या डोळ्यांसमोर तरळून गेल्या. आणि पुन्हा तोच प्रश्न, मॅडम कुठे नाहीशा झाल्या?

७३

रघूचा इंटरव्ह्यू झाला. इंटरव्ह्यूमध्ये थोडीशी गडबड झाली त्याची. काही प्रश्नांची उत्तरं त्याला आली नाहीत. जर आपल्याला विचारलेल्या प्रश्नाचे उत्तर माहीत नसेल तर तसं प्रामाणिकपणे इंटरव्ह्यू पॅनेलला सांगायचं; कारण आपण जर उत्तरं फेकू लागलो तर त्यांच्या लगेच लक्षात येतं. त्यांच्याकडे भरपूर अनुभव असतो आणि ते समोरच्या उमेदवाराला चटकन ओळखू शकतात असं मॉक इंटरव्ह्यूमध्ये सांगितल्यानं रघूनं प्रामाणिकपणे उत्तरं माहीत नसल्याचं कबूल केलं होतं. पण आता त्याला राहून राहून असं वाटू लागलं होतं की पॅनेलसमोर त्याची काही विशेष छाप पडलेली नाही. बाकीच्या मुलांनी त्याची समजूत घातली, पण त्याचा जास्त काही परिणाम झाला नाही. इकडे मोहन, गौतम आणि श्रीधरनं एलआयसीची परीक्षा दिली. महिन्याभरात त्याचा निकाल लागणार असं मुलं म्हणत होती. राज्यसेवेची मुख्य परीक्षा होऊनही बरेच दिवस झाले होते. अमुक अमुक तारखेला रिझल्ट लागणार असल्याच्या बातम्या अधूनमधून येत होत्या. या असल्या अफवांची मोहनला आता सवय झाली होती. असेच दिवस जात होते. आसावरी अधूनमधून भेटायची. ती भेटल्यावर अभ्यासाच्या विचारातून तात्पुरती का होईना मोहनची सुटका होत असे. तिची भेट हा एक चांगला विरंगुळा असे. अभ्यासिकेत बसण्याच्या जागेवरून झालेल्या भांडणावरून त्यांची एकमेकांशी ओळख झाली होती. त्या वेळी ते असे एकमेकांचे चांगले मित्र होतील असं त्यांना कुणी सांगितलं असतं तर ते त्यांना खरं वाटलं नसतं. पण आता ते दोघं आठवड्यातून किमान तीन-चारदा तरी भेटायचेच! तिला भेटलं की मोहनला बरं वाटत असे. एंगेजमेंट झाल्यापासून आसावरीनं तर अभ्यास वगैरे करणं सोडून दिल्यात जमा होतं. असंही तिला अभ्यास करायला आवडत नव्हतंच. ती बऱ्याच वेळा इकडंतिकडं मैत्रिणींबरोबर फिरत असायची. अभ्यासिकेत आली की मग मोहनच्या सोबत तिला वेळ घालवायला आवडे आणि अभ्यासासारख्या रुक्ष गोष्टीतून विरंगुळा म्हणून मोहनसुद्धा तिच्याशी बोलत असे. ती त्याला तिच्या भावी नवऱ्याशी झालेल्या गप्पा ऐकवी आणि मोहन आवडीनं त्या ऐकत असे. एकूणच तिच्यात असं काहीतरी होतं ज्यामुळे मोहन

तिच्याकडे आकृष्ट होई. गप्पा मारण्यात वेळ कसा निघून जाई त्यालाही कळत नसे. असंच एकदा तिला भेटून आणि गप्पा मारून मोहन रूमवर आला. गौतम आणि रघू बसले होते. संध्याकाळची वेळ होती. त्यांचा नवीन रूमपार्टनर किरण अजून आला नव्हता.

"या राजे, या." गौतमनं त्याचं स्वागत केलं.

"का रे बाबा, आज राजे वगैरे?"

"तुम्ही तर राजेच ना राव."

"काय झालंय... माझं काही चुकलं का?"

"तुमचं कसं चुकलं बाबा..."

"गौत्या, डोक्यात जाऊ नको, नीट काय ते सांग."

"बरं, मला सांग, हल्ली काय चाललंय तुझं?"

"काय चाललंय म्हणजे? अभ्यास आणि अजून काय?"

"नक्की?"

"नीट स्पष्टपणे बोल..."

"तुला त्या बॉबकटवाल्या पोरीबरोबर फिरताना बघितलंय पोरांनी."

"हो, मग काय झालं?"

"म्हंजी खरं हाय म्हन की."

"हो, खरं आहे... आणि त्यात काय झालं?" मोहननं विचारलं. आल्या आल्या ह्यांनी पोलिसांसारखी चौकशी सुरू केली होती. खरंतर मोहनला त्याचा थोडा राग आला होता.

"हे बग मोन्या, मला आसं वाटतंय की तू उगा त्या पोरीच्या मागं लागू नये."

"कोणी सांगितलं तुला? अरे, ती फक्त साधी मैत्रीण आहे. बाकी काही नाही आणि तिचं तर लग्नही ठरलंय, त्यामुळे तसं काही होण्याचा प्रश्नच नाही."

"मग तेच तर, कशाला वेळ वाया घालावायलास?"

"अरे गौत्या, तसं काही नाही, आम्ही फक्त मित्र आहोत. जसा तू आहेस, जसा रघू आहे, तसाच!"

"तू त्या किरन्यासारखं बोलायलास बग... ते एक येडं झालंय त्या पोरीमागं... पन तू आसं करशील आसं वाटलं नव्हतं."

"अरे, तू डोक्यावर पडलायस का? तसं काही नाही बाबा..."

"तेच तर म्हनायलोय ना मी. मोन्या तू आमच्यापेक्षा हुशार हाईस... हे मला आन् रघूलाबी म्हाईत हाये... पन भावा, आपन हिथं अभ्यासाला आलोय, आधीच चार वर्षं झालीत आपल्याला हितं. अभ्यासावर कॉन्संट्रेट केलं नाय ना तर आनकी किती वर्षं लागतील काय सांगता येत नाय भावा... आता तूच सांगायलायस की

त्या पोरींच लग्न ठरलंय, आरं तिला काय टाइमपासच करायचाय. त्यात तू कशाला आपला महत्त्वाचा वेळ वाया घालवतोय? मित्र म्हनून सांगायलोय... नायतर मला कायबी फरक पडत नाय.'' गौतमला पहिल्यांदाच इतक्या पोक्तपणे आणि समजूतदारपणे बोलताना मोहन पाहत होता. त्याचं बोलणं संपतं न संपत तोच रघू बोलू लागला, ''मोन्या, मला बी तसंच वाटतंय बग, आपला मूळ उद्देश काय हायेल? अभ्यास करायचा, पोश्ट काडायची अन् हितनं सटकायचं... आदीच लय उशीर झालाया आपल्याला ... तू म्हणतोस तशी ती तुझी नुसती मैत्रीण आसंल बी... पण पोरगी आसंल तर थोडा फार फरक पडतोच, हे तू बी मान्य करचील... आन् तू म्हन्तोस तसं तर तिचं लग्न बी ठरलेलं हाये, तिला आता काय अभ्यास बिब्यास काय करायचा नाय, ती आता कुटं परीक्षा देनार नाय. पण तिच्या नादाला लागून तू आपला वेळ घालवतुयास बग! हे बग, आम्ही आपलं सांगायचं काम केलं, बाकी तू ठरव...'' नेहमी भंकस करणारे आणि अभ्यासाच्या बाबतीत सिरियस नसणारे रघू आणि गौतम इतक्या गंभीरपणे आपल्याला सांगत आहेत यावर मोहनचा विश्वास बसेना.... पण ते म्हणत आहेत त्यात काहीतरी तथ्य असणारच! आज चार वर्षं ते मोहनबरोबर एकत्र होते. नाही म्हटलं तरी एकमेकांच्या सवयी आणि वागणं हे तर लक्षात येतंच. कदाचित आपल्या लक्षात न येणाऱ्या काही गोष्टी त्यांच्या लक्षात आल्या असाव्यात... म्हणून ते इतकं पोटतिडकीनं सांगत होते. मोहन अंतर्मुख होऊन विचार करू लागला. खरंच का आपण आसावरीच्या नादी लागलोय? आणि गौतम म्हणत होता त्यात काही चूक नव्हतं. तिचं लग्न ठरलेलं आहे, ती काही दिवसांतच इथून यूएसला जाणार आहे, मग आपण कशाला तिच्याबरोबर आपला वेळ घालवतोय? इतके दिवस ज्या प्रश्नांचा तो सामना करू शकत नव्हता, तो पुन्हा त्याच्या समोर आला- आपल्याला आसावरी आवडायला लागली आहे का? नाही.... नाही... हे असं करून चालणार नाही. तसं नाही तर तू तास न् तास तिच्याबरोबर गप्पा कशा मारतोस? ती दिसली की आनंदित कसा होतोस? ती जास्त दिवस भेटली नाही तर मन कासावीस का होतं? त्याचं दुसरं मन त्याला विचारू लागलं आणि त्याचं उत्तर त्याच्यापाशी नव्हतं. रघू आणि गौतम जे बोलत आहेत, त्यात त्यांचा काहीच स्वार्थ नव्हता. ते त्याच्या भल्याचंच सांगत होते. बास! आता आपल्या आणि अभ्यासाच्या मध्ये कोणीच येणार नाही, अगदी आसावरीसुद्धा!

७४

कालच्या रघू आणि गौतमने दिलेल्या डोसमुळेच की काय मोहन आज सकाळी लवकर उठला आणि तडक अभ्यासिकेत जायला निघाला. आपण आता फालतू टाइमपास करायचा नाही, आतल्या त्या शांत हॉलमध्ये बसून अभ्यास करायचा आणि आसावरीशी तर बोलायचंच नाही. काल दोघं म्हणत होते ते खरं होतं. तिला काय आहे? तिला कसेतरी इथे दिवस काढायचे आहेत. एकदा लग्न झालं की ती इथून गुल! त्यामुळे आता आपण जास्त काही तिच्याशी बोलायचं नाही, जास्त कशाला... बिलकूल बोलायचं नाही. तो मनातल्या मनात हा विचार करत चालला होता. अभ्यासिकेत लवकर आल्यानं जास्त मुलं नव्हती. त्यानं थेट आतली रूम गाठली आणि बँकिंगचं पुस्तक उघडून त्यातली गणितं सोडवत बसला. राज्यसेवेची पुढच्या परीक्षेची जाहिरात लवकरच येणार असं मुलं बोलत होती. पण या सगळ्या बोलण्याच्या आणि ऐकण्याच्या गोष्टी! जेव्हा आयोगाच्या वेबसाइटवर ॲड येईल तेव्हाच खरं! नवीन अभ्यासक्रमाच्या राज्यसेवेची मुख्य परीक्षा होऊन बरेच दिवस झाले होते. त्याचा रिझल्टसुद्धा अजून बाकी होता. आता कोणत्याही क्षणी तो लागणार अशा बातम्या येत होत्या. परंतु तोपर्यंत मध्ये काही बँकिंगच्या परीक्षांचे फॉर्म मोहननं भरले होते. बँक प्रोबेशनरी ऑफिसरच्या परीक्षा या एमपीएससीच्या परीक्षांपेक्षा फारच भिन्न होत्या. त्यांचा अभ्यासक्रमही वेगळा होता आणि परीक्षाही! त्यामुळे मोहन सध्या बँकिंगची पुस्तकं वाचत बसला होता. वडिलांच्या नोकरीच्या दोलायमान स्थितीमुळे लवकरात लवकर जी पोस्ट मिळेल ती घ्यायची आणि त्यासाठी येईल ती कसलीही परीक्षा द्यायची त्याच्या मनाची तयारी त्यानं केली होती. सकाळच्या वेळात त्याचा चांगला अभ्यास झाला. दुपारी जेवल्यानंतरसुद्धा इकडेतिकडे न बघता त्यानं अभ्यास केला. घड्याळात संध्याकाळचे साडेपाच झाले. त्यानं आजूबाजूला पाहिलं. त्या आतल्या रूममध्ये त्याच्याशिवाय कुणीच नव्हतं. सर्व जण चहा प्यायला बाहेर गेले होते. वेळ कसा गेला हे त्याला कळलं नाही. आजच्या दिवसाचा भरपूर अभ्यास झाला होता. पुस्तकं बंद करून तो जायला निघाला. बाहेर छान संध्याकाळ झाली होती. अभ्यासिकेतून बाहेर आल्यावर

त्याला एखाद्या वेगळ्याच विश्वात आल्यासारखं वाटलं. आज बऱ्याच दिवसांनी मनासारखा अभ्यास झाला होता. मनासारखा अभ्यास झाला की कसं बरं वाटतं आणि अभ्यास खरंच चांगला झाला की नाही, हे आपल्या मनालाच ठाऊक असतं. या चार वर्षांच्या त्याच्या पुण्याच्या वास्तव्यात त्यानं फक्त आणि फक्त अभ्यासच केला होता. प्रत्येक वेळी हवा तसा अभ्यास होत नसे, कधीकधी खूपच कंटाळा येई, पुस्तक समोर घेऊन बसणंसुद्धा नकोसं वाटे, कधीकधी पुस्तक समोर असे; पण त्यात लक्ष नसे. अभ्यासिकेत एक गंभीर शांतता पसरलेली असायची. कधीकधी इतकी शांतता असे, की त्याचा कू ऽऽऽ असा आवाज कानात येत राही. अशा शांततेत बसणं अवघड होऊन जात असे. डोक्यात एखादा विचार आला, मग त्या विचारांच्या एका शेपटीला दुसरा विचार चिकटत असे. दुसऱ्याला तिसरा विचार, अशी शेपटी वाढत जाई आणि मग विचार करीत करीत कुठल्या कुठे पोहोचत असे त्याचं त्यालाच कळत नसे. त्या विचारांत तो प्रामुख्यानं भविष्याचा विचार करीत असे. आपलं कुठे सिलेक्शन होईल... कुठली पोस्ट मिळेल... की काहीच मिळणार नाही...? किंवा भूतकाळात भटकत राहत असे. घरच्यांचा विचार, कधीकधी शलाका येऊन जात असे, करमरकर मॅडमचा विचार येत असे, आपण विचारांत भरकटतोय असं लक्षात आलं की पुन्हा वर्तमानात येई आणि पुन्हा पुस्तकात डोकं घालत असे. हळूहळू आता त्याला या अशा परिस्थितीचा कंटाळा येऊ लागला होता. चार वर्षं होऊन गेली होती आणि त्याच्या हातात या घडीला काहीच नव्हतं. त्याच्या मनात सीनिअर चौगुलेंचा विचारा आला. त्यांनाही असंच वाटत असेल. किती निराश झाले असतील ते, ज्या वेळी त्यांना रिकाम्या हातांनी परत जावं लागलं असेल तेव्हा! त्या विचारानं त्याच्या तोंडात कडवटपणा आला. समोर चहाची टपरी होती. एक कटिंग घेऊन बाजूच्या बाकड्यावर बसून तो घोट घोट चहा पिऊ लागला. काही ओळखीचे चेहरे, काही अनोळखी, नवे चेहरे रोज त्याला अभ्यासिकेत दिसत. हे सर्व जण एकाच ध्येयासाठी आले आहेत, प्रत्येकाला पोस्ट काढून अधिकारी व्हायचंय... पण येणाऱ्या जागांच्या मानानं लाखोंच्या पटीत मुलं परीक्षेला बसतात, त्यांतले काही हजार जण मुख्य परीक्षेत निवडले जातात आणि त्यांतले आणखी वगळून मुलाखतीस निवडतात. त्यातूही काही बाहेर पडतात, मग बाकीच्यांचं पुढे काय...? ते असेच वाऱ्यावर का...? आपलं सिलेक्शन झालं नाही तर आपणही असेच राहणार...? आपलं काय होईल... आपण काय करणार... चार वर्षं तर गेलीच आहेत, आणखी किती वर्षं जाणार ? नाही... आता आपण दुसराही काहीतरी विचार केला पाहिजे. अभ्यास तर करूच, पण आणखी काहीतरी शोधलं पाहिजे. नुसतं या स्पर्धा परीक्षांवर विसंबून राहता कामा नये. नाहीतर आपला सीनिअर चौगुले होणार हे नक्की! या विचारांची त्याला

भीती वाटली.

"अरे, मोहन.... कसा आहेस?" मागून त्याच्या खांद्यावर एक हात पडला, त्यानं वळून पाहिलं तर सरनाईक सरांच्या क्लासचा त्याचा सुमित नावाचा मित्र बऱ्याच दिवसांनी त्याला भेटत होता.

"अरे, सुमित...काय म्हणतोस? कसा आहेस?"

"मी मस्त... तू बोल."

"आपलं काय? चाललंय... अभ्यास आणि दुसरं काय? तुझं काय चालू आहे? सिलेक्शन झालं की काय कुठे?"

"नाही रे, मी अभ्यास सोडून दिला."

"का रे?"

"झेपत नाय आपल्याला... बघितलं दोन वर्षं... पण मग लक्षात आलं की हे आपल्या आवाक्याबाहेरचं आहे. क्लास सोडल्यावरसुद्धा एक वर्ष अभ्यास करून पहिला, मग सोडून दिला."

"मग आता काय करतोस?"

"तुला आपल्या क्लासचा सौमित्र आठवतोय?"

"हो हो, तो उंच, कुरळे केस..."

"त्यानं आणि मी पार्टनरशिपमध्ये एक गाळा भाड्यानं घेऊन अभ्यासिका सुरू केलीय... चांगला रिस्पॉन्स आहे... बरेच जण येतात अभ्यासाला."

"अरे वा!... चांगली आयडिया आहे."

"अभ्यास करायला जमलं नाही, पण त्याच्या मदतीनं निदान एक बिझनेस तरी मिळाला... आणखी आता एका ठिकाणी बोलणी चालू आहेत... तिथे क्लास काढायचा विचार आहे..."

"अरे वा... चांगली प्रगती आहे. कसं सुचलं हे?"

"अरे आपल्याकडे पुण्यात हजारोंच्या संख्येनं मुलंमुली अभ्यासाला येतात. आता भविष्यात तर यात आणखी वाढ होणार आहे... त्यातूनच हे सुचलं."

"छानच आहे कल्पना."

"तुझं झालं की नाही कुठे?"

"नाही रे... चालू आहे अजून अभ्यास.... बघू आता, बँकिंगच्या परीक्षा देतोय..."

"तू बँकिंग करतो आहेस? मग माझ्याकडे एक ऑफर आहे... पुण्यात एमपीएससीचे भरपूर क्लासेस आहेत; पण बँकिंगसाठीचे क्लासेस फार नाहीत. आम्ही बँकिंगचे क्लासेस सुरू करतोय. तिथे येशील का शिकवायला? तुला पर लेक्चर मानधन मिळेल.. आठवड्यातून पाच लेक्चर्स फक्त! बघ, तुझा अभ्यासही

पक्का होईल आणि पैसेही मिळतील. काय बोलतो?'' सुमित म्हणाला. तो अचानक अशी ऑफर देईल याची मोहनला कल्पनाही नव्हती. किती दिवस आपण घरच्यांच्या पैशावर असं राहणार, आपण स्वतः कमावून अभ्यास केला तर बाबांचा भारही हलका होईल... मुख्य पैशांचाच प्रश्न आहे, आणि आता जर तो सुटला तर आपल्याला चांगलंच आहे... सुमित अगदी देवासारखा भेटला, मोहनला वाटून गेलं. नाही म्हणण्याचा तर प्रश्नच नव्हता. आयती संधी चालून आली होती. त्यानं लगेच होकार दिला. पुढच्या आठवड्यापासून क्लास सुरू होणार होता. चला! म्हणजे अभ्यास तर होईलच पण पैशांचा प्रश्नही सुटेल... याच आनंदात तो माधववाड्याच्या दिशेनं निघाला.

७५

"मोन्या, म्हंजी तू आता क्लासमधी शिकवनार?" रघू आश्चर्यानं विचारत होता.

"आन् तो रांडचा सुम्या तुला किती पगार द्यायलाय?" गौतमनंही विचारलं.

"पगाराचं काही मी विचारलं नाही, पण प्रत्येक लेक्चरचं मानधन देईन, असं म्हणाला."

"आयला, त्यो सुम्या? एवढा मोठा झाला का भाडखाऊ? क्लास बीस काढलाय म्हंतुस?"

"बघ ना यार! आपल्याबरोबर सरनाईक सरांच्या क्लासला होता आणि आता स्वतःचा क्लास काढलाय पठ्ठ्यानं! आणि अभ्यासिका पण सुरू केलीय एका ठिकाणी... भारीच ना!"

"आयला त्याचं डोकं बरं चाललं रं ! अभ्यासात तर एवढा हुशार नव्हता..." गौतमलाही हे ऐकून आश्चर्य वाटत होतं.

"अरे, तोही तेच म्हणाला. अभ्यास करणं त्याला जमलं नाही म्हणून मग हे सुरू केलं आणि त्याच्या अभ्यासिकेला चांगला रिस्पॉन्स मिळतोय, असं म्हणत होता..."

"कुणाचं नशीब कुटं न्हेतं बग... आपलं नशीब काय उघडंना आजून."

"उघडणार! सगळ्यांचं नशीब उघडणार!"

"मोन्या बरं हाय बग... आमाला बी बग की लेका कुटं असलं तर..."

"अरे आधी माझं तर फिक्स होऊ दे, मग बघतो, तो सुमित सध्या म्हणालाय, पण बघू तिथे गेल्यावर कळेल सगळं... चला, मला अभ्यासिकेत जायला उशीर होतोय, मी निघतो. संध्याकाळी सुमितच्या क्लासलासुद्धा जायचंय." म्हणत मोहन रूमबाहेर पडला. आज त्याला एकदम वेगळं वाटत होतं. मस्त! क्लासमध्ये शिकवून त्याला पैसे मिळणार होते. आयुष्यात पहिल्यांदाच तो पैसे कमावणार होता. त्यामुळे तो खूप उत्साही होता. सुमितनं त्याला संध्याकाळी भेटायला बोलावलं होतं. सकाळच्या वेळेत अभ्यासिकेत अभ्यास करून तो संध्याकाळी

त्याच्या क्लासमध्ये जाणार होता. पण अभ्यासिकेत बसला तरी त्याचा अभ्यास काही होईना. त्याचं मन अभ्यासात नव्हतंच... तो सारखा घड्याळात बघत बसला. असं केल्यामुळे खरंतर त्याचा आज अभ्यास तर झाला नाहीच, पण त्याचा वेळ जाता जाईना. शेवटी एकदाची ती वेळ आली. संध्याकाळ झाली आणि तो सर्व पुस्तकं घेऊन सुमितला भेटायला निघाला. तो बाहेर आला आणि समोरच त्याला आसावरी येताना दिसली. अरे देवा! ही आत्ताच यायची होती? मोहन, तिच्याशी बोलायचं नाही, बोलायचं सोड बघूसुद्धा नकोस... मोहन स्वतःला बजावत, दुसरीकडे नजर वळवून चालू लागला.

"मोहन, अरे मोहन!" त्याच्या कानांवर तिची हाक ऐकू आली. पण त्यानं मुद्दाम लक्ष दिलं नाही. आणि तो झपाझप पावलं टाकत जाऊ लागला. खरंतर त्याला असं करताना वाईट वाटत होतं; पण त्याला इलाज नव्हता. त्याला आपल्या अभ्यासावर लक्ष केंद्रित करायचं होतं. आणि त्यात त्याला शिकवण्याचं कामही मिळालं असल्यानं तिथेही त्याला लक्ष घालावं लागणार होतं. आता उगाच वेळ वाया घालवणं त्याला परवडणार नव्हतं. मध्ये मध्ये तिनं केलेले फोनही त्यानं उचलले नाहीत. आता ठरवलं होतंच की जास्त संबध ठेवायचे नाहीत तर फोन तरी कशाला घ्या?

७६

अपेक्षेप्रमाणे सुमितनं त्याला त्याच्या क्लासमध्ये शिकवण्याचं काम दिलं. सुरुवातीला मानधन जास्त नसणार याची मोहनला कल्पना होतीच! पण त्यातून त्याचा नाश्ता-जेवणाचा खर्च तरी निघत असे. आता घरी जास्त पैसे मागावे लागणार नाहीत याच विचारात तो समाधानी होता. पण शिकवण्याचा अनुभव त्याला नव्हता. सुरुवातीला चांगलीच भंबेरी उडाली. क्लासमध्ये बसून शिकणं आणि क्लासमध्ये शिकवणं यात जमीन अस्मानाचा फरक आहे, हे त्याला मुलांसमोर उभं राहिल्यावर जाणवलं. सर्व जण त्याच्याकडेच बघत होते. अर्थातच ते त्याच्याकडेच बघणार, पण त्याला एकदम दडपण आल्यासारखं वाटलं. काही चुकलं तर ही मुलं आपली चांगलीच खेचतील, नीट शिकवू देणार नाहीत; पण क्लासला येणारे समोरचे विद्यार्थी हे त्यांच्या कॉलेजमधल्या मानसिकतेतून बाहेर आलेले असतात. आता ते समंजस झालेले असतात. उगाच वेळ जात नाही म्हणून कुणी स्पर्धा परीक्षांचा क्लास लावत नाही. इथे अभ्यासाला प्राधान्य असतं. शिकणं, समजून घेणं हे त्यांना गरजेचं वाटत असतं. त्यामुळे त्यांना शिकवताना फार काही अडचणी मोहनसमोर उभ्या राहिल्या नाहीत. दोन-तीन लेक्चर्सनंतर तो सराईत मास्तरासारखा शिकवू लागला. त्यात त्याचा स्वतःचा अभ्यास तर पक्का होतच होता. त्यामुळे रिव्हिजन करायची त्याला गरज नव्हती. तो क्लासमध्ये आणि शिकवण्यात रुळू लागला. मध्ये काही बँकेच्या परीक्षाही त्यानं दिल्या. काही नवीन घडत नव्हतं. येणारा दिवस सकाळ, दुपार, संध्याकाळ, रात्र होऊन संपत होता. एकदा असाच तो क्लासवरून परत येत होता. त्याच्याच विचारात चालत चालत येत असताना अचानक रस्त्यात थबकला. समोर हाताची घडी घालून आसावरी उभी होती आणि त्याच्याकडे रोखून पाहत होती.

"अरे, आसावरी तू इथे?" काहीतरी विचारायचं म्हणून त्यानं विचारलं.

"तुझं कानाचं ऑपरेशन कसं झालं?, आता बरा आहे ना कान?" तिनं रोखलेल्या डोळ्यांनीच विचारलं.

"काय? कानाचं ऑपरेशन? आणि माझं ? हे काय नवीन?"

"नाही, मागे तुला एकदा हाक मारली, ऐकून न ऐकल्यासारखं केलंस... आणि निघून गेलास."

"कधी?" त्यानं आठवण्याचं नाटक करत विचारलं.

"फालतुगिरी करू नकोस.. ... अभ्यासिकेच्या बाहेर तू आलास तेव्हा तुला हाक मारली, तू बघितलंससुद्धा, आणि तसाच निघून गेलास..."

"ओह! त्या दिवशी का? मला थोडं काम होतं... आणि जरा लवकर जायचं होतं... सॉरी!" तो कसंनुसं तोंड करत म्हणाला.

"आणि नंतरसुद्धा मी तुला बरेच फोन केले. एकही उचलला नाहीस... तुला बोलायचं नाही का माझ्याशी?"

" अरे बाबा, तसं काही नाही... सध्या जरा दुसरं काम चालू आहे..."

"दुसरं कसलं काम? अभ्यास सोडलास की काय?"

"नाही यार... अभ्यास सोडून कसं चालेल..? अभ्यासाशीच रिलेटेड आहे ते..."

"काय ? सांग ना..."

"मी माझ्या एका मित्राच्या क्लासमध्ये लेक्चर्स घ्यायला सुरुवात केलीय.. बँकिंगची..."

"आयला काय सांगतोस? अभिनंदन... पार्टी पायजे आता."

"पार्टी! मॅडम, माझं सिलेक्शन नाही झालंय कुठे... नाइलाजास्तव हे करावं लागतंय, खरंतर अशी वेळच यायला नको होती." मोहन नकारार्थी मान हलवत म्हणाला.

"सोड ना यार... माणसानं आहे त्या परिस्थितीत आनंदी राहायला शिकलं पाहिजे. खरंतर याआधी तुझ्याकडे जॉब नव्हता; आता तो आहे. ही चांगली गोष्ट नाही का?"

"आहे. पण मी ज्या जॉबसाठी प्रयत्न करतोय, तो तर हा नाही ना..."

"मिळेल... तेही मिळेल... बरं. मला तुला काहीतरी सांगायचं आहे... .पण इथे रस्त्यात नको. टेकडीवर जाऊ या?" तिच्या बोलण्यात उत्साह होता. लगेच त्याला गौतम आणि रघूचा सल्ला आठवला. पण आता ती एवढ्या उत्साहात सांगते आहे म्हटल्यावर मोडता घालणं त्याला जमेना. तरी त्यातल्या त्यात टेकडीवर जायचं त्यानं टाळलं. "इथेच बसू ना, त्या झाडाखालच्या बाकड्यावर ... टेकडीवर आता खूप ऊन असेल."

"उं... ठीक आहे... चल तिथे बसू."

"हं, बोल..." मोहनलाही उत्सुकता लागली.

"अरे, अनिकेत येतोय पुढच्या महिन्यात... कालच आमचं बोलणं झालं

फोनवर... पंधरा दिवसांच्या सुट्टीवर येतोय...''

''अरे वा! छान... मग शेवटी काय ठरलं?''

''अनिकेत डिसेंट मुलगा आहे... आणि बहुतेक मला आवडायला लागलाय तो...'' हे सांगताना ती स्त्रीसुलभ लाजली. मोहनला तिची गंमत वाटली.

''चला, म्हणजे तुझं फायनल झालं तर! आता त्याच्याशीच लग्न फिक्स ना?''

''बहुतेक...''

''अरे वा! मस्तच ! मग आत्ताच बार उडवून टाका लग्नाचा ... कशाला वेळ वाया घालवतेस...''

''नाही रे! इतक्या लवकर काय आहे? बघू ...'' ती म्हणाली. मोहननं तिच्याकडे पाहून स्मितहास्य केलं. तिनंही तसंच केलं. त्यानंतर कुणीच काही बोलंल नाही. अचानक दोघांमध्ये अदृश्य अशी भिंत उभी राहिल्यासारखी त्याला वाटली. बोलण्याचे सर्व विषय संपलेत असं त्याला वाटलं. तिलाही वातावरणातलं अवघडलेपण जाणवलं. पहिल्यांदाच असं होत होतं.

''चल, मी निघू? जरा काम आहे.'' कसाबसा मोहन म्हणाला. आणि तिच्याकडे न बघताच त्याची पावलं माधववाड्याकडे वळली.

७७

आसावरीच्या बाबतीत त्याचं मन हेलकावे खात होतं. गौतम आणि रघू म्हणाले ते खरंच होतं. तिच्या बाबतीत नकळत त्याच्या मनात एक सॉफ्टकॉर्नर तयार झाला होता. सुरुवातीला त्याला कळलं नाही, पण नंतर त्याचं मन नकळत तिचा विचार करू लागलं. ती भेटावी असं वाटू लागलं. ती भेटली नाही की मन कासावीस व्हायला लागलं. हल्ली अलीकडे तिचं अभ्यासिकेत येणंही कमी झालं होतं. अभ्यासिकेतला बराचसा वेळ त्याचा असाच काहीतरी तिच्या बाबतीत विचार करण्यात जात असे. तो मुद्दाम हे करत नसे. या वेळी घरून परत आल्यावर कुठली तरी पोस्ट काढणं किती गरजेचं आहे, हे त्याच्या लक्षात आलं होतं. स्वतःला अभ्यासात गुरफटून घेणं आणि तिला न भेटणं, हेच त्यावरचं औषध आहे, असं त्याला वाटू लागलं आणि तो तिला आणखीन टाळू लागला. ती आली की तो मान खाली घालून वाचत बसे, ती गेल्याची खात्री झाल्यावरच अभ्यासिकेतून बाहेर पडत असे. असा लपंडाव बरेच दिवस चालला. आता तिलाही या गोष्टीची सवय झाली होती. पण आसावरीचा स्वभाव वेगळा होता. जगन्मित्र जसा असतो तशी ती जगत्मैत्रीण होती. तिला भरपूर मित्रमैत्रिणी होते. त्यामुळे तिचं मोहनवाचून फार काही अडत असेल, असं वाटत नव्हतं.

अभ्यासिकेत असताना त्याचा फोन वाजला. गौतमचा फोन! लगेच बाहेर जाऊन त्यानं फोन उचलला.

"काय रे?"

"आरं, एलआयसीचा निकाल लागलाय..."

"हो का? चल बघू... तू सायबरला ये ... मी पोहोचतोच."

"सायबरला नको, तू वाड्यावर ये... मी प्रिंट काढून आनलीया."

"ओके, ओके... येतोच..."

पुढच्या दहा मिनिटांत तो माधववाड्यावर पोहोचलादेखील! मोहनची आता अशी परिस्थिती होती की कोणतीही पोस्ट मिळाली तरी चालणार होतं. लेखी परीक्षेत पास झालो की थेट इंटरव्ह्यू असणार होता. आणि फार थोड्या मुलांनी हा

फॉर्म भरला असल्यानं त्याला या निकालाकडून थोडी आशा होती. चपला काढायच्या आतच त्यानं निकालाबाबत विचारलं.

"भावा, तू पास झालायस..." म्हणत गौतमनं त्याला मिठीच मारली. "मी आधीच निकाल बघितला म्हणून तुला रूमवरच ये म्हनालो..." मोहनच्या आनंदाला पारावर उरला नाही. ज्या एका निकालाची तो वाट पाहत होता, तो सकारात्मक लागल्यानं त्याला खूप बरं वाटत होतं. यात मुख्य परीक्षा नसल्यानं आता केवळ इंटरव्ह्यू बाकी होता, म्हणजे आता फक्त इंटरव्ह्यू निघाला की पोस्ट! मोहन समाधानानं खुर्चीत बसला. गौतमनं आणलेली प्रिंट तो वारंवार पाहत होता. पहिल्यांदा जेव्हा तो राज्यसेवेची पूर्व परीक्षा पास झाला, त्यानंतर इतक्या दिवसांनी आलेली ती त्याच्यासाठीची एक सुखद घटना होती. तो डोळे मिटून शांतपणे बसला. इतक्यात दरवाज्यातून कोणीतरी ओरडत आत आलं. दचकून पाहिलं तर दारातून श्रीधर आत येत होता. त्याचं पोट डुगुडुगु हलत होतं. धावत आल्यामुळे तो घामानं डबडबला होता. त्याच्या हातात एक कागद नाचवत, अति आनंदात त्याला नीट बोलताही येत नव्हतं.

"अरे, झालं काय?" मोहननं त्याच्या हातातला कागद ओढला., "अरे, श्रीधर... तूही पास झालास की रे." मोहननं त्याला मिठी मारली.

"तुझं पण झालं ना.. काँग्रॅट्स!"

"आता आपण इंटरव्ह्यूकडे लक्ष दिलं पाहिजे..."

"हो, पण कधी आहेत इंटरव्ह्यू?"

"साइटवर येईल टाइमटेबल."

"मोहन, आपण आता मॉक इंटरव्ह्यू देऊ बाबा... आता आपल्याला कसलाच चान्स घ्यायचा नाही बरं का..."

"हो यार... नक्कीच!" दोघांची अशी चर्चा चालू होती. दोघंही त्यांच्या आनंदात होते; पण बाजूला बसलेल्या गौतमकडे मात्र त्यांच्या लक्ष नव्हतं. तो शांतपणे त्यांचा हा आनंदोत्सव पाहत होता. अचानक मोहनच्या लक्षात आलं की गौतमनंही ही परीक्षा दिली होती.

"गौत्या , तुझं काय झालं?"

"नाय रे... माझं नाय झालं."

"अरे, यार... सॉरी!"

"सॉरी कशाला म्हनायलाय रं.. हे तर चालायचंच."

"तसं नाही रे... आम्ही आपल्याच आनंदात नाचत होतो, तुला रिझल्टचं विचारलंच नाही... पण जाऊ दे, बेटर लक नेक्स्ट टाइम..." दोघांनी गौतमला मिठी मारली.

७८

तो आठवडा बहुतेक निकालांचा आठवडा होता. एलआयसीच्या निकालानंतर राज्यसेवेच्या मुख्य परीक्षेचाही रिझल्ट लागला. आणि त्यातही मोहन पास झाला होता. राज्यसेवेच्या मुख्य परीक्षेत पास झाल्यावर तर त्याला स्वर्ग दोन बोटंच उरला होता. गौतमही पास झाला होता. एलआयसीच्या परीक्षेची कसर त्यानं भरून काढली होती. आता सर्वांसाठीच चांगले दिवस आले होते. त्यामुळे सर्व जण खूश होते. मोहनला तर लगीनघाई असल्यासारखी वाटू लागली. एकाच वेळी दोन-दोन इंटरव्ह्यू! त्याचा भाव वधारला होता. त्यात तो बँकिगचे क्लासही घेत असल्यानं दिवसाचे २४ तास कमी पडतील की काय, अशी परिस्थिती झाली. त्यानं अभ्यासिकेत जाणं बंद केलं. आता इंटरव्ह्यूचा अभ्यास आणि त्यासंबंधीची माहिती गोळा करणं, मॉक इंटरव्ह्यू देणं आणि बँकिंगचे क्लासेस घेणं, हाच त्याचा कार्यक्रम उरला होता. दिवसभर अभ्यास आणि संध्याकाळची चर्चा त्यांच्याच रूममध्ये होऊ लागली.

"आधी आपली सगळी वैयक्तिक माहिती. मग शाळा, कॉलेज कुटं झालं? काय शिकला? आपल्या गावाची, तालुक्याची, जिल्ह्याची माहिती... आशी सगळी माहिती आधी पक्की करा.." रघू सगळ्यांना सांगत होता. त्यानं नुकताच पीएसआयचा इंटरव्ह्यू दिला होता. त्या सर्वांच्यात अनुभवी माणूस तोच होता.

"रघ्या, तू इंटरव्ह्यू दिलास तवा कसं वाटलं?" गौतमनं विचारलं

"आधी फाटली व्हती... इंटरव्ह्यू पॅनेलच्या रूममध्ये शिरताना कपाळात आलत्या... पण नंतर हळूहळू आपण सरावतो... कितीही म्हनलं की टेन्शन घ्यायचं नाही तरी ते येतंच... पण तरी तसंच राह्यचं ... आन्, मोहन तुला तर दोन वेगवेगळ्या इंटरव्ह्यूंना सामोरं जायाचंय... तुला दुप्पट तयारी कराया लागंल."

"हो रे... तशी तयारी चालू आहे...," मोहन म्हणाला.

"रघू, माझं काय म्हणणं आहे की याच पद्धतीनं इंटरव्ह्यू होईल कशावरनं?" श्रीधरनं विचारलं.

"आसाच हुईल आसं नाय रं... ते लोक काय ईचारतील याचा भरवसा नाय...

पण निदान आपल्याला एक कॉन्फिडन्स येतो की, बाबा आपली तयारी झालीया...''

''आन् समजा विचारलेलं येत नसलं तर?'' गौतम म्हणाला.

''येत नसलं तर नाय येत म्हनून सांगायचं. उगा कायतरी फेकफेकी केली तर त्यानला बरोब्बर कळती. त्यांचा लय अनुभव अस्तु... त्यामुळं नाय येत तर नाय येत.. माझं पन तसंच झालं व्हतं की... तीन प्रश्नांची उत्तरं मला आली नाहीत. मी सरळ सांगितलं म्हाईत नाय म्हणून...''

''डायरेक्ट बोललास, म्हाईत नाय म्हनून?''

''मग काय... पण जरा सब्य रीतीनं ... सॉरी सर, ह्याचं उत्तर मला येत नाही... आसं.''

''काही ट्रिकी प्रश्न पण विचारले का?'' मोहननं विचारलं

''हो, त्या सगळ्या पॅनलमधी एक तरी तसा खडूस अस्तुयाच... त्यो काय ईचारील सांगता येत न्हाय... पन आपन आपलं संतुलन सोडायचं नाय...''

''मॉक इंटरव्ह्यूचा फायदा होतो का रे नक्की?'' श्रीधर

''हो... दोन-तीन वेगवेगळे मॉक द्या बरं का... तिथं आपल्याला कळतं की ड्रेस कोंता घालायचा, कसं बोलायचं, कशे हावभाव ठेवायचे... आपली भीड चेपती... तवा नक्की द्या, मॉक.'' रघू त्याला माहीत असलेली सगळी माहिती देत होता आणि बाकीचे कान देऊन आणि गंभीरपणे ते ऐकत होते. ही अशी चर्चा चालू असताना किरण आत आल. तो आला आणि चांगल्या चाललेल्या चर्चेची वाट लागली. सुरुवात गौतमनं केली, ''या... या.. किरनराव... कसा चाल्लाय अभ्यास...? आन् टेन्शनमधी दिसायलायस्... काय झालं?''

''काहीही नाही.'' म्हणत तो त्याच्या बेडवर जाऊन बसला.

''तुझ्या मैत्रिणींचं काय झालं रं? झाली का पास?'' गौतम त्याला त्याच्या आवडीच्या विषयावर बोलण्यासाठी उद्युक्त करत होता.

''मेन्स क्लिअर झाली सर ती...''

''काय सांगायलायस... आरं वा... अभिनंदन... !''

''थँक्यू सर...''

''पण मग तू का टेन्शन मदी दिस्तूस... भांडान झालं का काय?''

''नाही हो सर, तिला इंटरव्ह्यूचं टेन्शन आलंय... तिचा पहिलाच इंटरव्ह्यू आहे नं त्यामुळे...''

''हो, बरोबर आहे... त्यामुळे तुला टेन्शन येणं स्वाभाविक आहे,'' श्रीधरनं टोमणा मारला. पण किरण सोडून सगळ्यांना तो कळला.

''मग तू काय तयारी बियारी करून घेतलीस का नाय...? गौतमनं खोचक प्रश्न विचारला.

“सर, मी म्हणालो तिला की मॉक इंटरव्ह्यू दे... तर म्हणाली मला भीती वाटते... मी समजावलं पण ऐकत नाही...,” एखादा गंभीर प्रश्न मांडावा तसा तो म्हणाला.

“आरं मग आपल्या रघूकडं पाठव की... त्याला चांगला अनुभव हायेल इंटरव्ह्यूचा...” गौतम गमतीनं म्हणाला.

“ए गपे... माझा काय संबंध...”

“आरं असू दे की... जरासा गायडन्स दिलास तर तुझं काय जायलंय...” गौतम त्याच्या मागेच लागला. किरणही त्याच्याकडे आशेनं पाहू लागला.

“तुझं डोकं बिकं फिरलंय काय? किरण तू तिला मॉक इंटरव्ह्यू द्यायला सांग. त्याशिवाय पर्याय नाही...” गौतम आणि श्रीधर गालातल्या गालात हसत होते. नस्ती बिलामत मागे लागणार म्हणून रघू अंग काढून घेऊ लागला. एकूणच किरण आणि त्याची मैत्रीण हा एक चेष्टेचा विषय होता. पोरांना काही टाइमपास नसला की ते तो विषय चघळत बसत. खासकरून गौतम आणि रघू... आधीच किरण हा थोडा बायकी वागत असे, त्यामुळे तर त्यांना आणखीनच चेव चढत असे. तो अभ्यास करताना कधीतरीच दिसत असे. बघावं तेव्हा फोनवर कुणाशी तरी बोलत असे. बऱ्याचदा रात्री-अपरात्रीही बारीक आवाजात बोलत असे. मोहन एकदा असाच त्याच्या या रात्री-अपरात्री बोलण्यानं घाबरला होता. त्याला असाच आवाज येत होता. पण नंतर कळलं की हा बारीक आवाजात बोलत असतो. पुण्यात येऊन उगाचच आपला पैसा आणि वेळ वाया घालत होता, हे तो सोडून बाकीच्या सगळ्यांना कळत होतं. तसं त्याच्या रूमपार्टनर्सनी त्याला एकदा सांगितलंही होतं. पण त्याच्यात काही फरक पडला नाही. मग तेही पुन्हा काही सल्ला देण्याच्या भानगडीत पडले नाहीत. तो स्वतः एकही परीक्षा पास झाला नव्हता, पण त्याची मैत्रीण मात्र राज्यसेवेच्या इंटरव्ह्यूला होती. ती एसटी कॅटॅगरीत असल्यानं त्यांचं मेरिट फारच कमी लागत असे. त्या झटक्यात ती थेट इंटरव्ह्यूपर्यंत गेली होती. या परीक्षेचं हे असंच आहे...त्यात कधी काय होईल, हे सांगता येत नाही.

७९

फटाक्यांचा डबल बार उडावा तसे दोन इंटरव्ह्यू धडाधड पार पडले. मोहननं त्याच्यापरीनं प्रश्नांची जमतील तशी उत्तरं दिली. त्याचा पहिलाच इंटरव्ह्यू असल्यानं थोड्याशा चुका या झाल्याच! काही प्रश्नांची उत्तरं आली नाहीत, पण त्यानं निराश न होता, आत्मविश्वास ढळू न देता व्यवस्थित इंटरव्ह्यू दिला. गौतम आणि श्रीधरलाही इंटरव्ह्यू चांगला गेला. त्यामुळे सगळे खुशीत होते. इंटरव्ह्यू झाल्यानंतर मग सगळे मस्तपैकी फिल्म बघायला गेले आणि नंतर रात्री नेहमीप्रमाणे तांबडा-पांढरा! इंटरव्ह्यू दिल्यापासून प्रत्येकाच्या मनात आता त्याच्या निकालाबाबत उत्सुकता निर्माण झाली होती. ते स्वप्नांचे दिवस होते. आपलं सिलेक्शन झालं की काय धमाल येईल! कसं वाटेल जेव्हा फायनल लिस्टमध्ये आपलं नाव असेल तेव्हा! आपण अधिकारी झालो तर आपल्या जवळच्या आणि ओळखणाऱ्या लोकांच्या प्रतिक्रिया कशा असतील? आई-बाबांना तर किती आनंद होईल? जे जे आधी कधी ओळख दाखवत नव्हते, ते स्वतःहून बोलायला, अभिनंदन करायला येतील... मित्र तर वेडेच होतील... आपल्या नावावर उड्या मारतील. कुठे गरज लागली की आपल्याला फोन करतील... समाजात मान-सन्मान, पैसा सर्व काही मिळेल, ज्यासाठी सर्व जण धडपडत असतात ते आपोआप आपल्या पायाशी लोळण घेईल. स्वप्नं बघत बघत माणूस कुठल्या कुठे जाऊन पोहोचतो. पण ही स्वप्नंच साथीदार असतात या रुक्ष अभ्यासाच्या आणि अनिश्चिततेच्या परिस्थितीत! ही स्वप्नंच प्रयत्नांची ज्योत तेवत ठेवण्यास मदत करतात. सकाळी उठल्यापासून ते रात्री झोपेपर्यंत अधूनमधून या स्वप्नांचा विचार डोक्यात यायचा आणि एकदम मस्त वाटायचं. इंटरव्ह्यूनंतर मोहनचा आवडता छंदच होऊन गेला होता तो... अभ्यासिकेत बसून अभ्यास करताना कंटाळा आला की तो निवांत बसून ही स्वप्नं बघत असे. बँकिंगच्या क्लासमध्ये शिकवत असल्यानं आणि सध्या दोन-दोन इंटरव्ह्यू दिल्यानं मोहन सगळ्यांच्या परिचयाचा झाला होता. अभ्यास करायला येणारी बरीच नवीन मुलं त्याचं मार्गदर्शन घेत असत. अडलं तर त्याला विचारत असत आणि तोही सर्वांना मदत करत असे. क्लासमध्ये शिकवत असल्याचं त्यानं घरी सांगितलं, पण

ते घरच्यांना आवडलं नाही. त्यांनी त्याला पैशाची काळजी न करण्याबाबत सांगितलं आणि नेहमीपेक्षा जास्त पैसे पाठवले. क्लासमध्ये शिकवण्याचं सांगून आपण चूक केली असं मोहनला वाटून गेलं. मोहनचा राज्यसेवेचा इंटरव्ह्यू झाला आणि पुढच्या आठवड्यात रघूचा पीएसआयचा निकाल लागला.

"गौत्या, मोन्या, आपण पीएसआय झालो... येस... येस्स...! " रघूच्या आनंदाला पारावार उरला नव्हता.

"काय सांगायलायस...? आयला धुरळाच की भावा." म्हणत गौतमनं त्याला मिठी मारली.

"रघू, यार मस्तच! जबरदस्त काम झालं!" मोहनही त्यांच्यात सामील झाला.

"आता पार्टी पायजेल... चलो तांबडा-पांढरा." गौतमनं घोषणा करूनही टाकली.

"अरे पण बाकीच्यांनाही सांगावं लागेल ना पार्टीचं..."

"त्यांना नंतर! आधी आपण चौघं पार्टी करू... मोदकाला पन बोलवू... आपला भाव सिलेक्ट झालाय..." म्हणत गौतमनं बाहेर जायचे कपडेही घालायला सुरुवात केली. संध्याकाळी चौघं हॉटेलात गेले. त्यांच्या आवडत्या मटण थाळ्या मागवल्या. तांबडा-पांढरा रस्सा भुरकून डुलत डुलत रूमकडे येऊ लागले!

"आयला रघ्या, तुझं तर झालं की भावा... आता आमचं कदी व्हायाचं?" गौतम स्वनात असल्यासारखा म्हणाला.

"हुईल भावा, हुईल ... आरं मी तर नुसता पीएसआय झालुय... पण तुम्ही लोक तर क्लास वन व्हाल... लेट पण थेट!"

"काय खरं नाय बघ... जेव्हा रिझल्ट लागेल तेव्हा! पण तुझं मस्त काम झालं. तू एकाच गोष्टीवर लक्ष केंद्रित केलंस आणि ते पोस्ट काढून दाखवलीस... तू जेव्हा राज्यसेवेचा अभ्यास सोडून पीएसआयचा अभ्यास करायला लागलास तेव्हा खरं आम्हाला ते आवडलं नव्हतं. पण तू बरोबर होतास.... तू करून दाखवलंस... !" मोहन म्हणाला.

"साहेब, आता ओळख ठेवा बरं का..." श्रीधर गमतीत म्हणाला...

"काय लेका बोल्तुस... तुमाला इसरून कसं चालंल...चार-साडेचार वर्ष काडल्यात तुमच्याबरुबर..."

"मग रघ्या, आता जोईनिंग कदी?"

"काय म्हाईत नाय रं... बघू ... समजलंच की पुडं."

"रघू, सुटलास यार तू! तुला हवं होतं ते तुला मिळालं... नशीबवान आहेस तू!" मोहन म्हणाला.

"खरंच रे... आमचं कसं आणि कधी होईल देव जाणे!" श्रीधर म्हणाला.

"तरी चार वर्षं गेली की नुसतं पीएसआय व्हन्यात, राज्यसेवा केली असती तर दोन पंचवार्षिक योजना लागल्या असत्या..." रघू म्हणाला. त्यावर सगळे हसले; पण त्यानं मोहन अंतर्मुख झाला. त्याचं म्हणणं खरं होतं. आपण राज्यसेवा करत होतो. आज चार वर्षं होऊन गेलीत तरी आपलं काही झालं नाही. एक जाहिरात साधारणपणे दीड ते दोन वर्षं घेत होती. म्हणजे जर राज्यसेवेच्या कोणत्याही टप्प्यातून बाहेर पडलो तर पुढचं सिलेक्शन व्हायला थेट दोन वर्षं जाणार... आणि त्यातही सिलेक्ट होऊ की नाही याची शाश्वती नाही. राज्यसेवेबरोबर बँकिंगच्या परीक्षा देण्याचा निर्णय याचमुळे त्याला घ्यावा लागला होता. बँकिंगच्या परीक्षांचे निकाल जास्तीत जास्त सहा महिन्यांत लागत असत. त्याच्याप्रमाणे अनेक मुलांनी हा पर्याय निवडला होता. काही जण आधी ज्या परीक्षेत सिलेक्ट होत ती स्वीकारत. जॉब करता करता पुन्हा राज्यसेवेचा अभ्यास करत. एकदा का कुठलीही नोकरी पकडली की पुढे अभ्यास होत नाही, असं काहींचं म्हणणं असे, तर काही जण नोकरीत असतानाही अभ्यास करून पुढे राज्यसेवेतून मोठ्या पोस्ट काढत. त्यामुळे अभ्यास करण्याचा आणि पोस्ट काढण्याचा असा कुठला प्रचलित मार्ग नव्हता. जो ज्याला जसं जमेल तसा अभ्यास करत होता आणि पास होऊन पोस्ट काढत होता. यालाच तर स्पर्धा परीक्षा म्हणतात!

८०

मोहन अभ्यासिकेत आतल्या शांत रूममध्ये बँकिंगसाठीचे word power made easy हे इंग्लिशचं पुस्तक वाचत बसला होता. तसं ते पुस्तक दोन वेळा वाचून झालं होतं, पण काही कठीण शब्दार्थांची तो पुन्हापुन्हा उजळणी करत होता. सकाळच्या शांत वातावरणात आणि आतल्या शांत हॉलमध्ये त्याची चांगली तंद्री लागली होती. सध्या कोणतीही परीक्षा समोर नसल्यानं अभ्यासिकेत तशी गर्दी कमीच होती. दोन तास वाचन झाल्यावर तो पाणी पिण्यासाठी उठला. पूर्वी अभ्यासात व्यत्यय येऊ नये म्हणून तो पिण्याच्या पाण्याची बाटली सोबत आणत असे. पण दोन तासांच्या वर कितीही प्रयत्न केला तरी त्याचा अभ्यास होत नसल्याचं त्याच्या लक्षात आलं. दोन तासांच्या अभ्यासानंतर दहा मिनिटांचा एक ब्रेक घेऊन त्यात थोडे पाय मोकळे केले की पुन्हा चांगला अभ्यास होतो, हे लक्षात आल्यावर त्यान पाण्याची बाटली वगैरे आणणं बंद केलं. हॉलबाहेर लावलेल्या कूलरचं पाणी पिण्याच्या हेतूनं अभ्यासातून थोडा ब्रेक मिळे आणि पायही मोकळे होत. साखळीनं बांधलेला ग्लास साखळीचा फार आवाज होऊ न देता त्यानं उचलला. पाणी भरून तो पिऊ लागला, तेवढ्यात त्याच्या खांद्यावर मागून एक टपली आली. चमकून त्यानं पाहिलं तर मागे आसावरी उभी ...! 'चहा?' तळहाताची बशी करून तिनं खुणेनं विचारलं. त्यालाही कंटाळा आलाच होता. तो तिच्याबरोबर समोरच्या टपरीवर आला.

"हाय!... खूप दिवसांनी दिसतो आहेस!" ती म्हणाली.

"हो... मध्ये अभ्यासिकेत येत नव्हतो.. वेळच मिळाला नाही."

"बाप रे! एवढा कशात बिझी होतास?"

"माझे इंटरव्ह्यू होते... राज्यसेवा आणि एलआयसी, डीओचे.. त्या तयारीत होतो."

"व्हॉव ... मस्तच यार! कॉँग्रॅट्स! मग? कसे गेले इंटरव्ह्यू?"

"ठीक होते... दोन चहा घ्या..."

"असं का तोंड केलंस..? चांगले नाही गेले का इंटरव्ह्यू?"

“जास्त चांगलेही नाही जास्त वाईटही नाही... हे घे,” चहाचा ग्लास तिच्या हातात देत तो म्हणाला.

“मला खात्री आहे; तू दोन्ही इंटरव्ह्यू पास होशील.”

“बघू... काय माहीत रिझल्ट लागतोय का निकाल...”

“रिझल्टच लागेल. बाकी काय चालू आहे?”

“तुझ्याकडेच! आमच्याकडे काय नेहमीचंच! तुझं काय पुढे?”

“अरे त्यासाठीच तुला चहाला चल म्हणाले...” काहीतरी महत्त्वाचं सांगताना होतो तसा तिचा चेहरा झाला.

“बोल ना.”

“अरे मी म्हटलं होतं ना की अनिकेत येणार आहे पुढच्या महिन्यात... त्याचं कॅन्सल झालं. आता तो मे महिन्यात येणारे... एक महिन्याच्या सुट्टीवर.”

“हो का? मग?”

“आमच्या घरचे म्हणायला लागलेत की या मे महिन्यात लग्न उरकूनच टाकू.”

“अरे वा! मस्तच!”

“मस्तच काय? मला आता टेन्शन यायला लागलंय.”

“आता काय प्रॉब्लेम आहे...? तुमची तर आता चांगली ओळख झाली आहे... आणि तू म्हणालीस की तुला आवडतोही तो ... मग अशी का वागतेस? थोडी इकसेंट्रिक झाल्यासारखी वाटतेस...”

“काय? म्हणजे काय?”

“गोंधळलेली, अस्वस्थ...नॉट नॉर्मल...” तो हातातल b word power made easy दाखवत म्हणाला.

“जास्त झालेला दिसतोय अभ्यास...!”

“गंमत केली गं...”

“नाही पण, बरोबर आहे... टेन्शन येतंय... का कुणास ठाऊक!”

“असं होतंच... डोंट वरी...”

“तू तर असं सांगतोय जसं तुझी दहा लग्नं झाली आहेत!” तिच्या टोमण्याचं त्याला हसू आलं.

“मग काय करू... तू उगाचच टेन्शन घेतेस... तुला लग्नच करायचं नसेल तर तसं सरळ घरी सांग.”

“अगदी तसंच काही नाही...” ती गोंधळली. “मलाच कळत नाही असं का होतंय. ॲक्च्युअली लग्नानंतर मला इथून डायरेक्ट यूएसला जायला लागणार म्हणून असेल मे बी...”

“तू जास्त विचार करतेस... कधीकधी जास्त विचार पण धोकादायक असतो. आता तू ठरवलंस ना की त्याच मुलाशी लग्न करायचं मग कशाला विचार करतेस? जे होईल ते होईल ... उलट, तुला चांगला चान्स मिळालाय. परदेशातील मुलं मिळत नाहीत सहसा... तू नशीबवान आहेस...”

“हं... बरोबर आहे... थँक्स... तू अशा सगळ्या गोष्टी व्यवस्थित उलगडून सांगतोस ना म्हणून तुझं म्हणणं पटतं मला... लॉजिकली करेक्ट...”

“लॉजिक बिजिक काही नाही... हा कॉमन सेन्स आहे...”

“हं... आं? म्हणजे? तुला काय म्हणायचंय? मला कॉमन सेन्स नाही?” ती रोखून बघत म्हणाली.

“मी असं कुठं म्हणालो...?”

“नाही म्हणजे तुझ्या म्हणण्याचा अर्थ तर तोच होता ना?”

“अरे, बाबा तू चुकीचा अर्थ घेतेस.” मोहनला खरं तर हसू येत होतं.

“बघ... बघ... तू हसतो आहेस गालातल्या गालात...”

“नाही गं बाई.. माझा चेहराच तसा आहे...” असं म्हणताना त्याला खरंच हसू फुटलं. तीही हसायला लागली. चहा पिऊन झाला होता. मोहन पैसे द्यायला गेला; पण तिनं देऊ दिले नाहीत... स्वतः पैसे दिले.

“आय रिअली मिस दीज डेज...” ती अचानक गंभीर झाली. मोहन काहीच म्हणाला नाही. “कदाचित त्यामुळेच मला थोडं दडपण येत असावं. आईबाबा, इथले मित्र, कॉलेज, अभ्यासिका, तू...”

“मी? माझं काय एवढं... आपली काही जास्त दिवसांची ओळख नाही.”

“पण या सगळ्या गोष्टी तर मी फक्त तुझ्याशीच शेअर केल्यात, बाकी कुणाजवळ नाही...”

“इट्स माय प्लेझर मॅडम... आता काय, तुझ्याशी इंग्लिशमध्येच बोलायला लागणार.” मोहननं गमतीदार चेहरा केला.

“ए काय रे... जा बाबा...” मोहनला हसू आलं.

८१

रघू पीएसआय झाला. आता त्याला वर्दी मिळणार होती. तशी त्याची अंगकाठी पीएसआयला शोभणारी होतीच ! सहा फूट उंच, आणि चांगली बॉडी असल्यानं वर्दी त्यावर शोभून दिसणार होती. माधववाड्यात तो आणि आणखी दोन जण सिलेक्ट झाले होते. नेहमी सोबत असणारा आणि अभ्यास करणारा रघू आता वेगळा वाटू लागला होता; कारण त्याला आता एक अधिकारपद चिकटलं होतं. खुद्द एमपीएससीनं चार वर्षांनंतर मेहेरबान होऊन त्याला ते बहाल केलं होतं. मोहनला सरनाईक सरांचं पहिलं भाषण आठवलं. अभ्यास करणारा एखादा विद्यार्थी अचानक एका रात्रीत अधिकारी होतो. जादूची कांडी फिरवल्यासारखं त्याच्याभोवती एक वलय निर्माण होतं. मोहन हे सर्व अनुभवत होता. आधी तो बिनधास्त वागे, कसाही बोले... पण आता सिलेक्शन झाल्यापासून तो जबाबदारीनं वागायला लागला, पोक्त माणसासारखा ... रूममध्ये बोलताना आणि चारचौघांत बोलताना होत असलेला फरक मोहन आणि गौतमला जाणवत असे. जणू त्या पदाच्या प्रभावानं त्याला तसं वागण्यास भाग पाडलं होतं. आता तो कुणी साधा विद्यार्थी नव्हता. एक जबाबदार अधिकारी होता. त्यानं सर्वांना पार्टी दिली. सर्वांनी त्याचं अभिनंदन केलं. मोहन, श्रीधर आणि गौतमही त्याच्या आनंदात सहभागी झाले होते. पहिल्यांदाच सर्वांना आनंद होत होता आणि दुःखही वाटत होतं. रघू सिलेक्ट झाला त्याचा आनंद आणि आपले हात अद्याप रिकामेच आहेत त्याबद्दल दुःख! आता त्याची ऑर्डर कधीही येऊ शकत होती. सध्याच्या घडीला रघूसारखा नशीबवान कोणीच नाही, असं मोहनला वाटत होतं. त्यानं जे ठरवलं होतं ते मिळवलं. आता तो ताठ मानेनं घरी जाणार होता. रघू पीएसआय झाला ही बातमी त्याच्या वडिलांना कळली आणि त्यांचा त्याच्याकडे बघण्याचा दृष्टिकोन झटक्यात बदलला. वाया गेलेलं कार्टं अशी प्रतिमा काचेचं भांडं फुटावं तशी फुटली. रघू काहीतरी करू शकतो, किंवा आपल्या पायांवर उभा राहू शकतो, यावर त्यांचा विश्वास नव्हता. पण त्यानं त्यांचे सर्व पूर्वग्रह मोडीत काढले. रघूचे दोन मोठे भाऊही पीएसआय होते; पण रघू पीएसआय झाल्याचा आनंद जास्त होता. त्यांनी त्या आनंदात गावभर

पेढे वाटले आणि रघूचे यथेच्छ गोडवे गायले. अर्थात, हे त्याला त्याच्या भावांकडून कळलं. तोही मनातून सुखावला.

मोहनचा नेहमीचा दिनक्रम चालू होता. सकाळी अभ्यासिका, तिथून बँकिंगचे लेक्चर्स, नंतर पुन्हा अभ्यासिका.. असं चालू होतं. रघू पीएसआय झाला आणि दोन तासांच्या परीक्षेत एक तास झाल्याची बेल वाजते तसं त्याला वाटून गेलं. आता कमी वेळ शिल्लक राहिला होता. आधीच चार-साडेचार वर्षं नुसत्या अभ्यासात गेली होती. तिकडे घरी त्याच्या वडिलांच्या नोकरीचा प्रश्न केव्हाही उपस्थित होणार होता. आता आपल्याला काही पर्यायी मार्ग शोधणं गरजेचं आहे, असं त्याला वाटू लागलं. नुसते बँकिंगचे क्लासेस घेणं, हे पुरेसं नव्हतं. तर आता गरज होती ती चांगली नोकरी बघणं. अभ्यास तर चालू होताच, पण त्याचं नशीब काही त्याला साथ देत नव्हतं. सीनिअर चौगुले सांगायचे की ९९% कष्ट आणि १% नशीब हे जुळून आलं की पोस्ट मिळते. नशीब फक्त १% असलं तरी ते खूप महत्त्वाचं असतं. ते जर नसलं तर वरच्या ९९%चा काही फायदा नाही... त्याचा प्रत्यय आता मोहनला येऊ लागला होता. त्याच्या परीनं तो खूप कष्ट घेत होता; पण त्याचं चीज होताना त्याला दिसत नव्हतं. आताशा पहिल्यासारखा अभ्यासही होत नव्हता. चार-साडे चार वर्षं तेच तेच किती वाचणार आणि त्यात रस तो किती उरणार? त्यानं त्याच्या कॉलेजच्या मित्रांना फोन करून जॉब संदर्भात शोधाशोध करायला सांगितली. त्याचे मित्र त्या कामाला लागले, पण तिथेही एक छोटासा पेच होताच! एक तर मोहनला कोणत्याही कामाचा अनुभव नव्हता; त्यामुळे तो फ्रेशर म्हणून गणला जाणार होता. त्यात आणखी मेख अशी होती की कॉलेज संपून त्यानं चार-साडेचार वर्षं काय केलं, हा महत्त्वाचा प्रश्न होताच! कोणत्याही खासगी कंपनीत त्याचा रिझ्युम पाठवला तर ते हाच प्रश्न पहिला विचारत. फक्त स्पर्धा परीक्षांचा अभ्यास करणं याला त्यांच्या लेखी काहीच महत्त्व नव्हतं. ती महत्त्वाची वर्षं जर तुम्ही अशीच वाया घालवली असतील तर तुमच्या कार्यक्षमतेवर प्रश्नचिन्ह उभं राहणार होतं. म्हणजे पुढेही तुम्ही असेच वागण्याची शक्यता नाकारता येत नाही, तेव्हा अशा माणसाला कोणती खासगी कंपनी नोकरी देणार? म्हणजे आधी कुठे काम केलं नाही म्हणून अनुभव नाही, आणि अनुभव नाही म्हणून नोकरी नाही, अशा विचित्रशा दृष्टचक्रात तो अडकला होता. स्पर्धा परीक्षांच्या अभ्यासाच्या नादात त्यानं ही उमेदीची वर्षं वाया घालवली होती. सुरुवातीला त्याच्याबरोबर क्लासमध्ये सुमितसारखी मुलं होती की ज्यांनी फार फार तर दोन वर्षं अभ्यास करून पाहिला. पण स्पर्धा परीक्षांसारखी अनिश्चितता कोणत्याही क्षेत्रात नसते, हे सत्य कदाचित त्यांना लवकर उमगलं, ते वेळीच बाजूला झाले. कुणी लगेच खासगी क्षेत्राकडे मोर्चा वळवला, तर काही जणांनी स्वतःचा व्यवसाय सुरू केला. मोहनसारखे तसे

बरेच जण होते; पण त्यांना कसलीही दिशा नव्हती. मांजा तुटलेल्या पतंगासारखे ते वारा वाहेल त्या दिशेला भरकटत जात होते. दुष्काळात तेरावा महिना असावा तशी आणखी परिस्थिती त्या वेळी होती. त्या काळात एमबीएवाल्यांची चलती होती. इंजिनिअर, स्पेशल डिग्रीवालेसुद्धा एमबीए करत. जर तुम्हाला चांगली लठ्ठ पगाराची नोकरी हवी तर तुम्ही एमबीए असलंच पाहिजे, असा जणू अलिखित नियमच बनून गेला होता. त्यात मोहन साधा बीएस्सी झालेला. नुसत्या बीएस्सीला कुत्रंही विचारत नव्हतं. हे असे बीएस्सी, बीकॉम, बीए कचऱ्यासारखे पडले होते. नुसती डिग्री म्हणजे केवळ साक्षर असण्यासारखं होतं; अॅडिशनल क्वालिफिकेशन असं काही नव्हतं. म्हणजे त्याची शैक्षणिक पात्रताही बेताचीच होती. या सगळ्या परिस्थितीमुळे नेहमी नकार मिळणाऱ्या मुलीसारखी त्याची अवस्था झाली.

दोन महिने तसेच गेले. रघू काही दिवस त्याच्या घरी गेला होता. रूमवर मोहन, किरण आणि गौतम उरले होते. पण दिवस दिवस एकमेकांशी बोलणं होत नसे. जो तो आपापली पुस्तकं घेऊन अभ्यासाला बाहेर पडे, आणि रात्री उशिरा परत येई. किरण तर आपल्याच विश्वात मग्न होता. तो असाही कुणाशी जास्त बोलत नसे. तो आणि त्याचा फोन, बस्स! फोन घेऊनच जन्माला आल्यासारखा सतत त्याच्या कानाला फोन असे. रघू पीएसआय झाल्यापासून गौतम अभ्यासाच्या बाबतीत अधिकच गंभीर झाला. जेव्हा आपल्या बरोबरचा, आपला मित्र ज्याच्याबरोबर एकत्रित अभ्यास केला, तो अधिकारी होतो आणि आपण अजून काहीच नाही... ही टोचणी फार विचित्र असते. जे काम आपल्यासारखा एखादा करतो ते आपल्याकडून होत नाही, यासारखा दुसरा सल नसतो. चोवीस तास मन त्याच विचारात जळत राहतं. त्यात एखादी परीक्षा दिली तर त्याचा रिझल्ट लागायला किमान सहा महिने लागत. ही गोष्ट फक्त बँकिंगच्या परीक्षांची होती. बाकीच्या परीक्षा, म्हणजे राज्यसेवा आणि इतर एमपीएससीच्या परीक्षांचे निकाल म्हणजे काही बोलायची सोय नव्हती. ते कधी लागतील याची कदाचित परमेश्वरही वाट पाहत असावा.

जे लोक या परीक्षा देत नाहीत, किंवा ज्यांना असल्या परीक्षांची पुरेशी माहिती नसत, त्यांना या परिस्थितीची जाणीव कधीच होऊ शकत नाही. ते स्पर्धा परीक्षांची तुलना शाळा-कॉलेजच्या परीक्षांशी करतात. शाळा, कॉलेजात परीक्षा नापास होणारा मुलगा किंवा मुलगी 'ढ' प्रकारात मोडला जातो आणि तोच निकष ते स्पर्धा परीक्षा देणाऱ्या मुलांना लावू पाहातात. शाळा, कॉलेजात टॉपर येणारी मुलंही या परीक्षांच्या जंजाळात अनेक वर्षं रखडू शकतात. ...साधी परीक्षा पास होता येत नाही...? आणखी किती वर्षं परीक्षा देणार...? आता कितवी परीक्षा देतोय...? सारखे चीड आणणारे प्रश्न ते विचारत राहतात. अशा लोकांना काय उत्तर देणार? त्यात जे स्पर्धा परीक्षांचा अभ्यास करत नसतात, असे शेजारपाजारचे, शाळा-

कॉलेजातले मित्र हे थोड्याफार प्रयत्नांत म्हणा, किंवा कुठेतरी ओळखीनं एखादी खासगी नोकरी मिळवतात. काही जण स्वतःच्या हुशारीवर कुठल्या तरी एमएनसीमध्ये नोकरीला लागतात, तेव्हा तर मात्र धरती दुभंगून पोटात घेईल तर बरं, असं वाटतं. परीक्षा झाल्यावर कधी सुट्टीला घरी गेलं की मग त्या मित्रांचे विषय निघतात, त्यात काहींची लग्ने ठरतात, मग तर सुनामी येईल की काय असं वाटून जातं. त्यांचे पॅकेज किती...कुणाला किती हाइक मिळाली... असल्या चर्चा कानावर पडतात. आई-वडील बिचारे कुणाकुणाला तोंड देणार? शेजारी, जवळचे नातेवाईक, लांबचे नातेवाईक तर अशी चौकशी करतात की आपल्याला पोसायची जबाबदारी त्यांच्यावरच येऊन पडली आहे. जोपर्यंत आपण काही बनत नाही तोपर्यंत काही बोलता येत नाही. तोंड दाबून बुक्क्यांचा मार तसाच सहन करावा लागतो. स्पर्धा परीक्षांच्या भोवऱ्यात अडकलेला प्रत्येक जण असाच दीनवाणा होऊन जातो. एकदा का ठरावीक काळ निघून गेला, की आपण काय करतोय, कसला अभ्यास करतोय, कोणती परीक्षा देतोय हे समजेनासं होतं. कारण सततच्या अभ्यासानं शरीर आणि मन दोन्ही थकून गेलेले असतात. निबिड अरण्यात चकवा लागल्यासारखं माणूस फिरून फिरून तिथेच येतो. त्यातून बाहेर पडायचा मार्ग लवकर सापडत नाही. अशीच काहीतरी मोहनची अवस्था झाली होती.

८२

"हॅलो मोहन, अरे एलआयसीचा रिझल्ट लागलाय बहुतेक..." फोनवरून श्रीधर बोलत होता.

"काय? खरंच? तुझं काय झालं?"

"मला नाही माहीत. मला पण आत्ताच कळलं... मला टेन्शन आलंय रे..."

"बरं, तू ये इकडे.. आपण दोघं एकत्र बघू..," मोहन म्हणाला.

"मी अभ्यासिकेच्या बाहेरच आहे. बाहेर येतोस का?"

"शून्य मिनटात आलो." मोहन तडक बाहेर आला. दोघंही बाजूच्या सायबरमध्ये गेले.

"यार मोहन, काय होईल रे?" श्रीधर चांगलाच घाबरलेला दिसत होता. टेन्शन त्याच्या चेहऱ्यावर स्पष्टपणे दिसत होतं.

"काय होईल काय? पाच मिनिटांत कळेलच." म्हणत त्यानं एलआयसीची साइट उघडली. दोघांनी पुण्यातून परीक्षा दिली होती. निकालाच्या बटणावर क्लिक केलं आणि समोर निवडलेल्या उमेदवारांची यादी ओपन झाली. मोहनच्याही हाताला घाम सुटला होता. समोर ४५ जणांची यादी होती. मोहननं त्या यादीवर नजर टाकली आणि समोरच ९व्या क्रमांकावर श्रीधरचं नाव त्याला दिसलं. त्यानं त्याच्याकडे वळून पाहिलं तर तो डोळे बंद करून देवाचा धावा करत होता.

"श्रीधर, साल्या सिलेक्ट झालास तू."

"काय?" अविश्वासानं त्यानं डोळे उघडले. दोनदा स्वतःचं नाव वाचल्यावर त्याला खात्री पटली. "येस्स.... येस्स..." त्याला काय करू नि काय नको असं झालं... "तुझं बघ..." मोहन त्याचं नाव शोधू लागला. संपूर्ण लिस्ट एकदा, दोनदा चेक केली; पण त्याला त्याचं नाव दिसलं नाही.

"माझं नाही झालं."

"अरे, असं कसं होईल? थांब मीच चेक करतो." म्हणत श्रीधरनं संपूर्ण लिस्ट दोनदा तपासली. पण त्यालाही मोहनचं नाव दिसलं नाही.

"चला! नेहमीप्रमाणे यातसुद्धा काही नाही." मोहन चेहऱ्यावर उसनं हास्य

आणत म्हणाला.

"अरे, पण असं कसं झालं? तुलाही पेपर चांगला गेला होता..."

"चांगला तर गेला होता. पण आता लिस्टमध्ये नाव नाही, तर काय करणार?" मोहन समोरची साइट क्लोज करत म्हणाला.

"शीट यार! आपल्या दोघांचं व्हायला हवं होतं सिलेक्शन..."

"मी कदाचित काठावर असेन मेरिटमध्ये... जाऊ दे... आता विचार करून काय फायदा? पण तुला काँग्रॅट्स! मस्त काम झालं तुझं... आता काही टेन्शन नाही. कुठे ट्रान्स्फर नाही न काही नाही... पुणे एके पुणे!" म्हणत मोहननं त्याला मिठी मारली. श्रीधरही त्याच्या मिठीत विसावला. एक परीक्षा दोघांनी दिली होती, इंटरव्ह्यूसुद्धा दोघांनी सोबत दिला, पण आता एकाचं सिलेक्शन झालं आणि दुसऱ्याचं नाही; तेव्हा दोन परस्परविरोधी भावना घेऊन दोघं एकमेकांना भेटत होते आणि प्रत्येकाला दुसऱ्याला काय वाटत असेल याची पुरेपूर जाणीव होती.

"आपल्याला गौत्याला सांगायला पाहिजे. चल वाड्यावर! जाम खूश होईल तो!"

दोघे माधववाड्यावर आले. गौतम अर्थशास्त्राचं पुस्तक समोर ठेवून बसला होता. त्याला श्रीधरच्या सिलेक्शनबाबत सांगितलं. त्यालाही खूप आनंद झाला. पण फक्त थोडाच वेळ तो टिकला. निमूटपणे त्यानं पुन्हा पुस्तकात डोकं घातलं.

"गौत्या, साल्या तुला आनंद झालेला दिसत नाही... लगेच पुस्तक वाचत बसलास ते?" श्रीधर म्हणाला. तरी गौतमनं पुस्तकातून डोकं वर काढलं नाही. "जाऊ दे रे... आम्ही काय फालतू लोक... तुम्ही मोठे लोक कशाला आमच्या नादी लागाल... तुम्ही काय क्लास वनवाले..." श्रीधर त्याला चिडवण्याच्या हेतूनं म्हणू लागला. पण गौतमनं मान वर केली आणि तो जागीच थबकला. गौतमच्या डोळ्यांच्या कडा पाण्यानं भरलेल्या होत्या." गौत्या, भावा काय झालं? सॉरी यार, मी जरा जास्तच बोललो..."

"गप उंडगीच्या! आयला आमाला मागं टाकून बरं सिलेक्ट झालास की रे... आता काय तू परत वाड्यावर यायचा न्हाईस... आणि आमाला बासरी कोन वाजवून दाकवंल आता?" म्हणत त्यानं श्रीधरला मिठी मारली आणि तो हमसून हमसून रडू लागला. श्रीधरही त्यात नकळत सामील झाला. त्याचा हा अवतार बघून मोहनला मोठं नवल वाटलं. श्रीधर मोडकची पहिली भेट, त्याचं माधववाड्यातल्या मुलांमध्ये मिसळून जाणं, त्याच्या घरचा गणेशोत्सव, त्याचं बासरीवादन सर्व गोष्टी डोळ्यांसमोरून तरळून गेल्या. माधववाड्यावर राहत नसला तरी तो त्याच्या घरी कमी आणि इथेच जास्त असायचा. खरंतर त्यानं सहा महिन्यांचं भाडं शेवडेमामांना द्यायला हवं इतका तो माधववाड्यावर पडीक असायचा. गौतमबरोबर

त्याची जास्त मैत्री होती. दुपारच्या जेवणानंतर बऱ्याच वेळा दोघं गौतमच्या बेडवर आडवे होऊन इतर कुणाला त्रास होणार नाही अशा हळू आवाजात गप्पा मारत बसायचे. त्या दोघांचं चांगलंच मेतकूट जमलं होतं. श्रीधर इतर कुणाहीपेक्षा गौतमच्या जास्त जवळ होता. गौतमची तंबाखू खायची सवयसुद्धा त्याला लागली होती. आधी कुतूहल म्हणून त्यानं तंबाखू सुरू केली, आणि आता रोज त्याच्याबरोबर श्रीधरही मळू लागला होता. पांढरपेशी लोकांचा त्याला जणू उबग आला होता. गौतमचं बिनधास्त राहणं, त्याचं बोलणं, वागणं याबद्दल त्याच्या मनात एक प्रकारचं कुतूहल नेहमीच राहिलेलं होतं. मुख्य म्हणजे त्याला त्याची कोल्हापुरी भाषा आणि त्यातल्या शिव्या जास्त आवडत. गौतमचं कुठलंही वाक्य शिव्यांशिवाय पूर्ण होत नसे. शिव्या जणू त्याच्या तोंडात शोभून दिसत. त्या शिव्या ज्याला दिल्या जात त्यालाही काहीच वाटत नसे. श्रीधरलाही वाण नाही, पण गुण लागलाच होता. तोही अधूनमधून तसल्या शिव्या द्यायला लागला होता आणि गौतमच्या बाबतीत सांगायचं तर श्रीधर भेटल्यापासून त्यालाही एक वेगळा मित्र मिळाला होता. मित्रांमध्येही काही वर्ग असतात. नुसते हाय-बायवाले मित्र, गरजेमुळे एकत्र आलेले मित्र, चांगला मित्र आणि त्याहूनही वरचा वर्ग म्हणजे असा मित्र जो आपलं सगळं म्हणणं ऐकतो, काहीही बोललं तरी राग येत नाही आणि इतरांना वाटणारे आपले दुर्गुणही ज्याला आवडतात, जो आपल्या बरोबर नेहमी असतो त्या प्रकारचा मित्र. श्रीधर आणि गौतम दोघंही तसेच होते. एकमेकांचे जिगरी दोस्त होते ते दोघं. चार-साडेचार वर्षं एकत्र राहिल्यावर आता वेगळे होणार म्हटल्यावर गौतमला खूप वाईट वाटू लागलं.

"अरे, मोहन वेडझवा आहे का रे हा? स्वतः रडतोय आणि मलाही रडवतोय..." श्रीधर डोळे पुसत म्हणाला.

"काय बोलणार यार... मलाही कसंतरी वाटतंय." मोहनचा कंठ दाटून आला होता, पण महत्प्रयासानं त्यानं स्वतःला रोखलं. नाहीतर बाकीच्यांना वाटलं असतं की याचं सिलेक्शन झालं नाही म्हणून रडतोय. किती वाईट परिस्थिती आहे ही! आपल्याला झालेलं दुःखसुद्धा आपल्याला दाखवता येत नाही. सिलेक्शन झालं नाही त्याचं वाईट तर वाटतंच, पण मित्र सोडून जाणार याचं दुःख जास्त होतं.

"रांडच्या मोदका, लय भारी झालं बग ... अभिनंदन भावा!" रडण्याचा भर ओसरल्यानंतर गौतम म्हणाला.

"आणि गौत्या, मी तर पुण्यातच असणार आहे. त्यामुळे आपण भेटूच! उलट तूच जाशील कुठेतरी क्लास वन होऊन."

"माझं काय खरं नाय... कधी होईल सिलेक्शन काय माहीत!"

"होशील रे! आपण सगळे होणार. मला खात्री आहे."

"आरं मोहन, तुझं काय झालं? या मोदकाच्या नादात तुझं ईचारलंच न्हाई."

"आमचं काय नेहमीचीच रड..."

"जाऊ दे... ही काय एवढी भारी पोस्ट नाही... तू कदाचित क्लास वन होणार असशील." मोहनला बरं वाटावं म्हणून श्रीधर म्हणाला. पण मोहनला याची सवय झाली होती. तो नकारार्थी मान हलवत त्याच्या बेडवर जाऊन बसला.

"मग, श्रीधर आता पार्टी कधी? मस्त तांबडा-पांढरा होऊन जाऊ दे." विषय बदलत मोहन म्हणाला.

"हो, कधी जायचं ते सांग... आपण रेडी आहे... काय गौत्या?"

"चला, जंगी पार्टी होऊन जाऊ द्या."

८३

श्रीधरची पार्टी खरोखर जंगी झाली. माधववाड्यात तर तो पडीक असायचाच त्यामुळे सर्व माधवावाड्याला आमंत्रण, हे ओघानं आलंच! ज्याला जे पाहिजे ते खाण्याचे पदार्थ होते. व्हेज, नॉनव्हेज दोन्ही. एवढा कंजूष श्रीधर; पण त्या दिवशी उदार कर्ण झाला होता. आपल्या घरच्या लग्नकार्यात यजमान जसा पाहुण्यांना आग्रह करतात तसं त्याचं चालू होतं. प्रत्येकाची आस्थेनं विचारपूस आणि काही हवं नको ते जातीनं बघत होता. त्या दिवशी श्रीधर पूर्णपणे बदललेला दिसला. आधीचा श्रीधर पोरकट होता; पण आता जबाबदार माणूस झाल्यासारखा तो दिसत होता. ही त्याला मिळालेल्या पोस्टची जादू होती. खरंच एका रात्रीत वागणं बोलणं बदललेली मुलं या चार-साडेचार वर्षांत मोहननं भरपूर बघितली. श्रीधर त्याला अपवाद नव्हता. त्याच्या वागण्यातला बदल लक्षात येण्याजोगा नक्कीच होता आणि तो चांगला होता. ही पार्टी देण्याची प्रथा मोहनला नकोशी वाटली. या साडेचार वर्षांत त्यानं कितीतरी पार्ट्या खाल्ल्या होत्या. आधी खूप मजा यायची. ही अशी एकमेव जागा होती जिथे पार्टी खाणाऱ्यापेक्षा देणाराच जास्त आनंदी असे आणि आपण कधी पार्टी देऊ, अशी स्वप्नं पार्टी खाणारा बघत असे. पोस्ट मिळालेल्या मुलाच्या आनंदात सहभागी व्हायला बरं वाटायचं. कौतुक वाटायचं. त्यानं घेतलेले कष्ट, त्याचे अनुभव हे ऐकण्यासारखे असायचे. त्यातून नवी प्रेरणा मिळत असे, नव्या वाटा सापडत. यशस्वी माणसाचे अनुभव ऐकायला नेहमीच आवडतात. त्यात जर तो यशस्वी उमेदवार जर आपल्यापेक्षा कमी क्षमतेचा असेल, तर आणखी बरं वाटत असे. म्हणजे जर हा करू शकतो तर आपण का नाही, असं वाटून एक नवी उमेद निर्माण होई आणि त्यानंतर मात्र थोडे दिवस ईर्षेनं अभ्यास होत असे. पण जसजशी वर्षं सरत गेली, तसतसा त्यातला उत्साह नाहीसा होत गेला. केवळ आमंत्रण देणाऱ्याला वाईट वाटू नये म्हणून तो जात राहिला. तोंडदेखलं हसत राहिला. समोरच्याचं अभिनंदन करत राहिला. मनातून तो नेहमी विचार करत राहिला की त्याचं पुढे कसं होईल? पुण्यात आल्यापासून आजतागायत बरेच अनोळखी आणि ओळखीचे त्याच्या समोरून आले आणि सिलेक्ट होऊन निघून गेले. सुरुवातीला फार काही वाटलं नाही; पण जसजसा वेळ निघून जाऊ लागला, तसतसा तो अधिकच निराश होत गेला.

८४

एके दिवशी मोहन संध्याकाळचा पुस्तकं घेऊन अभ्यासिकेच्या बाहेर पडला आणि त्याचा फोन वाजला. आसावरीचा फोन होता. बऱ्याच दिवसांनी तिनं फोन केला होता. तो मनातून थोडा सुखावला. आज कशी काय आठवण आली बाईसाहेबांना?

"हॅलो कुठे चालला आहेस रे?" फोनवरून तिचा थेट प्रश्न आला.

"मी रूमवर चाललोय. का गं?"

"इतक्या घाईत का चाललाय पण? अरे, हळू. समोरच्या बाइकवाल्याला ठोकशील की"

"सॉरी सॉरी... पण तुला कसं माहीत?" त्यानं इकडेतिकडे बघत विचारलं.

"अरे, कुठे बघतोय? इकडे मागे बघ... हां दिसली का?"

"ओह..." ती दिसल्यावर त्यानं फोन बंद केला आणि तो तिच्या दिशेनं निघाला. ती प्रसन्न हसत होती. भडक लाल रंगाचा टॉप आणि डेनिम जीन्स तिनं घातलेली होती. तिचा रंग उजळलेला दिसत होता. आज ती खरंच सुंदर दिसत होती, प्राजक्ताच्या फुलासारखी टवटवीत. तो तिच्या जवळ गेला. तिनं थेट त्याचा हात तिच्या हातात घेतला.

"तुझी एकाशी ओळख करून द्यायची आहे." म्हणत तिने 'अनिकेत' अशी हाक मारली. एक उंचसा, गोरा, डोळ्यांना रे-बॅनचा एव्हिएटर गॉगल लावलेला मुलगा कुणाशी तरी बोलत उभा होता. त्यानं पाच मिनिटांत येतो अशी खूण केली. आसावरीनं मोहनकडे पाहून स्मित केलं.

"ओह! म्हणजे हा आहे का अनिकेत? अरे वा! हिरोच आहे एकदम!" मोहन म्हणाला.

"येस!"

"गुड चॉइस! चांगला आहे की मग ! तरी का टेन्शन घेत होतीस? कधी आला तो यूएसवरून?"

"परवाच आला. म्हटलं आज फिरू या जरा... आणि मला वाटलंच होतं की

तू इथे भेटशील, म्हणून इथे आलो.'' तिचं बोलणं संपतं न संपतं तोच अनिकेत 'सॉरी, सॉरी' म्हणत गडबडीत तिथे आला.

''किती वेळ गप्पा मारत होतास? कोण होते ते दोघे?'' आसावरी तिच्या नेहमीच्या स्टाइलने त्याच्यावर खेकसली.

''अरे ते माझे स्कूल फ्रेंड्स होते. बऱ्याच दिवसांनी भेटले म्हणून बोलत बसलो. सॉरी!''

'' इट्स ओके! बाय द वे, हा मोहन! माझा अभ्यासिकेतला मित्र!''

''हे मोहन, नाइस टू मीट यू...'' त्याने स्वतःहून हात मिळवला.

''आणि मोहन, हा अनिकेत.''

''हॅलो...'' मोहनने हसून अभिवादन केलं. त्याचं एक मन विचारात गुंतलं होतं. हा अनिकेत उंच, गोरापान, आणि हँडसम होता. इंजिनिअर, शिवाय यूएसमध्ये मोठ्या पगाराचा जॉब! तो जवळपास आपल्याच वयाचा आहे तरी त्याच्यात आणि आपल्यात कितीतरी फरक आहे. तो वेल सेटल्ड...! आणि आपण अजूनही या स्पर्धा परीक्षांच्या अंधारात चाचपडतोय... आसावरी त्यालाच शोभून दिसणार. तिच्यासारखी कोणीही मुलगी अनिकेतसारख्यालाच पहिली पसंती देणार. केवळ स्पर्धा परीक्षांचा अभ्यास करून भविष्यात केव्हातरी क्लास वन, क्लास टू ऑफिसर होईल या आशेवर लग्नाळू मुली किती दिवस वाट पाहू शकतात? कदाचित हाच विचार शलाकानं केला असेल. माझ्यासारख्या मुलाबरोबर फरपटत येण्यापेक्षा दुसऱ्या कुणा चांगल्या, सुस्थितीत असलेल्या मुलाबरोबर तिनं आयुष्य घालवलं तर त्यात तिचं काय चुकलं?

''मोहन...मोहन! अरे कुठे हरवलास? अनिकेत काहीतरी विचारतोय तुला?'' आसावरीच्या बोलण्यानं मोहन भानावर आला.

''अं... सॉरी मी थोड्या अभ्यासाच्या विचारात होतो. काय म्हणत होतास अनिकेत?''

''अरे, म्हटलं कसला अभ्यास करतो आहेस?''

''हं... अभ्यास म्हणजे, खरंतर एमपीएससीचा करतोय. आणि मध्ये बँकिंगचाही करतो.''

''मोहन बँकिंगच्या क्लासला शिकवतोही.'' आसावरी मध्येच म्हणाली.

''वॉव, दॅट्स ग्रेट या...''

मोहन कसनुसं हसला. चार-साडेचार वर्षं नुसता अभ्यास करूनही काही मिळालं नाही म्हणून आता नाइलाजानं बँकिंगच्या क्लासला शिकवावं लागणं यात काय ग्रेट आहे? पण मोहन, मी झोपा काढतो आणि गावभर चकाट्या पिटतो असं म्हणाला असता तरी समोरच्याने त्याची स्तुतीच केली असती. अर्थात, ती

तोंडदेखली होती. मनात तर त्याने करायचा तोच विचार केला असता. मोहनचं मन नकळत त्याची तुलना करू लागलं. तुलनेचे जे काही निकष होते त्या प्रत्येकात तो मोहनपेक्षा सरस होता. आज त्याच्याकडे जॉब होता आणि तोही अमेरिकेत! त्याची कमाई डॉलर्समध्ये होती आणि इथे मोहनला महिन्याला काही रुपयांसाठी मर मर मरावं लागत होतं. त्याचं भविष्य उज्ज्वल होतं. इथे मोहनला सर्वत्र अंधार दिसत होता.

"चला, एक एक चहा मारू." आसावरी म्हणाली आणि चहाच्या टपरीकडे चालूही लागली. बाकीच्या दोघांना तिच्या मागून जाण्यावाचून काही पर्याय उरला नाही.

"तीन कटिंग घ्या काका." तिनं ऑर्डर दिली.

"तीन नको, दोनच घे. मला नकोय." अनिकेत म्हणाला.

"का?"

"माझी तब्येत जरा बरी नाही." तो खोटं बोलत होता हे त्याच्या चेहऱ्यावरून दिसत होतं. आता यूएसला राहून आलेला मुलगा असल्या अनहायजेनिक टपरीवर थोडीच काही खाणार, पिणार? आसावरीनं त्याला थोडा आग्रह केला, पण त्यानं साफ नकार दिला. शेवटी दोघांनीच चहा घेतला.

"तू यूएसला कुठे राहतोस?" मोहननं चहा घेत विचारलं.

"आय लिव्ह इन बफेलो." अनिकेत असं म्हणाला आणि आसावरीला जोरात हसायला आलं, त्यात तिला जोराचा ठसका लागला. तो काही केल्या थांबेनाच. तिला जास्तच हसायला यायला लागलं.

"अरे, काय हे? हळू जरा हळू."

"इजी आसावरी इजी. एवढं काय झालं?"

"काही नाही रे... आय लिव्ह इन बफेलो म्हणालास म्हणून हसायला आलं. म्हशीत राहतोस?" ती पुन्हा हसायला लागली.

"व्हॉट नॉन्सेन्स! बफेलो इज अ सिटी." त्यानं सांगूनही ती हसत राहिली

"तू तिच्याकडे नको लक्ष देऊ... तिला असं काहीतरी काढून हसायचं असतं. मॅडम बफेलो ही न्यू यॉर्क स्टेटमधली एक सिटी आहे. बरोबर ना अनिकेत?"

"येस, देअर यू आर आणि लग्नानंतर तुलाही तिथेच राहायचंय... समजलं?" अनिकेत गमतीत आसावरीला म्हणाला.

"ईई, मी नाही राहणार म्हशीमध्ये." म्हणत खुदुखुदू हसू लागली. दोघं तिच्याकडे हरलेल्या नजरेनं पाहू लागले.

"यू आर इम्पॉसिबल. बरं मोहन तू सांग, आता सध्या कोणती एक्झाम देतो आहेस?"

''सध्या राज्यसेवा देतोय, एमपीएससी इंटरव्ह्यू झालाय. आता फायनल रिझल्ट बाकी आहे आणि बँकिंगच्या परीक्षा येतात मधून अधून, त्या देतोय.''

''ग्रेट! म्हणजे तू यूपीएससी देत नाहीस का? व्हॉट्स द डिफरन्स बिटविन?''

''एमपीएससी म्हणजे स्टेट सर्व्हिसेस. महाराष्ट्रापुरतं मर्यादित आणि यूपीएससी म्हणजे नॅशनल लेव्हलची एक्झाम आहे.''

''ओह! म्हणजे आसावरी नॅशनल लेव्हलची एक्झॅम देतेय? आय डोन्ट बिलिव्ह धिस!'' तो गमतीदार चेहरा करून म्हणाला.

'' हो बाबा, ती मोठी व्यक्ती आहे. आम्ही काय आपले आलतूफालतू परीक्षा देणारे...'' मोहनही तिची गंमत करू लागला.

''हो का? शहाणाच आहेस. तुला सांगते अनिकेत, एक वेळ तू यूपीएससी क्लिअर होशील; पण एमपीएससीचं काही सांगता येत नाही बाबा. मोहन खरोखर हुशार आहे. उगाच नाही तो इंटरव्ह्यूपर्यंत पोहोचला आणि माझा अभ्यास तर काय आहे हे त्याला माहीतच आहे...''

''ओह, म्हणजे तू टाइमपास करायला परीक्षा देतेस तर!'' अनिकेत म्हणाला.

''हो, मला नाही जमत हे असं १०-१२ तास एकाच ठिकाणी बसून अभ्यास करायला...''

''देन व्हाय आर यू वेस्टिंग युवर टाइम? दुसरं कर काहीतरी.''

''मोहन सांग रे ह्याला, मी इथे का यायची ते...''

''अरे तिच्या बाबांना ती आयपीएस झालेली पाहायची होती. त्यामुळे तिला आवडत नसलं तरी त्यांच्यासाठी ती इथे यायची.''

''ओके... असं आहे का? मग तू सांगून पण ऐकलं नाही का त्यांनी?'' त्यानं विचारल्यावर तिने नुसतं चॅक केलं.

''पण मग तुम्ही असे किती वर्ष अभ्यास करता?'' अनिकेतनं दोघांकडे बघत विचारलं.

''जोपर्यंत पास होत नाही... म्हणजे कुठली तरी पोस्ट मिळत नाही तोपर्यंत आणि काही जण तर असेही आहेत की पोस्ट मिळाली तरी अभ्यास करतात, पुढची मोठी पोस्ट मिळविण्यासाठी.''

''मग हे अभ्यास करणं वगैरे गोष्टी कधीपर्यंत चालू राहणार?''

''हे थांबवण्याचे दोनच पर्याय आहेत. एक म्हणजे मनासारखी कुठली तरी क्लास वनची पोस्ट काढणं किंवा मग एज बार होईपर्यंत परीक्षा देत राहणं...'' मोहन म्हणाला.

''हे म्हणजे अंधारात उडी मारण्यासारखं आहे.''

''अगदी बरोबर! आता तू इंजिनिअरिंग केलंस म्हणजे तुला माहीत आहे की

तू आता इंजिनिअर होणार आणि तेच काम करणार. पण इथे जो परीक्षा देतो त्याला माहीत नसतं की आपण डेप्युटी कलेक्टर होणार की तहसीलदार, डीवायएसपी होणार की पीएसआय... किंवा काही होणार आहोत की असेच बेरोजगार राहणार...''

''इट्स रिअली स्ट्रेंज... हॅट्स ऑफ टू यू गाइज.... इतकी अनसर्टन्टी कोणत्याच फील्डमध्ये नाही...''

''हं... बरोबर आहे.''

''मग फ्रस्ट्रेशन येत नाही का?''

''खूप ... पण आता काय करणार? हा मार्ग निवडलाय तर आता त्याच मार्गानं पुढे जात राहिलं पाहिजे.''

''टू ... आय विश यू ऑल दि बेस्ट!''

''थँक्स!''

अनिकेतनं घड्याळात पाहिलं. ''ओह माय गॉड... इट्स टू लेट... आसावरी चल, आपल्याला निघायला हवं.'' म्हणत तो बाइकवर बसला. आसावरीनं मोहनचा निरोप घेतला. ती त्याच्या मागे बाइकवर बसली.

''चल मोहन, नाइस टॉकिंग टु यू, भेटू परत.'' म्हणत दोघांनी हात मिळवला. अनिकेतनं बाइकला किक मारली, आणि तो भुरर्कन तिथून निघून गेला. त्याच्या मागे उडणाऱ्या धुरळ्याकडे मोहन कितीतरी वेळ पाहत तसाच उभा राहिला.

८५

राज्यसेवेची नवीन जाहिरात आयोगाच्या साइटवर झळकली. नेहमीप्रमाणे मुलं खूश झाली. त्यांचा पुन्हा जोमानं अभ्यास करण्याचा निश्चय झाला. क्लासेस त्यांच्या पुढच्या बॅच भरण्याच्या कामाला लागले. बाजारात नवनवीन पुस्तकं यायला लागली. ऋतू बदलावा तसं झालं. पुण्यात नव्या परीक्षेचा ऋतू सुरू झाला. पण या वेळी एक छोटीशी मेख होती. या जाहिरातीपासून आयोगानं निगेटिव्ह मार्किंगची पद्धत आणली. परीक्षा आता सोपी राहिली नव्हती. निगेटिव्ह मार्किंग पद्धतीमुळे प्रत्येक चुकीच्या उत्तरामागे बरोबर असलेल्या उत्तरांतील ०.२५ गुण वजा होणार होते. पूर्वीपेक्षा आता परीक्षा अवघड झाली होती, यात शंकाच नव्हती. या नव्या पद्धतीमुळे मेरिट खूपच कमी लागणार होते आणि ज्या मुलांना उत्तरे ठोकायची सवय होती, त्यांच्यापुढे तर यक्षप्रश्न निर्माण झाला. काही लोकांनी तर याचा भलताच धसका घेतला. भीतीच्या सावटात ते वावरू लागले. काही जण उगाचच आनंदित झाल्यासारखे वागू लागले. जणू काही या बदलामुळे त्यांचे सिलेक्ट होण्याचे चान्सेस वाढले होते. नवीन अभ्यास करणाऱ्या मुलांना याचा जास्त फरक पडत नव्हता; पण जुन्या लोकांना हा बदल पचवणे थोडेसे अवघड गेलेच! या बदलाबरोबर फॉर्म भरण्याची पद्धतही बदलली होती. आता ऑनलाइन फॉर्म भरावे लागणार होते. अभ्यास करणारी मुले मात्र विनातक्रार या बदलांना सामोरी जात होती, किंवा त्यांच्यापुढे काही पर्याय उरला नव्हता. पूर्व परीक्षा लवकर घेतली जाणार होती. आयोगानं संपूर्ण वर्षभराचं वेळापत्रक तयार करून साइटवर प्रकाशित केलं होतं. त्यामुळे जर या वेळापत्रकानुसार परीक्षा झाल्या, तर वर्षभराच्या कालावधीतच एखाद्या परीक्षेचे सर्व टप्पे पूर्ण होणार होते, ही त्यातल्या त्यात चांगली गोष्ट होती. मोहन, गौतम आणि श्रीधर सगळ्यांनी फॉर्म ऑनलाइन भरला. माधववाड्यातही बाकीच्या सगळ्यांनी फॉर्म भरला. या वेळी क्लास वनच्या बऱ्या जागा असल्यानं मुलांमधला उत्साह वाढला होता. नवीन अभ्यासक्रमाची सवय हळूहळू मुलांना होत होती. दोन्ही परीक्षा ऑब्जेक्टिव्ह असल्यानं भरपूर वाचन करावं लागणार होतं. मुलांनी तशी सुरुवातही केली होती. मुख्य परीक्षेला अभ्यासक्रम इतका वाढला

होता की काही जणांनी राज्यसेवेबरोबर यूपीएससीचाही अभ्यास सुरू केला.

श्रीधर एलआयसीमध्ये सिलेक्ट झाला होता. त्यामुळे केवळ टाइमपास म्हणून त्यानं हा फॉर्म भरला होता. पण मोहन आणि गौतम अजूनही नियमितपणे आणि गंभीर होऊन अभ्यास करत होते. बबन पहिल्या झटक्यात डेप्युटी कलेक्टर झाला, अजयला नायब तहसीलदारावर समाधान मानावे लागले, रघूला जे हवं होतं ते त्यानं मिळवलं, श्रीधरला जे मिळालं त्यात तो समाधानी होता. आता केवळ दोघंच राहिले होते. कधी या परीक्षेच्या फेऱ्यातून सुटका होईल, असं दोघांना झालं होतं. पण स्पर्धा परीक्षा आणि त्यांचा अभ्यास म्हणजे एक प्रकारचं स्लो पॉयझन असतं, त्यात माणूस कणाकणानं खचत जातो. ज्यांची इच्छाशक्ती भरपूर असते तेच टिकून राहू शकतात. पण त्यालाही कुठेतरी मर्यादा असतात. डोळ्यांदेखत जेव्हा एक-एक जण सिलेक्ट होऊन जातो, तेव्हा मात्र त्या इच्छाशक्तीला हळूहळू हादरे बसू लागतात. आपण एकटेच मागे पडत चाललो आहोत, ही भावना खूप क्लेशदायक असते. एखाद्या जुन्या, दुर्लक्षित ठिकाणच्या तलावावर जसं हळूहळू शेवाळ जमा होतं, तसं नकारार्थी विचारांचं शेवाळ मनावर जमा होऊ लागतं आणि एकदा का त्या विचारांच्या तावडीत सापडलात, की त्यातून बाहेर पडणं खूप कठीण होऊन बसतं. पण त्याच्यावरही उपाय आहेत. मनोधैर्य वाढवणारी, सकारात्मक दृष्टिकोन निर्माण करणारी पुस्तकं, कविता, गोष्टी, ‘नेव्हर गिव्ह अप’ सारखी स्लोगन असलेली स्टिकर्स, उत्साह वाढवणारी पोस्टर्स हे सर्व दिमतीला असतं. सर्व्हिसिंग केल्यावर गाडीत जसा फरक पडतो, तसंच काहीसं मुलांच्या बाबतीत होतं. पुन्हा नव्या आशा, आकांक्षा, पुन्हा नवा उत्साह, जोम घेऊन मुलं अभ्यासाला लागतात.

८६

राज्यसेवेच्या नवीन जाहिरातीचा नवीन ऑनलाइन फॉर्म भरून झाल्यावर मुलं पुन्हा एकदा जोरात अभ्यासाला लागली. मोहन अभ्यासिकेत जात राहिला. या वेळेस गौतमनंही अभ्यासिका जॉइन केली. चार-साडेचार वर्षं झाल्यावर अभ्यासाचा आवाका तसा प्रत्येकाला आला होता. त्यामुळे क्लासची तशी काही गरज उरली नव्हती. दोघं सकाळी लवकर उठून अभ्यासिका गाठत असत, आणि संध्याकाळपर्यंत तिथेच अभ्यास करीत असत. उगवणारा प्रत्येक दिवस फार काही बदल न होता तसाच मावळत होता, आणि एक दिवस त्सुनामी यावी तशी एक बातमी येऊन थडकली. मागच्या राज्यसेवेचा अंतिम निकाल लागला होता. हातातली पुस्तकं तशीच टेबलवर टाकून मोहन आणि गौतमनं सायबर कॅफे गाठला. ही गर्दी त्या सायबर कॅफेत! म्हणजे नक्कीच रिझल्ट लागला होता. सायबरमध्ये शिरायला जागा नव्हती. सायबरबाहेर गदारोळ माजला होता. बराच वेळ लागणार असं दिसत होतं. पण दोघांची परिस्थिती अशी झाली होती की त्यांना धड उभंही राहाता येत नव्हतं. हात-पाय गळून गेल्यासारखं दोघांना वाटलं. इतक्यात किरण सायबरच्या दिशेनं येत असलेला दिसला. त्यानं दोघांना पाहिलं.

"सर, काय लागला रिझल्ट?"

"अरे, कसलं काय! गर्दी बघ किती आहे... अजून आतच गेलो नाही," मोहन म्हणाला.

"चला मग, माझा मित्र आहे आत, तो आपल्याला जागा देईल."

कशीबशी वाट काढत तिघं आत शिरले. कुठे आनंदानं जल्लोष ऐकायला येत होता, तर कुठे हळहळ व्यक्त होत होती. मोहनला तर रिझल्टच बघू नये असं वाटू लागलं. या निकालावर बऱ्याच गोष्टी ठरणार होत्या. सर्वांत महत्त्वाचं म्हणजे त्याची इथून सुटका होणार होती, घरचं टेन्शन जाणार होतं, ताठ मानेनं तो अधिकारी झाला असल्याचं सर्वांना सांगणार होता. चार-साडेचार वर्षं केलेल्या कष्टांचं चीज होणार होतं. मोहन विचारात असतानाच किरणनं आयोगाची साइट उघडली. रिझल्ट सेक्शनमध्ये गेल्यावर पास झालेल्या मुलांची नावं त्यांना मिळालेल्या

पदानुसार ओळीनं लिहिलेली दिसली. मोहनचा सगळा जीव त्याच्या डोळ्यांत जमा झाला होता. गौतमची स्थिती काही वेगळी नव्हती. किरण नावं वाचत वाचत हळूहळू खाली येऊ लागला. क्लास वनच्या तहसीलदारच्या यादीत त्याला त्याच्या मैत्रिणींच नाव दिसलं आणि तो अत्यानंदाने ओरडला., "येस्स्स... येस" किरणची मैत्रीण तहसीलदार झाली होती. किरण जाम खूश झाला. त्याला काय करू नि काय नको असं झालं. त्याला इतका आनंद झाला होता की पाहणाऱ्याला वाटलं की तोच सिलेक्ट झालाय. दोघांचा निरोप घेऊन तो तसाच सायबरमधून बाहेर पडला. गौतम आणि मोहनची उत्सुकता शिगेला पोहोचली. आपली नावं आहेत का ते तपासून पाहू लागले. खाली स्क्रोल करता करता क्लास वनच्या सर्व पोस्ट संपल्या. दोघांपैकी कोणाचंच नाव त्यात दिसलं नाही. दोघांचा थोडासा हिरमोड झाला. आता क्लास टूच्या पोस्ट सुरू झाल्या. एकामागोमाग पोस्ट आणि त्यांच्या खाली सिलेक्ट झालेल्या उमेदवारांची नावं जात होती. अचानक मोहनला गौतमचं नाव दिसलं.

"गौत्या, थांब. हे बघ तुझं नाव. अरे गटविकास अधिकारी गट ब झालास तू भावा! अभिनंदन!" त्याचं स्वतःचं नाव बघूनही गौतमला विश्वास बसेना. तो नुसता काही सेकंद कॉम्प्युटरच्या मॉनिटरकडे पाहत राहिला. त्याचं डोकं सुन्न झालं.

"गौत्या, साल्या तू सिलेक्ट झालास..." म्हणत मोहननं त्याला मिठी मारली. भानावर येत तो आनंदात ओरडला. मग त्याच्या डोळ्यांतून आपोआप अश्रू यायला लागले. त्याला असल्या प्रकारे पाहिल्याचं मोहनला आठवत नव्हतं. "अरे, काय झालं यार! हा तर आनंदाचा दिवस आहे आणि तू रडतो आहेस?" त्यानं मूकपणे नकारार्थी मान हलवली आणि डोळे पुसले.

"तुझा रिझल्ट बघू." म्हणत तो खाली स्क्रोल करू लागला. मोहन आता गंभीर झाला. गौतमचं सिलेक्शन झालं होतं, आता केवळ तोच एकटा उरला होता. क्लास टूमधली शेवटची पोस्ट मिळाली तरी चालेल पण कुठेतरी नाव असू दे देवा! त्याने डोळे मिटले.

"मोहन..." गौतमच्या आवाजानं त्यानं अधीर होऊन डोळे उघडले. समोर त्यानं कॉम्प्युटरच्या स्क्रीनकडे पाहिलं. सिलेक्ट झालेल्या उमेदवारांची यादी संपलेली होती. ती यादी संपली आणि मोहनला जगाचा अंत आल्यासारखा वाटला. मोहनला कळून चुकलं की त्याचं सिलेक्शन झालं नाही. त्यानं शांतपणे पुन्हा एकदा सर्व यादी पाहून खात्री केली आणि गौतमसोबत सायबरबाहेर आला. गौतमला काय बोलावं तेच कळेना; कारण मोहन अगदीच शांत दिसत होता. त्याच्या चेहऱ्यावर कसलेच भाव नव्हते. त्याचे पाय फक्त यांत्रिकपणे चालत होते. काहीही न बोलता दोघं माधववाड्यावर आले. तिथे मुलांचा गोंधळ चालूच होता. जे सिलेक्ट झाले

होते ते खुशीत होते. ज्यांचा रिझल्ट आला नाही ते शांतपणे आपापल्या रूममध्ये बसून होते. मोहन आणि गौतम त्यांच्या रूममध्ये गेले. मोहन थेट आपल्या बेडपाशी गेला आणि डोळे मिटून पडून राहिला. गौतमची स्थिती मात्र गोंधळाची झाली. त्याचं स्वतःचं सिलेक्शन झालं असूनही त्याला आनंद साजरा करता येत नव्हता. त्याच्याबरोबर जर मोहनचं सिलेक्शन झालं असतं तर त्यांनी अख्खा माधववाडा डोक्यावर घेतला असता. गौतमला मोहनविषयी मनातून वाईट वाटू लागलं. तोही शांतपणे आपल्या टेबलपाशी बसला. पण तो जेव्हा त्याचा स्वतःचा विचार करे त्या वेळी तो सुखावून जात होता. क्लास टू का होईना पण आता राज्यसेवेतून त्याचं सिलेक्शन झालं होतं हे महत्त्वाचं. मोहन उशीत डोकं खुपसून पडून राहिला. या निकालाकडून त्याच्या खूप अपेक्षा होत्या. पेपर चांगले गेले होते, शिवाय इंटरव्ह्यूसुद्धा बरा गेला होता. मग असं का व्हावं? राज्यसेवेच्या एका जाहिरातीतून बाहेर पडणं, म्हणजे कमीत कमी आणखी एक ते दोन वर्षं वाट पाहणं आलंच! आता घरी काय सांगायचं? त्यांनाही खूप अपेक्षा होती. आपण कोणीतरी मोठा अधिकारी होऊ या आशेवर घरचे दिवस काढत होते. त्यात वडिलांच्या नोकरीचा प्रश्न निर्माण झाला होत. शेजारपाजारचे, इतर नातेवाईक तर आहेतच टोमणे मारायला. अपेक्षा जेवढी मोठी तेवढा अपेक्षाभंगही मोठा! पण अशी कसली मोठी अपेक्षा होती? आज चार-साडेचार वर्ष झाली तरी एखादी पोस्ट मिळू नये? क्लास टू मिळाली असती, अगदी शेवटची, तरीही चालली असती. या सगळ्या गोष्टी एकदम मनात आल्यानं त्याच्या डोळ्यांसमोर अंधारी आली. हे असेच झोपलो असताना आपण मरून गेलो तर किती बरं होईल, कटकट मिटून जाईल सगळीच! काही लोक नाही का झोपेतच मरून जातात, तसं काहीतरी व्हायला हवं. मरण हवंय, मरण... त्यानं स्वतःचा श्वास रोखून धरला. थोडा वेळ झाला असेल, त्याला गुदमरल्यासारखं वाटू लागलं. बास आणखी थोडा वेळ! मग आपोआप जीव निघून जाईल... आणखी थोडा वेळ... आणखी थोडा वेळ... छे! त्याच्याही नकळत दीर्घ श्वास आत ओढला गेला. मरणं इतकं सोपं नाही. त्याला अगदी हतबल झाल्यासारखं वाटू लागलं. मनाची इतकी विषण्ण अवस्था तो प्रथमच अनुभवत होता. इतकं दुःख झालेलं असतानाही आपल्याला आपला शेवट करावासा वाटू नये? कशासाठी जगतोय आपण? कसली भीती वाटते? मेल्यानंतर काय होईल याची? की मरताना होणाऱ्या वेदनांची? पण त्या वेदना तर थोडा वेळच टिकतील. तगमग होईल, तडफड होईल जिवाची, थोडाच वेळ.. मग सगळं शांत... मनात हे असले विचार येत असतानाच त्याच्या पाठीवर हात येऊन पडला. मरणाच्या विचाराच्या गुंत्यातून तो बाहेर आला. त्यानं पाहिलं, गौतम समोर उभा होता.

"भावा, उठ... संध्याकाळ झाली, च्या प्यायला जाऊ."

"मला नको चहा... मला झोप येतेय... तू जा."

"आसं नको करू दादा... चालायचंच... मला म्हायती हाय की हे पचवनं किती आवघड हाय ते.. पन भावा, ह्यातून तुला भायेर यायला लागंल ... लय विचार नको करू... जे झालं ते झालं... चल."

"इच्छाच नाय रे गौत्या... जाम बोअर वाटतंय... मरून जावंसं वाटतंय."

"डोक्यावं पडलायस काय? हे असले विचार मनात पन आनु नको... आरं ही नाय तर पुढची राज्यसेवा हायेच की.. शिवाय बँकेच्या परीक्षा हायेत.. एसटीआय, असिस्टंटच्या परीक्षा हायेत... कुटं ना कुटं तरी नक्की हुईल बग... आज नाय तर उद्या नक्की हुईल... पन तू आसले विचार मनात आनु नकोस बाबा..."

"व्हायचं असतं तर आधीच झालं असतं... आज आता पाच वर्षं व्हायला आलीत... काहीही झालं नाही... आता मला काहीच करावंसं वाटत नाही."

"बरं ठीक आहे, च्या प्यायला तर येशील? थोडं बाहेर आल्यावर तुलाबी बरं वाटंल, चल रं भावा, चल..." जिवावर आल्यासारखा मोहन उठला. त्याला जरी अपयश आलं असलं तरी त्याच्या मित्राच्या आनंदात त्याला सहभागी व्हावंच लागणार होतं. त्यानं विचार केला, निदान गौतमसाठी तरी आपल्याला उठावंच लागेल. आपलं दुःख बाजूला सारून तो गौतमबरोबर चहा प्यायला गेला. चहाच्या टपरीवर बरेच ओळखीचे चेहरे होते. सगळ्यांना माहीत होतं की मोहन आणि गौतम इंटरव्ह्यूला होते, त्यामुळे साहजिकच ज्याला त्यांच्या निकालाबाबत माहीत नव्हतं तो त्यांना विचारी, ज्यांना माहीत होतं ते गौतमला 'अभिनंदन' आणि मोहनला 'बेटर लक नेक्स्ट टाइम' म्हणत. ते ऐकायला मोहनला कष्ट पडत होते, तरी तो सर्वांचा स्वीकार करत राहिला. जो निकाल आपल्या वाट्याला आलाय त्याचा स्वीकार करावाच लागणार होता. कालपर्यंत गौतमशी फारसं न बोलणारी, त्याला दुर्लक्ष करणारी मुलं आज स्वतःहून त्याच्याशी बोलायला येत होती. त्याचं अभिनंदन करत होती. मोहनच्या निकालबाबत कळल्यानंतर त्याच्याशी थोडंसं सांत्वनपर बोलत असत आणि मग गौतमशी बोलायला जात. गौतम मुलांच्या गराड्यात आपोआप ओढला गेला. गौतमचं वागणंही आपोआप बदललं. नेहमी शिव्यांनी वाक्याची सुरुवात करणारा गौतम अगदी विनम्र झाला होता. सभ्य मुलासारखा वागत होता. हाच तो बदल! एका सामान्य मुलाचं अधिकाऱ्यात रूपांतर झाल्यानंतर तो प्रकर्षानं जाणवतो. चहाचा ग्लास हातात धरून मोहन समोरच्या परिस्थितीचं तटस्थपणे निरीक्षण करत होता. त्याच्या एक गोष्ट लक्षात आली ती ही की दुनिया उगवत्या सूर्याला नमस्कार करते. त्याही परिस्थितीत त्याला गंमत वाटली आणि चेहऱ्यावर अकारण एक हास्य उमटलं. त्या हास्यात कसलाही भाव नव्हता. काही वेळापूर्वी

वाट्याला आलेल्या अपयशामुळे त्याला जीव द्यावासा वाटत होता; पण आता त्याच्या मनात कसलेच विचार नव्हते. अगदी वाईट वाटत नव्हतं की आनंदही वाटत नव्हता. या घडीला त्याला एकाएकी शांत वाटू लागलं. ना राग, ना लोभ, ना मत्सर, ना असूया... काहीच नाही... त्यानं हातातला चहा संपवला आणि तो गौतमची वाट पाहत बाजूला एका बाकड्यावर बसून राहिला. थोड्या वेळानं सर्वांचं अभिनंदन स्वीकारून गौतम मोहनकडे आला. त्याला तसं एकटं बसलेलं पाहून गौतमला मनोमन वाईट वाटलं.

"सॉरी भावा, आरं ती पोरं सोडंनात... काय करनार. आता बोललो नाय तर म्हणत्याल सिलेक्शन झालं तर लय भाव खाया लागला...."

"ठीक आहे रे... तुझं सिलेक्शन झालं याचा मलाही आनंदच झालाय... बरं झालं. तू तरी सुटलास... आता आमचं बघू काय होतंय."

"एक हजार एक टक्का हुईल बग. तू पुढच्या ॲडला क्लास वन असनार हाईस ... लिवून घे आत्ताच!"

"बघू... काय नशिबात असेल ते असेल." म्हणत दोघं माधववाड्याच्या दिशेनं निघाले.

८७

"गौत्या भाड्या, शेवटी राज्यसेवा काढलीस भावा, खूप खूप अभिनंदन!" रूममध्ये शिरता शिरता श्रीधर म्हणाला आणि गौतमला मिठी मारली.

"धन्यवाद!" गौतम म्हणाला.

"आयला लगेच सभ्य भाषेत बोलायला लागलास की रे! आपली गायछाप पण सोडलीस का काय?"

"नाय भावा ती कशी सुटंल?"

"अरे, मग घे डबल!" म्हणत श्रीधरनं त्याच्या पाठीवर थाप मारली. दोघंही हसू लागले. मोहन त्यांच्याकडे कौतुकानं बघत होता. थोड्या वेळानं श्रीधरचं लक्ष त्याच्याकडे गेलं.

"मोहन, यार काय बोलू. हार्ड लक रे..."

"सोड रे! तेच तेच ऐकून कंटाळा आलाय मला. मी विसरण्याचा प्रयत्न करतोय आणि पुन्हा कोणीतरी येऊन त्या रिझल्टची आठवण करून देतंय ..."

"सॉरी यार... माझा तसा काही हेतू नव्हता."

"मला माहीत आहे रे... सॉरी मी उगाच चिडलो तुझ्यावर." असं म्हणाला आणि तेवढ्यात गौतमचा मोबाइल वाजला.

"आरं, आपल्या पीएसआय साहेबांचा फोन हाय... "बोला इन्स्पेक्टर रघुनाथ जाधव... धन्यवाद... धन्यवाद... आपल्या मार्गदर्शनाखाली अभ्यास केला म्हणून पोस्ट मिळाली... आरं बाबा खरंच बोलायलोय... बरं तू परत कधी यायलायस? आपली पार्टी ठिवायची हायेल... पुढच्या आठवड्यात? ओक्के.. पुढच्या रयवारी डन!... आधीच निघून ये ... हो, आरे बॅड लक रे त्याचं... हो हायेल की. दिऊ का? मोहन, रघू बोलतूय घे" म्हणत त्यानं मोहनच्या हातात मोबाइल दिला.

"बोला साहेब... हो.. जाऊ दे... चालायचंच. बहुतेक नशिबात राज्यसेवा लिहिलेली नाही. नाय रे टेन्शन नाय घेत.. हो आता पुढच्या ॲडचा अभ्यास चालू करतोय.. तू ये... मग बोलू... ओके बाय!"

"पुढच्या आठवड्यात येतोय का रघू?" श्रीधरनं विचारलं.

"हो, गौतमची पार्टी तेव्हाच ठेऊ." मोहन म्हणाला.

"हो, आरं मोदका, मला सांग तुझ्या पार्टीला किती खर्च आला होता? मलाबी तशी व्येवस्था कराया पायजे." गौतमनं श्रीधरला विचारलं. मग त्यांची पार्टीबाबतची चर्चा सुरू झाली. मोहन नुसती ती चर्चा ऐकत बसला. त्याला त्याची माधववाड्यातली त्याची पहिली पार्टी आठवली. त्या पार्टीला तो किती आनंदित होता, आणि बऱ्याच पार्ट्या खाऊन झाल्या होत्या. दर पार्टीला त्याच्यातला उत्साह कमी होत गेला. सुरुवातीला सीनिअर मुलांच्या सिलेक्शनच्या पार्ट्या होत्या, त्या वेळी फार काही वाटत नव्हतं. पण जेव्हापासून त्याच्या बरोबरचे लोक सिलेक्ट होऊन पार्ट्या देऊ लागले, तेव्हा मात्र त्या पार्ट्या खायला जिवावर यायला लागलं. जेवणाकडे लक्ष कमी आणि आपली पार्टी कधी देता येईल याचाच विचार त्याच्या डोक्यात असायचा. नंतर नंतर तर पार्टीला जायचं जिवावर येऊ लागलं. अन्न गोड लागत नसे. परीक्षेचा विचार डोक्यात आला की घास घशाखाली उतरत नसे. फक्त पार्टी देणाऱ्याला वाईट वाटू नये म्हणून तो जात राहिला. एखाद्या भोवऱ्यात अडकल्यासारखी त्याची परिस्थिती झाली होती. तो तिथेच गोल गोल फिरत होता; त्याला त्यातून बाहेर पडायचा मार्ग दिसत नव्हता. पूर्वी असं नैराश्य आलं की तो मनाला उभारी देणारं एखादं पुस्तकं वाचे किंवा अभ्यासाला पुन्हा जोश येईल अशा 'कोशिश करने वालों की कभी हार नही होती।' सारख्या कविता वाचत असे. पण आताशा त्याचाही उपयोग होईनासा झाला होता. अभ्यासात त्याचं लक्ष लागेनासं झालं. अभ्यासिकेत जाऊन बसलं तरी मन एकाग्र होत नसे. तरीही तो तिथे जाऊन बसू लागला. तीच तीच वाचलेली पुस्तके पुन्हा पुन्हा वाचू लागला. नोट्सची पारायणे करू लागला. सध्यातरी त्याच्या हातात तेच होतं

८८

हातातोंडाशी आलेला घास निसटला होता. राज्यसेवेच्या अंतिम टप्प्यातून मोहन रिकाम्या हातानं परत आला होता. त्याच्याबरोबरच्या गौतमला क्लास टू का होईना पण पोस्ट मिळाली होती. पुण्यात आलेल्या त्याच्याबरोबरच्या सर्व मुलांचं कुठे ना कुठे सिलेक्शन झालं होतं. त्याचं सिलेक्शन झालं नसल्याबाबत त्यानं घरी मोठ्या कष्टांनी सांगितलं, अपेक्षेप्रमाणे त्यांनाही मोठा धक्का बसला आणि वाईटही वाटलं. पण लगेच त्यांनी त्याला तसं काही जाणवू न देता त्याची समजूत घातली आणि त्याला धीर दिला. घरचे त्याला धीर देत असले तरी त्यांना टेन्शन आलं असणार, हे मोहनला समजून चुकलं होतं. आधीच वडिलांच्या नोकरीचा मोठा प्रश्न त्यांच्यासमोर उभा होता. त्यात आपण चार-साडेचार वर्षं काहीच न करता नुसते अभ्यास करतोय आणि घरच्यांच्या पैशावर जगतोय. स्वतः तरुण असून आपण आपल्या आई-वडिलांवर अजून अवलंबून आहोत, ही जाणीव त्याचं मन आतून पोखरत होती. त्यासाठी त्यानं आता आणखी एका पर्यायाचा विचार केला होता. त्यानं त्याच्या शाळा-कॉलेजच्या मित्रांना त्यांच्या ओळखीनं कुठेतरी जॉब शोधण्यासंदर्भात कळवलं होतं. मित्र कामालाही लागले होते, पण त्यांच्याकडूनही अद्याप काही बातमी आली नव्हती. कधीकधी त्याला एकदम वाटे की आता उठावं आणि घर गाठावं; पण लगेच दुसरं मन त्याला म्हणे, मागची साडेचार वर्षं यासाठी वाया घालावलीस का? मग तो घरी जाण्याचा विचार मनातून काढून टाके आणि अभ्यासावर लक्ष केंद्रित करे. तसा त्याचा बँकिंगचाही अभ्यास चालू होता. पुढच्याच महिन्यात दोन बँकांच्या परीक्षा होत्या. शिवाय, बँकिंगच्या क्लासमध्ये शिकवत असल्यानं त्याला सध्या घरून जास्त पैसे मागवावे लागत नव्हते. पण हे जास्त दिवस चालणार नाही, हे त्याला कळून चुकलं होतं.

सकाळी नेहमीप्रमाणे मोहन अभ्यासिकेत जाऊन बसला. राज्यसेवेच्या येणाऱ्या पूर्व परीक्षेसाठी तो अभ्यास करू लागला. गेली चार-साडेचार वर्षं जो अभ्यास करत होता, तोच त्याला पुन्हा पुन्हा करावा लागत होता. मनाशी ठरवून तो पुस्तकात डोकं घालून बसला होता. बरोबरचे सर्व जण सिलेक्ट झाल्यानंतर त्याला आता

थोडा एकटेपणा जाणवू लागला. आधी गौतम त्याच्यासोबत होता, पण आता तो गटविकास अधिकारी गट ब झाला आणि आधीच अभ्यासाला कंटाळलेल्या त्यानं पुढच्या पूर्व परीक्षेचा अभ्यास करणंच सोडून दिलं. तो निवांत रूमवर पडून झोप काढू लागला. त्याच्यासाठी पुणे म्हणजे आता पर्यटन स्थळ आणि माधववाडा म्हणजे हॉटेल झालं होतं. पुढच्या आठवड्यात सगळ्यांना पार्टी देऊन तो थोडे दिवस त्याच्या गावाला जाणार होता. मोहननं पुन्हा इतिहास विषयापासून पूर्व परीक्षेच्या अभ्यासाला सुरुवात केली. या इतिहासाची आणखी किती वेळा पुनरावृत्ती होणार होती, याची त्यालाही कल्पना नव्हती. संपूर्ण दिवसभर तो वाचत राहिला. संध्याकाळी पाचच्या सुमारास अभ्यास करत असताना त्याच्या टेबलपाशी जीन्स घातलेले दोन पाय येऊन थांबले. त्यानं वर पाहिलं तर समोर आसावरी उभी होती. तिनं बाहेर येण्याची खूण केली. सकाळपासून वाचून वाचून मोहनलाही कंटाळा आलाच होता. तो पुस्तकं घेऊन तिच्या मागे बाहेर आला. अचानक प्रकाशात आल्यानं त्याच्या डोळ्यांसमोर अंधारी आली. त्यानं नीट पाहिलं तर आसावरीसोबत अनिकेतही होता. दोघंही त्याच्याकडे पाहून प्रसन्न हसले. त्यानंही तसाच प्रतिसाद दिला.

"हाय मोहन..." आसावरी म्हणाली.

"हे मोहन..." म्हणत अनिकेतने त्याच्याशी हात मिळवला. "तू कशाला त्याला डिस्टर्ब केलंस... तो अभ्यास करत असेल..." अनिकेत आसावरीला म्हणाला.

"छे, त्यालाही कंटाळा आला असेल इतका वेळ अभ्यास करून... हो की नाही रे मोहन?"

"हो. कंटाळाच आला होता मला."

"तुझ्या रिझल्टचं काय झालं? राज्यसेवेचा रिझल्ट लागला ना परवा?" तिनं विचारलं.

"नाही आला रिझल्ट." त्यानं निर्विकार चेहऱ्यानं उत्तर दिलं.

"ओह शीट! हार्ड लक मॅन... मे बी नेक्स्ट टाइम."

"हं... बघू." मोहनला रिझल्टचं आठवून पुन्हा एकदा जखमेवरची खपली निघाल्यासारखं वाटलं. पण त्यानं चेहऱ्यावर एक औपचारिक हास्य आणलं.

"कसं काय रे मोहन? तुला तर इंटरव्ह्यू चांगला गेला होता ना?" आसावरीला आश्चर्य वाटत होतं.

"इंटरव्ह्यू तर चांगला गेला होता, पण कदाचित मेन्समध्ये कमी मार्क्स असतील. जाऊ दे. तुम्ही चहा घेणार?" तिघं चहाच्या टपरीवर गेले. या वेळी अनिकेतनेही चहा घेतला.

"मोहन यार, मला विश्वासच बसत नाही. तुझा रिझल्ट यायला हवा होता." ती चुकचुकत म्हणाली.

"जाऊ दे ना आता. मी जास्त विचार करणं सोडून दिलंय... बाकी तुमचं कसं चालू आहे?"

"ॲक्च्युली, त्यासाठीच तुला भेटायला आलो आहोत." असं म्हणून तिनं सोबत आणलेल्या प्लॅस्टिक पिशवीतून लग्नाची पत्रिका काढली आणि त्याच्या हातात दिली. "येत्या २७ तारखेला लग्न आहे. पुण्यातच... तुला यायचं आहे." तिनं आज्ञा केली.

"अरे वा... वा... निदान एक तरी चांगली बातमी मिळाली... दोघांचं अभिनंदन!"

"थँक्स... मोहन नक्की ये..." अनिकेत म्हणाला. मोहननं पत्रिका उघडून पाहिली. सुंदर वेल्वेट कागदावर पत्रिका छापलेली होती. तिच्या दर्जावरून तर ती खूपच महाग असावी- त्यानं अंदाज केला.

"खूप छान आहे पत्रिका... अभिनंदन पुन्हा एकदा तुमच्या दोघांचं." मोहन म्हणाला.

"नुसतं अभिनंदन नको; तू लग्नाला यायला पाहिजेस," आसावरी पुन्हा म्हणाली. त्यावर मोहन विचारात पडला. त्याच्या जिवावर आलं होतं. पण न येण्याचं काहीतरी कारण देणं गरजेचं आहे.

"बहुतेक, माझा बँकिंगचा पेपर आहे... २७ ला..."

"ए काय यार...! हे बघ तू लग्नाला आला नाहीस तर लग्न काही थांबणार नाही, पण आलास तर मला बरं वाटेल, म्हणून म्हणते."

"ओके , मी प्रयत्न करेन."

"चल बाय... बहुतेक आता भेट होईल असं वाटत नाही. भरपूर काम आहे. चल जाऊ..." म्हणत तिनं निरोप घेतला. दोन क्षण आसावरीनं त्याच्या डोळ्यांत पाहिलं. 'सुखी राहा' असंच काहीसे त्याचे डोळे सांगत आहेत असं तिला वाटून गेलं. दोघंही निघाले. मोहनही चहाच्या टपरीवरून निघाला. आधीच सर्व जण सिलेक्ट होऊन जात होते, एक मैत्रीण तेवढी होती, तीही सोडून जाणार या कल्पनेनं त्याला एकदम एकाकी वाटू लागलं. कसेबसे पाय ओढत तो माधववाड्याच्या दिशेनं जाऊ लागला. थोडा पुढे गेला असेल तेवढ्यात त्याला त्याच्या नावाची हाक ऐकू आली. मागे वळून पाहिलं तर आसावरी त्याच्या दिशेनं येत होती. ती जवळ आली.

"मोहन मला माहीत आहे की तू माझ्या लग्नाला येणार नाहीस. तुझ्यासारखा चांगला मित्र सोडून जाताना मला खूप वाईट वाटतंय. तुझं सिलेक्शन झालं नाही म्हणून वाईट नको वाटून घेऊस. तू नक्की क्लास वन होशील, आणि जरी झाला नाहीस तरी आयुष्यात नक्की यशस्वी होशील, मला खात्री आहे. बाय..." एवढं बोलून तिनं त्याला मिठी मारली आणि त्याच्या मानेवर आपले ओठ टेकवले. त्या मिठीनं मोहन विरघळून गेला. आसावरीनं आपले डोळे पुसले आणि ती आली तशी थेट निघून गेली. मोहन तसाच उभा होता, त्याच्या हातात त्यांच्या लग्नाची पत्रिका तेवढी राहिली होती.

८९

माधववाड्यात आज उत्साहाचं वातावरण होतं. आज संध्याकाळी गौतमची पार्टी होती. रघू त्याच्या घरून आला होता आणि पुढचे काही दिवस म्हणजे ट्रेनिंगचे पत्र येईपर्यंत तो माधववाड्यात राहणार होता. रघू त्याच्यासोबत राहणार म्हणून मोहनला आनंद झाला. रघू आला आणि गप्पांची मैफल भरली. श्रीधरही आज सकाळपासून माधववाड्यात होता. प्रत्येक जण सिलेक्शन झाल्यानंतरचे आपापले अनुभव सांगत होते. मोहन फक्त ऐकत होता. खरंतर त्याला अभ्यासातून जरा विरंगुळा हवा होता. तेच तेच वाचून त्याला कंटाळा आला होता आणि जुने मित्र बऱ्याच दिवसांनी भेटल्यानं त्यांच्याशी बोलून त्याला जरा बरं वाटलं. आज अभ्यासिकेला दांडी मारली.

"मग रघ्या, घरी कसं स्वागत झालं तुझं?" गौतमनं विचारलं.

"काय विचारू नकोस बाबा, लय जंगी स्वागत झालं. मला तर बिलकूल अपेक्षित नव्हतं. मी इथून जायच्या आधी फोन करून गेल्तो. यष्टीतनं उतरलो आणि बघतो तर वाजंत्री आन् घोडं घिऊन आमचं म्हातारं स्टॅन्डवरच उभं! माझे गावातले मित्र बी जमा झालेले... मी म्हनलं ,'ह्यो काय प्रकारे..' तर मला उचलून घोड्यावर बसवलं, आन् आख्या गावातून मिरवनूक काढली. आश्शी लाज वाटली मला म्हून सांगू!"

"घोड्यावरून मिरवणूक? हे बाकी जरा जास्तच झालं... काय गौत्या?" श्रीधर म्हणाला.

"नाय तर काय! पण तुझं आन् तुझ्या म्हाताऱ्याचं तर पटत नव्हतं ना? मग एवढा बदल कसा काय झाला?" गौतमनं आश्चर्यानं विचारलं.

"तेच मला बी कळंना झालंय. आजून वरची कडी म्हंजे सगळ्यान्नी सांगत सुटलेत की मीच त्याला पुन्याला आब्यासाला पाटावला.. आधी लय वाया गेला व्हता. पण माझ्यामुळं पीएसआय झाला."

"आयला, भारीच आहे की तुझं म्हातारं!"

"बग आता! आधी तर आमच्यातनं इस्तू बी जायचा नाय... पण जवापासनं

मी पीएसआय झालोय तवापासनं माझ्याशी लय गोड बोलत्यात. मी काहीतरी करू शकीन यावर त्यांचा विश्वासच नव्हता. पन आता एकदम चांगले वागत्यात.'' रघू म्हणाला.

''हा तुझ्या पोस्टचा परिणाम आहे रघू... आता तू उनाडक्या करनारा रघू राहिला नाहीस तर एक जबाबदार अधिकारी झाला आहेस... म्हणून हा बदल झालाय...'' मोहन म्हणाला.

''बरोबर, पीएसआय रघुनाथ जाधव! आता काही दिवसांत तुमच्या अंगावर खाकी वर्दी असनार.''

''ट्रेनिंग कधी आहे?''

''बघू, आता कधी लेटर यील तवा जायाचं. तोपर्यंत मुक्काम पोस्ट माधववाडा!''

''लय भारी! मी पन यीन काही दिवस घरी जाऊन.'' गौतम म्हणाला.

गप्पांच्या नादात संध्याकाळ केव्हा झाली कळलंच नाही. आज गौतमची पार्टी होती. नेहमीप्रमाणे संपूर्ण माधववाड्याला आमंत्रण होतंच. श्रीधरप्रमाणे गौतमचीही पार्टी जोरात झाली. तांबडा-पांढरा रस्सा, आणि मटणाचा बेत होता. पोट फुटेपर्यंत मुलं जेवली. मोहन मात्र मनातून खूपच वैतागला होता. गौतमची पार्टी नसती तर तो या पार्टीला आलाही नसता. ही पार्टी म्हणजे तोंड दाबून बुक्क्यांचा मार होता. त्या पार्टीत मोहन सोडून बाकी सर्व जण आनंदित होते. पण त्याला चेहऱ्यावर आनंद दाखवावा लागत होता. संपूर्ण पार्टीभर तो शांत होता. ही गोष्ट गौतमच्या नजरेतून सुटली नाही. परत येताना त्यानं मोहनला गाठलं.

''भावा, काय झालं...? मूड नाय का?'' आवाजात शक्य तेवढं मार्दव आणत त्याने विचारलं.

''नाय रे... तसं काही नाही.''

''मोहन्या, मला म्हायती हाय की तुला तुझा रिझल्ट आला नाय म्हणून वाईट वाटायलंय... त्यात तुझं सात्वन करायचं म्हनून नाय, पन मला वाटतं की तू मागचं सगळ विसरून अभ्यासावर लक्ष दे. पुढची राज्यसेवा काय तुझ्या हातनं निसटत नाय, ही आश्शी पोस्ट काढशील ... मला म्हाईत हाये की हे पचवनं किती आवघड हाये ते. पन त्याला पर्याय नाय भावा.''

''मला कळतंय रे गौत्या, पण काय करू? आता तर काहीच करावंसं वाटत नाही. बास झाला अभ्यास. मी घरी जायचा विचार करतोय. माझ्या कॉलेजच्या मित्रांना जॉब शोधायला सांगितलाय.. बघू...''

''काय सांगायलायस! आसं नको करूस भावा... मग इतकी वर्षं फुकट घालावलीस म्हन्तोस?''

''काय करू मग आता? डोकंच काम करत नाही. त्यात घरी वडिलांच्या

नोकरीचं काही खरं नाही. आणि त्यांना तरी आणखी किती वर्षं त्रास द्यायचा. आपले कमवायचे दिवस आणि आपण नुसतं वाया घालवतोय असं वाटतंय.''

"आता तर मला बोलायला जागाच ठिवली नाईस तू. पण तरी मला वाटायलंय की तू जरा आजून थोडे दिवस अभ्यास करावास. निदान ही पुढची येणारी राज्यसेवा तरी... मी पण करीन अभ्यास तुझ्या नादानं. आसंही मी फॉर्म भरलाच हाये.'' गौतम म्हणाला, त्यावर मोहननं नुसती मान डोलावली. पण त्याला आता कसलाच आशेचा किरण दिसत नव्हता. कधीकधी अवघड परिस्थिती निर्माण होते. आपण इतकी वर्षं या वाटेवर का चाललो, हा प्रश्न उभा राहतो. नाइलाजानं तसंच पुढे जावं लागतं.

१०

गौतमची पार्टी झाली आणि दुसऱ्याच दिवशी तो आपल्या गावाला निघून गेला. पण गौतम गेला तरी रघू काही दिवस राहणार होता. त्याला घरी करमत नव्हतं. आता चार वर्षं बाहेर राहिल्यावर घरी करमणार तरी कसं? शिवाय, त्याचं जॉइनिंग लेटर याच पत्त्यावर येणार होतं. तो पुन्हा माधववाड्यात येऊन राहू लागला. रघू परत आल्यामुळे मोहनलाही बरं वाटलं. एके दिवशी संध्याकाळी मोहन अभ्यासिकेतून रूमवर आला. रूमवर कोणीच नव्हतं. रघू कुठेतरी बाहेर गेला होता आणि त्याचा दुसरा रूमपार्टनर अजून बाहेरून आलेला नव्हता. मंदिरातल्या गाभाऱ्यासारखी रूम अगदी शांत वाटत होती. अशी क्वचितच शांतता असे रूममध्ये ... नेहमी कोणी ना कोणी असे. त्यानं चपला काढल्या, पुस्तकं टेबलवर ठेवली. आणि त्याच्या बेडवर आडवा झाला. डोक्याखाली हात ठेवून तो वर छताकडे पाहू लागला. वर पंखा फिरत होता. का कुणास ठाऊक; पण त्याला त्या पंख्याकडे एकटक बघत राहावंसं वाटलं. बटण चालू केलं तर हा पंखा फिरतो, अहोरात्र, रेग्युलेटर फिरवलं तर फास्ट पळतो, पण कितीही फास्ट पळाला तरी तो एकाच जागी असतो, आपलंही या पंख्यासारखं झालंय, आपण कितीही अभ्यास केला, अभ्यासाचा वेग वाढवला, तरी आपण आहोत तिथेच आहोत. दावणीला जनावर बांधून ठेवावं तसं आयुष्य झालंय. त्याच विचारांच्या तिरमिरीत तो एकदम उठला आणि त्याच्या मित्रांना त्यानं फोन लावायला सुरुवात केली. प्रत्येकाला त्यानं जॉबबद्दल पुन्हा एकदा आठवण करून दिली आणि काही असेल तर लगेच कळवण्याबद्दल सांगितलं. प्रत्येकानं जॉब शोधण्याचं आश्वासन दिलं. त्याला त्याच्या मित्रांबद्दल विश्वास होता. ते त्याच्यासाठी काहीतरी नक्की करतील, अशी त्याला आशा होती. मित्रांना फोन करून झाल्यावर घरी फोन करायचा विचार त्याच्या मनात आला आणि तो थबकला. कशाला फोन करायचा घरी? काय बोलणार त्यांच्यासोबत? रिझल्टचं तर सांगून झालं होतं. आता तर कुठलाच दुसरा विषय सुचत नव्हता. बरं नुसतं खुशाली विचारायला फोन करावा तर त्यांची काय परिस्थिती आहे, ते खरं सांगणार नाहीत. सगळं चांगलं चालू आहे असंच ते

म्हणणार, म्हणजे त्याचाही काही उपयोग नाही. नकोच, त्यापेक्षा फोनच नको करायला. त्यानं मोबाइल तसाच बाजूला ठेवला आणि तो पुन्हा बेडवर आडवा झाला. आपल्याला लवकरात लवकर काहीतरी हालचाली केल्याच पाहिजेत. आताची ही राज्यसेवा जरी पास व्हायची म्हटली तर संपूर्ण प्रक्रिया पार पडेपर्यंत आणखी दोन वर्षं जाणार हे नक्की! बँकांच्या परीक्षा पुढच्या महिन्यात आहेत. त्यासुद्धा पास झालो तर जॉइनिंग लेटर मिळेपर्यंत वर्षभर तरी जाईलच... छे! सगळंच अवघड होऊन बसलंय... मनोमन विचार करत असताना दरवाज्यातून कुणीतरी धडपडत आत आलं. त्यानं पाहिलं तर त्याचा रूमपार्टनर किरण होता. तो थेट आपल्या बेडवर जाऊन पालथा पडला. मोहनला आधी वाटलं की अभ्यास करून दमला असेल, आणि म्हणून कंटाळून झोपला असेल. पण थोड्या वेळानं त्याला हुंदक्याचा आवाज ऐकू येऊ लागला. नीट पाहिलं तर किरणंच रडत होता.

"काय रे किरण...? काय झालं? रडतोस का?"

"काही नाही सर... असंच..."

"असंच म्हणजे? असंच कोणी रडतं का? काय झालंय सांगशील का जरा?"

"सांगण्यासारखं काहीच नाही सर... सगळं संपलंय आता..." किरण आधीच बायकी सुरात बोलायचा, त्यात तो रडून बोलत होता. मोहनला वाटलं की याला काहीच विचारू नये. काय रडायचंय ते रड. पण मग त्यानं विचार केला काहीतरी सिरियस असेल, घरचे वगैरे कुणीतरी आजारी असतील किंवा कुणी गेलं असेल म्हणून हा एवढा ओक्साबोक्सी रडत असेल. त्यानं जवळ जाऊन पुन्हा आवाजात मार्दव आणत विचारलं, तर तो मोहनच्या अगदी गळ्यात पडून रडू लागला. कुठून दुर्बुद्धी सुचली आणि त्याच्या जवळ गेलो, असं मोहनला वाटून गेलं. नशीब गौतम आणि रघू रूमवर नव्हते, नाहीतर त्यांच्या हातात आयतं कोलीत मिळालं असतं. त्यानं गोड बोलून प्रथम त्याला बाजूला केलं. व्यवस्थित समोरच्या खुर्चीवर बसवलं आणि मग रडण्याचं कारण विचारलं. पण तरी त्याला आतून रडण्याचे उमाळे फुटत होते. मोहन अक्षरशः वैतागला. त्यानं त्याला तसंच रडू दिलं. थोड्या वेळानं किरण शांत झाला.

"काय झालं किरण? आता सांगशील का?"

"सगळं संपलंय सर... माझं आयुष्य उद्‌ध्वस्त झालंय." पुन्हा तेच! मोहनला वैताग आला. उठून दोन कानाखाली द्याव्यात असं त्याला वाटू लागलं. महत्प्रयासानं त्यानं स्वतःला सावरलं.

"माझी रेश्मा मला सोडून गेली सर..." असं म्हणून तो आणखी जोरात रडू लागला.

“रेश्मा? कोण रेश्मा?”

“माझी मैत्रीण... जी आता तहसीलदार झाली ती...” किरण असं म्हणाला आणि मोहनला गौतमनं पूर्वी केलेली भविष्यवाणी आठवली.

“सोडून गेली म्हणजे?”

“गेली म्हणजे गेली. तिच्या घरी.”

“असं कसं ? तुमचं तर खूप उदात्त प्रेम...”

“होय हो सर... पण ती सिलेक्ट झाली आणि तिच्या वडिलांनी त्यांच्यातल्या एका डेप्युटी कलेक्टर झालेल्या मुलाबरोबर तिचं लग्न ठरवून टाकलं.”

“अरे, मग ती काही बोलली की नाही?”

“बोलली ना सर... तिनं सांगितलं तिच्या बाबांना की आमचं एकमेकांवर नितांत प्रेम आहे... पण तिच्या वडिलांनी तिचं काहीही ऐकलं नाही. आणि तिला घेऊन गेले त्यांच्या गावी...”

“तू काय केलंस मग? तू काही बोलला नाहीस का तिच्या वडिलांना?”

“बोललो ना... त्यांना खूप विनवण्या केल्या, पण त्यांनी माझं काही एक ऐकलं नाही. मला म्हणाले ‘तू कमावतोस किती? तुला कुठे नोकरी नाही, तर तू माझ्या मुलीला कसा काय सांभाळणार?” असं म्हणून तो पुन्हा रडू लागला.

“हे बघ किरण, पहिलं तर हे रडणं बंद कर. तू काय लहान मुलगा नाहीस रडायला.... आणि तसं तिच्या वडिलांचंही बरोबर आहे म्हणा... कोणताही बाप हाच विचार करेल. पण तू त्यांना पटवून द्यायला हवं होतं की तूही राज्यसेवेतून पोस्ट काढशील किंवा दुसरा काहीतरी जॉब करशील”

“सगळं सांगितलं सर, त्यांच्याकडे वर्षभराची मुदत मागितली. पण तिला त्यांच्या समाजातल्या डेप्युटी कलेक्टर झालेल्या मुलाचं स्थळ स्वतःहून सांगून आलं तर ते आता थांबायला तयार नाहीत.”

“हं... विचित्र परिस्थिती आहे यार.”

“सर, तुम्हाला तर माहिती आहे ती की आम्ही सोबत अभ्यास करायचो. ती प्री पास झाली आणि माझं दोन मार्कांनी मेरिट हुकलं, पण त्यानंतर मी प्रत्येक वेळी तिला मदत केली. अगदी मेन्सच्या नोट्स काढण्यापासून ते इंटरव्ह्यूपर्यंत मी तिच्या सोबत होतो. तिला कशाची कमी पडून दिली नाही, प्रत्येक वेळी तिला धीर दिला, आणि आता ती तहसीलदार झाली की लगेच तिच्या वडिलांनी तिचं दुसरीकडे लग्न ठरवूनही टाकलं. सर, मी माझा अभ्यास सोडून तिच्यासाठी जिवाचं रान करून तिला अभ्यासात मदत केली होती.”

“पण किरण, तिनं तिच्या वडिलांना काहीच समजावलं नाही? म्हणजे बघ, आता ती सज्ञान आहे, शिवाय तहसीलदारसारखी क्लास वन पोस्ट होल्डर आहे

ती... मग तिनं निर्णय स्वतः नको घ्यायला का? ती काही म्हणाली की नाही तिच्या वडिलांना तुमच्याबद्दल...''

''बोलली ना सर, पण तिच्या वडिलांनी काहीच ऐकून घेतलं नाही. ते तिला घेऊन गेले तिच्या गावी...''

''सॉरी यार... मलाही वाईट वाटतंय हे ऐकून ... पण आता काही इलाज नाही. तूही आता सगळं विसरून अभ्यासाला लाग.''

''माझं तर मनच लागत नाही सर... काहीच करावंसं वाटत नाही....''

''ते होणं साहजिकच आहे. पण तरीही तुला आता हे सगळं विसरून पुढे जावंच लागेल.'' मोहन त्याला समजावत होता, पण ते त्याच्यापर्यंत पोहोचत होतं की नाही, हे त्याला कळत नव्हतं. निस्तेज डोळ्यांनी किरण एकटक खाली बघत राहिला. मोहनला त्याची दया आली. तोही या सर्वांतून गेला असल्यानं त्याला माहीत होतं की आता त्याला काहीही सांगितलं तरी त्याच्यावर परिणाम होणार नव्हता. वेळ हेच त्यासाठी खरं औषध होतं.

११

मोहन नियमितप्रमाणे अभ्यासिकेत जाऊन बसू लागला, पण आता नेहमीसारखा त्याचा अभ्यास होत नव्हता. अभ्यासाच्या विचारांपेक्षा, नकारात्मक विचार जास्त येऊ लागले होते. पुस्तकं उघडलं की आजकाल भूतकाळातल्या गोष्टी आठवू लागल्या होत्या. आपलं पुण्यात अभ्यासाला येणं, माधववाडा, इथले मित्र, क्लास, करमरकर मॅडम, आसावरी हे सर्व त्याला आठवू लागे. आसावरीच्या रूपानं एक चांगली मैत्रीण अभ्यासिकेनं दिली होती. आता तिच्या खिडकीशेजारच्या जागेवर दुसराच कोणीतरी बसलेला होता. तिच्याबरोबर गप्पा मारताना वेळकाळाचं भान राहत नसे. कितीही कंटाळवाणा दिवस असला तरी तिच्यासोबत दोन मिनिटं बोलण्यानंही बरं वाटायचं. ती गेली तर आता भरलेली अभ्यासिकाही रिकामी रिकामी वाटायची. अभ्यासिकेच्या शरीरातून आत्मा निघून जावा, तसं वाटायचं. मोहन आता पहिल्यासारखा दिवस दिवस अभ्यासिकेत बसत नव्हता. सकाळी गेला तरी दुपारी जेवणासाठी परत येत असे, मग संध्याकाळपर्यंत तो रूमवरच अभ्यास करत असे. अभ्यास हा आता फक्त औपचारिक राहिला होता. मनापासून काही होत नव्हता. कित्येक वेळा पुस्तक समोर असे; परंतु त्यातला एकही शब्द वाचलेला नसे. माधववाड्यातही कुणाशी बोलण्याची इच्छा होत नसे. रघूचं ट्रेनिंगचं लेटर आलं होतं. तो नाशिकला निघून गेला होता. कधी क्वचित किरणशी बोलला तरच! पण हल्ली किरणचीही मानसिक स्थिती ठीक नव्हती. तो जास्तीत जास्त रूमच्या बाहेर असे. थेट रात्री उशिरा झोपायला येई. मोहननं त्याला विचारलं तर वाचनालयात बसतो, असं म्हणायचा. गौतम सध्या काहीच करत नव्हता. त्याला राज्यसेवेतून क्लास टूची पोस्ट मिळाली होती, त्यात तो खूश होता. आणखी पुढच्या मोठ्या पोस्टसाठी अभ्यास करावा, असं त्याला बिलकूल वाटत नव्हतं. त्यामुळे तो बऱ्याच वळा बाहेर भटकायला तरी जात असे किंवा माधववाड्यात पडून राही. श्रीधरचं एलआयसीचं ट्रेनिंग चालू झालं होतं. ट्रेनिंग पुण्यातच असल्यानं एखाद्या रविवारच्या संध्याकाळी तो माधववाड्यावर चक्कर टाकत असे. मोहन सोडून जो तो आपापल्या कामात व्यस्त होता, आणि हीच गोष्ट त्याला खात असे. सकाळच्या

वेळेत अभ्यासिकेत चांगला अभ्यास व्हायचा; पण दुपारनंतर मात्र सर्व वेळ विचार करण्यात वाया जात असे. संध्याकाळ तर अक्षरशः खायला उठे. त्यामुळे मग तो रोज संध्याकाळी बाहेर पडू लागला. एकटाच निघत असे आणि पाय नेतील तिकडे जात असे. बहुतकरून जवळच्या टेकडीवर तो जाई. सूर्यास्त होत असताना पाहणं, त्याच्या आवडीचं काम झालं होतं. सूर्यास्त झाला की तो रूमवर परतत असे. असेच बरेच दिवस निघून गेले. बँकेच्या दोन परीक्षा त्यानं दिल्या. राज्यसेवेची पूर्व परीक्षा आली. तीही दिली. परंतु त्यात उत्साह असा काहीच नव्हता; फक्त फॉर्म भरला म्हणून तो औपचारिकता पूर्ण करण्यासाठी परीक्षेला गेला. जी येतील ती उत्तरे सोडवली. न येणारी तशीच सोडून दिली. या परीक्षेसाठी फार काही कष्ट त्यानं घेतले नाहीत. काय उपयोग त्याचा? ना मार्क्स वाढणार ना कमी होणार... जेवढे पडायचे तेवढेच पडणार... आता त्याला परीक्षेचा निकाल काय लागतो, याबद्दल काहीच वाटत नव्हतं. तो थकून गेला होता. मित्रांना जॉबबद्दल सांगून बरेच दिवस झाले तरी अजून त्यांच्याकडून काही उत्तर येत नव्हतं, त्यामुळे त्यानं तीही आशा सोडून दिली होती. सर्व दिशांना अंधार पडला होता. कुठे जावं हेच कळत नव्हतं. वादळी समुद्रात त्याची शीड तुटलेली नाव लाटांच्या थपडा खात दिशाहीन भटकत होती. अशातच दीपस्तंभाचा प्रकाश दिसावा तसं एके दिवशी झालं. अभ्यासिकेत बसला असताना त्याला त्याच्या कॉलेजच्या मित्राचा फोन आला. तडक बाहेर जाऊन त्यानं तो घेतला. त्याच्या मित्रानं तो काम करत असलेल्या कंपनीत जॉब असल्याबाबत त्याला सांगितलं. मोहनच्या जिवात जीव आला; पण नंतर त्यानं सॅलरीबद्दल सांगितलं आणि त्याचा पुन्हा हिरमोड झाला. इतकी वर्षं नुसता अभ्यास केल्यानं त्याच्याकडे कामाचा कोणताच अनुभव नव्हता; त्यामुळे तो फ्रेशर म्हणून गणला जाणार होता आणि त्यामुळेच सुरुवातीला मिळणारा पगार फारच कमी होता. मोहनला विचार करायला एक आठवड्याची मुदत देऊन मित्रानं फोन ठेवून दिला. मित्रानं त्याचं काम केलं, पण आता बॉल मोहनच्या कोर्टात होता. विचित्र परिस्थिती निर्माण झाली. आपण इतकी वर्षं पुण्यात राहून काहीच मिळवलं नाही. निदान आता हा जॉब स्वीकारून पुढे काहीतरी करता येईल. त्याचं एक मन त्याला सांगू लागलं. पण लगेच दुसऱ्या मनानं ते विचार खोडून काढले. इतकी वर्षं अधिकारी व्हायची स्वप्नं बघितली, आणि आता एका फाटक्या पगाराची नोकरी करायची? मग या साडेचार-पाच वर्षांच्या अभ्यासाचं काय? हेच करायचं होतं तर आधीच केलं असतं... आता शेजारपाजारचे काय म्हणतील, नातेवाईक तर शिव्या घालायला टपूनच बसलेले आहेत. म्हणतील, मारे एमपीएससीचा क्लास लावला होता, पुण्यात जाऊन पाच वर्षं घातली आणि आता काय तर दहा-बारा हजारांची नोकरी करतोय... झेपत नाहीत तर कशाला करायच्या या गोष्टी...? आई-बापाचे

पैसे वाया घालवले... नाही नाही ते बोलतील... आई- बाबांनाही वाईट वाटेल. त्यांना खूप मोठी स्वप्नं दाखवली आपण. सगळी चूक आपलीच आहे. विचार करून डोकं दुखायची पाळी आली. त्या फोननंतर त्याचं मन अभ्यासात लागेना. त्यानं पुस्तकं उचलली आणि माधववाडा गाठला.

गौतम वामकुक्षी घेत पडून राहिला होता. त्याला झोप येत नव्हती. हवेत उकाडा वाढला होता. मोहनच्या येण्यानं तो उठून बसला. गौतमला सांगू या का? सांगितलं तर तो काय म्हणेल? काहीही म्हणू दे. शेवटी आपले निर्णय आपणच घ्यायचे. उगाच दुसरा सांगतो म्हणून आपण वागायचं नाही. पण गेली पाच वर्षं आपण सोबत आहोत, तेव्हा त्याला सांगायला हवं.

"लवकर आलास रं? कसा चाललाय अभ्यास?" त्यानंच विचारलं.

"चाललाय रडतखडत..."

"आसं का म्हनायलायस रं भावा..."

"आणखी काय म्हणू... गौत्या, यार मला कंटाळा आलाय अभ्यासाचा. मूडच लागत नाही रे... नुसतं पुस्तक समोर धरून बसतो दिवस दिवस... मी जातो घरी आता... मित्राला जॉब शोधायला सांगितलं होतं. त्यानं एक जॉब शोधलाय... एका आठवड्यात तिथे जॉइन व्हायचंय... बास झाला आता अभ्यासबिभ्यास .... असंही रघू गेला, आता तूही जाशील. मला एकट्याला नाही राहायचंय इथे..." असं म्हणताना त्याचा कंठ दाटून आला. गौतमला काहीच सुचेना. मोहनला इतकं हतबल झालेलं तो प्रथमच पाहत होता.

"मोहन भावा, काय बोलू आता मी... मला बी सगळं पटायलंय.. पण तुला असं हारून गेलेलं बघवत नाय बग... मी काय म्हनायलोय, फक्त या राज्यसेवेच्या निकालापुरता थांब. मग ठरव तुला काय करायचं ते..."

"अरे, पण मला एकाच आठवड्यात तिकडे जॉइन व्हायचंय... असंही मला पेपर काही चांगला गेला नाही. मला काही अपेक्षा नाहीत त्या पेपरकडून..."

"बग आता कसं हायेल की मी तुला जास्त फोर्सपन करू शकत नाय... दोन दिवस नीट विचार कर आन् मग ठरव..." गौतम म्हणाला. पण त्याला अतिशय वाईट वाटत होतं. गौतमचंही बरोबर होतं. तो केवळ सल्ला देऊ शकत होता आणि मोहन स्वतः इथे राहून कंटाळला असल्यामुळे त्याचाही निरुपाय झाला. पुढच्या दोन दिवसांत मोहन काय निर्णय घेतो, त्यावर सगळं अवलंबून होतं.

१२

अपेक्षेप्रमाणे पुढचे दोन दिवस अतिशय विचित्र अवस्थेत गेले. या दोन दिवसांत मोहननं अभ्यासाचं एक पानही वाचलं नाही. तो दिवसभर रूममध्ये झोपून होता, संध्याकाळी तो टेकडीवर जाई. त्याचा निर्णय होत नव्हता. मनाची द्विधा अवस्था झाली होती. या अवस्थेतून लवकर बाहेर पडू दे अशी तो देवाकडे प्रार्थना करू लागला, आणि त्याचा ठोस निर्णय मनाशी पक्का होईल अशी घटना नेमकी घडली.

"हॅलो, आई... आवाज नीट येत नाही... हॅलो.." सकाळी सकाळी आईचा फोन आल्याने त्याला थोडी काळजी वाटली. तो रूमबाहेर आला आणि बोलू लागला.

"हॅलो, काय झालं आई?"

"कसा आहेस बाळा?" पलीकडून आईनं विचारलं. तिच्या बोलण्याच्या सुरातून मोहनला काहीतरी अनपेक्षित घडल्याची जाणीव झाली.

"मी बरा आहे... आज सकाळीच फोन केलास... घरी सगळं ठीक आहे ना? मला सांग, मला टेन्शन येतंय..."

"तुला कसं सांगू तेच कळत नाही."

"आई... सांग काय झालयं ते."

"अरे, तुझ्या बाबांचा जॉब गेला. कंपनी बंद व्हायच्या मार्गावर आहे."

"काय? कधी झालं हे?"

"चार दिवस झाले."

"अगं, मग तू मला आत्ता सांगतेस? आधीच का सांगितलं नाहीस?" मोहन अक्षरशः ओरडलाच.

"अरे ह्यांनीच मला बजावलं होतं की तुला काही सांगायचं नाही म्हणून... मागचे चार दिवस घरीच बसून होते. आज एका ठिकाणी गेलेत. कुणाच्या तरी ओळखीनं एका ठिकाणी जॉब आहे, तेच बघायला गेलेत. ते नाहीत म्हणून तुला फोन केला... आता कसं होईल रे..." म्हणत मोहनची आई रडू लागली.

“आई, रडू नकोस प्लीज... नाहीतर मलाही रडायला येईल. मी येतोय घरी. काही काळजी करू नकोस. माझ्या मित्राला जॉबबद्दल सांगितलं होतं आधीच. त्यानं जॉब शोधलाय माझ्यासाठी. बाबांना सांग, काही काळजी करू नका. मी आहे आता...”

“काय सांगतोस? देवच पावला बघ...! पण तुझा अभ्यास?”

“अभ्यास काय नंतरही करता येईल... आता मी जॉब करणार. काही काळजी करू नकोस आणि बाबांनाही सांग.”

“खूप मोठं टेन्शन गेलं बघ ... लवकर ये... वाट बघतोय तुझी...”

“इथलं सगळं आटोपून येतोच एक-दोन दिवसांत...” म्हणत त्यानं फोन ठेवला. रूममध्ये येऊन तसाच बेडवर बसला. का कुणास ठाऊक; पण वडिलांच्या जॉब गेल्याच्या बातमीनं त्याला हायसं वाटलं. आता त्याचा निर्णय पक्का झाला. त्याला एकदम सुटल्यासारखं वाटलं. जणूकाही पुण्यातून सुटका होणं त्याच्या बाबांच्या नोकरीवर अवलंबून होतं.

१३

मोहननं त्याचं पॅकिंग करायला घेतलं. तब्बल पाच वर्षं पूर्ण झाली होती. असं वाटत होतं की तो कालच माधववाड्यात आला होता. माधववाडा, इथली रूम, पिंपळाचा पार हे त्याला आज नव्यानं दिसू लागलं होतं. इथे त्यानं आयुष्याची महत्त्वाची पाच वर्षं काढली होती. इथले मित्र, क्लास, अभ्यासिका यांची आठवण होऊन तो थोडा भावुक झाला होता. एक वेगळीच टोचणी मनाला लागून राहिली होती. हे असं का होतंय त्यालाही कळेना. तो बॅग भरत असताना गौतम रूममध्ये आला.

"मोहन्या भावा, काय करायलायस?" त्यानं आश्चर्यानं विचारलं.

"मी जातोय घरी. कायमचा..."

"पक्कं झालं तुझं? काय बोलू मला काय कळंना..."

"घरी प्रॉब्लेम झालाय, बाबांचा जॉब गेला... आता मला गेलंच पायजे." बॅगेत कपडे कोंबत मोहन म्हणाला

"पन अभ्यास सोडू नकोस... घरी गेलास तरी करत जा." गौतम म्हणाला.

"बघू...," मोहन कसाबसा म्हणाला. त्यानंतर कोणीच काही बोललं नाही. मोहन बॅग भरत राहिला आणि गौतम मूकपणे आपल्या बेडवर बसून ते पाहू लागला. पाच वर्षं एकत्र राहिलेले ते, आता आपापल्या मार्गांनी वेगळे होणार होते. मोहनचं सर्व पॅकिंग झालं. एक कपड्याची आणि एक पुस्तकांची बॅग, अशा दोन मोठ्या बॅग्ज भरून तयार झाल्या. संध्याकाळी दोघं चहा प्यायला टपरीवर गेले. चहावाल्यानं हसून त्यांचं स्वागत केलं आणि दोन चहाचे ग्लास त्यांच्या हातात दिले. आज कोणीच बोलत नव्हतं. मूकपणानं चहा पिऊन झाला.

"गौतम, मी जरा बाहेर जातो; थोडं काम आहे..." म्हणत मोहन एकटाच निघाला. गौतमनं त्याला अडवलं नाही. ही त्याची पुण्यातली शेवटची संध्याकाळ होती. लक्ष्मीरोडनं चालत तो निघाला. पाय जिथे नेतील तिकडे जात राहिला. थोड्या वेळानं त्याला त्याची अभ्यासिका दिसली. तिच्याकडे दोन क्षण त्यानं पाहिलं. रित्या मनानं तो पुन्हा मागे वळला. वाटेत कौल्या मारुतीचं मंदिर लागलं. दर परीक्षेला

तो पाया पडायला यायचा. मारुती काही पावला नव्हता. आताही तो मंदिरात गेला. मनोभावे हात जोडून डोळे मिटले. आज त्यानं काहीच मागितलं नाही. त्याचं मन शांत झालं. बाहेर आला, आणि त्याला त्याच्या आवडीच्या जागेची आठवण झाली. त्याचे पाय आपोआप टेकडीकडे वळले. टेकडीवर पोहोचला तेव्हा सूर्य नुकताच बुडालेला होता. त्याच्या आजूबाजूचं आभाळ केशरी रंगानं भरून गेलं होतं. गार वारा त्याच्या चेहऱ्यावर आल्यावर त्याला थोडं बरं वाटलं. तो थोडा वेळ बाजूच्या उबदार खडकावर बसला. पुन्हा इथे कधी यायला मिळेल, काहीच माहीत नव्हतं. त्या खडकाचा उबदार स्पर्श सुखावणारा होता. आता अंधार पडू लागला. तो तिथून निघाला. आज मनात कसलेच विचार नव्हते. तो माधववाड्यात आला तेव्हा बराच उशीर झाला होता. रूमच्या बाहेर बऱ्याच चपला त्याला दिसल्या. इतके लोक कोण आलेत? आत पाहतो तर माधववाड्यातले त्याला ओळखणारे सर्व जण जमले होते. तो उद्या सर्व सोडून जाणार ही बातमी त्यांना मिळाल्यामुळे ते त्याला भेटायला आले होते. त्या सर्वांचा निरोप घेणं त्याला खरोखर जड गेलं. पण त्यानं तसं चेहऱ्यावर येऊ दिलं नाही. सर्वांचा हसत निरोप घेतला. ही आजची माधववाड्यातली त्याची शेवटची रात्र होती. उद्या बाकीची सर्व कामं आटोपून तो दुपारच्या डेक्कननं बसणार होता. आज झोप येईल की नाही? रूममधल्या अंधारात पलीकडच्या खिडकीतून येणाऱ्या प्रकाशात पिंपळाच्या पानांच्या हलणाऱ्या सावल्या तो समोरच्या भिंतीवर पाहत होता. झोपायच्या आधी त्याचा हा नेहमीचा खेळ उद्यापासून बंद होणार होता. त्या सावल्या बघत बघत त्याला पाच वर्षांमागच्या सर्व गोष्टी आठवू लागल्या. त्या मनात येऊ नयेत म्हणून त्यानं थोडा प्रयत्नही केला, पण त्याचा फारसा उपयोग झाला नाही. मग येईल त्या विचाराच्या शेपटीला धरून लांबच लांब विचारांची मालिका सुरू झाली. त्या विचारांच्या तंद्रीतच त्याला रात्री कधीतरी उशिरा झोप लागली.

सकाळी नेहमीप्रमाणे लवकरच त्याला जाग आली. तरी तो तसाच बिछान्यात पडून राहिला. बाजूला पाहिलं, गौतम डोक्यावर पांघरूण घेऊन झोपला होता. दोन क्षण त्याला त्याचा हेवा वाटला. आत्ता या घडीला त्याच्याएवढा नशीबवान माणूस कोणीच नाही, असं त्याला उगाचच वाटून गेलं. तो लगेच उठला. आपलं राहिलेलं सामान त्यानं एकदा पाहून घेतलं. न लागणारी पुस्तकं तो इथेच सोडून जाणार होता. काही महत्त्वाचीच पुस्तकं त्यानं सोबत घेतली होती; पण त्यानंही एक मोठी बॅग भरली होती. नाश्त्याला तो एकटाच बाहेर पडला. नाश्ता झाल्यावर त्यानं शेवडेमामांची भेट घेतली. रूमचं या महिन्याचं भाडं दिलं. खरंतर शेवडे मामा ते घेत नव्हते; पण त्यानं बळेच पैसे त्यांच्या हातात कोंबले. शेवडेमामाही सांत्वनपर दोन शब्द बोलले, ...असं व्हायला नको होतं, पोश्ट मिळाली आस्ती तर लय भारी

झालं आसतं, वगैरे वगैरे. मोहनला आता त्याची सवय झाली होती. तो त्यांचा निरोप घेऊन निघाला. रूमवर आला तेव्हा रूमवर श्रीधर मोडक आलेला होता. मोहनला पाहताच काही न बोलता त्यानं त्याला मिठी मारली. काळजी करू नकोस, पुढे सर्व चांगलं होईल... तू नक्की यशस्वी होशील, वगैरे वगैरे भावना न बोलताही त्याच्या मिठीत मोहनला जाणवल्या.

दुपारी जायच्या वेळी मात्र त्याचा पाय निघेना. त्यानं डोळे भरून एकदा सर्व रूम पाहून घेतली. त्याच्या टेबल-खुर्चीवरून हात फिरवला, जणूकाही तो मूकपणे त्यांचाही निरोप घेत होता. रूमबाहेर पडला आणि का कुणास ठाऊक त्याला त्या रूमच्या पाया पडावंसं वाटलं. बॅग खाली ठेवून त्यानं रूमच्या उंबऱ्याला वाकून नमस्कार केला. माधववाड्यातून बाहेर पडताना शेवडेमामांसहित सर्व जण त्याला निरोप द्यायला गेटपर्यंत आले.

१४

गौतम मोहनला सोडायला पुणे स्टेशनवर आला होता. त्याला नको म्हणत असतानाही तो आला. सगळीकडे लोकांची धावपळ पळापळ चालू होती, ट्रेन येत-जात होत्या. दुपारच्या डेक्कन एक्स्प्रेसनं मोहन आपल्या घरी परत जायला निघाला होता. डेक्कन प्लॅटफॉर्म नंबर ४ वर लागलेलीच होती. मागच्या जनरल डब्यात मोहन जाऊन बसला. गाडीला सुटायला अजून थोडा अवकाश होता. सामान व्यवस्थित ठेवून मोहन थोडा वेळ प्लॅटफॉर्मवर उतरला. गौतम काहीच न बोलता चेहरा हसरा ठेवण्याचा प्रयत्न करीत होता, पण ते त्याला नीटसं जमत नव्हतं.

''चल गौतम, मी निघतो आता... तुझं जॉइनिंग लेटर आलं की कळव.''

''मोहन भावा...'' म्हणत तो थेट मोहनच्या गळ्यात पडला आणि अगदी लहान मुलासारखा रडू लागला.

''गौत्या, वेडा बिडा आहेस का? रडतोस काय? हे तर होतंच राहतं मित्रा... डोळे पूस.'' गौतमचा चेहरा पाहून मोहनच्या हृदयात कालवाकालव झाली.

गाडीनं हॉर्न दिला. पुणे स्टेशनहून मुंगीच्या पावलांनी गाडी हळूहळू सुटली... धावत्या गाडीत मोहन चढला. त्यानं निरोपाचा हात वर केला आणि खूप आतून इतका वेळ दाबून ठेवलेला हुंदका मोहनच्या गळ्यात दाटून आला... प्लॅटफॉर्मवरची माणसं मागे पडू लागली. गौतमही दिसेनासा झाला. एक विचित्र बोचरी जाणीव त्याला होत होती. तब्बल एका अर्धदशकानंतर रिकाम्या हातांनी तो परत जात होता. आज त्याला सीनिअर चौगुलेंची आठवण झाली. स्वारगेटवरून गाडी सुटल्यानंतर त्यांना जे वाटत होतं तेच त्याला आता वाटत होतं. हरलो आपण! एकही परीक्षा आपल्याला या पाच वर्षांत पास करता आली नाही. एकही पोस्ट मिळवता आली नाही. आपल्या मागून येऊन काही जण सिलेक्ट झाले, पण आपल्याला ते जमलं नाही. आयुष्याची पाच वर्षं, अर्धदशक वाया गेलं. या असल्या विचारांनी त्याला सुन्न करून टाकलं. गाडीनं पुणे सोडलं आणि सर्व कटू आठवणी आपण मागे सोडून जात आहोत या विचारानं त्याला थोडं हायसं वाटू लागलं. जाऊ दे, जे झालं ते झालं... आता नवीन सुरुवात करू या! त्याचं एक

मन त्याला समजावत होतं, पण दुसरं मन त्याला मागे वाया गेलेल्या पाच वर्षांची आठवण करून देत होतं. त्या न विसरता येणाऱ्या आठवणींनी त्याच्या मनाची जखम चिघळत होती. घाट, बोगदे पार करून गाडी कर्जत स्टेशनवर पोहोचली. दोन मोठ्या बॅग्ज घेऊन तो कर्जत स्टेशनवर उतरला. बरीच गर्दी झाली. डेक्कन एक्स्प्रेस हॉर्न देऊन पुढे निघून गेली. त्याला आता लोकलनं पुढे जायचं होतं; परंतु लोकल यायला अजून बराच अवकाश होता. त्यानं त्या अवजड बॅग्ज प्लॅटफॉर्मवरच्या बाकड्याच्या बाजूला व्यवस्थित एकावर एक उभ्या केल्या. त्यांतली एक बॅग तर पुस्तकांनीच भरलेली होती. तरी बरीचशी पुस्तकं त्यानं माधववाड्यात पोरांना वाटून टाकली होती. काही महत्त्वाचीच पुस्तकं त्यानं सोबत आणली होती. या पुस्तकांनीच तर मागची पाच वर्षं त्याला सोबत केली होती. आता लगेच ती सोबत सोडून चालणार नव्हतं. तो अनिमिष नजरेनं त्या पुस्तकांनी भरलेल्या बॅगकडे बघत बसला. कर्जत स्टेशनवर माणसांची वर्दळ कमी झाली. त्याच्यासारखे मधल्या स्टेशनांवर उतरणारे काही प्रवासी लोकलची वाट पाहत प्लॅटफॉर्मवर थांबलेले होते. वडापाव विकणारे खाकी गणवेशातले लोक त्यांचे लोखंडी स्टूल समोर मांडून उभे राहिले होते. कर्जतचा वडापाव पाहून मोहनलाही भूक लागली. बाजूलाच उभ्या असलेल्या वडापाववाल्याकडून त्यानं दोन वडापाव घेतले. पहिला घास खाणार इतक्यात ओळखीचा वाटणारा एक चेहरा त्याच्या समोरून निघून गेला. त्याचं मन दोन क्षण विचारात पडलं, मग त्याच्या डोक्यात हजारो दिव्यांचा प्रकाश पडला. करमरकर मॅडम! हो, त्या करमरकर मॅडमच आहेत. हातातला वडापाव त्यानं तसाच टाकला आणि धावत जाऊ थेट त्यांच्यासमोर तो उभा राहिला. त्या करमरकर मॅडमच होत्या. चेहरेपट्टीत जास्त फरक पडला नसला, तरी केसांच्या काही बटा पांढऱ्या झालेल्या दिसत होत्या. आकाशी रंगाची साधी साडी त्यांच्या अंगावर होती. कपाळाला टिकली आणि गळ्यात काळ्या मण्यांचं मंगळसूत्र दिसत होतं. करमरकर मॅडमनी चमकून त्याच्याकडे पाहिलं. अचानक असा कोण समोर येऊन उभा राहिला? दोन क्षण त्यांच्याही चेहऱ्यावर आश्चर्याचे भाव उमटले आणि लगेचच त्यांची स्मृती जागृत झाली.

"अरे, मोहन! तू इकडे कसा काय?" त्यांनी आश्चर्यानं विचारलं.

"मलाही हाच प्रश्न पडलाय मॅडम..." तो निग्रही स्वरात म्हणाला

"मी... इथेच जात होते..." काहीतरी बोलायचं म्हणून त्या म्हणाल्या.

"नशीब तुम्ही मला ओळखलंत ... मला वाटलं एवढ्या वर्षांत विसरला असाल."

"असं का म्हणतो आहेस?"

"तुम्ही कुठे नाहीशा झाल्या होतात मॅडम? आणि का?" इतकी वर्षं मनाला

पोखरणारा प्रश्न त्यानं कोणतेही आढेवेढे न घेता थेट विचारून टाकला.

"जाऊ दे रे! आता जुनी गोष्ट झाली ती! त्यात काय एवढं?" त्या टाळण्याच्या उद्देशानं म्हणाल्या.

"त्यात काय एवढं? मॅडम तुम्ही नाहीशा झालात त्यामुळे मला किती मनस्ताप झाला तुम्हाला कल्पना नाही. मला तुमची काळजी वाटत होती. मी तुमच्यात गुंतलो होतो. त्यात माझी मुख्य परीक्षा तोंडावर होती. तुमच्या झालेल्या अपघातामुळे आपण एकमेकांना ओळखत होतो हे पोलिसांना समजलं आणि पोलिसांनी माझी चौकशी सुरू केली. अभ्यासाचं टेन्शन, त्यात पोलिस चौकशी! त्यामुळे ती परीक्षा माझ्या हातून निसटली, ज्यात कदाचित मी एखादी पोस्ट मिळवू शकलो असतो. आता त्या गोष्टी सांगून काही फायदा नाही, पण तुमच्या बेजबाबदार वागण्यानं माझं खूप मोठं नुकसान झालंय..."

"ओह! आय ॲम रिअली सॉरी. इतकं काही घडलं असेल याची मला कल्पना नव्हती." मॅडम विचारात पडलेल्या दिसत होत्या.

"तुम्हाला कशी कल्पना असणार मॅडम? ते सरनाईक सरांचे उपकार, म्हणून यातून लवकर सुटका झाली. नाहीतर मला ती परीक्षाही देता आली नसती. त्यांच्या शब्दाखातर त्या पोलिस अधिकाऱ्यानं मला लवकर सोडलं आणि मी मूर्खासारखा तुमची काळजी करत बसलो. तुम्ही कुठे गेल्या असाल? तुमच्या जिवाचं काही बरंवाईट तर झालं नसेल ना? पण ... तुम्ही तर आपल्या संसारात सुखी आहात. तुम्हाला तरी मी दोष का द्यावा. तुमचं आयुष्य आहे, तुम्हाला हवं तसं जगू शकता. पण हे असं पळून जायचं काय कारण होतं? सरळ सांगून गेला असतात तरी तुम्हाला कोण अडवणार होतं? का केलंत मॅडम असं? निदान एवढं तरी मी विचारू शकतो?" मोहनला आता मॅडमचा राग येऊ लागला होता आणि तो त्याच्या बोलण्यातून स्पष्ट दिसत होता. त्यानं मॅडमकडे एकदा पाहिलं; पण त्या शांतपणे त्याच्याकडे बघत होत्या. त्यांच्या चेहऱ्यावर कसलेही भाव नव्हते. त्यांना आपण जे काही सांगितलं त्याचं काही वाटत असेल की नाही? मोहनला प्रश्न पडला. "बोला मॅडम ... बोला. ठीक आहे. तुम्हाला कुणाच्याही भावनांची कदर नाही... माझंच चुकलं, मी तुमचा इतका विचार केला... जातो मी... बाय..." मोहन तिथून निघून जाऊ लागला.

"थांब मोहन! मला बोलायचंय; कारण ते गरजेचं आहे. मी तिथून जाण्याचा माझ्या स्वतःव्यतिरिक्त इतर कुणाला त्रास होईल, याची खरंच मला कल्पना नव्हती. तुला जो काही त्रास झाला त्याबद्दल मी आधी तुझी क्षमा मागते. पण मी तिथून कुणाला न सांगता निघून आले याचं कारण तुला कळणं गरजेचं आहे."

"काय कारण असेल ते तर मला दिसतंच आहे...," मोहन त्यांच्या गळ्यातल्या

मंगळसूत्राकडे बघत म्हणाला.

“ओह! काहीतरी गैरसमज होतोय. मी तुला मागेही म्हणाले होते की मला नवीन नाती जोडायची इच्छा नाही म्हणून... हे असंच घातलेलं आहे. आधी आलेल्या अनुभवावरून मला हे करावं लागलं.”

“म्हणजे? मी समजलो नाही.”

“ज्या सरनाईक सरांचे तू उपकार मानतोस त्यांच्यामुळेच मला असं कुणालाही न सांगता निघून यावं लागलं.”

“काय? तुम्ही काय बोलताय? त्या देव माणसावर असे आरोप करताना तुम्हाला काहीच कसं वाटत नाही...”

“मोहन, तू विश्वास ठेवणार नाहीस हे मला माहीत आहे; कारण तुला दुसरी बाजू माहीतच नाही.”

“दुसरी बाजू? कसली दुसरी बाजू?”

“मी तुला पहिल्यापासून सांगते. पण तुझा विश्वास बसेल की नाही हे मी सांगू शकत नाही... तर कसं आहे ना की एखाद्यानं आपल्यावर उपकार केले किंवा मदत केली तर त्याच्याविषयी आपल्या मनात कृतज्ञता, आदर निर्माण होणं स्वाभाविक आहे. मलाही सरनाईक सरांबद्दल सुरुवातीला तसंच वाटत होतं. नव्हे, त्यांच्यासारखा देवमाणूस दुसरा कोणीच नसेल असंच मला वाटायचं. मी विधवा आहे हे तर तुला माहीत आहेच. माझ्या एका मैत्रिणीच्या मध्यस्थीमुळे मला सरनाईक सरांकडे क्लासमध्ये मराठी शिकवण्याचा जॉब मिळाला. माझा राहायचा प्रश्नही त्यांनीच सोडवला होता. प्रभात रोडला ज्या ठिकाणी मी राहत होते, ते माझं घर नव्हतं, ते सरांचं होतं. त्यांनी माझ्याकडून सुरुवातीला भाडंही घेतलं नाही. पण मी आग्रह केल्यानं त्यांना ते घ्यावं लागलं. आपल्या दुर्दैवी आयुष्यात हा असा देवमाणूस भेटला त्यामुळे मी देवाचे आभार मानत होते; पण त्या रात्री जे झालं त्यावरून तर ते माझ्या मनातून कायमचे उतरले...”

“काय झालं?”

“माझ्या अपघातानंतर एका रात्री, खूप उशिरा घराची बेल वाजली. मी झोपले होते. सहसा मी रात्री दार उघडत नाही, पण पिन होलमधून पलीकडे पाहिलं तर सरनाईक सर मला दिसले. कदाचित क्लासचं काही महत्त्वाचं काम असेल म्हणून ते इतक्या रात्री आलेत, असं मला वाटलं. मी दार उघडलं. ते आत आले. ते आत येताच एक वेगळाच घाणेरडा दर्प आत आला. कदाचित त्यांनी त्या वेळी दारू प्यायली असावी. आत आल्या आल्या त्यांनी लगेच दार बंद करून घेतलं. त्यांच्या हावभावावरून मला थोडा अंदाज आलाच! पण इतक्या रात्री दार उघडण्याची चूक मी आधीच करून बसले होते. मग मी थोडी सतर्क झाले. सरांना बसायला

सांगितलं. पाणी आणायला म्हणून आत गेले आणि एका हातात मिरचीची भुकटी लपवून आणली. सरांनी पाण्याचा ग्लास घेण्याच्या निमित्तानं माझा हात पकडला. मी तो सोडवून घ्यायचा प्रयत्न करू लागले. तर ते मला म्हणाले, ''ओरडू नको, जास्त वेळ नाही घेणार तुझा'' आणि त्यांनी माझ्यावर झडप घालण्याचा प्रयत्न केला. पण मी लगेच दुसऱ्या हातात लपवून ठेवलेली मिरचीची भुकटी त्यांच्या डोळ्यांत टाकली. त्यासरशी ते ओरडले आणि बाजूला जाऊन पडले. ती वेळ साधून मी तिथून निसटले.''

''तुम्ही ही जी कहाणी सांगताय त्यावर माझा विश्वास बसत नाहीये ... सरनाईक सर असं कसं करतील?'' मोहन गोंधळला.

''तेच! मला माहीत आहे की तुझा विश्वास बसणार नाही, पण हेच सत्य आहे. नाहीतर मला काय गरज होती चांगल्या चाललेल्या आयुष्याची घडी मोडायची?''

''सर हे असं काही कसं करू शकतात? मला किती मदत केली त्यांनी...'' मोहनचा अजूनही विश्वास बसत नव्हता.

''त्यांनी तुला मदत केली नव्हती, कदाचित तुला अडचणीत त्यांनीच आणलं असावं असं मला वाटतं.''

''काय? ते कशाला मला अडचणीत आणतील? माझा काय संबंध?''

''मी नाहीशी झाल्यानंतर जे काही घडलं ते तू मघाशी सांगितलंस, त्यावरून मी हा अंदाज बांधलाय की त्यांनीच तुझी ही पोलिस चौकशी करवली असावी...''

''मॅडम, तुम्ही काय बोलताय मला काहीच कळत नाही. उलट, ते आले म्हणून माझी चौकशी थांबली... नाहीतर माझं काही खरं नव्हतं...''

''बरं, मला सांग तुझी चौकशी का झाली?''

''कारण मी तुम्हाला ओळखत होतो...''

''फक्त ओळखत नव्हतास तर चांगलं ओळखत होतास. माझ्या अपघातानंतर आपल्यात ओळख वाढली. तू बऱ्याच वेळा माझ्या घरीही आला होतास. तुला आठवतंय, एकदा आपण हॉस्पिटलल गेलो होतो त्या वेळी सरनाईक सरसुद्धा तिथे आले होते. त्या वेळी मी त्यांना तुझ्याबद्दल सांगितलं होतं. कशाप्रकारे मदत केलीस हेही सांगितलं होतं आणि तेव्हापासून सरांचं वागणं थोडं बदलल्याचं मला जाणवलं. माझ्या बाबतीत जे घडलं आणि मी निघून गेल्यावर त्यांनी माझा शोध घ्यायचा प्रयत्न केला असावा. कदाचित मी त्यांची बदनामी करेन अशी भीती त्यांना वाटली असणार आणि त्यासाठी कदाचित तुझ्याशी संपर्क साधेन म्हणून पोलिसांमार्फत तुझी चौकशी त्यांनी करवली असावी.... तुझ्याशी माझा काहीच संपर्क नाही याची खात्री पटल्यानंतर मग त्यांनी तुला सोडवण्याचं नाटक केलं आणि इन्वेस्टिगेशन करणारा ऑफिसर त्यांचा माजी विद्यार्थी असल्यानं त्यांना हे सहज शक्य होतं.

त्यामुळे तुझ्या नजरेत तर ते देवमाणूस ठरले ना?''

''ओह गॉड! हा काय प्रकार आहे? आता मला थोडं थोडं समजायला लागलंय... भयानक आहे हे सगळं. मी असा विचारच केला नव्हता. पण मग तुम्ही पोलिसांकडे का गेला नाहीत?''

''पाण्यात राहून माशाशी वैर करता येत नाही मोहन! पोलिसांकडे जाऊन काय करणार? तिथेही सगळे त्यांचेच माजी विद्यार्थी आणि ओळखीचे होते. आणि माझ्याकडे पुराव्यादाखल काहीच नव्हतं. त्यांनी माझ्यावर अतिप्रसंग करण्याचा केवळ प्रयत्न केला होता. पण मी तो होऊ दिला नाही. मी जगाला कितीही ओरडून सांगितलं असतं, तरी सगळ्यांनी मलाच वेड्यात काढलं असतं. सरांसारख्या सो कॉल्ड देवमाणसावर आरोप केल्यानं माझीच बदनामी जास्त झाली असती. कुणीच माझ्यावर विश्वास ठेवला नसता. शेवटी माझ्यासमोर तिथून पळून जाण्यावाचून काहीच पर्याय नव्हता.''

''मॅडम, मला तर काहीच सुचत नाही... सरनाईक सर वरून कसे दिसतात आणि आतून कसे आहेत? आपण त्यांची तक्रार करू... त्या नराधमाला चांगला धडा शिकवू.'' मोहनला सरनाईक सरांचा खरा चेहरा कळल्यामुळे राग आला होता.

''आता तक्रार करून काय फायदा? आणि मी तुला म्हटलं होतं ना की त्यांच्या खूप ओळखी आहेत. त्यांचं काही वाकडं होणार नाही. आणि खरं सांगायचं तर प्रत्यक्षात गुन्हा असा काही घडलाच नाही. तो घडायच्या आत मी तिथून निसटले होते.''

''मग आता काय करायचं? ज्या माणसानं आपल्या दोघांचं आयुष्य बरबाद केलं, त्याला असंच सोडून द्यायचं?''

''माणूस आपल्या कर्माशी बांधील असतो... जो जसं कर्म करतो तसं फळ त्याला मिळतं. जे पेराल तेच उगवतं, त्याप्रमाणे त्यांना त्यांच्या कर्माची फळं आपोआप मिळतील... या ना त्या मार्गानं... आपल्याला काहीही करायची गरज नाही...''

''हे असं काय म्हणताय मॅडम? तुमच्यात खूप बदल झाल्याचं मला तुम्हाला पाहिल्यापासून वाटतंय ... कशामुळे झालंय हे?''

''हा माझ्या कहाणीचा दुसरा भाग आहे. त्या रात्री मी पुण्याहून पळून आले. इथेच कर्जतला उतरले. पण त्या वेळी खूप रात्र झाली होती. काय करावं, कुठे जावं काहीच समजत नव्हतं. तेव्हा माझी भेट निर्मलाबाईंशी झाली. इथे जवळच त्या विपश्यना साधना केंद्र चालवतात. त्यांनी मायेनं माझी विचारपूस केली. मग मी जे घडलं ते सगळं त्यांना सांगून टाकलं. कदाचित माझी मागच्या जन्मीची कोणती तरी पुण्याई असली पाहिजे त्यामुळेच त्या मला अशा भेटल्या. त्या विपश्यना

केंद्रात मला माझ्या आयुष्याचं गणित उलगडलं. इथे मी विपश्यना साधना शिकले. आयुष्याकडे तटस्थपणे पाहायला शिकले. माझं हृदय करुणेनं भरून गेलं आहे. खूप शांत वाटतंय... माझ्या मनात आता कुणाविषयी राग नाही, द्वेष नाही...''

"हे असं कसं काय झालं मॅडम?''

"हा विपश्यना साधनेचा परिणाम आहे. विपश्यना म्हणजे विशिष्ट पद्धतीनं आपल्या आत पाहणं. आपल्यातल्या सत्याचं यथार्थ दर्शन करणं. आपल्या शारीरिक संवेदनांचं साधन करून आपण आंतरिक सत्याचं दर्शन करू शकतो.''

"मॅडम, तुम्ही काय म्हणताय मला काहीच कळत नाही.''

"बरोबर आहे मोहन, ते असं सांगून समजणार नाहीच! विपश्यना साधनेचा केवळ अनुभव घेता येऊ शकतो. दुःखाचा उगम हा बाहेर नसून, आपल्यातच आहे. जेव्हा तुम्ही स्वतःला व्यवस्थित ओळखू लागता, तेव्हाच दुःख निवारण्याचा मार्ग आपोआप तुम्हाला दिसू लागतो. आपण खूपच वरवरचा विचार करतो. आपली सुखं, दुःखं यांना कवटाळत बसतो. आपण एकतर भविष्याचा विचार करण्यात वेळ घालवतो, किंवा भूतकाळात घुटमळत राहतो. तो विचार करण्यात आपण आपला वर्तमान वाया घालवतो. वर्तमानात असे आपण किती वेळ असतो? तूच सांग...'' मोहन विचारात पडला. मॅडम खूप बदललेल्या त्याला जाणवल्या. पण त्यांच्या बोलण्यात तथ्य होतं. पुण्यात गेल्यापासून ते आजतागायत तो नेहमी भूतकाळात रमत राहिला किंवा भविष्याचा विचार करत राहिला. वर्तमानात तर तो खूपच कमी वेळा जगला होता. त्याला त्यांचं म्हणणं पटत असल्याची मान त्यानं डोलावली.

"मोहन, मी तुला इतकंच सांगेन की तू खूप चांगला मुलगा आहेस... सिन्सियर आहेस, हुशार आहेस... तुझ्या आयुष्याची ही पाच वर्षं तू अभ्यासात घालवलीस. तुला असं वाटतयं की तुला काही मिळालं नाही, पण असं काही नाही. तू बऱ्याच गोष्टी शिकला आहेस. तुझ्या ज्ञानात भर पडलीय, तुझी सहनशक्ती वाढलीय, तू सारासार विचार करायला शिकला आहेस... आणि हेच गुण तुला पुढच्या आयुष्यात नक्कीच उपयोगी येतील. अरे, एमपीएससीमध्ये पोस्ट मिळाली नाही तर काही आयुष्य संपत नाही. आयुष्य म्हणजे फक्त तेवढंच नाही. ते खूप विशाल आहे. त्याला सुंदर बनवणं फक्त तुझ्याच हातात आहे. मागच्या सगळ्या गोष्टी विसर आणि नव्यानं सुरुवात कर. पुढे खूप चांगल्या संधी तुझी वाट पाहत आहेत... निराश होऊ नकोस... आनंदी राहा.'' मोहन भारावल्यासारखा त्यांच्याकडे बघत राहिला. मॅडमच्या चेहऱ्यावर प्रसन्नता होती. डोळे शांत वाटत होते. जणूकाही त्यांना सर्व समजलंय, सगळी कोडी उलगडली आहेत, असं वाटत होतं. त्यांनी त्याचा हात हातात घेतला. एक वेगळ्याच प्रकारची ऊर्जा त्या स्पर्शात होती. त्यानं

मोहनच्या मनातला कलह शांत झाला. मन शांत झालं. इतक्या वर्षांत असं कधी त्याला वाटलं नव्हतं. मॅडमनी प्रसन्न मुद्रेनं त्याचा निरोप घेतला. त्या जात असताना त्याला त्या एखाद्या योगिनीसारख्या भासल्या. त्याच्या मनात एक प्रकारची सकारात्मकता तयार झाली; पूर्वी कधी जाणवली नव्हती अशी प्रसन्नता त्याला जाणवली. त्या नजरेआड झाल्या. इतक्यात मोठ्यानं वाजणाऱ्या लोकलच्या हॉर्ननं तो भानावर आला. आपलं सामान उचललं. लोकलमध्ये चढला. लोकल सुरू झाली; आता तो पुढच्या प्रवासाला निघाला होता...

■